పాలవెల్లి

ఉదయ్ ఆరుమిల్లి

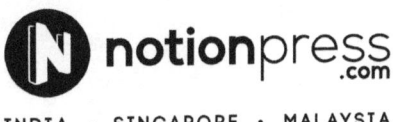

notionpress
.com

INDIA • SINGAPORE • MALAYSIA

Notion Press

Old No. 38, New No. 6
McNichols Road, Chetpet
Chennai - 600 031

First Published by Notion Press 2020
Copyright © Uday Arumilli 2020
All Rights Reserved.

ISBN 978-1-64828-727-5

~~~ ముఖ్య గమనిక ~~~

"ఈ కథలలోని పాత్రలు, ప్రదేశాలు, సంభాషణలు, సన్నివేశాలు ఎవరినీ ఉద్దేశించినవి కావు, కేవలం కల్పితాలు మాత్రమే"
~~~

అంకితం

"గురువు" అనే పదానికి పర్యాయపదాలు,

"ప్రవచన" చక్రవర్తులు,

"ఆధ్యాత్మిక" మహారాజ్యానికి సామంత రాజులు,

బ్రహ్మ "మానస పుత్రులు",

కలియుగ "జయ విజయులు"

"మహాసహస్రావధాని, ధారణ బ్రహ్మ"

శ్రీ.శ్రీ.శ్రీ.గరికిపాటి నరసింహారావు గారు

"శారదా జ్ఞాన పుత్ర, బ్రహ్మశ్రీ"

శ్రీ.శ్రీ.శ్రీ.చాగంటి కోటేశ్వరరావు గారు

"గురువులిద్దరు, తెలుగు జాతికి చేస్తున్న సేవ

అపూర్వం, అజరామరం"

విషయ సూచిక

కృతజ్ఞతలు

ఇంట్లో, దేవుడి గూట్లో ఉన్నది బొమ్మ అనుకుంటే, బొమ్మే, లేదు అమ్మ, అనుకుంటే అమ్మే అవుతుంది. 2019 వ సంవత్సరం, నా జీవితానికి సరిపడా అనుభవాలని మిగిల్చింది. ఒక ప్రాణ స్నేహితుడ్ని పోగేసుకోగలిగాను. మొట్టమొదటి సారి తెలుగు రచయితగా నా పేరు చూసుకోగలిగాను. కొత్త పరిచయాలు, కొత్త ప్రయాణాలు, అన్నిటికి మించి, నాలుగేళ్ల క్రితం నాకు ఎదురై, నా ఉనికినే ప్రశ్నించిన కష్టానికి, నేను ఎదురెళ్లి చేసిన పోరాటానికి, పడిన శ్రమకి, పోగొట్టుకున్న కాలానికి, ధనానికి, నేను ఊహించిన విజయం నన్ను వరించింది. ఈ విజయానికి కారణమైన మా గురువులు "శ్రీ అవసరాల నాగరాజు" గారికి, "శ్రీ కమతాల వేణుమాధవ్" గారికి, "శ్రీ ఉండమట్ల శ్రీనివాసరావు (మూర్తి)" గారికి, మనఃపూర్వక ధన్యవాదాలు.

ఈ ప్రయాణం లో నేను నేర్చుకున్న పాఠం, కష్టాలు, సుఖాలు అని విడివిడిగా ఏమి వుండవు, అన్ని పరిస్థితులే. ఇక నావల్ల కావట్లేదు అనుకున్నప్పుడు, మా "గరికిపాటి" వారు చెప్పినట్టు, కళ్ళు మూసుకుని, వొళ్ళు దగ్గరపెట్టుకుని, మనసు, మెదడు ఏకంచేసి, తపస్సు చేసినంత శ్రద్ధగా "ఓం నమః శివాయ, ఓం నమో నారాయణాయ, శ్రీ మాత్రే నమః" అంటే, దేన్నైనా నవ్వుతూ ఎదుర్కోగలవు. ఇది నేను ఆచరించి చెబుతున్న మాట.

మా "షావుకారు" కథని చదివి, "నోట్లో, కంట్లో కూడా నీళ్లురాయి రా" అని అద్భుతమైన విశ్లేషణ ఇచ్చిన మా గురువుగారికి, మా అక్కయ్య వంకినేని నాగమల్లిక గారికి, సోదర సమానుడు యేలిశెట్టి అంకరాజు కి, స్నేహితులు దాసరి నాగరాజు, తళ్ళపనేని వెంకట్రావు లకి హృదయపూర్వక కృతజ్ఞతలు.

కృతజ్ఞతలు

"పాలవెల్లి" కథలన్నీ ఓపిగ్గా విని, చదివి, మార్పులు, చేర్పులు చేసిన నా ప్రాణ స్నేహితులు "కోట భాను ప్రసాద్", "రాయుడు వీర్రాజు చౌదరి", "యాదా సాయి హర్ష" లకీ, ప్రోత్సహించిన "గంపాల రామారావు" గారికి, "షరీఫ్ మెహబూబ్" గారికి కృతజ్ఞతలు.

ప్రతీ మనిషి జీవితంలోని తల్లితండ్రుల తరువాత అతి ముఖ్యమైన వ్యక్తులు కొందరుంటారు. వారిని తలవకనే ఏ సత్కార్యమైననూ అసంపూర్ణమే. "చావా వీరవెంకట ప్రకాష్", "దుగ్గిన సతీష్ కుమార్" మరియు "పర్వతనేని హారిక" లకి ఇప్పటికీ, ఎప్పటికీ కృతజ్ఞుడను.

మేనమామ

అది కృష్ణా జిల్లాలోని సింగరాయపాలెం అని చిన్న పల్లెటూరు. శివాలయం వీధిలో చివరి ఇల్లు రామభద్రయ్య గారిది. పెంకుటిల్లే గాని, అక్కడక్కడా కొన్ని చోట్ల మాత్రం కొత్త పెంకు కనిపిస్తూ ఉంటుంది. ప్రతీ ఏడు వర్షాకాలం తర్వాత పాడైన పెంకుల్ని మార్చుకుంటూ వస్తున్నారు అన్నమాట. రామభద్రయ్య గారు అప్పుడే పొలం నుండి ఇంటికొచ్చి, కాళ్ళు కడుక్కుని, మండువాలో పడక్కుర్చీలో నడుం వాల్చారు. ఇంతలో సతీమణి అన్నపూర్ణమ్మ గారు దాహం తెచ్చి ఇచ్చింది. అది తాగక ఆయన "ఏమే, అమ్మలు కాలేజీకి వెళ్లిందా? ఇవ్వాళ పరీక్ష ఫీజు ఏదో కట్టాలంది. ఇచ్చి పంపేవా?" అంటే ఆవిడ "హా ఇచ్చాలే గాని, ఏవండీ, ఇవాళన్నా గోపాలాన్ని కలవడం తీరిందా?" అంది. ఆయన "వచ్చేటప్పుడు చూశానే. ఏదో పనుండి పట్నం పోయాడంట. రేపు కలుస్తాలే" అన్నారు. ఆవిడ, ఆయనదగ్గర గ్లాస్ తీసుకుని "హా, ఏదో ఒక సాకు. పోనీ ఇవ్వాళ సాయంత్రం అన్న వెళ్లి కలవండి" అంటే ఆయన "కుర్చీలో అలా వెనక్కి జారబడి, చూద్దాంలేవే. అయినా, ఎల్లుండి ఏకాదశి కదా? అవ్వాళ మాట్లాడతాలే" అనగానే, ఆవిడ వంటగదిలోంచి రుస రుస మంటూ వచ్చి "హా, మీరు దర్జాగా వర్జ్యాలు చూసుకుంటూ కూర్చోండి. ఈ సంబంధం కూడా ఎవరో ఒకరు ఎగరేసుకు పోతారు" అంటే ఆయనమే అంతే తాయితీగా "పెద్ద రాజావారి సంబంధం మరి. పోతే పోనివ్వవే, ఇదికాకపోతే ఇంకొకటి" అనేసి, కుర్చీలోంచి పైకి లేచి, ఎదురుగా గోడకి తగిలించి వున్న క్యాలండర్ అందుకుని, అది చూసుకుంటూ కూర్చున్నారు. ఆవిడ మాత్రం ఇంకేమి మాట్లాడలేదు.

అన్నపూర్ణమ్మగారు మండువా లోంచి పెరట్లోకి వెళ్లి, కూరలోకి నాలుగు కరేపాకు రెమ్మలు విరిచి తీసుకొస్తూ, లోపల లోపల ఎదో మాట్లాడుకుంటూ ఉంటే, ఆయనేమో "ఏంటా సాణుగుడు? చెప్పేది ఎదో సరిగ్గా చెప్పి ఏడు?" అన్నారు. ఆవిడేమో అలా వంటగదిలోకి వెళ్ళి, ఓ పక్కన పోపు పెడుతూనే, కొంచెం స్వరం పెంచి "సాణుక్కోవడం కాదు, ఉన్నది ఒక్కగాని ఒక్క పిల్ల, దానికి పెళ్లి జేసి పంపడానికి దిక్కులేదు. మేనల్లుడి పేరు చెప్పి వున్న ఒక్క ఎకరం, బంగారం లాగ రోడ్ పక్క బిట్టు, పైగా కాలవ కింద భూమి, అదీ అమ్మేశారు. ఈరోజునాడు అది ఉండుంటే 30 లక్షలు పైచీలుకు పలికేది. ఇప్పుడేమో పెట్టుబడీ అప్పే, పొలమూ అప్పే. చివరికి కౌలు రైతుగా మిగిలిపోయారు. ఆ పంటతో ఎప్పటికి అప్పులు తీరేను? అమ్మాయి ని ఓ అయ్యా చేతిలో ఎప్పుడు పెట్టేను? ఈ రోజుల్లో పాలోడు కూడా పదిలక్షలకి తక్కువ అడగట్లేదు" అనేసి ఆవిడ పనిలో పడిపోయింది. రెండు క్షణాలు గడిచినా ఆయన మాట వినబడకపోయేసరికి బయటకొచ్చి చూస్తే, ఆయన ఎదో ఆలోచనలో వుండిపోయాడు. ఈవిడ్ని చూసి "అదికాదే, రెండేళ్ల పిల్లాడిగా వున్నప్పుడు అమ్మా, బాబు ని పోగొట్టుకుంటే, నువ్వే కదే ఆడ్ని ఎత్తుకుని పెంచింది? ఆడి చదువుకి అవసరమైతే, నీ పట్టుమీదే కదే ఆ పొలం అమ్మింది? అయినా, ఆడికి మనం తప్ప ఎవరు ఉన్నారే?" అంటే, ఆవిడ మొక్కల పీట లాక్కుని, ఆయన పక్కనే కూర్చుని "ఎవరున్నారూ? అని మనం సాగదీసుకుంటే సరిపోదు కదండీ? అలా అని ఆడు కూడా అనుకోవాలి కదా?" అంది. రామభద్రయ్య గారు ఆవిడ కళ్ళలోకి చూసి "నిజం చెప్పు, ఆడ్ని నాకన్నా నువ్వే కదే గారం గ పెంచావు?" అనగానే ఆవిడ "అవును పెంచానండి, కానీ వాడికి ఆ కృతజ్ఞత ఏమాత్రం అన్న వుందా? ఎదో మనకి చేతనైనట్టు చదివించాం. వాడు తెలివైనవాడు, బాగా చదువుకున్నాడు. హమ్మయ్య వుద్యోగం వచ్చింది, ఒకేడు ఆగి అమ్మాయిని ఇచ్చి పెళ్లి చేసేద్దాం, అనుకున్నాం. వుద్యోగం వచ్చాక ఇంటికొచ్చి, మనకి బట్టలు పెడుతుంటే, మొదటి జీతం అందిందేమో? అనుకున్నాను గాని వాడి పెళ్ళికి పెడుతున్నాడని ఊహించలేకపోయాను. ఎవరో అమ్మాయిని ప్రేమని, దోమని తగిలించుకుని వచ్చాడు. పెళ్లి చేసేసుకుని, ఆరు నెలలు

తిరక్కుండానే అమెరికా వెళ్ళిపోయాడు" అని చీర కొంగుతో కళ్ళు ఒత్తుకుంది. ఆయనేమో కొంచెం ముందుకి వంగి "ఊరుకోవే, ఆ పిల్లకేమే? మంచిదే కదా? అయినా మనం అనుకుంటే ఐపొద్దేటే? ఎలా రాసుంటే అలా జరుగుద్ది కానీ" అంటే ఆవిడ కళ్ళు తుడుచుకుని "హా, రాసుండాలి. అది సరే అండి. ఇప్పుడు పెళ్ళి ఖర్చులు ఎలాగో పెట్టుకున్నా, కట్నం కింద ఓ పదిలక్షలన్నా చూసుకోవాలికదా? ఎక్కడినుండి తేవాలండి? పెట్టుబడులు పేరుతో ఆ సూర్రావు గారిదగ్గర అప్పు జేసుకుని కూర్చున్నారు. ఇవన్నీ అలా వదిలేసి అమ్మాయి పెళ్ళి చేస్తే వాళ్ళు ఊరుకుంటారా? వచ్చేనెల వాడు పెళ్ళాన్ని తీసుకుని వస్తున్నాడు కదా? పోనీ వాడినే అడక్కూడదు? పిల్ల పెళ్ళైపోతే ఇంక మనకి ఖర్చేముంది? ఎలాగో తీర్చేద్దాములే. ఏమంటారు?" అని ఆవిడ మనసులో మాట బైటపెట్టింది. ఆయన "వాడిని అడగొచ్చు అనుకో, కానీ.....ఏమన్నా అనుకుంటాడేమోనే?" అంటే ఆవిడ "బాబోయ్, ఇలాంటి మనిషిని ఎక్కడ చూడం దేవుడోయ్. చూడండి, మీరు, మీ మేనల్లుడు కట్నాలు లేకుండా చేసుకున్నారని అందరు అలాగే ఉంటారనుకుంటే ఎలా? ఈ కాలాన్ని బట్టి ఆదర్శాలు, అభిమానాలు కథల్లో చదువుకోడానికి, సినిమాల్లో చూపించాడనికి తప్ప ఎందుకు పనికిరావండి. మీరు ఎలా పడతారో నాకు తెలీదు, ఆస్తులు లేకపోయినా, అప్పులు లేనోడిని ఎవరినన్నా చూసి నా కూతుర్ని కట్టబెట్టండి. డబ్బులుకి మీ మేనల్లుడిని అడుగుతారో, ఇంకెలా తెస్తారో మీ తంటాలు మీరు పడండి" అనేసి వెళ్ళిపోయింది. ఆయన మాత్రం ఏదో ఆలోచిస్తూ వుండిపోయాడు.

ఆ రోజు సాయంత్రం భోజనాల దగ్గర, వాళ్ళమ్మాయి విజయలక్ష్మి (విజ్జి అని పిలుస్తారు), ఆమె "అమ్మ, బావ వాళ్ళు కొత్త కార్ కొన్నారే. అక్క ఫొటోస్ పంపింది. చూపిస్తా వుండు" అంటుంటే ఈవిడేమో "ఆ, ఆ, చూపిద్దువ్ గానిలే, ముందు అన్నం తిను" అనేసి అక్కడనుండి లేచి వంట గదిలోకి వెళ్ళిపోయింది. ఇంతలో రామభద్రయ్య గారు "ఏమే, చప్పగా ఏడ్చింది. కూరలో ఇంకొంచెం కారం తగలెయ్యొచ్చు కదా?" అంటే ఆవిడ సమాధానం చెప్పేలోపే విజ్జి "నాన్న, ఇంత కారం ఉంటే, ఇంకా కావాలా? అలా తినకూడదు నాన్న" అంది. ఈలోపు

లోపలనుండి అన్నపూర్ణమ్మ గారు "విజ్జీ, ఆ కారు బొమ్మ ఏదో మీ నాన్నకి చూపించమ్మా, కారం అదే సరిపోద్ది" అంది. విజ్జి "ఎందుకమ్మా అలా పుల్ల విరుపుడు? అయినా బావ ఎం చేశాడని నీకంత కోపం?" అంది. భద్రయ్యగారేమో విజ్జీ తో "నువ్వేమి పట్టించుకోకమ్మ, అదంతా మన ముందే. వాడు ఎదురుగా కనబడితే ఇంక మనం కూడా గుర్తుండం. ఎన్ని సార్లు చూడలేదు?" అని వాళ్లలో వాళ్ళు నవ్వుకుంటూ ఉంటే, లోపల ఈవిడకి మాత్రం "అవును, నేను ఎందుకిలా ఆలోచిస్తున్నాను? వాడి మీద ఎంత నటిద్దామన్నా కోపం రావట్లేదు. హు, ఎం జరిగితే అదేలే" అనుకుని పెరుగు గిన్నె తీసుకుని వాళ్ళకి వడ్డించడానికి వెళ్ళింది.

ఆ రోజు మేనల్లుడు అమెరికా నుండి వస్తున్నాడని, భద్రయ్య గారు ఊర్లో ఒక కారు మాట్లాడి, పొద్దన్నే విజయవాడ ఎయిర్ పోర్ట్ కి బయల్దేరారు. అన్నపూర్ణమ్మ గారేమో "వాళ్లెప్పుడో పన్నెండుగంటలకి వస్తారు అంటే, ఏడు గంటలకే వెళ్లి ఎంజేస్తారు అక్కడ?" అంటే ఆయన "మళ్ళీ 7.45 నుండి రాహుకాలమే" అనేసి, విజ్జి కూడా వస్తానంటే, డ్రైవర్ తో కలిపి ముగ్గురు అవుతాం వద్దని చెప్పి, ఆయనొక్కరే వెళ్లారు.

పన్నెండు అయ్యేసరికి ఊళ్ళో బాగా కావాల్సిన వాళ్ళు, ఇరుగు పొరుగు వచ్చి, అన్నపూర్ణమ్మ గారి ని పలకరించి, భద్రయ్య గారి వాళ్ళకోసం ఎదురు చూస్తూ వీధి అరుగుల మీద చతికిలి పడ్డారు. ఒంటిగంట అవుతుంది అనగా వచ్చారు వాళ్ళు. విజ్జి ఏమో నవ్వుతు ఎదురెళ్లి రామకృష్ణ, వేదవతి లను పలకరించింది. అన్నపూర్ణమ్మ గారు, గుమ్మం లోపలే నిలబడి చూస్తూ "బాగా రంగు తేలాడు వెధవ, అక్కడ వాతావరణం అది పడినట్టుంది" అని, పక్కన వేదవతి ని కూడా చూసేసరికి నిజం గ దిష్టి తగులుతుందేమో అంత అందం గ వుంది వాళ్ళ జంట. ఒక్క క్షణం పాటు "నా కూతురు ఉండాల్సిన స్థానం కదా అది?" అనుకుని అంతలోనే "ఛ, ఇదేంటి ఇలా ఆలోచిస్తున్నాను?" అనుకుంది. రామకృష్ణ అందర్నీ పలకరిస్తూ ఉంటే వేదవతి, విజ్జి ఇద్దరు లోపలకి వచ్చేశారు.

గుమ్మం దగ్గర ఈవిడ్ని చూసిన వేద "పెద్దమ్మ" అని కాళ్ళకి నమస్కరించబోతే ఆపి "ఎరా అమ్మలు, ప్రయాణం అది బా జరిగిందా?" అనుకుంటూ లోపలకి తీసుకెళ్లింది.

అందరితో పలకరింపులు అయ్యాక, భద్రయ్యగారు రామకృష్ణ ని తీసుకుని లోపలకి వచ్చారు. ఈవిడేమో మంచినీళ్లు ఇవ్వబోతుంటే వాడు "ఎలా వున్నావు అత్తయ్య?" అన్నాడు. ఆవిడ "హా, అత్తయ్య ని బాగానే గుర్తుపట్టావు రా. రెండేళ్లు అయ్యిందికాదా మర్చిపోతావేమో అనుకున్నాను" అంటే రామం, మొహం చిన్నబుచ్చుకున్నట్టు పెట్టాడు. ఇంతలో భద్రయ్య గారు "ఊరుకోవే, ముందు భోజనాల సంగతి చూడు" అన్నారు. విజ్జి వచ్చి "బావ, ఏమి అనుకోకు. మా అమ్మ సంగతి నీకు తెలుసు కదా? ఇన్ని రోజులూ నువ్వు కనబడక పోయేసరికి ఎదో బెంగ అంతే" అంటే రామం "నా తప్పేముందే? అయినా, ఎప్పుడు ఫోన్ లో మాట్లాడమన్నా మాట్లాడలేదు" అంటుంటే భద్రయ్య గారు "ఒరేయ్, అదంతా పై పై కోపమే రా, నువ్వే చూస్తావు గా? ముందు పద భోజనం చేద్దురు. విజ్జి, వెళ్ళమ్మా అక్కకి ఎమన్నా కావాలేమో చూడు.." అన్నారు.

ఇంతలో భద్రయ్య గారు కొట్టుగదిలో చిన్న బల్ల ఉంటే దాన్ని తీసుకొచ్చి, వసారా లో వేసి, దాని మీద దుప్పటి కప్పి, పక్కన కుర్చీలు పెట్టి, డైనింగ్ టేబుల్ లా ఏర్పాటు చేస్తుంటే, రామం వచ్చి "మావయ్య కింద కూర్చుందాంలే రండి" అనేసరికి వసారాలో పీటలు వేసుకుని కూర్చున్నారు. వేదవతి లోపలికెళ్ళి కూరగిన్నెలు అవి తీసుకొస్తుంటే, అన్నపూర్ణమ్మ గారు "అమ్మలు, నువ్వు కూర్చోరా. విజ్జి, నువ్వు కూడా వెళ్ళు, నేను వడ్డిస్తాలే" అనేసరికి ఇక వాళ్ళు కూడా భోజనానికి కూర్చున్నారు. అన్నపూర్ణమ్మగారు, రెండు రకాల కూరలు, రెండు వేపుళ్ళు చేసి, దోసకాయ పచ్చడి, పప్పు చింతకురా వండి, సాంబారు కాసి, నాలుగు వడియాలు వేయించి, దానికి తోడు మషాలా పెట్టిన బంగాళా దుంపల కూర అంటే రామం కి భలే ఇష్టం అని, అది కూడా చేసింది. ఆవిడ అన్నం పెట్టే తీరు చూసి రామం "అత్తయ్య, అంతంత పెట్టకు, తినలేం" అంటే ఆవిడ "ఎం

కాదులేరా, రెండు అడుగులు అటు ఇటు వేస్తె సరి" అని కొసరి కొసరి వడ్డిస్తుంటే, ఇంతలో భద్రయ్య గారు "ఏమేవ్, కారాలు తక్కువ వేసావా? ఒరేయ్, అసలే అలవాటు తప్పు పోయుంటది, తినలేరు. ఆ వెన్నపూస నంజుకోరా బాబు" అన్నారు. ఇటు విజ్జి, అటు అన్నపూర్ణమ్మగారు కూడా ఒకరి వైపు ఒకరు చూసుకుని నవ్వుకున్నారు. అలా మొదటిరోజు రామం వాళ్ళు ఇంట్లోనే విశ్రాంతి తీసుకున్నారు.

మర్నాడు, స్నేహితుల్ని కలుస్తానని వెళ్లి ఒకరోజంతా అలా గడిచిపోయింది. ఆ మర్నాడు రామం, వేదవతి, విజ్జి ముగ్గురు విజయవాడ వెళ్లి, రోజంతా షాపింగ్ అది చేసుకుని, ఏదో సినిమా చూసి వచ్చారు. ఆ మరుసటిరోజే, రామం వాళ్ళు వేదవతి పుట్టింటికి, వాళ్ళది విశాఖపట్నం, అక్కడికి వెళతామని చెప్పారు. అయితే వాళ్ళతో సరదాగా విజ్జీ ని కూడా తీసుకెళ్తామన్నారు. భద్రయ్యగారు సరే అన్నారు గాని అన్నపూర్ణమ్మగారు మాత్రం ఒప్పుకోలేదు. మీరేదో రాకరాక వచ్చారు, ఇప్పుడు దీన్ని కూడా తీసుకెళ్లటం పద్దతి కాదు, తరవాత ఎప్పుడన్నా వస్తుందిలే అన్నారు. కానీ వేదవతి ఊరుకుంది కాదు. గట్టిగ పట్టు పట్టేసరికి ఆవిడకి ఒప్పుకోక తప్పలేదు. అలా వాళ్ళు నాలుగు రోజుల్లో వచ్చేస్తామని చెప్పి విశాఖపట్నం వెళ్లారు.

వాళ్ళు వెళ్లడం వెళ్లడమే, భద్రయ్యగారు పొలానికి ఏదో మందు కొట్టు ఉందని వెళ్లిపోయారు. ఆరోజు రాత్రి భోజనాలు అయ్యాక, భద్రయ్య గారు చావిట్లో మడత మంచం వాల్చి కూర్చున్నారు. అన్నపూర్ణమ్మగారు, ఒక సున్నుండ తీసుకొచ్చి, ఆ ప్లేట్ ఆయన చేతికిచ్చి "ఏవండీ, వాడితో ఎమన్నా మాట్లాడ్డం అయ్యిందా?" అంటే ఆయనేమో ఏమి మాట్లాడకుండా ఒక నిమిషం ఆగి "తీసిన వెన్నంత నెయ్యిజేసి ఈ సున్నుండలకి పారబోశావా? వాడికి వెన్న అంటే ఇష్టం కదా? ఎమన్నా మిగిలిందా? లేక పురమాయించమంటావా?" అంటే ఆవిడ కోపం గ "నేను అడుగుతుంది ఏంటి? మీరు చెబుతుంది ఏంటి?" అంది. ఆయన "అదికాదే, పిల్లలు అలా నవ్వుతు సందడిగా ఉంటే, ఇలాంటి విషయాలు

అడగడం ఎలాగో నాకు తెలియలేదు. పోనీ నువ్వే కదపరాదు?" అన్నారు. ఆవిడ "సరిపోయింది. మీ మేనల్లుడు, వ్యవహారమూ. మధ్యలో నేనేల? అక్కడినుండి వచ్చాక ఐనా అడగండి. మళ్ళీ ఇప్పుడెళ్తే వాడు ఎప్పుడొచ్చేనో? ఆ ఫోన్లో అవి అయ్యేవి కావివి. వింటున్నారా?" అంటే ఆయన "ఎంకన్న చూసుకుంటాడులేవే. ఓ సారి తిరుపతి వెళ్లి వచ్చేద్దాం. ఏమంటావు?" అంటే ఆవిడ "ఓరి దేవుడా, అస్సలు ఈ మనిషికి చీమకుట్టినట్టు కూడా లేదు" అనుకుంటూ, ఏవో ఆలోచనల్లో పడి నిద్రలోకి జారిపోయింది.

ఆ మర్నాడు, ఇరుగు పొరుగు అమ్మలక్కలు అక్కా, ఒదినా అనుకుంటూ వీళ్ళింటికి వచ్చారు. అమెరికా నుండి అల్లుడొచ్చాడు, ఎం తెచ్చాడు? అని ఆరాలన్నమాట. వాళ్ళు ఆ ప్రశ్న అడిగేవరకు కూడా అన్నపూర్ణమ్మగారికి గుర్తురాలేదు, "అవును ఏమి తెచ్చినట్టు లేదు? బహుశా విజ్జి కి ఎమన్నా కొనుంటారు" అనుకుని, వాళ్ళు తెచ్చిన చాక్లెట్ లు పంచిపెట్టేసింది. కొందరు ఇంటికెళ్ళాక వెటకారాలు ఆడుకుంటారు, కానీ ఎదురింటి మంగమ్మ గారికి కొంచెం మొహమాటం పాళ్ళు తక్కువ కావడం తో ఆవిడ మొహమ్మీదే "అదేంటే, అల్లుడు ఎం తెచ్చాడు? అంటే ఈ బిళ్ళలు పెట్టావు. విజ్జమ్మకి ఆ మేకప్ సామాను ఎదో మోసుకొచ్చేవుంటారుకదా? అవి ఇలా పట్రా చూద్దాం" అంటే అన్నపూర్ణమ్మగారు అంత తొందరగా దొరుకుతుందా? "ఏమో ఒదిన, అది అవన్నీ సర్దుకుని వెళ్ళింది. ఇప్పుడు నేను ముట్టుకుంటే ఊరుకోదు. రేపు వచ్చేస్తుందిగా, దాన్నే తీసుకొచ్చి చూపించంటానులే" అని సరిపెట్టింది.

ఇంతలో "భద్రయ్య గారు వున్నారమ్మా" అనుకుంటూ పంతులు గారు వచ్చారు. సరిగ్గా అప్పుడే భద్రయ్య గారు పొలాన్నుండి వస్తూ ఈయన్ని చూసి "ఊరకరారు మహానుభావులు అని, ఏంటండి పంతులుగారు దారి ఇటు మళ్ళింది?" అంటే ఆయన "అయ్యా, వీరవాసరం నుండి మన అమ్మలుకి ఒక సంబంధం వచ్చింది. పిల్లాడు హైదరాబాద్ లో సాఫ్ట్ వెర్ కంపెనీలో వుద్యోగం. నెలకి నలభై వేలు జీతం. వాళ్ళ నాన్నగారు చేసేది వ్యవసాయమే, నాలుగు

ఎకరాల పొలం వుంది. ఒక్కడే కొడుకు. ఇక వాళ్ళు పదిహేను లక్షల దగ్గర వున్నారు. ఓ లక్ష అటో ఇటో, మరి మనం సర్దుకుంటే పిల్ల జీవితం బావుంటుంది. రేపటినుండి అన్నీ మంచి రోజులే. రేపు ఉదయం పదకొండు గంటలకి ముహూర్తం చాలా బావుంది. ఒక సారి రమ్మంటాను మరి?" అంటే భద్రయ్య గారు "అది కాదండి, ముందు ఒకసారి మనం మంచి చెడ్డ అలోచించి, అప్పుడు వెళ్ళి వాళ్ళని రమ్మందాం" అన్నారు. పంతులు గారు "అది నిజమే అనుకోండి. అయితే ఈ సంబంధం తీసుకొచ్చింది మన వెంకయ్య గారి తోడల్లుడు అండి. ఆయనది మన పక్కూరే. ఆయన, పిల్లాడి తండ్రి కూడా ఊళ్ళోనే వున్నారు. రేపు ఒకసారి మిమ్మల్ని కలుస్తాం అంటున్నారు. తరవాత కావాలంటే మనం వెళ్ళి, పద్ధతి ప్రకారం పెళ్ళి చూపులకి రమ్మని పిలుద్దాం, ఏమంటారు?" అన్నారు. భద్రయ్య గారు అన్నపూర్ణమ్మ గారి వైపు చూసేసరికి ఆవిడ "ముందు ఒక సారి అమ్మాయి ఫోటో వాళ్ళకిచ్చి, అలాగే అబ్బాయి ఫోటో కూడా అమ్మాయికి నచ్చితే, అప్పుడు మాటల్లోకి దిగితే మంచిదేమోనండి?" అంది. పంతులు గారు "దానిదేముందమ్మా, రేపు వచ్చేప్పుడు అబ్బాయి ఫోటో తెమ్మంటాను, అమ్మాయి ఫోటో ఇచ్చి పంపుదాం" అనేసరికి ఇక సరే అనుకున్నారు.

ఆ మర్నాడు ఉదయం అబ్బాయి తరుపు వాళ్ళు వచ్చారు. మర్యాదలు అవి అయ్యాక మాట్లాడుకుంటున్నారు. ఈలోపు విశాఖపట్నం నుండి రామం వాళ్ళు దిగారు. రామాన్ని, భద్రయ్య గారు ఆ పెళ్ళి వాళ్ళకి పరిచయం చేసి, అన్నపూర్ణమ్మగారితో విజ్జి ని కొంచెం ముస్తాబు చేసి తీసుకురమ్మన్నారు. అయితే లోపలికొచ్చాక విజ్జీ మాత్రం "ఏమ్మా, ఇలాంటి ఏర్పాటు చేస్తుంటే ఒకసారి ఫోన్ చేసి చెప్పొచ్చు కదా?" అని కొంచెం కోపంగానే అంది. ఆవిడేమో "ఏమోనే, నిన్న సాయంత్రం మోసుకొచ్చారు కబురు. అయినా పెళ్ళి చూపులు కాదు కదా? ఎదో మాట్లాడ్డానికి వచ్చారు. దానికెందుకు అంత కోపం? అమ్మా వేదవతి, కొంచెం దీనికి ఎదో ఒక మంచి చీర కట్టుకుని రమ్మని చెప్పు తల్లి" అనేసి, ఆ వచ్చిన వాళ్ళకి టిఫిన్ ప్లేట్ లు పట్టుకుని ఇవ్వడానికి వెళ్ళింది. అక్కడ రామం ఆ వచ్చిన వాళ్ళతో "ఏమండి, విజ్జికి వేరే సంబంధం అనుకుంటున్నాం అండి. ఆ విషయం

మావయ్య వాళ్ళకి తెలీదు. ఇవ్వాళే చెబుదాము అనుకుంటున్నాను. తప్పు నాదే అండి, ముందే చెప్పాల్సింది. మీరు ఏమి అనుకోకండి" అంటే అబ్బాయి తండ్రి ఒక్క క్షణం పాటు ఆలోచించి, రామం తో "పోనిలే బాబు, దానికేముంది. ఎవరికి ఎక్కడ రాసిపెట్టి ఉందో?" అనేసి లేవబోతుంటే, భద్రయ్య గారేమో ఏమి అర్థం కానట్టు అలా చూస్తూ ఉండిపోయారు. అన్నపూర్ణమ్మ గారు చెయ్యేసి "ఏవండీ" అన్నాక ఈ లోకంలోకి వచ్చి, కంగారుగా వెళ్లి "అయ్యా, మీకు శ్రమ ఇచ్చినందుకు మన్నించాలి" అంటే ఆయనేమో "భలేవారే భద్రయ్య గారు. మీ అమ్మాయి పెళ్ళికి లేఖ పంపండి. తప్పకుండ వస్తాం. అలాగే మా అబ్బాయి పెళ్ళికి కూడా తమరు రావాలి మరి" అంటే భద్రయ్య గారు "ఎంతమాట, నేనే స్వయంగా వచ్చి పిలుస్తాను" అని వాళ్ళని దగ్గరుండి కారెక్కించి వచ్చారు.

అన్నపూర్ణమ్మగారు వచ్చి "రామం, ఏంట్రా ఆ సంబంధం?" అంటే రామం "అత్తయ్య, నా పెళ్ళికి రాజీవ్ అని నా ఫ్రెండ్ మన ఊరొచ్చాడు, గుర్తుందా? అదే మావయ్య, మీ ఇద్దరు ఎదో పని మీద బైక్ లో టౌన్ కి కూడా వెళ్లారూ?" అంటే భద్రయ్య గారు "ఆ, అవును, కుర్రోడు మాంచి సందడిగా వున్నాడు. ఆ అబ్బాయా?" అన్నారు. రామం విజ్జి వంక చూసి "ఏంటే నన్ను చూస్తున్నావ్? చెప్పు, అది కూడా నేనే చెప్పాలా?" అంటే వేదవతి "ఊరుకోండి, మధ్యలో అదేం చేసింది?" అని, తనే భద్రయ్య గారితో "పెద్దనాన్నగారు, ఆ అబ్బాయి వాళ్ళది శ్రీశైలం దగ్గర నాగర్ కర్నూల్. వాళ్ళ నాన్నగారు గవర్నమెంట్ ఎంప్లాయ్. మన విజ్జి, ఆ అబ్బాయి ఒకరినొకరు ఇష్టపడ్డారు" అని అసలు విషయం చెప్పింది. అన్నపూర్ణమ్మ గారు, భద్రయ్య గారు ఒకరి మొహం ఒకరు ప్రస్నార్ధకంగా చూసుకున్నారు. భద్రయ్య గారు "మరి వాళ్ళింట్లో???" అంటే రామం "మావయ్య, వాళ్ళ అమ్మగారు, నాన్నగారు ఇద్దరు కూడా సంతోషంగా ఒప్పుకున్నారు. ఈ వారంలోనే మనం ఒకసారి వెళ్లి మాట్లాడితే ఇక పెళ్లే" అన్నాడు. అన్నపూర్ణమ్మగారు "రామం, నీ స్నేహితుడంటే ఇక చూడక్కర్లేదనుకో. కానీ అబ్బాయి ఇప్పుడు ఎం చేస్తున్నాడురా?" అంటే రామం "వాడూ, నేను ఒకే ఆఫీస్ అత్తయ్య" అని చెబితే, వేదవతి ఏమో "పెద్దమ్మ, రాజీవ్ ఇల్లుకూడా మాకు

దగ్గరే. నడిచి వెళ్లేంత దూరం లో" అంది. అన్నపూర్ణమ్మ గారు "ఎక్కడమ్మా? ఆ అబ్బాయి కూడా అమెరికా వచ్చాడా?" అంటే రామం "హా, వాడు నాకంటే ముందే వెళ్ళాడు" అన్నాడు. భద్రయ్య గారు "ఒరేయ్, వాళ్ళ నాన్నగారేమో గవర్నమెంట్ ఆఫీసర్ అంటున్నావు. మనం తూగగలమా?" అంటే రామం "మావయ్య, రాజీవ్ వాళ్ళ నాన్నగారు వాళ్ళు ఐదుగురు అన్నదమ్ములు, నలుగురు అక్కచెల్లెళ్ళు, అంతమంది మధ్యలో నుండి వచ్చారుకదా? కష్టం, సుఖం బాగా తెలుసు. కట్నాల మీద పట్టు పట్టే రకం కాదు. మనకున్నదేదో ఇద్దాం. అసలు ఆయనైతే "అమ్మాయి చదువుకుంది, వాళ్ళే సంపాదించుకుంటారు" అనేశారు, అని చెప్పాడు.

అన్నపూర్ణమ్మగారు కొంచెం తేరుకుని "ఒరేయ్, ఈ మాట మొన్న వచ్చిన రోజునే చెప్పొచ్చు కదరా?" అంటే రామం ఏదో మాట్లాడే లోపలే వేదవతి అడ్డుపడి "హా, నేను అదే అన్నాను పెద్దమ్మ. ముందు ఈ విషయం చెప్పండి అంటే ఆయనేమో..." అని సాగదీస్తుంటే, రామం "నీకు తెలీదు వేద, ఇలాంటివి మాట్లాడేప్పుడు మంచిది చూసుకోవద్దూ??? నిన్నటితో మూఢం పోయింది. అందుకనే......" అంటే, అన్నపూర్ణమ్మగారు భద్రయ్య గారి ని చూసేసరికి, ఆయన ముసి ముసి గా నవ్వుకుంటున్నారు. ఆవిడేమో "హా, మేనమామ, మేనల్లుడు సరిపోయారు" అంది. భద్రయ్యగారేమో "నీ చేత్తో పిల్లల నోరు తీపి చెయ్యవే" అన్నారు. ఏదన్న స్వీట్ తెద్దామని లోపలకి వెళ్ళబోతున్న అన్నపూర్ణమ్మగారి కి వేద, చిన్న బాక్స్ అందించింది. ఏంటా అని తీసి చూస్తే, ఇంకేముంది 24 కేరెట్ల గోల్డ్ కాయిన్స్, నాలుగు వున్నాయి. ఒక్కొక్కటి మూడు తులాలు. రామం, దగ్గరికొచ్చి "అత్తయ్య, అక్కడ బంగారం రేటు పెద్ద తేడా ఉండదు కానీ క్వాలిటీ మాత్రం బావుంటుంది. ఎలాగూ విజ్జి పెళ్ళికి కావాలిగా...." అని ఇంకా ఏదో చెప్పుకుని పోతున్నాడు. ఆవిడ మాత్రం భద్రయ్యగారి వంక చూసింది, ఆయన మొహం లో అదే చిరునవ్వు, కళ్ళలో మాత్రం చిన్న కన్నీటి తెర. భద్రయ్య గారు "నేనలా పొలం దాకా వెళ్ళొస్తాను" అని లేవబోతుంటే, రామం "మావయ్య, నేను కూడా వస్తాను" అనడంతో ఇద్దరు బైటకెళ్లారు.

విజ్జీ పెళ్లి కుదిరింది అన్న ఆలోచనలో అన్నపూర్ణమ్మ గారికి ఏం చేస్తుందో తెలీకుండా అలా ఇంట్లో కి, పెరట్లోకి తిరుగుతూ ఉంటే ఇంతలో వెనక గుమ్మం నుండి చాకలి సుబ్బులు "అమ్మగారు, బట్టలేమన్న ఉన్నాయా?" అనుకుంటూ వచ్చింది. ఈవిడేమో "రావే, మంచి సమయానికి వచ్చావు" అని, లోపలికెళ్ళి, మూడు రకాల స్వీట్స్, ఇంకా ఏవో ఉంటే చిన్న సంచి తయారు చేసి "ఇంటికి పట్టుకెళ్ళు, పిల్లలు తింటారు" అని సుబ్బులు చేతికిస్తుంటే, ఆమె అది అందుకుని "విజ్జమ్మ గారి పెళ్లి కుదిరిందంట గదమ్మా?" అంది. ఈవిడేమో "ఓసినీ కడుపు బంగారం గాను, అంతలోనే నీదాకా వచ్చిందీ?" అంటే సుబ్బులు "అదికాదు అమ్మగోరూ, సూర్రావు గారి కృష్ణవేణమ్మగారు చెప్పారు. ఆరికి అప్పుకూడా తీర్చేసారంటగా? నేను ఇప్పుడు అక్కడినుండే వత్తన్నానమ్మా. పెద్దయ్య గారు, రామం బాబు కూడా సూర్రావు గారి ఇంటికాడే వున్నారు. బుజ్జమ్మ గారి పెళ్ళికి ఇంటి పనంతా నాదేనమ్మోయ్, ఇంకెవర్ని పిలవకండి" అంటే ఈవిడ "నీదేలేవే బాబు, సర్లే ఇవ్వాళ బట్టలేం లేవుగాని, రేపు రా" అనేసి సుబ్బుల్ని పంపించి లోపలకి వచ్చింది.

అప్పటికే ఆలస్యం అవడంతో అన్నపూర్ణమ్మ గారు వంట పనిలో పడ్డారు. ఇంతలో "పెద్దమ్మా, నేనేమన్నా ఒక చెయ్యి వెయ్యనా?" అనుకుంటూ వేదవతి వచ్చింది. ఈవిడేమో "ఏమి వద్దమ్మలు. నువ్వు అలా కూర్చుని రెండు కబుర్లు చెప్పు చాలు" అంది. వేద "పెద్దమ్మ, ఒక విషయం అడగనా?" అంటే ఆవిడ "హా, అడుగమ్మ" అంది. వేద "అది కాదు, ఆయన మిగతా విషయాల్లో పట్టింపులు ఏమి వుండవు గాని, ఈ ముహుర్తాలు, రాహుకాలం ఇలాంటివి మాత్రం బాగా పట్టించుకుంటారు. అసలు కొన్ని విషయాలు ఐతే నాకు తెలీనే తెలీవు, అంతలా పట్టించుకుంటారు. అసలు ఎక్కడ అలవాటు అయ్యింది అది?" అంటే అన్నపూర్ణమ్మగారు "అది మీ పెదనాన్ననుండే వచ్చింది వాడికి. నీకో విషయం తెలుసా? మీ పెదనాన్నకి దేవుడంటే నమ్మకం ఉండేది కాదు. పుట్టి బుద్దెరిగాక ఎప్పుడు గుడికి కూడా వెళ్లలేదట" అంటే ఆ పక్కన గట్టుమీదెక్కి కూర్చున్న వేద దిగి వచ్చి మరీ "అయితే ఒక్కసారిగా అంత నమ్మకం ఎలా వచ్చింది?" అంది.

అన్నపూర్ణమ్మ గారు వంట పని చూస్తూనే "ఆయనకి చెల్లెలు అంటే ప్రాణం. రామం వాళ్ళ అమ్మా, నాన్నా ఊరికి బయల్దేరుతుంటే, మా అత్తగారు అంటే రామం వాళ్ళ అమ్మమ్మగారు అన్నమాట, ముహూర్తం బాలేదు, ఒక గంట తరవాత వెళ్లొచ్చు లే అన్నారు. ఈయనమో ముహుర్తాలు చూసుకుంటే బస్సు దాటిపోద్ది అని చెప్పి, వాళ్ళని తీసుకెళ్లి బస్సు ఎక్కించారు. అదే చివరి చూపు అయ్యింది. ఆ బస్సు కి ప్రమాదం జరిగి వాళ్లిద్దరూ వెళ్లిపోయారు. రామం మాత్రం దెబ్బలతో బైట పడ్డాడు. అదిగో ఆ రోజునుండి ఈయనకి అదొక నమ్మకం అన్నమాట. ఇక రామానికి మీ పెదనాన్న దగ్గర నుండే అలవాటు అయ్యింది". అదంతా విన్నాక వేద "అందుకే అనుకుంటా, ముహూర్తాల విషయాల్లో మాత్రం ఎవ్వరి మాట వినరు ఆయన" అనేసి, "పెద్దమ్మ నేనేదన్న హెల్ప్ చెయ్యనా?" అంది. అన్నపూర్ణమ్మ గారు "వద్దులే గాని, ఓ మాట చెబుతా వింటావా?" అంటే వేద "చెప్పండి పెద్దమ్మ" అంది. ఆవిడ "మీ ఇద్దరు దగ్గరుండి, విజ్జి పెళ్లి చేసేయండమ్మా. మాకది చాలు. ఆ అప్పులు తీర్చడాలు అవి మేము ఎలాగో పడతాం. మీకు కూడా కొత్తగానే గా పెళ్లి అయ్యింది. పిల్ల, జెల్ల వచ్చేసరికి రేపు అంతా రూపాయల్తోనే పని. నువ్వన్నా చెప్పు వాడికి" అంటుంటే వేదవతి నవ్వుతు ఈవిడ వంకే చూస్తుంది. "ఏంటే అలా చూస్తున్నావు?" అంటే వేద "ఇదే మాట మీరు పెదనాన్న గారితో చెప్పుంటే, ఇప్పుడు మా ఆయన పరిస్థితి ఏంటా? అని ఆలోచిస్తున్నాను" అంది. ఈవిడేమో వేద తలమీద చిన్నగా ఓ మొట్టికాయ వేసి "ఊరుకోవే" అంటే వేదవతి "అదికాదు, మీకున్నదే ఒక ఎకరం పొలం. అది కూడా మేనల్లుడి కోసం అమ్మేశారంటే, ఈ రోజుల్లో మీలాంటోళ్ళు ఎక్కడో సినిమాల్లోనో, కథల్లోనో ఉంటారంతే" అంది.

ఆవిడేమో "ఏమే, ఇవన్నీ వాడు నూరిపోసిందేనా నీకు?" అంటుంటే ఇంతలో బైట నుండి వస్తున్న రామం "నూరి పొయ్యడమేముంది అత్తయ్య, అదేగా నిజం?" అనుకుంటూ వచ్చి, పై అల్మారాలో ఏవో డబ్బాలు వెతుక్కుంటున్నాడు. "ఏంట్రా?" అంటే "రేగొడియాలు పెడతావ్ కదే, ఎక్కడ?" అంటే ఆవిడ ఆ డబ్బా తీసి ఇచ్చింది. అవంటే వేదవతి కి కూడా చాలా ఇష్టమట.

వాళ్లిద్దరూ అలా మాట్లాడుకుంటూ వంటగదిలోంచి మండువాలోకి వెళ్తుంటే, "ఒరేయ్ ఒక సారి ఇటు రండి" అని వాళ్ళిద్దర్నీ పెరట్లోకి పిలిచి, ఎండుమిర్చి తో దిష్టితీసి పడేసింది.

విజ్జి పెళ్లి కుదిరింది. అబ్బాయికి సెలవలు తక్కువ ఉన్నాయని 20 రోజుల్లోనే ముహుర్తాలు పెట్టేసుకున్నారు. రామకృష్ణ, వేదవతి పెళ్లి పనులన్నీ దగ్గరుండి చూసుకుంటున్నారు. విజ్జీ పెళ్లిరోజు రానే వచ్చింది. అక్కడక్కడా నెరిసిన జుట్టు, మెలి తిరిగిన మీసాలు, పట్టు పంచ, లాల్చీ లో రామభద్రయ్య గారు మెరిసిపోతుంటే, పెళ్లికొచ్చిన తోటోళ్లు "ఏమయ్యో, మళ్ళీ కుర్రాడివైపోయావు" అంటూ హాస్యాలాడుతుంటే, పెద్దలేమో "మేనమామ అంటే నీలాగుండాలి అనుకునేవాళ్లం భద్రయ్య, కానీ మీవోడు కూడా నీకు తగ్గ మేనల్లుడే" అంటూ పొగుడుతుంటే, భద్రయ్య గారు "ఈ జన్మకి ఇది చాలురా దేవుడా" అని రాముడ్ని తలుచుకుని దణ్ణం పెట్టేసుకున్నారు. భద్రయ్య గారు, బాధ అయినా సంతోషం అయినా పైకి చెప్పేసి, ఇక అక్కడితో వదిలేస్తారు. కానీ అన్నపూర్ణమ్మ గారు మాత్రం అలా కాదు. ఆవిడ అంత తొందరగా బైట పడరు. విజ్జీ పెళ్లి లో జరుగుతున్న మర్యాదలు, వెనకాడకుండా పెడుతున్న ఖర్చు, అవన్నీ చూసి ఆవిడకి నోట మాట రాలేదు. పెళ్లి పందిట్లో అందరు, తలంబ్రాలు పోసుకుంటున్న పెళ్లి కొడుకు, పెళ్లి కూతురు ని చూస్తుంటే, అన్నపూర్ణమ్మగారు మాత్రం రామకృష్ణ, వేదవతి ల జంట ని చూస్తూ నిలబడ్డారు. వాళ్ళని అలా చూస్తుంటే, ఆ క్షణం లో ఆవిడకి వాళ్లిద్దరూ, అచ్చం పద్మావతీ సామెత వెంకటేశ్వర స్వామి లాగ కనిపించారు.

"నిస్వార్థమైన ప్రేమ ఏనాటికైనా సరే అదే రూపం లో తిరిగి మనల్ని చేరుతుంది" అనడానికి రామభద్రయ్య, అన్నపూర్ణమ్మ దంపతులు, రామకృష్ణ, వేదవతి దంపతులు చక్కటి ఉదాహరణ.

గంగా-జమునా నగర్

ఆడిటోరియం అంత కిక్కిరిసిపోయింది, రెండు రాష్ట్రాల ముఖ్యమంత్రులు, గవర్నర్ లతో పాటు మహామహులు అందరు ఆసీనులై వున్నారు. స్టేజి మీద వ్యాఖ్యాత సభని ఉద్దేశించి చెప్పడం మొదలుపెట్టింది:

"ప్రపంచంలోనే అతిపెద్దదైన కమర్షియల్ విమానం A3830. ఆ విమానంలో నాలుగు ఇంజన్స్ ఉంటాయి. అందులో రెండు మెకానికల్ సమస్య వల్ల ఫెయిల్ కావడంతో, విమానం ఒక్కసారిగా భారీ కుదుపుకి గురయ్యింది. అదే సమయంలో, అనుకోని విధంగా పైలట్ "స్టీవ్ మొనోర్" హార్ట్ స్ట్రోక్ కి గురయ్యి ప్రాణాలని వదిలేశారు. అయితే కో-పైలట్ ధైర్యాన్ని కోల్పోకుండా, ఫ్లైట్ ని కంట్రోల్ లోకి తీసుకురావడానికి ప్రయత్నించినా లాభం లేకపోయింది. ఇక చివరకి అది కంట్రోల్ తప్పి, ఆటో మోడ్ లోకి వెళ్లిపోవడం, ఏ క్షణం లో అయినా కూలిపోతుంది అని ఒక నిర్ణయానికి వచ్చేసారు. దగ్గర్లో చిన్న ఎయిర్ పోర్ట్ ఒకటి వుంది. కానీ అంత పెద్ద విమానాన్ని అక్కడ ల్యాండ్ చెయ్యడం అంటే దాదాపు అసాధ్యం. అయినా సరే, ఎయిర్ ట్రాఫిక్ అధికారుల్ని సైతం లెక్కచెయ్యకుండా, అత్యంత ధైర్య సాహసాలతో విమానాన్ని జాగ్రాత్తగా ల్యాండ్ చేసి, 32 దేశాలకు చెందిన 486 మంది ప్రాణాలను కాపాడిన ఆ కో-పైలట్ మన తెలుగింటి ఆడపడుచు కావడం మనకి గర్వకారణం. 32 దేశ ప్రధానులు చేత అభినందించబడి, ఏవియేషన్ రంగం మొత్తం మన దేశం వైపు తిరిగి చూసేట్టు చేసిన భరతమాత ముద్దు బిడ్డ, మన తెలుగమ్మాయి మిస్ "ప్రణామిక" ని సాదరంగా వేదిక మీదకి ఆహ్వానిస్తున్నాము"

అనగానే చీర కట్టుకున్న ఒక అమ్మాయి స్టేజి మీదకి వచ్చింది. ఆమె నడక, మొహం మీద ఆ చిరునవ్వు, ఒద్దికగా చేసిన నమస్కారం, ఆహా ఇవి సరిపోవా ప్రపంచాన్ని గెలవడానికి అన్నట్టుగా వుంది. తరవాత ఆమెకి గవర్నర్ చేతుల మీదుగా అవార్డు బహుకరించడం, గవర్నర్, ముఖ్యమంత్రులు, మిగిలిన వాళ్ళు చిన్న సందేశం ఇవ్వడం, చక చకా జరిగిపోయాయి. అందరు, ఆడపిల్లల్ని గురించి గొప్పగా చెప్పడం, మగాడికి ఎందులోనూ తీసిపోరు అని పొగడ్డం ఇలా మూసగా సాగిన ప్రసంగాల తరవాత అవార్డు పొందిన అమ్మాయిని రెండు మాటలు చెప్పామన్నారు. ఆమె చాల సింపుల్ గ "పెద్దలందరికి ధన్యవాదాలు. నేను దేవుడ్ని నమ్ముతాను. నేను నా పని చేసానంతే, ఫలితం ఏదైనా అది ఆయనదే. నిజానికి ధైర్యం, ప్రతిభ అందర్లోని ఉంటుంది, కానీ అది నిరూపించుకునే అవకాశం అందరికి దొరకదు, నాకు దిరికింది అంతే" అనేసి మైక్ వ్యాఖ్యాత చేతికిచ్చి పక్కకి నిలబడిపోయింది. అయితే ఆ వ్యాఖ్యాత "అయ్యో అదేంటండి, అంత సింపుల్ గ ముగిస్తే ఎలా? విజయం సాధించిన వాళ్ళు చెప్పే మాటలకి విలువ ఎక్కువ ఉంటుంది. పోనీ ఈ స్థాయికి చేరుకోడానికి మీకు స్ఫూర్తి ఎవరో చెప్పండి?" అన్నా సరే ఆ అమ్మాయి మాత్రం అదే నవ్వుమొహం తో ఆ వ్యాఖ్యాత ని రిక్వెస్ట్ చేసినట్టు గా పెట్టేసరికి ఇక ఆమె "కొంతమంది అద్భుతాలు చేసేవాళ్లు చాల తక్కువ మాట్లాడతారు అని విన్నాను. ఈవిడ్ని చూశాక నిజమే అనిపిస్తుంది, ఏమైతేనేం....." అని ఎదో చెబుతుంది. కానీ ఆ సభలో ముందు నుండి రెండో వరుసలో కూర్చున్న ఒక ప్రముఖ టీవీ ఛానల్ యజమాని మాత్రం ఎదో ఆలోచనలో పడ్డాడు. వెంటనే అక్కడినుండి లేచి బైటకి వచ్చేశాడు. ఇంత పేరు వచ్చినా సరే కనీసం ఒక్క మీడియా కి కూడా ఎప్పుడు ఇంటర్వ్యూ ఇవ్వని ఆ అమ్మాయి ని ఎలా అయినా సరే ఇంటర్వ్యూ కి ఒప్పించాలి అని అనుకున్నాడు.

రెండు తెలుగు రాష్ట్రాల్లోని కొంతమంది యువతీ యువకుల్ని ఎంపిక చేసి, యువత కోసం ఒక్క గంట సమయం కావాలని ఆ అమ్మాయి ని ఒప్పించడం లో సఫలీకృతుడు అయ్యాడు. ఇక తెలియంది ఏముంది, ఆ ప్రోగ్రాం ని ప్రైమ్ టైం లో

పెట్టేసి, రెండు రోజుల ముందు నుండి టీవీ ఛానల్ లో ఊదరగొట్టేసాడు. అనుకున్నట్టుగానే ఆన్ ఎయిర్ లో యాడ్స్ కి విపరీతమైన డిమాండ్. రాత్రి ఎనిమిది గంటల ముప్పై నిమిషాలకి మొదలయ్యింది లైవ్ ప్రోగ్రాం. యాంకర్ ప్రాణామిక ని పరిచయం చేసి, ఎదో రెండు ముక్కలు చెప్పేశాక, అక్కడ వున్న వాళ్ళని వాళ్ళ ప్రశ్నలు ఏంటో అడగాల్సిందిగా చెప్పాడు. మొదటిగా ఒక అబ్బాయి లేచి తన పేరు సంజయ్ అని పరిచయం చేసుకుని:

సంజయ్: మేడం, ఒక పక్కన కెప్టెన్ చనిపోయారు, 90% పైగా క్రాష్ లాండింగ్ అయ్యే అవకాశాలే వున్నాయి. కానీ అంత ప్రెషర్ లో కూడా మీరు మీ అధికారుల్ని సైతం లెక్కచెయ్యకుండా నిర్ణయం తీసుకుని, అంతమంది ని కాపాడారు. అసలు ఆ ప్రెషర్ ని ఎలా తట్టుకున్నారు?

ప్రాణామిక: నేను ఇండియన్ ఎయిర్ ఫోర్స్ లో ట్రైనింగ్ తీసుకున్నాను. అక్కడ మొదట నేర్పించే పాఠం "చేసే పని కోసం ప్రాణం వదిలేయాల్సి వస్తుంది. మీరు సేఫ్ గ ల్యాండ్ ఐన ప్రతీసారి భారత్ మాత కి జై అనుకోండి. ఒక వేళ అలా ల్యాండ్ కాలేని నాడు మీకోసం అదే జేజేలు మేము కొడతాం" అని చెబుతారు. అసలు ప్రాణం పోతుందేమో? అన్న భయమే లేనప్పుడు ప్రెషర్ ఎందుకుంటుంది?

సునీత: మేడం, చనిపోవచ్చేమో అని అనుకున్న ఆ క్షణం మీకు ఏమని అనిపించింది?

ప్రాణామిక: ఒక మంచి కాఫీ తాగాలి అనిపించింది.

అందరు నవ్వులు

ప్రాణామిక: నిజంగానే, ఒక స్ట్రాంగ్ కాఫీ తీసుకు రమ్మని చెప్పాను. ఏదన్న టెన్షన్ లో వున్నప్పుడు నీకు బాగా ఇష్టమైన పని చెయ్యాలని, అది నీ ఆలోచన విధానాన్ని మార్చేస్తుంది అని మా గురువు గారు చెప్పేవారు. నాకు మరి కాఫీ అంటే మహా ఇష్టం.

ఇంకొక అమ్మాయి: మేడం, మీరు ఎప్పుడు అలా నవ్వు మొహం తోనే వుంటారా? మీ ట్రైనింగ్ లో అది కూడా ఒక భాగమా?

ప్రాణామిక: మళ్ళీ "చిరు నవ్వు" నవ్వి, అదేం లేదమ్మా.. అలా అలవాటు అయిపోయింది అంతే.

ఇంకొక అబ్బాయి: మేడం, మీరు దేవుడ్ని నమ్ముతారా?

ప్రాణామిక: ఓ! దేవుడు వున్నాడు అని మనస్ఫూర్తిగా నమ్ముతాను నేను.

అదే అబ్బాయి: అయితే ఈ ప్రశ్న మిమ్మల్నే అడగాలి. విధిరాత, అదే మన తలరాత ఇలాగె జరగాలి అని రాసివున్నప్పుడు అదెలా ఉంటే అలాగే జరుగుతుంది కదా? మరి మీరెందుకు మీ పై ఆఫీసర్స్ ని ఎదురించి మరీ అంత చిన్న ఎయిర్పోర్టు లో ల్యాండ్ చేసారు? అలా కూర్చుని ఇంకో కాఫీ తాగుంటే ఎలా రాసి ఉంటే అలాగే జరుగుతుంది కదా?

ప్రాణామిక: నా పేరు "ఆధ్యాత్మిక" కాదండి "ప్రాణామిక". ఈ ప్రశ్న మీరు ఎవరన్నా పెద్దవాళ్ళని అడిగితే బావుంటుంది

ఆ అబ్బాయి: ఎం లేదు, మీ అవార్డు ఫంక్షన్ లో అంతమందిని కాపాడింది నేను కాదు ఆ దేవుడే అన్నారుకదా? అందుకు అడుగుతున్నాను.

ప్రాణామిక: నువ్వు నాస్తికుడివా?

ఆ అబ్బాయి: లేదు, కానీ ఈరోజు వరకు దేవుడు వున్నాడు అని నాకు రుజువు దొరకలేదు.

ప్రాణామిక: సరే, నాకు తెలిసింది చెబుతాను. మా గురువు గారు చెప్పేవారు, విధి రాతని తప్పించుకోవడం ఎవరివల్ల కాదట. కానీ ప్రతీదానికి కూడా ఇన్సూరెన్స్ పాలసీ లో ఉన్నట్టు కండీషన్స్ అప్లైడ్ అని రాస్తాడట. అంటే "ఫలానా టైం కి నువ్వు హాస్పిటల్ కి వెళ్ళాలి" అని రాసి ఉంటే, ఆ టైం కి నువ్వు వెళ్ళి తీరాల్సిందే. బాగా తాగి, ఆ మత్తులో కార్ డ్రైవ్ చేసి, దేన్నో గుద్ది, ఆ రక్తపు మడుగులో స్ట్రెచ్చర్

పైన వెళ్లొచ్చు. లేదా, ఎవరో స్నేహితుడికి ఆరోగ్యం బాగోకపోతే చూడ్డానికి కూడా వెళ్ళొచ్చు. అది ఎలా వెళ్తావు అన్నది నువ్వు చేసే కర్మ, అదే నీ పనులని బట్టి ఉంటుంది. నీ రాతని మార్చుకునే శక్తి నీకే ఇచ్చాడు, నువ్వు నమ్మని ఆ దేవుడు.

ఇంతలో ఒక అమ్మాయి లేచి తనపేరు లత అని చెప్పి:

లత: అక్క, మాది దిగువ మధ్యతరగతి కుటుంబం. నాకొక చెల్లెలు వుంది. నాన్న ఒక సాధారణ గుమాస్తా. ఏదన్న పరీక్ష కి అప్లికేషన్ పెట్టాలంటే దానికి కావాల్సిన ఫీజు కోసం మేము చాలా పరీక్షలు ఎదుర్కోవాలి. నేను చివరి రెండుసార్లు కూడా నీట్ లో మంచి ర్యాంక్ సాధించాను. మంచి కాలేజీ లో సీట్ కూడా వచ్చింది. ఫీజు 10 వేలే, కానీ మిగతా ఖర్చులన్నీ కలిపి సంవత్సరానికి 50 వేల పైమాటే. అగ్రవర్ణం అని ముద్ర వేయించుకున్న పాపానికి మాకు ఎవ్వరు ఏమి ఇవ్వరు. నాకు చదువు చెప్పించలేరు, పెళ్లి చేసి పంపనూ లేరు. నాకు చదువుకోవాలి అని ఉంది అక్కా. అది కుదరకపోతే చచ్చిపోవాలి అని ఉంది. (ఆ చివరి మాట అన్నప్పుడు ఆమె గొంతు ఓణకడం స్పష్టం గ తెలిసింది)

ప్రాణామిక, ఆ అమ్మాయిని దగ్గరకి రమ్మని పిలిచింది. లత, ప్రాణామిక దగ్గరకి వచ్చి కూర్చుంది. ఎవ్వరు ఏమి మాట్లాడట్లేదు. ప్రాణామిక ఏదో చెప్పబోతుంటే, లత ఆమె మాటలకి అడ్డుపడి "ఎవరి దగ్గరకన్నా కౌన్సిలింగ్ కి వెళ్ళు అని మాత్రం సలహా ఇవ్వకండి. దానికి కూడా డబ్బులు కావాలి" అంది. ప్రాణామిక "లేదు లేదు. నాకు తెలిసిన ఒక చిన్న కథ చెబుతాను వింటావా?" అంటే అప్పుడు లత, తన తడిసిన కళ్ళను తుడుచుకుంటూ ప్రాణామిక వైపు చూసింది. ప్రాణామిక చెప్పడం మొదలు పెట్టింది.

సికింద్రాబాద్ నుండి నిజాముద్దీన్ వెళ్తున్న రాజధాని ఎక్స్ప్రెస్, ఖాజీపేట జంక్షన్ లో ఆగి వుంది. ఎస్.9 భోగి లో ప్రయాణిస్తున్న ఎనిమిది మంది, వారంతా దూరదర్శన్ లో పనిచేస్తున్నారు. ఏదో డాక్యూమెంటరీ తియ్యడం కోసం నాగపూర్ వెళ్తున్నారన్నమాట. సరదాగా ఏవో కబుర్లు చెప్పుకుంటున్నారు. అందులో కొంచెం యాక్టీవ్ గ వున్న కుర్రాడి పేరు అబ్దుల్ రజాక్, అతను మిగతా

వాళ్ళతో "మొన్న ఆదివారం మల్లీశ్వరి అని కొత్త సినిమా వస్తే వెళ్ళానండి. అబ్బ నవ్వలేక చచ్చాం అండి బాబు. ఇక బ్రహ్మానందం, వెంకీ మధ్య సీన్స్ ఐతే" అని చెప్పబోతుంటే బైట నుండి "ఆ సమోసాయ్" అన్న అరుపు వినబడడంతో అతన్ని పిలిచి, ఒక ఎనిమిది సమోసాలు తీసుకున్నారు. ఒక్కొక్కరు తీసుకుంటూ ఆ పొట్లం చివరిగా శ్రీనివాస్ చేతికి చేరింది. ఆయన ఈ డాక్యుమెంటరీ ప్రోగ్రాం డైరెక్టర్ అన్నమాట. ఆ చివరి సమోసా తీసుకుని తింటూ, కొద్దిగా ఆయిల్ అంటుకున్న ఆ పొట్లాన్ని విప్పి, అందులో ఎప్పటివో వార్తలు ఉంటే చదువుతున్నాడు. అందులో ఒక మూలగా రాసి ఉన్న చిన్న వార్త "పూరిగుడిసెలో విరిసిన విద్యా కుసుమం" అది చదివి, మిగతా వాళ్ళతో "ఇది చూసారా? గవర్నమెంట్ స్కూల్ లో చదివిన రైతు కూలీ బిడ్డ, పదవ తరగతిలో స్టేట్ సెకండ్ అట" అంటే ఆయన పక్కనే కూర్చున్న చంద్రం గారు, ఆయన డైరెక్టర్ అఫ్ ఫోటోగ్రఫీ, వయసులో అందరికంటే పెద్దాయన. ఆయన "అంతేనయ్యా శ్రీనివాస్, లక్ష్మీ సరస్వతి లు ఒకరు వున్న చోట ఇంకొకరు వుండరు అంటారు. ఎందుకో మరి?" అంటే శ్రీనివాస్ "ఎంత కాదన్నా అత్తా కోడళ్ళు కదా గురువు గారు, ఎదో గిల్లికజ్జాలు వస్తాయి మరి" అని నవ్వుకున్నారు. ఆ మర్నాడు తెల్లవారుఝామున ట్రైన్ నాగపూర్ కి ఇంకో 10 నిమిషాల్లో చేరుకుంటుంది అనగా, అప్పటికే అందరు లేచి బ్యాగ్స్ అవి తీసుకుని కూర్చున్నారు. కానీ శ్రీనివాస్ గారు మాత్రం ఎదో వెతుక్కునే పనిలో వున్నారు. రాత్రి పడుకున్నప్పుడు వున్న బంగారు గొలుసు పొద్దట లేచేసరికి లేదట. కింద ఎక్కడన్నా పడిందేమో అని చూస్తున్నారు. మిగతావాళ్ళు కూడా వెతుకుతున్నారు. ఇంతలో స్టేషన్ రానే వచ్చింది. వాళ్లలో ఒకరు "శ్రీనివాస్ గారు, మీ బ్యాగ్ లో ఎక్కడన్నా పెట్టారేమో చూడండి, ఇక్కడ 5 నిమిషాలే ఆగుతుంది, దిగాక వెతుకుదాం" అంటే శ్రీనివాస్ "సరే" అన్నాడుగాని వాళ్ళని దిగమని, ఆయన మాత్రం తను పడుకున్న అప్పర్ బెర్త్ ఎక్కి వెతుకుతుంటే, ఆ బెర్త్ మూలలో ఒక ఇరుకున మెరుస్తూ కనబడింది ఆ చైన్. హమ్మయ్య అనుకుని, అది తీసుకుని, కంగారుగా ట్రైన్ దిగేశాడు.

రజాక్, శ్రీనివాస్ దగ్గరికొచ్చి, అదేంటి సర్ ఎంత పెద్ద ప్రాబ్లెమ్ అయినా చాల సింపుల్ గ తీసుకుంటారు, అలా కంగారు పడ్డారు. ఎన్ని తులాలు సర్ గొలుసు? అంటే శ్రీనివాస్ నవ్వి ఒక మూడు తులాలు వేసుకో అంటే రజాక్ "హమ్మ బాబోయ్ 18 వేలే? అయితే ఆ మాత్రం కంగారు పడటం లో తప్పులేదండి" అన్నాడు. శ్రీనివాస్ "రజాక్, అది తులాల సమస్య కాదయ్యా, మొన్న పెళ్లిరోజుకి మా ఆవిడ చేయించింది ఇది. పోగొట్టుకుంటే ఎలా చెప్పు?" అంటే రజాక్ ఏమో "ఓహో ప్రేమకానుక అన్నమాట" అన్నాడు. ఇంతలో వెనకాల నుండి చంద్రం గారు వచ్చి, రజాక్ డిప్ప మీద మెల్లిగా ఒక్కటిచ్చి "బ్రహ్మచారి గాడివి, నీకెందుకురా అవన్నీ? పద, ముందు హోటల్ కి వెళ్ళడానికి కార్ ఎదో ఒకటి మాట్లాడు" అనేసరికి ఇక వాళ్ళు అక్కడ నుండి బైటపడి హోటల్ కి చేరుకున్నారు.

ఒక గంటలో రెడీ ఐపోయి, వాళ్ళు వెళ్లాల్సిన "గంగా జమునా నగర్" కి బయలుదేరారు. ఆ డాక్యూమెంటరీ కి శ్రీనివాస్ ప్రోగ్రాం డైరెక్టర్ కావడంతో అక్కడికి వెళ్ళాక, ఎవరి పని ఏంటో వివరంగా చెప్పాడు. ముందుగా "గంగా జమునా నగర్" బోర్డు నుండి షూట్ చెయ్యడం మొదలుపెడదాం అని చెప్పడంతో కెమెరా ఏర్పాట్లు అవి చేసుకున్నారు. ఈ లోపు ఆ కార్యక్రమానికి లీడ్, అదే వ్యాఖ్యాతగా కూడా శ్రీనివాస్ భాధ్యత తీసుకోవడంతో, అంతా రెడీ చేసుకుని, షాట్ కి 1..2..3.. చెప్పి ప్రోగ్రాం మొదలు పెట్టారు. "**గంగా జమునా నగర్**" అని హిందీ లో రాసున్న బోర్డు అది, ఒక పక్కాగా వాలి పోయి, మొత్తం దుమ్ము పట్టి వుంది. అది కనబడేటట్టు నిలబడి, శ్రీనివాస్ చెప్పడం మొదలుపెట్టాడు.

"ప్రేక్షకులు అందరికి నమస్కారం. ఈ మాట అంటున్నందుకు ముందుగా నన్ను క్షమించాలి. ప్రపంచంలో అత్యున్నత విద్యాలయాల జాబితా తీస్తే, అందులో మన దేశం మొదటి 100 లోపు ఉంటుందో లేదో చెప్పడం కష్టమే. కానీ ఆసియా లోనే అతి పెద్ద "రెడ్ లైట్ ఏరియా" మన దేశం లోనే వుంది అంటే నమ్మగలరా? కోల్ కత్తా లో సోనాగచి ఆ స్థానాన్ని కైవసం చేసుకుంది. ఇక

పవిత్రమైన "గంగా జమునా" పేరు పులుముకున్న ఈ ప్రాంతం కూడా దానికే ప్రసిద్ధి. ఇప్పుడు మనం ఈ ప్రాంతాన్ని, వారి జీవన శైలి ని తెలుసుకోబోతున్నాం" కట్, అనేసి అక్కడనుండి నడుచుకుంటూ ముందుకి కదిలారు.

వీళ్ళు వచ్చింది గవర్నమెంట్ తరుపున కావడంతో, వీరికి రక్షణగా ఇద్దరు పోలీసుల్ని, ఒక గైడ్ ని కూడా పంపించారు. ఆ గైడ్ లోకల్ ఆయనే, పేరు దీపక్. అతను హిందీ కాకుండా తెలుగు తో కలిపి మొత్తం 8 భాషలు మాట్లాడగలడు. దీపక్ సహాయంతో శ్రీనివాస్ ఆ పరిసరాలని చూపిస్తూ, తనదైన శైలిలో చెబుతూ ఉంటే, వెనకాల కెమెరా తో షూట్ చేసుకుంటూ వెళ్తున్నారు.

ఇద్దరు మనుషులు ఎదురైతే, ఒకరినొకరు తగలకుండా దాటి వెళ్లేందుకు వీల్లేని చిన్న చిన్న వీధులు అవి. ఆ సందుల్లో ఇల్లు, కాదు కాదు గుడారాలు అనాలేమో వాటి ని అనుకుని వున్న అరుగులు, వాటి మీద గుంపులు గా కూర్చున్న ఆడవాళ్లు. కొంతమంది చెయ్యి ఊపి పిలుస్తుంటే, ఇంకొంతమంది కెమెరా మేన్ ని తిడుతున్నారు. అదేదో చిన్న చాయ్ దుకాణం ఉంటే, కొంతమంది అమ్మాయిలు దాని చుట్టూ కూర్చుని టీ తాగుతున్నారు. వాళ్ళు కూర్చోవడం, మాట్లాడ్డం దాదాపు ప్రతీ ఒక్కరి ప్రవర్తన కూడా లోపలున్న భయానికి, బాధకి ధైర్యం అనే ముసుగు కప్పి నటిస్తున్నట్టుగా వుంది. శ్రీనివాస్ అవన్నీ చూపిస్తూ ముందుకి కదులుతూ ఇలా చెబుతున్నాడు "ఎటు చూసినా దుమ్ము, దూళి, వాడి పడేసిన తుక్కు, మధ్యలో బ్రతుకుతున్న భరతమాత బిడ్డలు. మనం ఇప్పుడు స్వాతంత్ర్యం వచ్చిన భూమిలోనే వున్నామా? అని చిన్న సందేహం. తెలుసుకున్నదాన్ని బట్టి, ఇక్కడ ఈ వృత్తితో పాటు చాలా క్రిమినల్ యాక్టీవిటీస్ కి పెట్టింది పేరు" అనేసి ముందుకు వెళ్లారు.

ఒక వీధి చివరలో ఇద్దరు పిల్లలు ఒక బాబు, పాప ఆడుకుంటూ కనిపించారు. ఇంతలో ఇద్దరికీ ఎదో గొడవ జరిగినట్టుంది, ఆ పాప ఒక గోడకి అనుకుని ఏడుస్తూ కూర్చుంది. అది గమనించిన శ్రీనివాస్ బృందం అక్కడికి వెళ్ళింది. శ్రీనివాస్ ఏమో ఆ పాప దగ్గర మోకాళ్ళ పైన కూర్చొని హిందీ లో

"ఏమయ్యిందమ్మా" అని బుజ్జగించే ప్రయత్నం చేస్తున్నాడు. ఇంతలో వాళ్ళ అమ్మ అనుకుంటాను "చంపేస్తున్నార్రా బాబు, మళ్ళీ ఎం గొడవ పెట్టుకు చచ్చారు?" అనుకుంటూ వచ్చింది. అయితే, ఆవిడ శ్రీనివాస్ వాళ్ళని చూసి, తన చీర కొంగు తీసి మొహం కనబడకుండా కప్పుకుంది. విషయం అర్థం అయ్యి, శ్రీనివాస్ కెమెరా ఆఫ్ చెయ్యమని చెప్పి "ఎమ్మా, మీరు తెలుగు వారా? ఎక్కడనుండి వచ్చారు?" అన్నాడు. ఆమె ఏమో "అయ్యా, ఫోటో లు అవి తియ్యకండి బాబు" అంటే శ్రీనివాస్ "లేదమ్మా, ఎం తియ్యట్లేదు" అన్నాక గాని ఆమె పైకి చూడలేదు. అసలు ఎక్కడివారు? అని అడిగితే చెప్పింది. ఆమె సొంతూరు తెలంగాణలోని కందకుర్తి దగ్గర ఎదో చిన్న తాండా అట. తనని దుబాయ్ లో వుద్యోగం చేసే అతనికి ఇచ్చి పెళ్లి చేశారట. అతనొక్కడే దుబాయ్ వెళ్లి సెలవలకి వచ్చేవాడట. కొన్నాళ్ల కాపురం తరవాత, ఒక పాప పుట్టాక, తనని, ఆ పిల్లని దుబాయ్ తీసుకుని వెళ్తానని చెప్పి, ఇక్కడకి తీసుకొచ్చి అమ్మేశాడట. వాళ్ళ ఇంటిదగ్గరేమో ఈమె భర్త తో సుఖం గ వుంది అనుకుంటున్నారు. ఈమె ఏమో ఇక్కడ సంపాదించింది ఏజెంట్లకు ఇవ్వగా, ఎమన్నా మిగిలితే వాళ్ళ అమ్మ, నాన్నకి పంపుతుందట. ఇక అక్కడ ఆ పాపతో పాటు ఆడుకుంటున్న కుర్రాడి వాళ్ళ అమ్మ మొన్నే అనారోగ్యంతో చనిపోవడంతో, వాడ్ని కూడా ఈమే సాకుతుంది అట. పోనీ బయటకి వెళ్ళిపోయి ఎలాగోలా బ్రతకొచ్చు కదా? అంటే తను చెప్పిన సమాధానం "ఈడకి ఒక్కసారి వచ్చాక, ప్రాణం ఉన్నంత వరకు శవాలుగా బ్రతకాల్సిందే దొర" అనేసి కళ్ళు ఒత్తుకుంటూ, ఆ పిల్లల్ని తీసుకుని వెళ్ళిపోబోతుంటే, కెమెరా హేండిల్ చేస్తున్న చంద్రం గారు, ఆ పక్కనే ఎదో చిన్న పాన్ షాప్ ఉంటే, నాలుగు చాక్ లెట్స్ కొని ఆ పిల్లలు ఇద్దరికి ఇచ్చారు. చంద్రంగారు "చూశావా శ్రీనివాస్, ఇంత కష్టం లోను ఆ తల్లి ఇంకో బిడ్డ ని అక్కున చేర్చుకుంది" అంటే శ్రీనివాస్ "అవును గురువుగారు, నేనూ అదే ఆలోచిస్తున్నాను" అని ముందుకు కదిలారు.

అక్కడనుండి కొంచెం దూరం లో, ఆ వీధుల నుండి విసిరిపారేసినట్టు ఒక పాడుబడిన బిల్డింగ్ వుంది. పైనేమో తుప్పుపట్టి ఒక పక్కకి వొరిగిపోయిన బోర్డు,

దాని పైన బి-బ్లాక్ అని కనిపించింది. దీపక్ ని అడిగితే చెప్పాడు అదీ ఇందులో భాగమే. కాకపోతే వయసు ఐపోయినా లేక అనారోగ్యం భారిన పడినా తీసుకెళ్లి అక్కడ పడేస్తారట. వారానికోసారి ఎవరో డాక్టర్ అని వచ్చి తోచిన మందులేవో ఇస్తాడట. అక్కడికి వెళదాం అంటే "అది మీరు చూడలేరు సర్" అని వారించాడు. అది షూట్ చెయ్యొద్దులే, ఒక సారి చూసి వచ్చేస్తాం అని చంద్రం గారు, శ్రీనివాస్ ఇద్దరు బి-బ్లాక్ లోకి వెళ్లారు. అక్కడున్న వాళ్లలో ఎవరినన్నా గవర్నమెంట్ హాస్పిటల్ లో జనరల్ వార్డ్ కి తీసుకెళ్తే, స్వర్గానికి వెళ్లినట్టు ఉంటుందేమో, అంత భయంకరంగా వుంది అక్కడ. ఎవరో పనామె కనిపిస్తే "ఎమ్మా, ఒకరి పక్కన ఒకరు ఇంత ఇరుగ్గా పడేశారు. అనారోగ్యంతో బాధపడుతున్న వాళ్ళు, కనీసం గవర్నమెంట్ హాస్పిటల్ లో చేర్పించి వదిలెయ్యొచ్చు కదా?" అని అడిగితే ఆమె అక్కడి వారని బైటకి పంపరని చెప్పింది. మరి ఇంకా ఎక్కువ మంది వస్తే ఇక్కడ చోటు ఎక్కడుంది? అంటే ఆవిడ "ఇవ్వాళో, రేపో, ఇంకో ఇద్దరు వస్తారట. మేడపైన ముగ్గురు చివరి దశలో వున్నారు. బహుశా ఒకటి రెండు రోజుల కంటే బ్రతకరు" అనేసి పనిలో పడిపోయింది. ఆమె చెప్పిన సమాధానం విన్నాక ఇంక అక్కడ ఉండటం వీళ్ళ వల్ల కాలేదు. జూ లో జంతువులకి కూడా ఏమాత్రం శుభ్రం లేకపోయినా ఒప్పుకోరు. మరి వీళ్ళు వాటికన్నా హీనమా? అనుకుంటూ అక్కడనుండి వీరి బృందాన్ని చేరుకొని, మళ్ళీ షూటింగ్ మొదలుపెట్టి ముందుకు సాగారు.

దీపక్ వివరాలు చెబుతుంటే, శ్రీనివాస్ వాటిని చూపిస్తూ, మధ్య మధ్యలో కొంతమంది దగ్గర ఆగి వారి వివరాలు తెలుసుకుంటూ వెళ్తున్నారు. ఇక ఆ రోజుకి సెలవు తీసుకుని మళ్ళీ మర్నాడు వద్దామని చివరిగా శ్రీనివాస్ కెమెరా ముందు నిలబడి ఇలా చెబుతున్నాడు "ఇక్కడ ఎవర్ని కదిపినా కన్నీళ్లే. నీటి పారుదల అదేనండి డ్రైనేజీ వ్యవస్థ సరిగాలేదు గాని లేకపోతే వీళ్ళ కన్నీళ్లతో, గంగా జమునా పక్కనే హిందూ మహా సముద్రం పొంగేదేమో అన్నట్టుగా వుంది ఇక్కడ వారి పరిస్థితి" అని చెబుతుండగా వెనకనుండి ఎదో పెద్ద గొడవ జరుగుతూ వినిపించింది. కెమెరా ఆఫ్ చేసి, వీళ్లంతా అటుగా వెళ్లారు. ఇంతలో అక్కడ

చుట్టూ కొంతమంది జనం గుమిగూడారు. అక్కడ ఇద్దరు ఆడవాళ్లు, ఒక మగవాడు వాళ్ళ మధ్య జరుగుతున్న వాదన ఇది.

ఒక అమ్మాయి బెంగాలీలో మాట్లాడుతూ ఉంటే, పక్కన ఇంకో అమ్మాయి హిందీ లో మాట్లాడుతుంది. వాళ్లిద్దరూ కలిసి ఎదురుగా వున్నవాడితో గొడవ పడుతున్నారు. వాళ్ల మాటలు బట్టి శ్రీనివాస్ వాళ్ళకి అర్ధమయ్యింది ఇది. వాడు ఎవడో ఆ బెంగాలీ మాట్లాడుతున్న అమ్మాయిదగ్గరకి మూడుసార్లు వచ్చాడట, కొన్ని డబ్బులు ఇచ్చాడు, ఇంకా కొన్ని ఇవ్వాలి. ఆ అమ్మాయి డబ్బులు ఇవ్వమని బతిమాలుతుంది, వాడేమో ఇవ్వనని అంటుంటే, ఆ హిందీ మాట్లాడుతున్న అమ్మాయేమో వాడిని గదమాయించి మరీ అడుగుతుంది. ఇంతలో ఎవరో ఏజెంట్ అనుకుంట, వచ్చీ రావడంతోనే ఆ వాదిస్తున్న వాడి చెంపపైన ఫట్ మని ఒక్కటి ఇచ్చేసరికి వాడు లైన్ లోకి వచ్చి, డబ్బులు తీసాడు. అదీ అక్కడ జరిగింది. ఇంతలో చంద్రం గారు “పదండి లేట్ అవుతుంది” అనడంతో అందరు బయల్దేరి హోటల్ కి చేరుకున్నారు. కొంచెం ఫ్రెష్ అయ్యి భోజనాలు అవి కానిచ్చి, అలా బైట గార్డెన్ లో తిరుగుతున్నారు. చంద్రం గారు రజాక్ ని చూసి “ఏమయ్యా ఏంటి అప్పుడే పడుకుంటావా? పద సరదాగా రెండు రౌండ్లు నడిచొద్దాం” అంటే సరే అని వెంట బయల్దేరాడు.

చంద్రం: ఎం రజాక్, ఏంటి కబుర్లు?

రజాక్: ఏముంది సర్, హా నిన్న పేపర్ లో చదివా. అమెరికా లో ఎవరో ఫేసుబుక్ అని ఎదో కొత్తగా కనిపెట్టారట. అందులో ఎక్కడెక్కడి వాళ్ళు అందరు ఫ్రెండ్స్ అవ్వొచ్చట సర్.

చంద్రం: అమెరికా వాళ్ళు ఎదో ఒకటి అలా కనిపెడుతూనే వుంటారు. ఆ గొడవలు మనకెందుకు గాని మన వార్తలు ఎమన్నా ఉంటే చెప్పవోయ్.

రజాక్: హా, వార్తలు అంటే గుర్తొచ్చింది. ఇవ్వాళ పొద్దటే తెలిసింది, మన కొంగర జగ్గయ్య గారు స్వర్గస్తులు అయ్యారండి.

చంద్రం: అయ్యయ్యో, మహానుభావుడు, ఏమి కంఠం అయ్యా బాబు, అసలు భలే నటుడు లే. అది సరే, శ్రీనివాస్ ఏడి? కనబడలేదు, భోజనం చేశాడా?

రజాక్: ఏమో సర్, నేనూ చూడలేదు.

అలా ఒక అరగంట అటూ ఇటూ తిరిగాక, ఎవరిదారిన వాళ్ళు రూమ్ కి చేరుకున్నారు. అయితే చంద్రం గారు ఒకసారి శ్రీనివాస్ ని పలకరించి వద్దామని ఆయన రూమ్ కి వెళ్లి తలుపు కొట్టాడు. రెండు నిమిషాల తరవాత శ్రీనివాస్ వచ్చి తలుపు తీసి "అయ్యో, గురువు గారు మీరేంటి ఇలా? రండి రండి" అని పిలిచాడు. చంద్రం గారు "ఏమయ్యా శ్రీనివాస్ భోజనం చేసావా?" అంటే శ్రీనివాస్ "ఏమో గురువు గారు, ఏంటో ఆకలి అనిపించలేదు" అన్నాడు. చంద్రం గారు "ఏంటయ్యా అలా వున్నావు? ఏమయ్యింది? ఏదన్న సమస్యా?" అంటే శ్రీనివాస్ "అదేం లేదండి, ఏంటో ఇవ్వాళ అక్కడి పరిస్థితులు చూశాక, నా మనసు మనసులా లేదు" అన్నాడు. చంద్రం గారు "నాకు అర్థమయిందయ్యా. చూడు శ్రీని, తల రాతయ్య. మనం నిమిత్తమాత్రులం, ఆ పైవాడే చూసుకోవాలి. ఇంత సున్నితంగా ఉంటే, డైరెక్షన్ డిపార్టుమెంటు కి పనికిరావయ్యు బాబు" అన్నారు. రెండు నిమిషాల నిశ్శబ్దం తరవాత శ్రీనివాస్ "అది కాదండి, మనం వచ్చేసే ముందు చిన్న గొడవ జరిగింది చూశారా?" అంటే ఆయన "హా, ఆ ఇద్దరమ్మాయిలు డబ్బుల కోసం, అదేనా?", శ్రీనివాస్ "హా అదేనండి. చిన్న పిల్లలు సర్ వాళ్ళు. అమ్మ దగ్గర గారాలు పోతూ పెరగాల్సిన వయసు, నాన్న ని బుజ్జగించి చనువుగా జేబులోంచి డబ్బులు తీసుకోవాల్సిన పిల్లలు. ఇలా ఐపోవడం ఏంటి గురువుగారు? ఎవరో చేసిన పాపానికి వీళ్ళకి శిక్షా? పైగా ఆ హిందీ లో మాట్లాడుతున్న అమ్మాయిని ఎక్కడో చూసినట్టు ఉంది అనిపించింది. రూమ్ కి వచ్చాక చూస్తే, "పూరిగుడిసెలో విరిసిన విద్యా కుసుమం" అని నిన్న పేపర్లో చూశామే? అచ్చం ఆ అమ్మాయిలానే ఉంది" అనేసరికి చంద్రం గారు "ఏది ఇటు చూపించు" అని అది చూశాక, ఆయనకీ అలానే అనిపించింది. చంద్రం గారు శ్రీనివాస్ భుజం మీద చెయ్యి వేసి "చూడు నాయనా,

అనుభవంతో చెబుతున్నాను. వాళ్ళని చూసి బాధ పడటం తప్ప మనమేమి చేయ్యలేము. సర్లే, ఇవేమి ఆలోచించకు. కొంచెం ఏదన్న తినేసి నిద్రపో. రేపు మళ్ళీ ఉదయాన్నే బయల్దేరి వెళ్ళి, పెండింగ్ వర్క్ పూర్తిచేసుకుని వచ్చేద్దాం. గుర్తుందిగా, రేపు సాయంత్రం 7:30 కె ట్రైన్" అంటే శ్రీనివాస్ "రేపు నేను రాలేను గురువు గారు. కొంచెం మీరే చూసుకోండి" అన్నాడు. చంద్రం గారు "భలేవాడివే. ఇది నీకు మంచి అవకాశం. అసలు అక్కడ పర్మిషన్ కోసం ఎంత కష్టపడ్డారో తెలుసా? పైగా అన్ని బావుంటే ఇది డీ.డీ నేషనల్ లో కూడా ప్రసారం కావొచ్చు. వృత్తి ని ఎప్పుడు పర్సనల్ గ తీసుకోకూడదు" అంటే శ్రీనివాస్ అయిష్టంగానే వస్తానని చెప్పాడు.

ఆ మరుసటి రోజు ఉదయాన్నే బయల్దేరి, గంగా జమునా నగర్ చేరుకున్నారు. మిగిలిపోయిన ప్రాంతం అంత షూట్ చేస్తూ, అక్కడక్కడా కొంత మందిని మాత్రం వాళ్ళ గురించి, అక్కడికెలా వచ్చారో అడుగుతూ సాగింది. అయితే శ్రీనివాస్, చేసే పని మీద శ్రద్ధ పెట్టాలి తప్ప, వేరే ఆలోచన రాకూడదు అనుకున్నాడో ఏంటో, చాలా సీరియస్ గ వున్నాడు. ఆ వీధులన్నీ దాటుకుంటూ, ఆ ప్రాంతం చివరకి చేరుకున్నారు. అప్పటికే మధ్యాహ్నం రెండు అయ్యింది. చివరి వీధికి మెయిన్ రోడ్ టచ్ అవుతుంది. కానీ అక్కడనుండి ఎవరు వెళ్లకుండా గేట్లు, రక్షణగా ఇద్దరు సెక్యూరిటీ వున్నారు. అయితే శ్రీనివాస్ దృష్టిని ఆకర్షించింది మాత్రం రోడ్ కి అవతల పక్కన వున్న రెండు హోర్డింగ్స్. కెమెరా సెట్ చేసుకోమని, అవి చూపిస్తూ ఇలా చెబుతున్నాడు "అక్కడ కనిపిస్తున్న హోర్డింగ్స్ చూశారా? ఒకటి భారత ప్రభుత్వం పెట్టించిందే "స్త్రీ సంక్షేమం సాధికారత" గురించిన యాడ్ అది. రెండోది పెళ్లికూతురు లా ముస్తాబైన ఒక బాలీవుడ్ హీరోయిన్, నగలకి యాడ్ అది. అవి ఇక్కడ మరి యాదృచ్ఛికంగానే పెట్టుంటారు. కానీ నాకైతే మాత్రం, వీళ్ళ జీవితాలని వెక్కిరించడానికి పెట్టినట్టు వుంది. ఏమైతేనేం, నా స్వాతంత్ర్య భారతం మేలుకుంటుందా? ఏమో మరి? జైహింద్" అని, అక్కడితో కట్ చెప్పి, డాక్యూమెంటరీ పూర్తి అయ్యింది అనిపించారు.

ఇక ఆ ఏరియా ఇంఛార్జి కి, గైడ్ దీపక్ కి, ఇంకా సహాయం చేసిన మిగతా వాళ్ళకి ఇవ్వాల్సినవి ఇచ్చేసి, బయలుదేరుతుండగా ఎవరో ముగ్గురు ఆడపిల్లలు ఎదురుగా వస్తూ, శ్రీనివాస్ కి తగలడంతో ఆయన దాదాపు తూలి పక్కకి పడినంత పని అయ్యింది. అయితే రజాక్ ఆ ఆడపిల్లలతో "చూసుకుని నడవలేరా" అని అరవడంతో, ఆ ముగ్గురిలోని ఒక అమ్మాయి ఒకసారి వెనక్కి తిరిగి సీరియస్ గ చూసి, మళ్ళీ వెళ్లబోతుంటే, శ్రీనివాస్ పరుగున వెళ్ళి, ఆ అమ్మాయి ముందు నిలబడి, నీ పేరు "సరస్వతి కదా?" అన్నాడు. ఆ పిల్ల ఇంకా సీరియస్ టోన్ తో "కాదు" అంది. ఇంతలో ఆ మిగతా ఇద్దరిలో ఒక అమ్మాయి "సరసు రావే" అని పిలవడంతో కదలబోయింది. అయితే శ్రీనివాస్ మళ్ళీ అడ్డుగా నిలబడి "నిజం చెప్పు, నీ పేరు ఏంటి?" అంటే, ఆ పిల్ల శ్రీనివాస్ కుడివైపు నుండి తప్పించుకుని, కొంచెం ముందుకెళ్లి నా పేరు "సరసు" అనేసి వెళ్ళిపోబోతుంటే, శ్రీనివాస్ తన పర్సు లోంచి ఒక పేపర్ తీసి "ఇది నువ్వే కదా?" అని అడిగాడు. అలా వెళ్లిపోయే పిల్ల కాస్త ఆగిపోయి, ఆ పేపర్ కటింగ్ నే చూస్తూ నిలబడిపోయింది. వెనకాల వాళ్లు పిలుస్తున్నారు, అయినా సరే ఎక్కడో ఆలోచిస్తూ అలానే ఉండిపోయింది. శ్రీనివాస్ ఆ అమ్మాయి దగ్గరకెళ్ళి "ఏమ్మా, ఇది నువ్వే కదా? ఆ సరస్వతే కదా ఈ సరసు?" అనేసరికి ఆ అమ్మాయి తలదించుకుని నిలబడింది. శ్రీనివాస్ "ఏమ్మా నువ్వే కదా?" అంటే ఉలుకూ పలుకు లేదు. శ్రీనివాస్, ఆ అమ్మాయి భుజం మీద చెయ్యి వేసి "అమ్మలు" అని మెల్లిగా కదిపే సరికి ఆ అమ్మాయి ఒక్కసారిగా నిలబడ్డ చోటే కూలబడిపోయి, మొహాన్ని తన రెండు చేతుల్లో దాచుకుని, బోరున ఏడవడం మొదలు పెట్టింది. శ్రీనివాస్ కంగారుగా అక్కడే కూర్చుండిపోయే సరికి, ఆ అమ్మాయి తన రెండు చేతులతో శ్రీనివాస్ ని పట్టుకుని వెక్కి వెక్కి ఏడుస్తూనే వుంది. ఎప్పుడో తప్పిపోయిన పావురం పిల్ల అనుకోకుండా గూటికి చేరితే ఎలా వొదిగిపోతుందో అచ్చం అలానే వుంది అక్కడి పరిస్థితి. శ్రీనివాస్ కి ఆ పిల్ల తో ఏదో ఒకటి చెప్పి ఓదార్చాలి అని వుంది. కానీ ఏమని చెప్పాలో తెలీలేదు. కళ్ళలో మాత్రం గంగానది అలా కారుతూనే వుంది. ఎనిమిది నిమిషాలు గడిచింది. ఆ పిల్ల

ఏడుపు ఆపలేదు, ఒక్క మాట కూడా మాట్లాడట్లేదు. శ్రీనివాస్ ఆ పిల్లని అలాగే అదిమి పట్టుకుని వున్నాడు. ఇంతలో అక్కడేదో గొడవ జరుగుతుంది అనుకుని, ఎవరో నలుగురు సెక్యూరిటీ వాళ్ళు వచ్చారు. ఆ పిల్లని బలవంతం గ శ్రీనివాస్ నుండి లాక్కుని వెళ్లిపోయారు. శ్రీనివాస్ అలా చూస్తూ వుండిపోయాడు అంతే. చంద్రం గారు దగ్గరకి వచ్చి శ్రీనివాస్ కి నచ్చజెప్పి తీసుకెళ్లారు.

మొత్తానికి ఎలాగో హోటల్ కి వెళ్లి, అన్ని సర్దుకుని రైల్వే స్టేషన్ కి చేరుకున్నారు. ఎక్కాల్సిన ట్రైన్ రెండున్నర గంటల ఆలస్యం అనడంతో, చేసేది లేక రైల్వే స్టేషన్ లో కొంచెం గాలి తగిలే చోటు చూసుకుని కూర్చున్నారు. అప్పటికే చంద్రం గారు, శ్రీనివాస్ మూడ్ మార్చడానికి విశ్వ ప్రయత్నం చేస్తున్నారు. వచ్చాం, రెండు రోజులు వున్నాం, అసలు పోహా, జిలేబి తినకుండా నాగపూర్ వచ్చి ఉపయోగం ఏముంది? అని రజాక్, ఇంకొక అతను వెళ్ళి అందరకి పోహా, జిలేబి తో పాటు మట్కా బిర్యానీ స్పెషల్ అని ఒక మూడు బిర్యానీ పొట్లాలు తెచ్చారు. ఆ పోహా కట్టిన పొట్లం విప్పబోతుంటే చంద్రం గారు "నాయనా రజాక్, ఆ పొట్లం చుట్టిన కాగితం మాత్రం శ్రీనివాస్ కంట పడనియ్యకండి బాబు" అనేసరికి శ్రీనివాస్, ఆయనతో పాటు మిగతావాళ్లు కూడా నవ్వేశారు. ఏది ఏమైతేనేం చంద్రం గారి కష్టం ఫలించి శ్రీనివాస్ కూడా సరదాగా మాట్లాడుతూ ఉండడంతో అందరు జోక్స్ వేసుకుంటూ భోజనం ముగించారు.

ఆ కబురు, ఈ కబురు చెప్పుకునే సరికి ట్రైన్ వచ్చేసింది. అందరు ఎక్కుతుంటే, శ్రీనివాస్ మాత్రం అక్కడే నిలబడ్డాడు. చంద్రం గారు "శ్రీని పద" అంటే ఆయన మాత్రం "గురువు గారు, మీరు వెళ్ళండి. నేను.." అని ఆపేశాడు. చంద్రం గారు "పిచ్చి వేషాలు వెయ్యకు. ఏమన్నా ఉంటే కూర్చుని మాట్లాడుకుందాం. ముందు ట్రైన్ ఎక్కు" అని కొంచెం కోపంగానే అన్నారు. అయితే శ్రీనివాస్ "గురువు గారు, నన్ను వదిలేసి వెళ్లొద్దు అన్నట్టు చూసిన ఆ పిల్ల కళ్ళే గుర్తొస్తున్నాయి. నా మనసు కుదురు లేదండి. వాళ్ళందరి జీవితాలు అయితే

మార్చలేం. కనీసం ఒక్కరి రాతన్న మార్చగలమేమో? ప్రయత్నిస్తానండి". చంద్రం గారు "అది కాదు రా శ్రీను, నువ్వు ఆ పిల్ల ఒక్క దాని గురించే ఆలోచిస్తున్నావు. నీకు ఇంటి దగ్గర ఒక కుటుంబం వుంది. బైట సమాజం సంగతి చెప్పనక్కర్లేదు. వాటన్నిటిని దాటుకుని రావాలి మరి. తొందరపడి ఏ నిర్ణయం తీసుకోకు ర. ఇంటికి ఫోన్ చేసి అమ్మాయిని కూడా సలహా అడుగు. నా మాట విని వచ్చేయ్ రా. పోనీ అన్ని నిర్ణయించుకున్నాక మళ్ళీ వద్దాం" అంటే శ్రీనివాస్ ఏమి సమాధానం చెప్పకుండా అలా వుండిపోయాడు. ఇంతలో ట్రైన్ కదలడంతో, చంద్రం గారు ఎక్కేసారు. ఆయన ఎక్కారు గాని "ఒరేయ్ జాగ్రత్త ర బాబు. మనవాళ్ళు వున్నారు, వాళ్ళ సహాయం తీసుకో. ఒక్కడివే వెళ్ళకు" అని శ్రీనివాస్ కి జాగ్రత్తలు చెబుతూనే వున్నారు. ట్రైన్ వెళ్ళిపోయింది.

శ్రీనివాస్ ముందుగా హోటల్ కి చేరుకున్నాడు. ఇంటికి ఫోన్ చెయ్యడానికి ప్రయత్నిస్తే, లైన్ అవుట్ అఫ్ ఆర్డర్ అని వచ్చింది. సూర్యోదయం ఐతే తప్ప చేసేది ఏమి లేదు గనక, అలా ఆలోచిస్తూనే పడుకుండి పోయాడు. మర్నాడు ఉదయాన్నే వెళ్లి దీపక్ ని కలుసుకున్నాడు. తనకి విషయం చెప్పి, ఆ అమ్మాయిని ఎలా అన్నా విడిపించాలని, దానికోసం తనకి సహాయం చెయ్యమని అడిగాడు. మొదట దీపక్ కూడా శ్రీనివాస్ కి నచ్చచెప్పడానికి చూశాడు. కానీ ఇక వినేలా లేడని, "శ్రీనివాస్ గారు, ఇక్కడున్న ఆడపిల్లల్ని విడిపించడం అంటే అంత ఈజీ ఐన విషయం కాదండి. ఎందుకంటే ఒకరి విషయంలో అలా జరిగితే అది మిగిలిన వాళ్ళ మీద ప్రభావం చూపుతుందేమో అని వాళ్ళ భయం. నాకు తెలిసిన ఒకాయన వున్నాడు, అతను సహాయం చేస్తే ఎమన్నా పని అవ్వొచ్చు, ప్రయత్నిద్దాం" అనడంతో ఇంక ఆలస్యం చెయ్యకుండా ఇద్దరు బయల్దేరి అతని దగ్గరకి వెళ్లారు.

అతని పేరు విఠల్ భాయ్ అట. చూస్తానికి గూండా లా వున్నాడు. వీళ్ళు విషయం చెప్పాక, విఠల్ ఏవో రెండు మూడు ఫోన్ కాల్స్ చేసి, ఒక గంట బైట వెయిట్ చెయ్యమని చెప్పాడు. రెండు గంటల తరవాత లోపలకి పిలిచి "అంతా

సరే గాని ఆ అమ్మాయి మీకు ఏమవుతుంది?" అని అడిగాడు. దీపక్ ఏమో శ్రీనివాస్ వైపు చూసాడు. శ్రీనివాస్ "తను మా అమ్మాయి, చిన్నప్పుడు కనిపించకుండా పోయింది, పోలీస్ స్టేషన్ లో కంప్లైంట్ కూడా ఇచ్చాం. అయినా దొరకలేదు" అని తడుముకోకుండా చెప్పడంతో ఇక అతను ఇంకో ప్రశ్న వెయ్యకుండా "ఆ అమ్మాయిని బైటకి తీసుకురావాలంటే ఒకటే మార్గం. ఎవరో దుబాయ్ వాళ్ళకి అమ్మేస్తున్నాం అని చెప్పి తీసుకొస్తాం. మీకు చంద్రాపూర్ తీసుకొచ్చి అప్పగిస్తాం. మధ్యలో ఇద్దరి ఏజెంట్స్ ని మేనేజ్ చెయ్యాలి. అమ్మాయి రేటు, నా కమిషన్ కలిపి మొత్తం లక్ష యాభయ్ వేలు. మీరు అవి ఇవ్వడానికి సిద్ధం ఐతే నేను ఏర్పాట్లు చేసుకుంటాను" అని చెప్పాడు.

వాళ్ళడిగింది శ్రీనివాస్ నెల జీతానికి దాదాపు పదిహేను రెట్లు. ఎలాగోలా ఏర్పాటు చేసుకుంటానని, తనకి ఒక రోజు సమయం కావాలని చెప్పి, డబ్బు ఏర్పాటు కాగానే కబురు చేస్తానని అక్కడనుండి బయటపడ్డారు. శ్రీనివాస్ బ్యాంకు అకౌంట్ లో దాచుకున్నవి 65 వేల వరకు వున్నాయి. తన దగ్గరున్న బంగారం చైన్, రింగ్ అమ్మేస్తే 18 వేలు రావొచ్చు. ఇక చేసేది లేక చంద్రం గారి ఇంటికి ఫోన్ చేసి, విషయం చెబితే, ఆయనేమో గట్టిగ మందలించారు. కానీ శ్రీనివాస్ ఇబ్బంది పెట్టేసరికి ఇక తప్పేది లేక మిగతా డబ్బులు ఏర్పాటు చేస్తానని మాటిచ్చాడు. అక్కడకి దగ్గర్లో ఆయనకి తెలిసినవాళ్ళు ఉండడంతో, వాళ్ళ సహాయంతో డబ్బులు ఏర్పాటు చేసారు చంద్రం గారు.

మొత్తానికి డబ్బులు సమకూరే సరికి రెండు రోజులు పట్టేసింది. మర్నాడు సాయంత్రం దీపక్, శ్రీనివాస్ కలిసి వెళ్లి డబ్బులు ఇచ్చేశారు. చంద్రాపూర్ లోని మహాకాళి గుడి దగ్గర బస్సు స్టాప్ లో మర్నాడు మధ్యాహ్నం రెండు గంటలకి ఆ అమ్మాయిని తీసుకొచ్చి అప్పగిస్తాం అని చెప్పారు. అక్కడ ఆ అమ్మాయికేమో, తనని ఎవరికో అమ్మేసినట్టు, బయల్దేరి దుబాయ్ వెళ్లాలని చెప్పారు. చుట్టూ వున్నవాళ్లు తనని దుబాయ్ తీసుకెళ్లి నానా హింసలు పెడతారని ఏవేవో చెప్పి భయపెట్టారు. అయితే సరస్వతి తో చనువుగా వుండే ఇద్దరు స్నేహితురాళ్ళు

మాత్రం తమకి తోచినట్టు కొంచెం ధైర్యం నూరి పోశారు. మర్నాడు ఉదయం, ఇద్దరు ఏజెంట్లు ఆ అమ్మాయిని తీసుకుని చంద్రాపూర్ బయల్దేరారు. దారి మధ్యలో పదకొండు గంటల ప్రాంతం లో టీ తాగడానికి అని కార్ ఆపారు. ఆ అమ్మాయి ని "టీ తాగుతావా?" అంటే తను ముభావంగ వుండే సరికి అందులో ఒకతను వచ్చి "ఎం భయపడకు, నిన్ను పంపేది దుబాయ్ కాదు. మీ ఇంటికే. నిన్ను వెతుక్కుంటూ మీ నాన్న వచ్చాడు" అని టీ గ్లాస్ తన చేతికిచ్చి, అతను సిగరెట్ తాగుతూ వెళ్ళాడు. ఆ అమ్మాయికి ఏమి అర్థం కాలేదు. ఎప్పుడో చనిపోయిన నాన్న రావడం ఏంటి? అని అలా ఆలోచిస్తూనే ఉండిపోయింది. వాళ్ళు చెప్పినట్టే మధ్యాహ్నం రెండు గంటలకి, మహాకాళి బస్సు స్టాప్ దగ్గర ఎదురుచూస్తున్న శ్రీనివాస్ కి ఆ అమ్మాయిని అప్పగించి, ఈ విషయం ఎక్కడన్న తెలిస్తే ప్రాణం మీదకొస్తుందని, జీవితం లో ఇంకెప్పుడు నాగపూర్ రావొద్దని చెప్పి, వాళ్ళు వెళ్లిపోయారు.

అక్కడ శ్రీనివాస్ ని చూసిన సరస్వతి కి ఏమి అర్థం కాలేదు. కార్ దిగిన చోటే అలాగే తల దించుకుని నిలబడి ఉండిపోయింది. శ్రీనివాస్ వచ్చి "ఎమ్మా, భోజనం చేశావా?" అని రెండు సార్లు అడిగాక "లేదు" అని వంచిన తలనే అటు ఇటు ఊపింది. పద, ముందు ఏదన్న తిందాం అని దగ్గర్లో వున్న రెస్టారెంట్ కి తీసుకెళ్లి భోజనం చేసారు. ఆమె మాత్రం ఒక్క మాట కూడా మాట్లాడలేదు. ఆర్.ఏ.సి లో ట్రైన్ కి రెండు టిక్కెట్లు దొరికాయి. అది పట్టుకుని హైదరాబాద్ బయల్దేరారు. సైడ్ లోయర్ లో సీట్స్ రెండు కలిపేసి, ఆ అమ్మాయిని పడుకోమని, శ్రీనివాస్ కూర్చున్నాడు. అసలే శ్రీనివాస్ కి రెండు రోజుల నుండి సరిగ్గా నిద్ర లేదేమో, వెనక్కి జారబడి మత్తుగా కునుకు తీసాడు. అర్ధరాత్రి ఒంటిగంటకు మెలుకువ వచ్చే సరికి లైట్స్ అన్ని ఆపేసి వున్నాయి. బైట నుండి చల్లని గాలి వచ్చి తాకుతుంది. ఆ అమ్మాయి, కాళ్ళు దగ్గరికంటే ముడుచుకుని పడుకుంది. కానీ ఎదో చిన్నగా వినబడేసరికి, ఏంటా అని చూస్తే ఆ పిల్లే, నోటికి చెయ్యి అడ్డం పెట్టుకుని ఏడుస్తుంది. శ్రీనివాస్ మనసు కరిగిపోయింది. కొంచెం ముందుకు

జరిగి, ఆ అమ్మాయి తల మీద చెయ్యేసి "ఏమి ఆలోచించకమ్మ, పడుకో తల్లి" అన్నాడు. ఎందుకోగానీ ఇక ఆ తరవాత శ్రీనివాస్ కి మాత్రం నిద్ర పట్టలేదు.

తెల్లవారు ఝామున 5 గంటలకి హైదరాబాద్ చేరుకున్నారు. ఇంకొక అరగంట లోపు ఇల్లు చేరారు. కాలింగ్ బెల్ వున్నా అది నొక్కకుండా శ్రీనివాస్ మెల్లిగా తలుపు కొట్టాడు. రెండో సారి కొట్టేలోపే తలుపు తెరిచింది ఆయన ఇల్లాలు భారతి. "ఏంటి మెలుకువగానే వున్నావా? ఫోన్ బాగు చెయ్యమని కంప్లైంట్ ఇచ్చినా ఇంకా చెయ్యలేదే వాళ్ళు?" అని ఆయన మాట్లాడుకుంటూ లోపలికి వచ్చి, షూ తీసుకుంటూ తలెత్తి చూసే సరికి భారతి ఆయన్నే తీక్షణంగా చూస్తుంది కానీ ఏమి మాట్లాడట్లేదు. ఆ అమ్మాయేమో బైటే ఉండిపోయింది. శ్రీనివాస్ "లోపలకి రామ్మా" అని పిలవడంతో, తను లోపలకి వచ్చి నిలబడింది. భారతి ఆ పిల్ల వైపు ఒక చూపు చూసి, ఏమి మాట్లాడకుండా వంటగదిలోకి వెళ్లిపోయింది. అయితే శ్రీనివాస్ "అలా కూర్చో" అని ఆ అమ్మాయికి సైగ చేసి, తను "భారతీ" అనుకుంటూ వంటగదిలోకి వెళ్ళాడు. ఆవిడ కాఫీ పెట్టె పనిలో వుంది కానీ ఆవిడ చేసే గిన్నెల చప్పుడుని బట్టి చెప్పేయొచ్చు చాలా కోపం గ వుంది అని. బహుశా విషయం అంతా చంద్రం గారు చెప్పుంటారు అనుకుని, శ్రీనివాస్ గ్యాస్ బల్ల పక్కనే గోడకి ఆనుకుని, ఆమెనే చూస్తూ నిలబడ్డాడు. రెండు నిమిషాల నిశ్శబ్దం తర్వాత ఆవిడే "ఇంత పెద్ద నిర్ణయం తీసుకునేప్పుడు కనీసం నాకు ఒక మాట చెప్పాలని కూడా అనిపించలేదా మీకు?" అంది. శ్రీనివాస్ ఏమో "భారతి, నీకు చెప్పకపోవడం మాత్రమే నేను చేసిన తప్పు" అనేసి హాల్లోకి వచ్చేశాడు.

భారతి కాఫీ తీసుకొచ్చి శ్రీనివాస్ కి ఇచ్చి, ఆ అమ్మాయి పక్కన టేబుల్ ఉంటే దానిపైన పెట్టి "కాఫీ తాగమ్మాయ్" అంది. ఆ పిల్ల కాఫీ తాగుతుంటే గమనించింది, బక్క పల్చని ఆకారం, చేతిలో చిన్న సంచి, అమాయకమైన కళ్ళు నేలవైపే చూస్తున్నాయి. తరవాత ఆ అమ్మాయి ని ఫ్రెష్ అవ్వమని చెప్పి, శ్రీనివాస్ కూడా రెడీ అయ్యి ఆఫీస్ కి వెళ్ళిపోయాడు. ఇక ఆ పిల్ల, భోజనం టైం కి భారతి

పిలిస్తే వచ్చి రెండు ముద్దలు తిని, ఇక ఆరోజంతా అలా ఎక్కడో ఆలోచిస్తూ కూర్చుంది. ఎవ్వరు ఎవ్వరితోను మాట్లాడలేదు. సాయంత్రం శ్రీనివాస్ వచ్చాక కూడా అదే పరిస్థితి. యధావిధిగా ఆ మర్నాడు ఉదయం ఆరుగంటలకి భారతి నిద్ర లేచి, వంటగదికి వెళుతుండగా, హాల్లో చీపురు పట్టుకుని ఇల్లు ఊడుస్తున్న సరస్వతి ఈవిడ్ని చూసి పక్కకి నిలబడింది. భారతి వెళ్లి వంటగదిలో చూసే సరికి, గిన్నెలు అన్ని కడిగేసి బోర్లించి వున్నాయి. ఆమె ఏమి మాట్లాడకుండా పొయ్యి మీద పాలు పడేసి, కాఫీ పెట్టి ఆ అమ్మాయికి, శ్రీనివాస్ కి ఇచ్చింది. శ్రీనివాస్ కి పొద్దన్నే పేపర్ చదువుతూ కాఫీ తాగడం అంటే మహా ఇష్టం. ఆ పని కానిచ్చి, ఆఫీస్ కి రెడీ అయ్యి, గుమ్మం దగ్గర చిన్ని టేబుల్ పైన కూర్చుని షూ వేసుకుంటున్నాడు. ఆ అమ్మాయేమో హాల్లోనే ఒక పక్కన కూర్చుంది. ఇంతలో లోపలనుండి లంచ్ బాక్స్ తీసుకొచ్చి ఇచ్చిన భారతి "ఏవండీ శ్రీనివాస్ గారు" అంటే శ్రీనివాస్ "ఏంటి? అన్నట్టు కళ్ళు ఎగరేసాడు". భారతి "మీరు నాగపూర్ వెళ్లిన పనేంటి? చేసుకొచ్చిన ఘనకార్యం ఏంటి? తీసుకొస్తే తీసుకొచ్చారు, ఆ పిల్లకి వొంటిమీదున్న జత తప్ప బట్టలు లేవు. తమరు సాయంత్రం త్వరగా వస్తే వెళ్లి రెండు జతల బట్టలు తీసుకోవచ్చు. అలాగే ఆ కాలేజో గీలేజో అన్నారు కదా? ఆ సంగతి కూడా చూస్తే బావుంటుంది" అనేసి మళ్ళీ "అయినా మీకు నచ్చిందే చేస్తారు గాని నా మాట ఎప్పుడు విన్నారు గనక?" అంది. శ్రీనివాస్ ఏదో అనబోయే లోపు, బయట నుండి ఎవరో రావడం గమనించి ఎవరా అని చూస్తే, భారతి వాళ్ళ నాన్నగారు, పక్కన ఎనిమిదేళ్ల మనవడు వాసు తో ఆటో దిగి లోపలకి వస్తున్నారు. వాసు "నాన్నా" అనుకుంటూ వచ్చి, శ్రీనివాస్ వొళ్ళో కూర్చున్నాడు. పలకరింపులు అయ్యాక, శ్రీనివాస్ విషయం మొత్తం మావగారితో చెప్పాడు. ఆయనేమో "అందరికి ఏదో చెయ్యాలనే ఉంటుంది. ఎక్కడో మీలాంటి వాళ్ళే చెయ్యగలరు. మీ ఇష్టం బాబు. మీకు నచ్చినట్టు చెయ్యండి" అన్నారు. ఇంతలో వాసు, లోపలికెళ్ళి శ్రీనివాస్ బ్యాగ్ వెతికేసుకుని ఏమి కనబడకపోయేసరికి పరిగెత్తుకొచ్చి "నాన్న, ఊరు నుండి నాకేం తెచ్చావ్?" అని అడగబోయి, సరస్వతి ని చూసి "నాన్న, ఈ అక్క ఎవరు?" అన్నాడు. శ్రీనివాస్,

భారతి వైపు చూశాడు. ఆవిడేమో "అక్క అని నువ్వే అన్నావుగా. నీకు అక్క అవుతుంది. ఇవ్వాళ్టినుండి మనతోనే ఉంటుంది. వెళ్లి హాయ్ చెప్పు అక్కకి" అంది. చిత్రం ఏంటంటే ఆ క్షణం వరకు కూడా ఆ అమ్మాయి తల పైకెత్తలేదు, నోరు తెరిచి ఒక్క మాట కూడా మాట్లాడలేదు. మొదటిసారి తలెత్తి భారతి వంక చూసింది. తన కళ్ళనిండా నీళ్లు ఉండడం వల్లో ఏంటో, భారతి రూపం మసగ్గా కనబడింది. కానీ సరస్వతి మాత్రం, తన జీవితంలో అదే చివరి కన్నీటి బొట్టు అవుతుంది అని ఊహించలేకపోయింది. తరవాత ఆమె జీవితం అద్భుతం గ మలుపు తిరిగింది. తిరగదా మరి? అర్జునుడి చేతికి విల్లు దొరికితే, సరస్వతి చెంతకి విద్య చేరితే జరిగేది అద్భుతమే కదా?. ఆ తరవాత ఆ అమ్మాయి, వాళ్ళతో కలిసిపోడానికి ఎంతో సమయం పట్టలేదు. ఆమె గతాన్ని సమాధి చేసి, దానిపైన కొత్త జీవితానికి బంగారు పునాదులు నిర్మించారు ఆ పుణ్య దంపతులు.

అని ప్రాణామిక అక్కడితో చెప్పడం ముగించింది. ఒక 10 సెకన్ల గ్యాప్ తీసుకుని "లత, ఆ పిల్ల కథ విన్నావు కదా? చిన్నతనంలోనే తండ్రిని కోల్పోయింది, అమ్మ రైతు కూలీ, తినడానికి గింజలు కూడా సరిగా ఉండేవి కాదు. అయినా ఎలాగోలా కష్టపడి చదువుకుని, పదవతరగతి లో మంచి మార్కులు తెచ్చుకుంది. తరవాత తన తల్లి కూడా చనిపోతే, దిక్కులేక ఒక దూరపు బంధువుని నమ్మి, మోసపోయి, గంగా జమునా నగర్ చేరింది. ఎక్కడ మొదలయ్యింది? ఎక్కడికి వెళ్ళింది? చివరికి ఎక్కడ చేరింది? అలాంటిది నీకొచ్చిన కష్టం నిజంగా కష్టమే అంటావా? సరిగ్గా వెతికితే దారి దొరక్కపోదు. నా వరకు వీలైనంత సహాయం నేను చేస్తాను. అని యాంకర్ వైపు చూసి "సారీ, మీరేదో అడిగారు. నేను ఇంకేదో చెబుతూ వెళ్ళిపోయాను" అంది. అతను "ప్రాణామిక గారు, ఆ అమ్మాయి ఎవరో వివరాలు చెప్పమనడం భావ్యం కాదు. కానీ తను మీకు బాగా తెలిసినామె అయ్యుండాలి? ఇప్పుడు ఆమె ఎక్కడ స్థిరపడ్డారో, ఎం చేస్తున్నారో చెబుతారా?" అంటే, ప్రాణామిక మళ్ళీ అదే చిరునవ్వుతో "ఆ పిల్లని కాలేజ్ లో జాయిన్ చేసినప్పుడు, వాళ్ళ అమ్మా నాన్న, వాళ్లకి కూతురు పుడితే పెడదాము అనుకున్న పేరు "ప్రాణామిక", ఆ పేరుతో

జాయిన్ చేశారు", "సరస్వతి, అదే, సరసు, ఎక్కడో గంగా-జామునా నగర్, బి బ్లాక్ లో ముగిసిపోవాల్సిన జీవితం, ప్రాణామిక గ పేరు మార్చుకుని, ఇంత మంది ప్రాణాలని కాపాడి, భరతమాత ముద్దు బిడ్డ అనిపించుకుంది".

స్టూడియో లో నిశ్శబ్దం, అందరి మనస్సులో ఎదో ఉద్వేగం. మళ్ళీ ప్రాణామికే, పూడుకుపోయిన గొంతుతోనే "అంత మంది సీతలు, ఎంతో మంది రావణులు. కాపాడ్డానికి ఏ రాముడు రాలేదు. కానీ నన్ను వెతుక్కుంటూ ఆ జనకమహారాజే వచ్చినట్టు అనిపించింది. నా తండ్రి శ్రీనివాస మూర్తే నాకు నారాయణ మూర్తి, నా తల్లి భారతీ దేవే నాకు లక్ష్మీ దేవి. నేను చెప్పిన నా గురువు, దేవుడు అన్నీ నా తండ్రే. ఇంతకుముందు ఎవరో తమ్ముడు అడిగాడు "దేవుడు ఉన్నాడా?" అని. తమ్ముడు, ఇప్పుడు చెప్పమ్మా, 486 మంది ప్రాణాలని కాపాడింది నేనా? ఆ దేవుడా? ఒక్కటి గుర్తు పెట్టుకోండి, నాన్న తోడుంటే దేవుడు మీతో, మీ ఇంట్లో వున్నట్టే. అమ్మ తోడుంటే, అన్నీ వున్నట్టే. ఇక ఆ దేవుడికి మీకు ఏమి బాకీ లేదు. ఇంకో జన్మంటూ ఉంటే, అంత గొప్ప వాళ్ళ కడుపున పుట్టేంత అదృష్టం లేకపోయినా, కనీసం మళ్ళీ వాళ్ళ దగ్గర పెరిగే అవకాశం ఉంటే చాలు" అంది.

ఒక్క క్షణం నిశ్శబ్దం, మరుక్షణం స్టూడియో చప్పట్లతో మారు మ్రోగిపోయింది. ఆ చప్పట్ల మధ్యలో ఇద్దరు మాత్రం ఆలోచనలో పడ్డారు. ఒకరు లత, ఇంకొకరు దేవుడున్నాడని రుజువు అడిగిన ఆ కుర్రాడు. ఆ ప్రోగ్రాం ని టీవీ లో చూస్తున్న శ్రీనివాస్, భారతి ఇద్దరి కళ్ళలో గర్వం, దాన్ని కప్పుతూ చిన్న కన్నీటి తెర.

"కనిపించే నవ్వుల వెనక కనపడని కన్నీళ్లు ఎన్నో,

వినిపించే చప్పట్ల వెనకాల వినపడని వేదనలు ఎన్నో.

పిల్లల కోసం కష్టాల కానలను దాటుకుని,

కన్నీళ్ల సముద్రాలు ఈదిన

తల్లి తండ్రులందరికి ఈ కథ అంకితం"

మధురం

హైదరాబాద్, శ్రీ నగర్ కాలనీ లో సగటు మధ్యతరగతి వాళ్ళు వుండే బహుళ అంతస్తుల భవనం అదేనండి అపార్ట్మెంట్ అది. ఫ్లాట్ నెంబర్ 503 లో నివాసం వుంటున్నారు శ్రీరామ్, మధువని. శ్రీరామ్, చిన్న సాఫ్ట్ వేర్ కంపెనీ లో ఉద్యోగి. మధువని కూడా ఈ మధ్యనే ఉద్యోగ ప్రయత్నాలు మొదలుపెట్టింది.

ఆరోజు సమయం సాయంత్రం నాలుగు అయ్యింది. మధు, తన పెళ్ళికి కట్టుకున్న పట్టుచీర లో ముస్తాబై, రామ్ కోసం ఎదురుచూస్తూ కూర్చుంది. హాల్లోకి, బెడ్ రూమ్ లోకి తిరగడం, అద్దం లో చూసుకోవడం. మళ్ళీ హాల్లోకి వచ్చి గడియారం వైపు చూడ్డం, ఇదే పని. గడియారం లో చిన్న ముల్లు 5 దాటి మూడు గంటలయింది. ఇంకా రామ్ రాలేదు, ఫోన్ చేస్తే తియ్యట్లేదు. ఇంతలో మధు ఫోన్ రింగ్ అయితే, తియ్యాలా? వద్దా? అని ఆలోచించేసరికి అది కాస్త ఆగిపోయింది. రెండు నిమిషాలు ఆగి, తనే కాల్ చేసి "హలో, అత్తయ్య గారు, మాకు రావడం అవ్వట్లేదు. చిన్నీ ని ఏమి అనుకోవద్దు అని చెప్పండి. అదేం లేదండి, నాకే కొంచెం బాలేదు. రేపు వచ్చి కలుస్తాం అని చెప్పండి" అని ఫోన్ పెట్టేసి, లోపలికెళ్ళి, రెండే నిమిషాల్లో సగటు ఇల్లాలి రూపంలో కి మారిపోయి, వంట కార్యక్రమం మొదలుపెట్టింది. అది కూడా అయ్యేసరికి టైం 9:30 అయ్యింది. అప్పుడు రింగ్ అయ్యింది కాలింగ్ బెల్. ఆ బెల్లు మోగిన పద్ధతే చెబుతుంది, వచ్చింది రామ్ అని. వెళ్ళి తలుపు తీసి, అతని మొహం కూడా చూడకుండా లోపలికి వచ్చేసింది.

రామ్, భుజాన వున్న లాప్ టాప్ బ్యాగ్ పక్కన పడేసి, వచ్చి సోఫా లో కూలబడ్డాడు. ఇల్లాలు కోపం గ ఉంటే ఏంటో ఇంట్లో వస్తువులు కూడా అలాగే

కనిపిస్తాయి. రామ్ ఎదురుగ ఆఫ్ చేసి వున్న టీవీ, అతని వైపే సీరియస్ గ చూస్తున్నట్టు అనిపించింది. మధు గ్లాస్ తో నీళ్లు తీసుకొచ్చి, అతని చేతికివ్వకుండా పక్కన టేబుల్ పైన పెట్టేసి వెళ్ళిపోయింది. రెండు నిమిషాలు చూశాడు, తన నుండి ఒక్క మాట కూడా లేదు. సరే అని వెళ్లి స్నానం చేసి వచ్చేసరికి డైనింగ్ టేబుల్ మీద అన్నం, కూర గిన్నెలు పెట్టి, కంచం బోర్లించి వుంది. ఆమె ఏమో వంటగదిలో ఎదో చక్కబెట్టుకుంటుంది.

రామ్, కుర్చీ లాక్కుని కూర్చున్నాడు. రెండు నిముషాలు ఎదురుచూసి, తను రాకపోయేసరికి "భోజనం చేసావా?" అన్నాడు. అప్పుడు మధు, తను చేస్తున్న పని వదిలేసి వచ్చి, అతనికి వడ్డించి, మళ్ళీ వంటగదిలోకి వెళ్ళిపోయింది. వచ్చింది, వడ్డించింది, వెళ్ళింది, అంతసేపు రామ్ తననే చూస్తున్నా, మధు మాత్రం అతనివంక ఒక్కసారి కూడా చూడలేదు. రామ్, పైకి లేచి, తను కూర్చున్న కుర్చీని ఒక్క తన్ను తన్ని, వంట గది దగ్గరకెళ్ళి "ఏమైంది? ఎందుకలా వున్నావు?" అన్నాడు. ఓ పక్కనుండి గిన్నెలు తోముతూనే అతని వైపు చూడకుండా "మీకు తెలీదా ఏమయిందో?" అంది. ఈసారి రామ్ "నా వైపు చూసి మాట్లాడు" అని అరిచాడు.

రామ్, అంత గట్టిగ మాట్లాడేసరికి మధు కి ఒక్కసారి గుండె అదిరి పడినట్టు అయ్యి, అతని వైపు చూసింది. రామ్ మొహం అప్పటికే ఎర్రగా ఐపోయి, చిట్లిస్తునట్టు పెట్టి "చెప్పు ఎం జరిగింది?" అన్నాడు. మధు "నేనేం అడిగాను? ఇవ్వాళ ఒక్కరోజు త్వరగా రమ్మన్నాను అంతేగా?" అంది. రామ్ "అంటే, ఇప్పుడు ఇదంతా నేను త్వరగా ఇంటికి రాలేదనా?" అన్నాడు. మధు "రాలేకపోయినా పర్లేదు, కనీసం ఆ విషయం నాకు మెసేజ్ పెట్టొచ్చుగా? అవసరం ఉంటే తప్ప రెండో సారి ఫోన్ చెయ్యను గా? అసలు నేను ఫోన్ చేసినప్పుడు ఎందుకు తియ్యలేదు?" అంది. రామ్ "తల మీద వంద సమస్యలున్నా సరే, నువ్వు ఫోన్ చేస్తే తియ్యాలి అంతేకదా?" అన్నాడు. మధు, రామ్ కళ్ళలోకి చూస్తూ "మీకున్న ఆ వంద సమస్యల్లో నేను కూడా ఒకటా?"

అంది. రామ్, ఒక్క క్షణం కూడా ఆలస్యం లేకుండా "అవును, నువ్వు కూడా ఒకటి. ఇదే కదా నీకు కావాల్సిన సమాధానం?" అన్నాడు. మధు, ఇక ఏమి మాట్లాడకుండా మళ్లీ అటు తిరిగి గిన్నెలు కడిగే పనిలో పడిపోయింది. రామ్, ఒక నిమిషం పాటు అక్కడే నిలబడ్డాడు. ఆమె ఇటు తిరక్కపోయే సరికి అక్కడనుండి విసురుగా బెడ్ రూమ్ లోకి వెళ్తూ, ఆ గది తలుపు ఊడి వచ్చేస్తుందేమో అన్నంత గట్టిగ ధబ్ అని వేసేశాడు. ఆమె హాల్లో సోఫాలోనే పడుకుంది. ఒకరు బెడ్ రూమ్ లో, ఇంకొకరు హాల్లో పడుకున్నారు. కానీ వాళ్ళ ఆలోచనలు మాత్రం జరిగిన సంఘటన చుట్టూనే తిరుగుతున్నాయి. అలా ఆలోచిస్తూ ఎప్పటికో నిద్రపట్టింది.

రామ్ అలారం పెట్టుకోవడం మర్చిపోవడంతో, అసలే ఆలస్యంగా పడుకున్నాడేమో లేచేసరికి 9 అయ్యింది. లేవడం లేవడమే టైం చూసి, కంగారుగా వెళ్లి స్నానం చేసి రెడీ అయ్యి గాని బెడ్ రూమ్ లోంచి బైటకి రాలేదు. వచ్చి చూసేసరికి మధు ఇంకా సోఫా లో పడుకునే వుంది. అదేంటి, తను ఇంతసేపటి వరకు లేవకుండా వుండదే? నిద్ర లేపుదామా? అనుకునే లోపు, టేబుల్ మీద హాట్ బాక్స్, పక్కన చట్నీ బౌల్ కనిపించాయి. వెళ్లి చూస్తే, హాట్ బాక్స్ లో ఇడ్లీ వుంది. అంటే, తను లేచి, టిఫిన్ తయారు చేసి, మళ్ళీ పాడుకుందో లేక పడుకున్నట్టు నటిస్తుందో అనుకున్నాడు.

అసలే, ఎప్పుడో ముందు రోజు మధ్యాహ్నం తిన్న భోజనం, తరువాత ఒక్క టీ తప్ప ఏమి లేదు. సర్లే, ముందు రెండు ఇడ్లీ తిందాం అని ప్లేట్ లో పెట్టుకున్నాడు. ఇంతలో కాలింగ్ బెల్ మోగింది. రామ్, మధు వైపు చూశాడు, తనలో ఏ కదలిక లేదు. సరే అని రామ్ వెళ్లి, తలుపు తీసి చుస్తే వచ్చింది గ్యాస్ వాడు, కొత్త సిలెండర్ తెచ్చాడు. బిల్ చేతికిచ్చి "సిలెండర్ ఎక్కడ పెట్టాలి సార్?" అంటే, చోటు చూపించి, పర్సు తీసి చూస్తే రెండొందలు తక్కువ వున్నాయి. చేసేది లేక మధు దగ్గరకెళ్ళి గొంతు మెల్లిగా చేసి "గ్యాస్ వచ్చింది, 2 హండ్రెడ్ వుందా?" అని అడిగాడు. ఆమె కళ్ళు కూడా తెరవకుండా "నా దగ్గర ఎక్కడివి?" అంది. రామ్ లోపలికెళ్ళి, తన బీరువాలో అక్కడ, ఇక్కడ వెతికితే మూడు 50

నోట్లు, కొన్ని 10, 20 నోట్లు దొరికాయి. అవి తీసుకెళ్లి, ఆ గ్యాస్ వాడిని పంపించి, లోపలకి వచ్చి టిఫిన్ చెయ్యడానికి కూర్చున్నాడు. తినబోతూ మధుతో "ఇంట్లో ఎవరో పోయినట్టు ఎందుకలా చేస్తున్నావ్?" అన్నాడు. ఆమె నుండి ఏ సమాధానం రాలేదు. అసలే ఆకలి కోపానికి పుట్టినిల్లు కదా? ఇక ఆ కోపం లో రామ్, తన చేతిలో ఫోన్ ఉంటే దాన్ని ఎదురుగా వున్న గోడకేసి కొట్టి, స్వరం పెంచి "మాట్లాడుతోంది నీతోనే వినబడట్లేదా?" అని అరిచాడు. మధు పైకి లేచి కూర్చుని, అతని వంకే చూస్తూ "తప్పు నువ్వు చేసి, నా మీదెందుకు అరుపులు?" అంది. ఇంకా ఆవేశం తగ్గని రామ్ "అవును తప్పు నాదే. జీవితానికి సరిపడా ఒక్కటే పెద్ద తప్పు, రెండేళ్ల క్రితం చేశాను" అనగానే మధు "ఓ, నేను మీకొక సమస్య, నన్ను పెళ్లి చేసుకోవడం పెద్ద తప్పు, అంతేగా? సరే ఐతే, ఈ సమస్యని వదిలించుకుని మీ తప్పుని సరిదిద్దుకోండి. నేను మా ఇంటికి వెళ్ళిపోతున్నాను" అంది. రామ్ ఇంకా ఉక్రోషంగా "వెళ్లేప్పుడు, ఇంటి తాళం బైట కుండీ వెనకాల పెట్టేసి పో" అనేసి, లాప్ టాప్ బ్యాగ్ భుజాన వేసుకుని, ధన్ మంటూ తలుపేసి వెళ్ళిపోయాడు.

అప్పటికే లేట్ అయ్యింది, ఇక ఆ ట్రాఫిక్ పద్మవ్యూహాన్ని ఛేదించి, ఆఫీస్ కి చేరే సరికి, అసలే ఖాళీ కడుపేమో కళ్ళు తిరిగినట్టు అయ్యింది. ఆరోజు ఉదయాన్నే, రామ్ అటెండ్ అవ్వాల్సిన ముఖ్యమైన మీటింగ్ కూడా ఐపోయింది. తను వెళ్లి, సీట్లో కూర్చొని పని మొదలు పెట్టాడు. కానీ మనసు, మెదడు రెండు సహకరించట్లేదు. ఆలోచనలు అన్ని గతంలోకి వెళ్లిపోతున్నాయి.

మధువని వాళ్ళది కర్నూల్ దగ్గర చాగలమర్రి, అక్కడి దగ్గర్లోనే శ్రీరామ్ వాళ్ళది కొత్తపల్లె. ఇద్దరూ వరసకి బావ మరదళ్లు అవుతారు. రామ్ ఇంజనీరింగ్ ఫైనల్ ఇయర్ లో వున్నప్పుడు మొదలయ్యింది వీళ్ళ మధ్య ప్రేమ వ్యవహారం. వచ్చిన చిక్కల్లా, అటు, ఇటు పెద్దల మధ్య బంధుత్వం తో పాటు శత్రుత్వం కూడా వుంది. ఎదో ఎక్కడో పొలం విషయం లో మొదలైన గొడవలు అలా మూడు తరాల నుండి కొనసాగుతున్నాయి. వీళ్ళ విషయం ఇంట్లో తెలిశాక, అంత

శత్రుత్వం వున్నా కూడా, రెండు కుటుంబాల వాళ్ళు ఒకే మాట మీద నిలబడ్డారు. ఎట్టి పరిస్థితుల్లోనూ వీళ్ళ పెళ్ళికి వొప్పుకోము అని తెగేసి చెప్పేశారు. అంతంత పంతాలు, పట్టింపులు వున్న వాళ్ళ పిల్లలే కదా వీళ్ళు కూడా, అదే తెగింపుతో ఇంట్లో చెప్పకుండా వచ్చేసి, పెళ్లి చేసుకున్నారు. సరాసరి పెళ్లి బట్టల్లో వెళితే, అటు, ఇటు కూడా ఇంట్లోకి రానివ్వలేదు. ఎలాగో స్నేహితుల సహాయంతో హైదరాబాద్ వచ్చి, చిన్న ఇల్లు అద్దెకి తీసుకున్నారు. నెలలోపే శ్రీరామ్ కి ఉద్యోగం రావడంతో ఎదో అలా నిలదొక్కుకున్నారు.

అయితే రామ్ కి మాత్రం కాలేజీ రోజుల నుండి కూడా సినిమాలు అంటే పిచ్చి. ఎప్పటికైనా డైరెక్టర్ అవ్వాలని కలలుకంటూ ఉండేవాడు. ఆ విషయం మధూ కి కూడా చదువుకునే రోజుల్లోనే తెలుసు. ఇలా అనుకోకుండా పెళ్లి చేసుకోవాల్సి వచ్చింది కాబట్టి ఉద్యోగం జాయిన్ అయ్యాడు కానీ, లేకపోతే, ఎలా అయినా సరే, ఎవరో ఒకరి దగ్గర అసిస్టెంట్ రైటర్ గ జాయిన్ అవ్వాలని అనుకునేవాడు. పెళ్ళై, ఒక ఆరు నెలలు గడిచాక, తను మూడు కథలు రాసుకున్నానని, అవి పట్టుకుని ప్రొడక్షన్ ఆఫీస్ ల చుట్టూ తిరగడం మొదలుపెట్టాడు. అలా తిరగ్గా తిరగ్గా, ఒక ప్రొడ్యూసర్ రామ్ స్క్రిప్ట్ విని, ఒకటి తనకి బాగా నచ్చింది అని, దానికి కొన్ని మార్పులు చెప్పి, వాటితో కలిపి కంప్లీట్ బౌండెడ్ స్క్రిప్ట్ తయారు చేసుకు రమ్మని, రెండు నెలల గడువు ఇచ్చాడు. రామ్ ఏమో, లాస్ అఫ్ పే కి రెండు నెలలు లీవ్ తీసుకుని, ఆ పనిలో పడ్డాడు. కథని పూర్తి చెయ్యడానికి మూడు నెలలు పట్టేసింది. ఈలోపు ఈ.ఎం.ఐ లు, అప్పులు, అద్దె లు, బిల్లులు కలిసి మోపెడు అయ్యాయి. ఆ కథ ని పట్టుకెళ్లి ప్రొడ్యూసర్ కి ఇస్తే, ఆయనేమో ఎవరో రివ్యూ చెయ్యాలి అని, అది అయ్యాక పిలుస్తాను అని చెప్పి నేటికి నలభై రోజులు అయ్యింది, ఇంకా పిలుపు రాలేదు.

ఈ ఆలోచనల్లో ఉండగా మేనేజర్ పింగ్ చేసి, తన కేబిన్ కి రమ్మన్నాడు. రామ్ వెళ్ళాక కూర్చోమని "శ్రీ రామ్, నీ మీద మంచి అభిప్రాయం ఉండబట్టే, జాయిన్ అయ్యి సంవత్సరం కాకపోయినా, లాంగ్ లీవ్ అడిగితే ఇచ్చాను. నీ

పర్సనల్ లైఫ్ లో ఎం జరుగుతుందో మాకు తెలీదు. నిజానికి మాకు అవసరం లేదు కూడా. కానీ నీ ప్రొఫెషనల్ లైఫ్ మాత్రం అస్సలు బాలేదు. ఒప్పుకుంటావా?" అంటే శ్రీరామ్ "హా!!!" అని తల దించుకున్నాడు. మేనేజర్ "రామ్, నువ్వు ఆల్రెడీ రెడ్ జోన్ లో వున్నావు. నెక్స్ట్ నువ్వు చేసే చిన్న తప్పు అయినా సరే, ఆరోజే ఈ ఆఫీస్ లో నీకు చివరి రోజు. నీ క్యూ లో మూడు టాస్క్స్ వున్నాయి. నిన్న నైట్ ఇంటికెళ్ళాక, ఆన్ లైన్ కి వస్తావేమో అనుకున్నాను. ఇవ్వాళ మార్నింగ్ మీటింగ్ కి కూడా రాలేకపోయావు. ఆ మూడు, ఇవ్వాళ సాయంత్రం లోపు పూర్తిచెయ్యి. లేకపోతే పెర్ఫార్మన్స్ బాలేదని లెటర్ ఇష్యూ చేసి, రిలీవ్ చేసెయ్యాలి. శ్రీరామ్, ఇవి నా మాటలు కావు. దేశం నుండి తరిమి కొట్టి, తిరిగి వాడికే చాకిరీ చేస్తున్నాం కదా? తెల్లోడు చెప్పిందే చెయ్యాలి. అయినా ఐ ట్రస్ట్ యు. ఏమి ఆలోచించకు. ఫోకస్ చేయ్యి. అల్ ది బెస్ట్" అని చెప్పి పంపించాడు.

శ్రీరామ్, తన సీట్ దగ్గరకొచ్చి కూర్చున్నాడు. ఎలా అయినా సరే, ఆ పని పూర్తిచేద్దామని మొదలుపెట్టాడు. ఇంతలో రిసెప్షనిస్ట్ వచ్చి "సార్, మీకోసం ఎవరో వచ్చారు" అని చెప్పింది. ఎవరా? అని వెళ్లి చూస్తే, బ్యాంకు ఏజెంట్. "రెండు నెలల నుండి బ్యాంకు వాయిదా కట్టలేదు, క్రెడిట్ కార్డు బిల్లూ కట్టలేదు. ఫోన్ చేస్తేనెమో స్విచ్ ఆఫ్ వస్తుంది. మీ కార్డు బ్లాక్ చేసేశాం. ఎల్లుండి లోపు బాలన్స్ క్లియర్ చెయ్యకపోతే లీగల్ ప్రొసీడింగ్స్ కి రెడీ గ వుండండి" అనేసి వెళ్ళిపోయాడు. అక్కడ అందరు ఉండగానే బ్యాంకు వాడు అలా అనేసరికి, శ్రీరామ్ కి అవమానం గ అనిపించింది. రామ్ మెల్లిగా నడుచుకుంటూ తన డెస్క్ దగ్గరకి వెళ్తూ "ఇవన్నీ తరవాత, ముందు ఇవ్వాళ సాయంత్రం లోపు పెండింగ్ పని అవ్వకపోతే, అసలు ఉద్యోగమే పోవచ్చు" అని ఒక నిర్ణయానికి వచ్చినవాడిలాగా వెళ్లి పనిలో నిమగ్నమైపోయాడు.

లంచ్ టైం అయ్యింది, టీం వాళ్ళు లంచ్ కి పిలిస్తే "కొంచెం పనుంది, టైం పడుతుంది" అన్నాడు. సమయం మధ్యాహ్నం రెండున్నర అయ్యింది, అప్పటికి భోజనం చేసి సరిగ్గా 24 గంటలు దాటింది. ఇక కష్టం అని లేచి, క్యాంటీన్ కి

వెళ్లి, ఒక శాండ్విచ్ ఆర్డర్ ఇచ్చాడు. ఆ షాప్ వాడు "సార్, క్రెడిట్ కార్డు పనిచెయ్యట్లేదు, డిక్లయిన్డ్ అని వస్తుంది సార్. వేరే కార్డు ఉంటే ఇవ్వండి" అన్నాడు. క్రెడిట్ కార్డు బ్లాక్ చేసిన విషయం, శ్రీ రామ్ కి అప్పుడు గుర్తొచ్చింది. తన పర్సు తీసి చూస్తే ఖాళీగా వుంది. ఆ షాప్ వాడితో "నాకు మీటింగ్ వుంది, అయ్యాక వస్తాలే" అనేసి, ఆర్డర్ క్యాన్సిల్ చెప్పేసి, ఒక టీ తీసుకుని తన డెస్క్ దగ్గరకి వెళ్ళిపోయాడు.

ఆరోజు రాత్రి శ్రీరామ్ ఇల్లు చేరేసరికి ఎనిమిది అయ్యింది. ఇంటి దగ్గర పరిస్థితి ఏంటో? అసలు తను వుందో లేక వాళ్ళింటికి వెళ్లిపోయిందో? ఇలాంటి ఆలోచనలతో ఇంటికి చేరుకున్న శ్రీరామ్, లిఫ్ట్ ఎక్కితే త్వరగా ఇల్లు చేరిపోతాం అనుకున్నాడో ఏంటో, మెట్లు మీద నుండి మెల్లిగా ఐదు ఫ్లోర్లు ఎక్కాడు. వాళ్ళ ఫ్లాట్ దగ్గరకి వెళ్లేసరికి తలుపు తీసే వుంది. బైట మాత్రం ఎవరివో చెప్పులు వున్నాయి. వాళ్ళ పుట్టింటి వాళ్ళని ఎవరినన్నా పిలిచిందేమో? అనుకుంటూ మెల్లిగా లోపలకి తొంగిచూస్తే, హాల్లో ఎవరు కనబడలేదు కానీ డైనింగ్ రూమ్ లోంచి మాటలు వినబడుతున్నాయి. మెల్లిగా వెళ్లి, బుక్ షెల్ఫ్ వెనకాల నిలబడి, పుస్తకాల మధ్యలోంచి చూస్తే, మధు ఏమో కాఫీ పెడుతుంది, తన క్లోజ్ ఫ్రెండ్ శ్రావణి ఏమో డైనింగ్ టేబుల్ దగ్గర కూర్చుంది. మధు కాఫీ కప్ శ్రావణి చేతికిచ్చి, ఆ పక్కనే కుర్చీ లాక్కుని కూర్చుని మాట్లాడుకుంటున్నారు:

శ్రావణి: అవునూ, రామ్ జాబ్ చేస్తున్నాడుగా? ఇంత సడన్ గ డబ్బుల్తో పనేమీ వచ్చిందే? నువ్వు నా దగ్గర ఎదో దాస్తున్నావు?

మధు: దాయాలనే అనుకున్నానే. కానీ నావల్లకాలేదు

శ్రావణి: అసలు ఏమయ్యిందో త్వరగా చెప్పవే బాబు

మధు: అదీ, రామ్ ఎప్పటినుండో సినిమాల్లో అవకాశాల కోసం ట్రై చేస్తున్నాడే

శ్రావణి: అవును, మీ పెళ్ళైన కొత్తలో ఒకసారి చెప్పావు. అయితే ఏమయ్యింది ఇప్పుడు?

మధు: ఒక ప్రొడ్యూసర్ కథ విని, కొన్ని మార్పులు చేసి, బౌండెడ్ స్క్రిప్ట్ తో రమ్మని చెప్పారే

శ్రావణి: వావ్, ఇంత మంచి న్యూస్ అంత బాధగా చెబుతావేంటే? నాకు కూడా హీరోయిన్ ఫ్రెండ్ వేషం ఏమన్నా ఉంటె ఇప్పించమనవే?

మధు: నన్ను చెప్పనిస్తావా?

శ్రావణి: సారీ సారీ, చెప్పు

మధు: రామ్, మూడు నెలలు సెలవు పెట్టి, స్క్రిప్ట్ పూర్తిచేశాడు. వెంటనే తీసుకెళ్లి ప్రొడక్షన్ ఆఫీస్ లో ఇచ్చాడు కూడా. కానీ ఇంకా ఏ సమాధానం రాలేదు. సమస్య అల్లా, మొదటి నెల ఎలాగో సర్దుకుపోయాం. రెండు నెలలనుండి ఇంటి అద్దె, బ్యాంకు వాయిదాలు, ఇంటి ఖర్చులు ఇవన్నీ మీద పడేసరికి తప్పట్లేదు.

శ్రావణి: అందుకని? వున్న ఒకే ఒక్క నగ అమ్మేస్తావా? పిచ్చి పనులు చెయ్యకు. మరి మేము ఎందుకు ఉన్నట్టు? ఇప్పుడు నీకు ఎంత కావాలి చెప్పు?

మధు: శ్రావి, అమ్మినా అది మాకోసమే కదే? అయినా ఇది వుంది కాబట్టి నిన్ను అడగలేదు. ఇక నాకు ఏమార్గం లేకపోతే మొదట వచ్చేది నీదగ్గరకేకదా?

శ్రావణి: నువ్వు నా మాట ఎప్పుడు విన్నావు గనక? అది సరేనే, ఈ విషయానికేనా పొద్దుట ఫోన్ చేస్తే అంతలా ఏడ్చావు? నీతో మాట్లాడాక రామ్ కి ఫోన్ చేస్తే కలవలేదు. మీ ఇద్దరు ఎమన్నా గొడవ పడ్డారా?

శ్రావణి ఆ మాట అడిగిన తరవాత మధు కిందకి చూస్తూ "శ్రీరామ్ వాళ్ళ బాబాయ్ గారు వాళ్ళు ఇక్కడే వుంటారే. నిన్న వాళ్ళ అమ్మాయి ఓణీల ఫంక్షన్ వుంది. ఆ ఫంక్షన్ కి, ఊరు నుండి మా అత్తయ్యగారు, మావయ్యగారు కూడా వచ్చారట. శ్రీరామ్ పిన్నిగారు ఫోన్ చేసి "మీ పెళ్లి అయ్యాక అటూ, ఇటూ కూడా మాటలు లేవు కదా? ఇక్కడికి వస్తే, మీ అత్తగారు వాళ్ళని కలిసినట్టు ఉంటుంది. అన్ని నేను చూసుకుంటాను" అని మరీ మరీ చెప్పిందే. శ్రీరామ్ ఏమో

సాయంత్రం 5 గంటలకి వస్తానని, రాత్రి తొమ్మిది కి వచ్చాడు. వెళ్లకపోతే వాళ్ళు ఏమనుకుంటారు చెప్పు? నన్నేగా అనుకునేది? ఆ విషయం లోనే రాత్రి చిన్న గొడవ జరిగిందే. తనేదో అన్నాడు, నేను ఇంకేదో అని అనవసరంగ మాటలు పొడిగించాను. ఈ రోజు పొద్దట కూడా మాట్లాడుకోలేదు. తను రాత్రి భోజనం చెయ్యలేదు. పొద్దట కూడా ఏమి తినకుండానే ఆఫీస్ కి వెళ్ళిపోయాడు" అని ఆ చివరి మాట అంటున్నప్పుడు తనకి తెలీకుండానే ఏడ్చేసింది.

శ్రావణి, మధు భుజం మీద చెయ్యేసి "మధు, ఇంట్లో వాళ్ళని కాదనుకుని మరీ పెళ్లి చేసుకున్నారు. మీకు చెప్పాల్సిన అవసరం లేదు. మీ ఇద్దరి గురించి తెలుసు నాకు. తను సెటిల్ అయ్యేవరకు నువ్వే కొంచెం సర్దుకోవాలి" అంది.

మధు తన చున్నీతో కళ్ళు తుడుచుకుని "నేను జాబ్ కోసం ప్రయత్నిస్తున్నానే. ఒక చోట ఆఫర్ వచ్చేలానే వుంది. ఇవన్నీ సర్దుకుంటాయి. ఏంటో, నిన్న మాత్రం అనుకోకుండా అలా మాటలు అనేసుకున్నాం. తనకి ఎప్పుడోగానీ కోపం రాదే, ఎందుకో తెలీదు ఈమధ్యనే బాగా స్ట్రెస్ తీసుకుంటున్నాడు. కానీ, తను రాసే కథలు మాత్రం భలే ఉంటాయి తెలుసా. "ఆంధ్రప్రదేశ్ లో, ఓ మారు మూల పల్లెటూళ్ళో కౌలు రైతుకి జాతీయ ఉత్తమ రైతు గా అవార్డు వస్తుంది. తెలంగాణాలో నుండి ఉత్తమ గురువుగా ఎంపికైన ఒక స్కూల్ మాస్టారు. వీళ్లిద్దరు అవార్డు తీసుకోడానికి ఢిల్లీ వెళ్తుంటే, ట్రైన్ లో వీళ్ళకి, కొత్త వుద్యోగం లో జాయిన్ అవడానికి వెళ్తున్న ఒక మధ్యవయసు వ్యక్తి పరిచయం అవుతాడు. వీళ్ళు ఇలా అవార్డు తీసుకోడానికి వెళ్తున్నారని తెలిసి, అతను వీళ్లిద్దరు ఎక్కడి నుండి వచ్చారు, ఏంటి కథ అని అడుగుతాడు. ఆ రైతు, మాస్టారు వాళ్ళ కథలు చెబుతారు. విషయం ఏంటంటే ఆ మధ్య వయసు వ్యక్తి మానవబాంబు గా మారి, రక్తపాతం సృష్టించడానికి వెళుతున్న కరుడు కట్టిన తీవ్రవాది. అసలు అతను తీవ్రవాదిగా మారడానికి వెనక వున్న కథ ఏంటి? వీళ్ళ ముగ్గురి కథలకి అంతర్లీనంగా ఒక సంబంధం ఉంటుంది, అదేంటి? అది తెలిసాక కథ ఎలా మలుపు తిరుగుతుంది? చివర్లో ఒక ఊహించని ట్విస్ట్" అని చెబుతూ

ఉంటే, శ్రావణి "వాళ్ళ మధ్య వున్న కనెక్టివిటీ ఏంటే?" అంటే మధు "అది నాకంటే రామ్ ని అడిగితే బాగా చెబుతాడు. చాలా గంభీరమైన కథ, కానీ దానిని నడిపించే విధానం చాలా సరదాగా ఉంటుంది. తను రెండు కథలు చెప్పాడు అన్నానుగా, అందులో ఇదొకటి. దీంట్లో ఆ తీవ్రవాది పాత్ర వెంకటేష్ చేస్తా అన్నారట. దానికోసమే వాళ్ళు కంప్లీట్ స్క్రిప్ట్ అడిగారు" అంది. వెంటనే శ్రావణి "వావ్, ఏంటి విక్టరీ వెంకటేషే?" అంటే మధు "హా, నాకూ ఆమాట విన్నాక నాలుగు రోజులు ఎక్కడో వేరే లోకం లో ఉన్నట్టు వుంది" అంది. శ్రావణి "మరి ఆ రైతు, మాస్టారి గా ఎవర్ని అనుకుంటున్నారు?" అంటే మధు ఏదో చెప్పబోయేసరికి తన ఫోన్ రింగ్ అయ్యింది. ఏదో తెలీని నెంబర్ అది. తీసి "హలో, హా చెప్పండి. అదీ ఆయన ఫోన్ పాడయ్యిందండి. నా పేరు మధు, నేను మిస్సెస్ శ్రీరామ్, హా చెబుతానండి, ఇంకోక అరగంటలో వచ్చేస్తారు, నేను చెబుతానండి. థాంక్ యు సో మచ్ సర్" అని ఫోన్ పెట్టేసి ఏదో ఆలోచిస్తూ ఉండిపోయింది. శ్రావణి, మధు బుజం మీద తన చేత్తో "ఏమయ్యిందే? ఎవరు ఫోన్ లో?" అని ఒక కుదుపు కుదిపేసరికి, మధు గట్టిగ నవ్వేసి "శ్రావి, సురేష్ ప్రొడక్షన్ హౌస్ నుండి ఫోన్ చేశారు. వాళ్ళకి స్క్రిప్ట్ ఓకే అట, శ్రీ రామ్ ని రేపు పొద్దట పదిగంటలకు వాళ్ళ ఆఫీస్ కి వచ్చి కలవమన్నారు" అనగానే శ్రావణి "సూపర్, అంటే ఇవ్వాళ శుభవార్త తో వెల్కమ్ చెబుతావ్ అన్నమాట. సర్లే మధ్యలో నేనెందుకు పుడకలాగా. ఇక ఆ నెక్లెస్ తీసి లోపలపెట్టు. నేను బయల్దేరతానే మళ్ళీ రేపు ఉదయాన్నే వస్తాను, సరేనా?" అంది.

మధు "నిజానికి శుభవార్త లు" అంది. శ్రావణి దగ్గరికొచ్చి "ఇంకో గుడ్ న్యూస్ ఆ? ఏంటే?" అంది. మధు నవ్వుతూ వుంది గాని సమాధానం లేదు. అయితే శ్రావణికి అర్థం అయ్యి "మరి ఈ విషయం చెప్పవేమే? ఎప్పుడు కన్ఫర్మ్ అయ్యింది?" అంటే మధు "ఇవ్వాళే, మార్నింగ్ అంతా కళ్ళు తిరిగినట్టు అయ్యింది, మధ్యాహ్నం డాక్టర్ దగ్గరకి వెళ్ళాను. రిపోర్ట్ చూసి అంతా బావుంది అని చెప్పారు" అంది. శ్రావణి "అమ్మవాళ్లకి తెలుసా? అసలు ముందు శ్రీ రామ్ కి

చెప్పావా?" అంటే మధు "ఎలాగే? ఆయన దగ్గర ఫోన్ లేదు. ఇంటికొచ్చాక చెబుతాను" అంది..

అయితే, హాల్లో ఓ మూలాన నిలబడి, అదంతా వింటున్న శ్రీరామ్ మొహం లో చిన్న చిరునవ్వు, అంతలోనే ఎదో తెలీని దుఃఖం. అలాగే ఆ మూలాన జారబడి కింద కూర్చున్నాడు. ఒక రెండు నిమిషాలు గడిచాక, తేరుకుని పరిగెత్తుకెళ్లి మధుని కౌగిలించుకోవాలి అనుకున్నాడు. ఇంతలో కాలింగ్ బెల్ మోగింది.

మధు, తన వెనకాల శ్రావణి ఇద్దరు వచ్చి చూసేసరికి ఎదురుగా ఓక పోలీస్ ఆఫీసర్, వెనకాల కానిస్టేబుల్ వున్నారు. ఆ ఆఫీసర్ వీళ్ళిద్దర్నీ చూసి "శ్రీరామ్...?" అంటే మధు అయోమయం గ చూస్తూ "హా, ఆయన నా భర్త. ఏమయ్యింది సర్?" అంది. అతను "ఆయన ఇంట్లో వున్నారా?" అంటే మధు, శ్రావణి వైపు చూసింది. శ్రావణి ఆ పోలీస్ అతనితో "లేరండి, ఇప్పుడు వచ్చే టైం అయ్యింది. ఏంటి సర్ ఏదన్న ప్రాబ్లెమ్ ఆ?" అంది. అతను ఓక క్షణం ఆగి "మీరేమి కంగారుపడకండి, ఎవరో ఒకాయన హై టెక్ సిటీ రైల్వే స్టేషన్ లో సూసైడ్ చేసుకున్నారు. ఆయన పోకెట్ చూస్తే, ఆఫీస్ ఐడీ కార్డు, ఇంకా ఈ గ్యాస్ బిల్ దొరికింది. అది ఆయన అయ్యుండకపోవచ్చు కూడా. మీరు ఒకసారి మాతో వచ్చి బాడీ ని గుర్తుపడితే" అని ఇంకా ఎదో చెప్పబోతుంటే, మధు కళ్ళు తిరిగి పడిపోయింది. శ్రావణి కంగారు పడి మధూ అని తనని పిలుస్తుంటే, ఉలుకూ లేదు పలుకూ లేదు. రామ్ ఆ మూలనుండి పరిగెత్తుకొచ్చి, మధూ, మధూ అని తనని తాకడానికి ప్రయత్నిస్తే, అప్పుడు గుర్తొచ్చింది తను చేసిన తప్పేంటో. మధూ తొందరపడ్డాను, ఆవేశం లో తప్పుచేశాను. అని తన గొంతు చించుకుని అరుస్తున్నాడు కానీ అది తనకి తప్ప ఎవ్వరికి వినబడట్లేదు.

శ్రావణి నీళ్లు తీసుకొచ్చి, మధు మొహం పైన చల్లడంతో తను స్పృహలోకి వచ్చింది. పైకి లేస్తూనే, అక్కడున్న పోలీసులను చూసి, అయోమయంగా లోపలికి వెళ్లి, తన ఫోన్ తీసుకుని రామ్ నెంబర్ కి డైల్ చేసింది. అలా ప్రయత్నిస్తూనే

వుంది. వెనకనుండి శ్రావణి వచ్చి తనని పట్టుకుని "మధు" అనగానే తను ఒక్కసారిగా ఏడుస్తూనే "రామ్" అని గట్టిగ అరిచింది. అది ఏడుపో, బాధో కాదు. నన్ను ఇంత మోసం చేస్తావా అని నిలదీసి అడిగినట్టు అనిపించింది. శ్రీరామ్, మధు ని తాకడానికి, ఓదార్చడానికి ప్రయత్నిస్తున్నాడు, కానీ ఈసారి తన ఆత్మ రూపం మెల్లిగా కరిగిపోవడం తెలుస్తుంది. ఈసారి గుండెలు ఎగిసిపోయేలా "రామ్" అని మళ్ళీ పిలిచింది మధు. మళ్ళీ మళ్ళీ అదే పిలుపు, కాదు అరుపు. శ్రీరామ్ ఉలిక్కిపడి, పైకి లేచి చూస్తే, మంచం పైన వున్నాడు, తలుపు లోపలనుండి గెడ వేసుకోవడం తో బైట నుండి మధు తలుపు కొడుతోంది, వొళ్ళంతా చెమటలు. తన మొహాన్ని ఒకసారి తాకి చూసుకుని "వస్తున్నా మధు" అన్నాడు. శ్రీరామ్ కి జరిగిందేంటో అప్పుడు అర్థం అయ్యింది, రాత్రి తనతో గొడవ పడి, గదిలోకి వచ్చి పడుకోవడం వరుకు మాత్రమే నిజం అని, తరవాత జరిగింది అంతా తన కలలో అని.

వెళ్లి తలుపు తీసేసరికి బైట నుండి అగరొత్తుల ఘుమఘుమలు, మధు ఏమో పసుపు రంగు చీరలో, నవ్వు మొహం తో తననే చూస్తుంది. కుంకుమ బొట్టు చూస్తే పూజ చేసుకున్నట్టు తెలుస్తుంది. మధు ఏమి మాట్లాడకుండా వెళ్లి కాఫీ తీసుకొచ్చి రామ్ చేతికిచ్చి "నా రాముడికి పుట్టిన రోజు శుభాకాంక్షలు" అంది. అప్పుడుగాని రామ్ కి వెలగలేదు. రామ్, మధు కళ్ళలోకి చూస్తూ "అవును, ఇవ్వాళ నేను మళ్ళీ పుట్టాను" అన్నాడు. మధు "ఏంటి?" అంటే రామ్ "ఎం లేదు" అని మాట దాటేశాడు.

శ్రీరామ్ "ఒహ్హో ఇవ్వాళ నా పుట్టిన రోజు కదా" అంటూ కాఫీ తాగుతుంటే మధు "అవును మహాశయా, నిన్న రాత్రి పన్నెండు అయ్యేవరకు ఎదురుచూసి, వచ్చి తలుపు కొడితే, తమరు తీస్తే కదా? సర్లే మత్తుగా పడుకున్నావేమో అని వూరుకున్నాను. తమరెళ్ళి స్నానం చేసి వస్తే, రెడీ అయ్యి ముందు గుడికి, అక్కడనుండి మీ బాబాయ్ వాళ్ళింటికి వెళ్దొద్దాం" అంటే రామ్ "వెళదాంలే గాని, ఇవ్వాళ వంటింట్లో ఏంటోయ్ స్పెషల్?" అన్నాడు. మధు "ఏముంది,

మామోలే. పరమాన్నం, పులిహోర" అని ఇంకా చెప్పకుండానే రామ్ ఆమె మాటలకి అడ్డుపడి "పరమాన్నం లో ..." అనేసరికి మధు "హో తెలుసు మహాప్రభో తెలుసు. యాలికలు వెయ్యలేదు సరేనా?" అని నవ్వేసింది. రామ్ "మధుని దగ్గరకి తీసుకుని, నిన్న నీతో అలా మాట్లాడి ఉండకూడదు, అవి మనసులో పెట్టుకోకు, సరేనా?" అంటే మధు "తప్పు ఇద్దరిదీ, అయినా ఎన్ని సార్లు చెప్పాను? కోపం కడుపు మీద చూపించకూడదు అని. మాట వినవే? అలా ఆకలితోనే పడుకున్నావు?" అంటే రామ్ "అవునా? అయితే సరే ఏది, పరమాన్నం ఇలా పట్రా రుచి చూద్దాం" అన్నాడు. మధు "బాబు వెళ్లి కొంచెం స్నానం చేసి వచ్చేసేయ్, ఎంతసేపు? పది నిమిషాలు అంతేగా" అంటే రామ్ "అది కాదోయ్, ఎవరో చెబితే విన్నాను, పాచి నోటితో పరమాన్నం తింటే పితృదేవతలకు మంచిదట. పోయి పట్రా" అనగానే మధు "బాబోయ్, ఇక ఆపుతావా? ఎవరో కాదు, ఎదో సినిమాలో చూశాను అను" అని టవల్ చేతికిచ్చి రెడీ అయ్యి రమ్మంది.

అరగంట గడిచాక, మధు చేసిన పరమాన్నం తింటూ రామ్ "ఆహా, ఏమి రుచి, ఈసారి మాంచి బెల్లం దొరికిందోయ్, అదిరిపోయింది పో" అంటే మధు ఏమో "ప్రేమగా పరమాన్నం చేసి పెట్టిన పెళ్ళాన్ని పక్కనపెట్టుకుని, బెల్లాన్ని పొగడ్డం ఏదైతే ఉందో ...ఆహా" అంటుంటే, రామ్ ఎదో అనేలోపు అతని ఫోన్ రింగ్ అయ్యింది. తీస్తే ఇంకేముంది "కల నిజమాయెగా, కోరికలు తీరగా" అన్నట్టు సురేష్ ప్రొడక్షన్స్ వాళ్ళు పిలిచి మరీ అవకాశం ఇచ్చారు. రామ్ తీసిన సినిమా విమర్శకుల ప్రశంసలు అందుకుంది. ఆ రోజు తనకొచ్చిన కలని మాత్రం శ్రీరామ్ ఎప్పుడు మధువని కి చెప్పలేదు.

జీవితం లో కష్టాలు, సుఖాలు అని ప్రత్యేకంగా ఏమి వుండవు, అన్ని పరిస్థితులే. కష్టం వచ్చినప్పుడే ధైర్యంగా ఉండాలి. బాధ కలిగినప్పుడే బతుకు మీద ఆశ పెంచుకోవాలి. మంచి తోడుంటే ప్రతీ క్షణం మధురమైనదే, "మధు"వని - శ్రీ "రామ్" జంట దానికి చక్కని ఉదాహరణ.

గౌరమ్మ

దేవి పుట్టింటికి వచ్చి పది రోజులు దాటింది. తిరిగి ఇవ్వాళే భర్త దగ్గరకి ప్రయాణం అయ్యింది. అన్నా, వదిన మాట కాదనలేక, మధ్యాహ్నం భోజనం అయ్యాక బయల్దేరితే, ఇల్లు చేరేసరికి సందలాడింది. ఎప్పుడోగాని భర్త ని విడిచి ఇన్ని రోజులు వుండలేదేమో, ఇల్లు దగ్గరవుతున్న కొద్దీ, ఆయన్ని ఎప్పుడు చూద్దామా అన్న అతృతలో, ఆవిడ ముఖారవిందం, అప్పుడే విరిసిన మందార పువ్వులా వెలిగిపోతుండగా, ఇంటిముందున్న పూల తోటని చూసేసరికి ఆ ఆనందం అంత ఒక్కసారిగా ఆవిరైపోయింది. ఇంట్లోకెళ్ళి చూసేసరికి, ఏది ఉండాల్సిన చోట లేకపోగా, అంతా చిందరవందరగా వుంది. అసలు ఈ మహానుభావుడు ఎక్కడ? అని వెతుక్కుంటూ ఉంటే, ఆయన ఇంటి బాల్కనీ లో తదేకంగా కిందకే చూస్తూ కూర్చున్నాడు. "ఇప్పుడు ఆయన్ని కదిల్చినా మాట్లాడరు" అని తనలో తానె "నేనుంటే, ఇవన్నీ చక్కబెట్టుకునే దాన్ని అనుకో, కనీసం నిత్యం దీప దూప నైవేద్యాలు అందుకునే ఆయన దగ్గరైన కాస్తంత శుభ్రం చెయ్యొచ్చు కదా?" అనుకుంది. ఈపాటికి మీకు అర్థం అయ్యే ఉంటుంది, ఆ దేవి ఎవరో కాదు, స్వయంగా పార్వతీ దేవి, ఆ స్వామి పరమశివుడు అని.

రెండే క్షణాల్లో ఇల్లు చక్కబెట్టుకుని, ఫలహారం పట్టుకుని, స్వామి దగ్గరకెళ్ళి "స్వామి, నేను ఎంతో ప్రేమగా పెంచుకున్న పూల తోట మొత్తం వాడిపోయింది. ఎవ్వరు నీళ్ళైనా పోసిన జాడలేదు" అంటూ ఆయనకి ఫలహారం అందించింది. ఆబ్బె, ఉలకడు పలకడు, ద్రుష్టి ఎక్కడో వుంది. సర్లే, ఇది మాకు మామూలే, అని పార్వతీ దేవి "నందీ" అని గట్టిగా పిలిచింది. క్షణం లో నంది వచ్చి "ప్రణామాలు తల్లి" అంటే దేవి "ప్రణామాలు తరవాత, ఆ పూల మొక్కలకి నీళ్ళు ఎందుకు

పొయ్యలేదు?" అని అడిగింది. నంది "అమ్మా, అయ్య ఆనతి ఇయ్యలేదు తల్లి" అన్నాడు. పార్వతి కోపం గ "అది కూడా ఆయనే చెప్పాలా?" అంటే నంది "అమ్మా, తమకు తెలీనిదా? అయ్య ఆనతి లేనిదే శివ నామస్మరణ తప్ప నేను ఏది చెయ్యను తల్లి" అంటే పార్వతీ దేవి "అది సరే, చిన్నోడు ఎక్కడ కనబడ్డే?" అంటుంటే, అప్పుడే లోపలకి వస్తున్న గణపతి, అమ్మని చూసి, పరుగు పరుగున వచ్చి "అమ్మా, ఎప్పుడొచ్చావు అమ్మా? ఇన్ని రోజులా? వెంటనే వచ్చేస్తానన్నావు కదా?" అని మారం చేస్తుంటే, పార్వతి "నా రాక సరే, నీ రాక ఎక్కడినుండి? అలా తిరిగే బదులు బైట పూల తోట ఎండిపోతుంటే నీకు కనబడలేదా?" అని కొంచెం కోపంగానే అంది. గణపతి మొహం చిన్నబుచ్చుకున్నట్టు పెట్టి "అదేంటమ్మా, నువ్వెళ్ళాక నాకు నవరాత్రులు మొదలయ్యాయి కదా? అప్పుడు వెళ్లిన వాడిని మళ్ళీ ఇప్పుడే కదామ్మా భోలోకం నుండి వస్తుంట? అయినా అన్నయ్య ఉన్నాడుగా, ఆయనే చూసుకుంటాడులే అనుకున్నాను" అనగానే, లోపల సేదతీరుతున్న కార్తికేయుడు పరుగు పరుగున వచ్చి, పార్వతీ మాత తో "చూడమ్మా, వీడెప్పుడు నామీదకె నెట్టేస్తాడు" అన్నాడు. గణపతి చిలిపిగా నవ్వడం చూసిన పార్వతి "పెద్దాడు నాతోపాటు మావయ్య వాళ్ళింటికి వచ్చాడు కదా? సర్లే ఏదైతేనేం, నేను లేకపోతే అంత గందరగోళమే" అని, వాళ్ళని వెళ్ళమని, శివయ్య దగ్గరకెళ్ళి "స్వామి, ఇక్కడ ఇంత జరుగుతున్నా మీకు ఏమి తెలియట్లేదు. అంత గొప్ప దృశ్యం ఎం చూస్తున్నారు?" అంది. అయినా స్వామి దగ్గరనుండి సమాధానం రాకపోయేసరికి, ఈసారి దేవి "మిమ్మల్నే స్వామి?" అనేసరికి అప్పుడు గమనించాడు పార్వతీ దేవిని. శివయ్య "దేవి, అక్కడ చూడు ఆ దృశ్యం ఎంత అద్భుతంగా ఉందో?" అంటే, పార్వతీ దేవి "ఎక్కడ స్వామి?" అని ఆవిడ కూడా భూలోకం వైపే చూస్తుంటే, పరమశివుడు చెబుతున్నాడు. "అది శ్రీశైలం అడవుల్లో వున్న తిమ్మన్న గూడెం దగ్గర జలపాతం. ఆ జలపాతం దగ్గర్లో వున్న గౌరమ్మ ఆ గూడెం దేవత. ప్రతీ పౌర్ణమి రోజున పూజలు చేస్తారు" అంటే పార్వతీ మాత "ఆ దీపాల వెలుగుల్లో, ఆ జలపాతం చేసే శబ్దాలు వింటుంటే ఎంత బావుంది స్వామి?" అంటే శివుడు "అంతే కాదు దేవి, కొన్ని క్షణాల్లో

అక్కడొక అద్భుతం చోటు చేసుకోబోతుంది" అన్నాడు. దేవి "ఏమిటి స్వామి?" అంటే శివుడు "నువ్వే చూస్తావుగా" అని ఇద్దరు తదేకంగా అటే చూస్తుంటే, ఆ కోయవాళ్ళు దీపాలన్నీ ఆర్పేశారు. ఎవ్వరు మాట్లాడట్లేదు. అక్కడకి దగ్గర్లో వున్న జలపాతం, ఆ పక్కనే వున్న సెలయేరు చేస్తున్న శబ్దం లయబద్ధం గ వినిపిస్తుంది. పండు వెన్నెల్లో, గౌరమ్మ దగ్గర వెలిగించిన చిన్ని దీపం మాత్రం కనబడుతుంది. కొన్ని క్షణాలు గడిచాక, ఆ చెట్ల మధ్యలోంచి చంద్రుడి కిరణాలు గౌరమ్మ ముక్కు పుడక మీద పడి, విగ్రహం చుట్టూ ఇంద్రధనస్సు ప్రతిబింబించింది. అసలు ఆ దృశ్యం చూస్తుంటేనే మనస్సు పులకరించిపోయింది. అది కనబడిన మరుక్షణం అక్కడి వారంతా "గౌరమ్మ తల్లి, కాపాడమ్మా" అని మొకరిల్లారు.

ఆ దృశ్యం కొన్ని క్షణాలు ఉండి మాయం అయ్యింది. వాళ్లంతా కాగడాలు వెలిగించి ఇంటి దారి పట్టారు. వాళ్లలో వున్న ఒక యువ జంట మాత్రం ఒకరి తో ఒకరు సైగ చేసుకుని, మెల్లిగా ఆ గుంపు నుండి తప్పుకుని, జలపాతం దగ్గర చిన్న కొండగట్టు దగ్గరకెళ్ళి కూర్చున్నారు. ఆ కుర్రాడి పేరు మల్లిగాడు, ఆ అమ్మాయి పేరు చంద్రి. చంద్రి అతనితో "మావ, పోయిన పున్నమికంటే ఈ పున్నమికి సందమామ ఇంకా అందంగా వుంది కదూ?" అంటే మల్లిగాడు "నేనొచ్చేది ఆ సందమామ వెలుగులో నా చంద్రి ని చూడ్డానికే" అంటే చంద్రి "మావ, మన మనువు సంగతి మా అయ్యతో మాట్టాడతా అన్నావు. ఇంకా జాగి చేస్తే, మా అయ్య ఎవరో ఒకర్ని కట్టబెట్టేస్తాడు" అని మొహం దిగాలుగా పెట్టింది. మల్లి గాడు చంద్రిని దగ్గరకి తీసుకుని "ఎర్రిదాన, నేను మాట్టాడ్డం ఏంటే? మా అయ్యా, మీ అయ్యా కలిసి మనకి మనువు సేద్దామని అనేసుకున్నారు. గుళ్లో అయ్యోరు, వచ్చే మాసం లో మంచిది ఉందని సెప్పేరంట. నీకు సెప్పొద్దని, నేనే సెబుతా అని అన్నాను" అనగానే చంద్రి "నిజమా మావా? అనేసి, ఆ గట్టు మీద పైకి లేచి నిలబడి, "గౌరమ్మ తల్లి, మా మనువు ఐపోతే, నీ జాతరనాడు అగ్గి గుండం మీద నడిచి వత్తా తల్లి" అని మొక్కేసుకుంది.

అదంతా చూస్తున్న పార్వతీమాత శివుడితో "స్వామి, ఆ పిల్ల చూడండి, చక్కని చుక్కలా లేదు? ఎంత బావుందో కదా జంట. అది సరే, నిప్పుల గుండం తొక్కుతాను అంటుంది. అసలు ఇలాంటి మొక్కులు మొక్కమని ఎవరు చెబుతారు స్వామి వీళ్ళకి?" అంటే, శివుడు చిన్న నవ్వు నవ్వి "దేవి, ఎప్పుడో వాళ్ళ పెద్దలు, తప్పు చేసిన వాడిచేత నిజం చెప్పించడానికి పెట్టిన పద్ధతి అది. ఇవ్వాళ ఇలా మూఢ నమ్మకం అయ్యి కూర్చుంది. అది సరే దేవి, నీ ముక్కుపుడకని చూస్తూ, నువ్వొచ్చిన సంగతే గమనించలేదు. ఏమిటి మీ పుట్టింటి సంగతులు? ఏమంటున్నాడు మా బావ?" అన్నాడు. దేవమ్మ మాత్రం "ఉండండి స్వామి, ఆ జంట చూడండి ఎంత ముచ్చటగా వున్నారో? వాళ్ళని ఎంతసేపైనా అలా చూడాలనే వుంది. బహుశా, ప్రతీ పౌర్ణమికి వాళ్ళు ఆ కొండగట్టు దగ్గర కూర్చుని, కబుర్లు చెప్పుకుంటారేమో?" అంటూ అటే చూస్తోంది అమ్మ. అయితే శివుడు మాత్రం "దేవి, అంతదూరం ప్రయాణం చేసి వచ్చావు. లేచి కొంచెం ఫలహారం ఎంగిలిపడు" అంటుంటే దేవమ్మ "అది కాదు స్వామి. చంద్రి - మల్లి పెళ్ళి కి మనం వెళదామా?" అంది. శివుడు "దేవి, ఏదో ఆ దృశ్యం చూడముచ్చటగా ఉందని చూపిస్తే ఇలా వరాలు అడిగేయ్యడమే?" అంటే దేవమ్మ చిన్నగా అలక వహించి "నేను ఏమడిగాను స్వామి? నా బిడ్డలు వాళ్ళు. వాళ్ళు ఒక్కటవ్వాలని మొక్కింది నాకే కదా? ఆ మనువుకి మనం కూడా వెళ్ళి, ఆశీర్వదించి వద్దాం స్వామి. ఇదొక్కటి మన్నించండి" అంటుంటే దేవదేవుడు దేవమ్మ మాటలకి అడ్డుపడి "దేవి, ఇక వాళ్ళ సంగతి ఈ క్షణమే మర్చిపో. ఎంతమంది ఆపదలో వున్నారో? కష్టాల కడలిలో ఈదుతున్నారో? వారి సంగతి చూడు" అని కొంచెం కోపంగానే అన్నాడు. ఈసారి దేవమ్మ ఏమి మాట్లాడలేదు. తల అటు పక్కాగా తిప్పి ఎక్కడో చూస్తూ ఉండిపోయింది. ఒక్క క్షణం గడిచాక లేచి, ఫలహారం తీసుకొచ్చి దేవదేవుడి చేతికందించి, ఆవిడ అక్కడే ఒక గట్టు మీద చతికిల పడింది.

ఉలుకూ పలుకూ లేదు, ఎప్పుడూ వుండే ఆ చిరునవ్వు లేదు. పైగా ఇంకా కబుర్లలో మునిగిపోయిన అదే జంటని చూస్తూ కూర్చుంది. విషయం అర్థమైన శివయ్య "దేవి, ఈ జగత్తు అంత మాయే అని తెలిసి కూడా బిడ్డల పట్ల ప్రేమ

పెంచుకోవడం మంచిది కాదు. ఎప్పుడూ లేనిది ఏమిటిది? సరే, నీకోసం చెబుతున్నాను, నీకోరిక తీరే అవకాశమే లేదు. ఆ జంట మనువుకి నోచుకోలేదు" అన్నాడు. అప్పటి వరకు ముభావంగా వున్న తల్లి ఉలిక్కిపడి "ఏమిటి స్వామి మీరు అనేది? వారిద్దరికీ మనువు రాసిపెట్టిలేదా?" అంది. ఆయనేమో ఒకసారి కళ్ళు మూసి, తెరచి "దేవి, వారి ఆనందం ఇంకొన్ని ఘడియలు మాత్రమే. వారిరువురికి యమగండం వుంది. భోలోకంలో ఇవేవారి చివరి ఘడియలు. ఆ జలపాతమే ఉగ్రరూపం దాల్చి, వారి పాలిట మృత్యువు కాబోతుంది" అని అసలు విషయం చెప్పగానే పార్వతీమాత నిశ్చేష్ఠురాలు అయ్యి, అమ్మ మొహం గంభీరాన్ని పులుముకుంది.

పార్వతీమాత ఒక్క క్షణం పాటు అలోచించి, శివుని తో "స్వామి, నా బిడ్డలని మృత్యు వడి నుండి కాపాడండి" అంటే స్వామి "దేవి, నీకు తెలియంది కాదు. విధి రాత ని మార్చిరాయడం నా చేతుల్లో లేని పని" అన్నాడు. దేవమ్మ "అయితే నా బిడ్డలని కాపాడుకోడానికి నా శాయశక్తులా ప్రయత్నిస్తాను" అని "నంది" అనేసరికి ఆమె గొంతు నాలుగు మూలలా ప్రతిధ్వనించి, కైలాసం ఉలిక్కిపడింది. క్షణం లో అందరు అమ్మ ఎదుట హాజరైనారు. పార్వతీ మాత "నంది, ఆ జలపాతం దగ్గరకి వెళ్ళు, ఆ జంటని అక్కడి నుండి తరిమి కొట్టు" అంది. నంది ఏమో తల దించుకుని నిలబడ్డాడే తప్ప సమాధానం లేదు. మళ్ళీ దేవమ్మే "అమ్మ మాటకే ధిక్కారమా?" అనేసరికి నంది సాష్టాంగపడి "అమ్మా, మన్నించు తల్లి. అయ్య ఆనతి లేనిదే మంచినీరు అయినా తాగను తల్లి. నా వల్ల కాదు తల్లి" అన్నాడు. పార్వతీ మాత గణపతి, కుమారా మీరు వెళతారో లేక ఎవరినన్నా పంపుతారో తెలీదు. చంద్రి, మల్లి అక్కడనుండి వెళ్ళిపోవాలి. అంటే వాళ్ళు "అమ్మా, నాన్న అనుమతి లేనిదే మేము అడుగు వెయ్యలేము అమ్మా. క్షమించు" అన్నారు. గంగని పిలిచి "చెల్లి, తిమ్మన్న గూడెం దగ్గర కొన్ని ఘడియల్లో నీవు ఉగ్రరూపం దాల్చనున్నావు. అక్కడ నా బిడ్డలు చిక్కుకోబోతున్నారు. వాళ్ళని నువ్వే కాపాడాలి" అంటే గంగామాతా కూడా అదే పాట పాడింది. ఇక పార్వతీ దేవి శివునితో "స్వామి, మీ చేతుల్లో ఏమి లేదు

అన్నారు. వాళ్ళని కాపాడమని వీళ్ళకి చెప్పండి. మీ అనుమతి లేదనే వీరు ఎవ్వరు ముందుకు రావట్లేదు" అనగానే శివుడు "దేవి, నేను ఆనతి ఇచ్చినా మీ అన్నయ్య వొప్పుకోవద్దూ?" అంటే దేవి "అన్నయ్యా" అని తలుచుకునే సరికి క్షణం లో విష్ణుమూర్తి ప్రత్యక్షం అయ్యాడు. ఆయనతో దేవమ్మ "అన్నయ్యా, నా బిడ్డలు ప్రమాదం లో వున్నారు. వాళ్ళని కాపాడండి" అంది. విష్ణుమూర్తి "తల్లీ, చిన్న చీమ కుట్టాలన్నా, బ్రహ్మా రాత రాయాల్సిందే, దానికి మీ ఆయన అనుమతి కావాల్సిందే. మధ్యలో నాదేముంది? అయినా ఒకసారి బ్రహ్మా ని అడిగి చూద్దాం" అనేసరికి పార్వతీ మాత స్వరం పెంచి

"త్రిపుర సుందరి రూపం లో వున్న నన్ను చూసి మీరంతా పరీక్షిస్తున్నారు.

"వైష్ణవి ని నేనే,

మహేశ్వరి ని నేనే,

ఇంద్రాణి, వారాహి, చాముండి ని నేనే,

అఖిలాండేశ్వరి ని నేనే,

మీనాక్షి, కామాక్షి, విశాలాక్షిని నేనే,

అన్నపూర్ణనీ నేనే, గౌరమ్మ నీ నేనే,

అసుర సంహారం చేసిన నవదుర్గ నీ నేనే,

భద్రకాళి, మహాకాళి, ఆదిపరాశక్తి నీ నేనే......"

అని ఆవిడ ఉగ్రరూపము దాల్చుతుంటే, విష్ణుమూర్తి "శాంతించు తల్లీ. నీ బిడ్డలని కాపాడే భాద్యత నాది" అంటుండగానే ఇంతలో నారద మునీంద్రుడు వచ్చాడు. ఆయన వస్తూ వస్తూనే "ఆ, ఆ, మా అమ్మకి కోపం తెప్పించింది ఎవరు? అనుకుంటూ వచ్చి శివుని తో "స్వామి, మా అమ్మ యుగానికి ఒక వరమైనా కోరదు. అలాంటిది అడగక అడిగిన కోరికని మన్నించలేవా మహాదేవా?"

అన్నాడు. విష్ణుమూర్తి, శివునితో "బావ, ఇక మనకి తప్పేటట్టు లేదు. మా చెల్లెలికి ఒక్కదానికి ఐతే ఎలాగోలా నచ్చచెప్పేవాళ్ళం. ఇప్పుడు ఈ నారదుడు వచ్చాక, మనం ఎంత ప్రయత్నించినా అనవసరం" అనగానే శివుడు "నీ ఇష్టం బావ" అన్నాడు. విష్ణువు, శివుని మెడలోని సర్పాన్ని ఉద్దేశించి "వాసుకి, తక్షణమే వెళ్లి, ఆ జంటని అక్కడనుండి వెళ్లిపోయేట్టు చెయ్యి" అన్నాడు. శివాజ్ఞ కూడా అవ్వడంతో, ఇంకా ఆ వెన్నెలనే ఆస్వాదిస్తున్న మల్లి, చంద్రి లను, వాసుకి, ఒక నల్ల త్రాచు రూపం లో భయపెట్టేసరికి వారు అక్కడనుండి లేచి, అప్పటికే మూడో ఝాము కూడా దాటడంతో ఇంటిబాట పట్టారు. వారు ఇలా వెళ్లారో లేదో, అక్కడ గంగమ్మ ఒక్కసారిగా పైకి పొంగి వచ్చి ఆ కొండగట్టు మొత్తం నీటిలో మునిగిపోయింది. అప్పటికే మల్లి-చంద్రి వారి గూడెం చేరడం తో అది చూసిన పార్వతీ మాత అప్పుడు శాంతించింది.

రోజులు గడుస్తున్నాయి, దేవమ్మ తీరిక దొరికినప్పుడల్లా, వాళ్ళు ఎలా వున్నారో చూస్తూనే వుంది. ముఖ్యం గ పౌర్ణమి రాత్రుళ్ళు, వాళ్లిద్దరూ ఆ కొండగట్టు మీద కూర్చుని, కబుర్లు చెప్పుకుంటూ ఉంటే చూసి మురిసిపోయేది. ఎలా ఐతేనే, వాళ్ళ పెద్దలు మల్లి, చంద్రి లకు పెళ్లి నిశ్చయం చేసారు. "వాళ్ళ పెళ్ళికి అతిధులుగా వెళదామా స్వామీ?" అని శివయ్యని అడిగితే, ఆయనేమో చిరునవ్వే సమాధానం ఇచ్చాడు. ఆవిడ ఊరుకుంటుందా? "వెళదాం స్వామీ" అనేసరికి ఆయన "దేవి, నువ్వు వేరు, నేను వేరు కాదు కదా?" అంటే దేవమ్మ "కానీ, మీ మాయ మాత్రం నాకు అర్థం కాదు మహాప్రభూ. సరేలే నేను వెళ్లి ఆ వేడుక చూసి వస్తాను" అంది. గణపతి, కార్తికేయ మారం చెయ్యడంతో వాళ్ళని కూడా తనతో పాటె తీసుకెళ్లింది. చంద్రి కి, మల్లి కి గౌరమ్మ గుడిలో మనువు చేశారు. స్వయంగా పార్వతీ మాతే, తన ఇద్దరి బిడ్డలని తీసుకుని వెళ్లి, ఆ జంటని ఆశీర్వదించి వచ్చింది.

ఎవరికో కష్టం వచ్చింది, ఇంకెవరికో ఆపద వచ్చింది అంటూ దేవమ్మ కి ఎప్పుడూ వుండే పనులే కదా? జీవరాసికే కాదు, దేవరాశికి సమస్య వచ్చినా సర్ది

చెప్పాల్సింది, సమస్య తీర్చాల్సింది అమ్మే కదా? కొన్ని నెలలు గడిచేసరికి కార్తీక పౌర్ణమి వచ్చింది. ఆనాటి రాత్రి, మర్చిపోకుండా కొండగట్టు గౌరమ్మ కి జరిగే పూజ, ఆ వెన్నెల్లో ఆమె ముక్కుపుడక చూసి తీరాలి అనుకుంది. ఇంతలో "అవునూ వీళ్ళ సంగతే మర్చిపోయాను, ఎం చేస్తున్నారో?" అనుకుంటూ చంద్రి-మల్లి కోసం చూస్తే, వారు గూడెం నుండి ఎక్కడికో ప్రయాణం అవుతున్నారు. అదేమిటి? ఈ రోజు కార్తీక పౌర్ణమి కదా? ఎక్కడికి వెళ్తున్నారు? అనుకుంటూ అక్కడ జరిగేదాన్ని చూస్తూ కూర్చుంది.

మల్లి గాడికి సుస్తీ చేసింది. గూడెం వైద్యుడు మూలికలతో తగ్గించే ప్రయత్నం చేశాడు కానీ ఏమాత్రం గుణం కనిపించలేదు. పైగా, రెండు రోజుల నుండి ఇంకా ఎక్కువ బాధ పడుతున్నాడు. ఇక వాడి బాధ చూడలేక, చంద్రి పట్టు మీద, హైదరాబాద్ నగరానికి వెళ్ళి, వైద్యం చేయించుకుందామని బయల్దేరారు. అయితే వారి గూడెం నుండి బస్సులు తిరిగే మార్గం చేరాలంటే, దాదాపు పద్దెనిమిది కిలోమీటర్లు నడక మార్గం ద్వారా చేరుకోవాలి. మల్లిగాడు అంతదూరం నడిచే స్థితిలో లేడని, ఇద్దరు స్నేహితులు చిన్న చెక్క బండి చేసి, దాని మీద మోసుకొచ్చారు. వాళ్ళు తెల్లవారు ఝామున మూడు గంటలకే బయల్దేరి, ఉదయం అయ్యేసరికి బస్సు వెళ్లే మార్గం చేరుకున్నారు. ఎలా ఐతేనే మల్లి, చంద్రి ఒక బస్సు ఎక్కి హైదరాబాద్ బయల్దేరారు. పుట్టి పెరిగాక వారి గూడెం, ఆ కొండలు, గుట్టలు, అడవిలో తిరిగారు తప్ప ఏనాడూ అది దాటి రాలేదు. మొత్తానికి మధ్యాహ్నం అయ్యేసరికి బస్సు ఎం.జీ.బీ.స్ బస్ స్టాండ్ కి చేరింది. బస్సు దిగేప్పుడు, చంద్రి కండక్టర్ తో "అయ్యా, ఈడ ఆసుపత్రి కి ఎటు పోవాలి?" అని అడిగింది. అతనేమో "ఏమోమ్మ, దిగి ఎవరినన్నా అడుగు చెబుతారు" అనడంతో వీళ్ళు బస్సు దిగి, అక్కడే ఓ మూల కూర్చున్నారు.

ఇంటి దగ్గర నుండి తెచ్చుకున్న చద్ది కూడు భర్తకి తినిపించి, తను కూడా కొంచెం ఎంగిలిపడి, అక్కడ ఎవరో ఉంటే ఆసుపత్రికి ఎలా వెళ్లాలో అడిగింది. వారికి తెలిసింది ఏదో చెప్పారు. అయితే అసలు అది ఎక్కడుందో చూసి

వస్తానని, మల్లిని అక్కడే వదిలి, చంద్రి నడుచుకుంటూ బస్సు స్టాండ్ బైటకి వచ్చింది. ఆ ట్రాఫిక్, ఆ గోల చూసేసరికి ఆమెకి మతి పోయినంత పనయ్యింది. అమాయకమైన మొహం, ఆమె ఆహార్యం అందరు వింతగా చూస్తుంటే, ఈమె కూడా వాళ్ళని అలాగే చూస్తూ, కనబడిన వాళ్ళని ఆసుపత్రికి దారి అడుగుతూ వెళుతోంది. అయితే, తను బస్సు స్టాండ్ దగ్గర నడవడం మొదలుపెట్టినప్పటినుండి, ఎక్కడైతే దారి మలుపు తిరగాల్సి వస్తుందో ఆ మలుపు దగ్గర వున్న చిన్న స్తంబానికో లేక చెట్టుకో ఏదో ఒక దానికి, తను కూడా తెచ్చుకున్న ఎరుపు లేదా పసుపు రంగు దారాలు ముడి వేస్తూ వెళుతుంది. మొత్తానికి ఒక కిలోమీటరు నడిచాక, చిన్న ఆసుపత్రి కనబడింది. అది గుర్తుపెట్టుకుని, అక్కడినుండి వెనక్కి బయల్దేరింది. మలుపు వచ్చిన ప్రతీసారి, తను వెళ్లేప్పుడు ముడివేసిన తాడు సహాయంతో నెమ్మదిగా బస్సు స్టాండ్ కి చేరుకుంది. అదంతా చూస్తున్న పార్వతీ దేవి "ఆహ, ఎంత తెలివయ్యింది చంద్రి. అంటే ఎరుపు రంగు ఉంటే కుడివైపుకు, పసుపు అయితే ఎడమ వైపుకి తిరగాలని గుర్తు అన్నమాట?" అని తనలో తానె మురిసిపోయింది.

చంద్రి, మల్లిని తీసుకుని మెల్లిగా నడుచుకుంటూ ఆ ఆసుపత్రి కి చేరుకుంది. అక్కడ ఎవరో నర్సు కనబడితే, ఇలా తిమ్మన్న గూడెం నుండి వచ్చామని, తన భర్త కి ఆరోగ్యం బాగోలేదని, వైద్యం చెయ్యాలని అడిగింది చంద్రి. ఆమె, డాక్టర్ ని కలవాలంటే మూడు వందల రూపాయలు కట్టాలని చెప్పింది. బస్సు టికెట్ పోగా వారి దగ్గర మిగిలింది పదిహేను వందలు. మల్లి వద్దు అంటున్నా వినకుండా చంద్రి మూడొందలు కట్టి, డాక్టర్ కి చూపించింది. అతను చూసి, ఏవో టెస్ట్ లు చేయించుకోమన్నాడు. ఒక టెస్ట్ కి ఎనిమిది వందలు అన్నారు. వాళ్ళకి ఏమి చెయ్యాలో అర్థం కాలేదు. అక్కడ ఎవరో ఒకతను వీళ్ళని చూసి, అమాయకంగా కనబడేసరికి "అమ్మ, ఇక్కడ ఇంతే. అవన్నీ మీరు చేయించుకోలేరు. గవర్నమెంట్ హాస్పిటల్ ఐతే డబ్బులు ఏమి అడగరు అని, అక్కడికి వెళ్ళమని" సలహా ఇచ్చాడు. ఇక చేసేది లేక, ఆ హాస్పిటల్ కి ఎలా వెళ్ళాలి? అని అడిగారు. అక్కడినుండి అది దూరం అని, సిటీ బస్సు ఎక్కి వెళ్లాలని చెప్పడంతో ఆ ప్రైవేట్ హాస్పిటల్ నుండి

బైట పడ్డారు. రోడ్ మీద ఎటు వెళ్లాలో తెలీదు, ఆ వాహనాల గోల. అంత గజిబిజి లో కూడా చంద్రి, మల్లి చెయ్యి తన భుజం మీద వేసుకుని, నడిపించుకుంటూ, దారిలో కనబడిన వాళ్ళని అడుగుతూ వెళ్తున్నారు. అలా కొద్ది దూరం వెళ్లేసరికి, ఇక మల్లి నడవలేక కూలబడిపోయాడు. అతన్ని ఒక గోడకి జేర్చి, చంద్రి అక్కడ ఒక ఆటో ఆగి ఉంటే వెళ్లి ఆ డ్రైవర్ తో "అన్నా, మేము సేనా దూరం నుండి వచ్చాము. పట్నానికి ఎప్పుడూ రాలేదు. ఇదే మొదటిసారి. నా భర్త కి ఆరోగ్యం బాలేదు. ప్రభుత్వాసుపత్రి కి ఎల్లే బస్సు లు ఎక్కడ ఎక్కాలన్నా?" అంది. ఆ డ్రైవర్ చంద్రి ని, కొంచెం దూరం లో గోడకి జారబడి ఒగురుస్తూ కూర్చున్న మల్లి వాలకం చూసి, జాలేసి "నేను దింపుతా లే రండి" అని ఇద్దర్ని ఎక్కించుకుని, ఉస్మానియా ఆసుపత్రి దగ్గర వదిలిపెట్టాడు. డబ్బులు ఎంత అని అడగబోతే, వద్దులే అని చెప్పి వెళ్ళిపోయాడు. నాగరికతని పులుముకున్న ఈ మహానగరంలో, మొదటిసారిగా వాళ్ళకి మనిషి కనిపించాడు.

అప్పటికే టైం ఆరు గంటలు దాటిందని, డాక్టర్ వెళ్లిపోయాడని, నైట్ డ్యూటీ డాక్టర్ ఎమర్జెన్సీ ఐతే తప్ప కొత్త పేషెంట్ లని చూడదని, అయితే లోపల బెడ్ కావాలంటే వెయ్యి రూపాయలు అవుతుందని, అది ఇవ్వలేకపోతే ఉదయం వరకు అలా బైట ఎక్కడ చోటుంటే అక్కడ కూర్చోవడమే అని చెప్పారు. ఇక చేసేది లేక, ఆసుపత్రి ఆవరణలోనే ఒక పక్కన చోటు చూసుకుని చతికిల పడ్డారు. దగ్గర్లో క్యాంటీన్ ఉంటే, చంద్రి వెళ్లి, ఇడ్లీ తెచ్చి మల్లికి తినిపించబోతే, వాడేమో అస్సలు ఆకలి లేదని, తనని తినమని చెప్పాడు. సంచిలోంచి దుప్పటి తీసి మల్లికి కప్పింది. అలా రెండు గంటలు గడిచేసరికి, అసలే అలిసిపోయిందేమో చంద్రికి నిద్రపట్టేసింది. అర్థరాత్రి మల్లి చెయ్యి తగలడంతో ఉలిక్కిపడి లేచి "ఏంటి మామ ఏమయ్యింది?" అంది. మల్లి గాడు నవ్వుతు ఆమె నే చూస్తున్నాడు. చంద్రి మళ్ళీ అదే మాట "ఏమయ్యింది మామ?" అని. మల్లిగాడు, చెట్ల మధ్యలోంచి కనిపిస్తున్న చంద్రుణ్ణి చూపించి "ఇయ్యాల కార్తీక పున్నమే చంద్రి" అన్నాడు. ఆ చంద్రుణ్ణి చూసి, వాళ్ళు గూడెం లో ఉండుంటే, గౌరమ్మ ని దర్శనం

చేసుకునేవాళ్లం అని, ఆ కొండగట్టు, జలపాతం అన్నీ గుర్తుచేసుకుని, కొంతసేపు కబుర్లు చెప్పుకుని, ఎప్పుడో తెల్లవారు ఝామున నిద్రపోయారు.

ఉదయాన్నే చంద్రికి మెలుకువ వచ్చింది. ప్రయాణ బడలిక, దానికి తోడు రాత్రంతా నిద్రలేదేమో శరీరం సహకరించట్లేదు. అతి కష్టం మీద లేచి, అక్కడ ఎవరో పెద్దాయన కనడబడితే టైం అడిగింది. అప్పటికే ఏడున్నర అయ్యిందట. "అమ్మో, డాక్టర్ గారు వచ్చేత్తారు" అనుకుని, తన పనులన్నీ పూర్తిచేసుకుని, రెండు ఇడ్లీ తీసుకొచ్చి మల్లి ని లేపింది. "లే మామ, మళ్ళీ మనం ఎల్లి అక్కడ వరసలో నిలబడాలట" అని దుప్పటి అది మడతపెట్టి సంచిలో పెట్టే పనిలో వుంది. "మల్లి" మాట్లాడకపోయేసరికి, చేత్తో తట్టి "లే మామ" అంది. మనిషి రాయి లా బిగుసుకు పోయాడు. ఎం జరిగిందో చంద్రి ఆలోచనకి అర్థం అయ్యింది, కానీ మనసుకే అది ఎక్కట్లేదు. మళ్ళీ లేపింది లాభం లేదు. మూసిన కళ్ళు ముసినట్టే వున్నాయి. మల్లి గాడి శ్వాస అనంత వాయువుల్లో కలిసిపోయి చాలా సేపు అయ్యింది. చంద్రి కి ఎం చెయ్యాలో తెలీలేదు. అలాంటి పరిస్థితి తను ఊహించలేదు. కళ్ళలో నీళ్లు రాలేదు, అలానే పక్కన మల్లి ని చూస్తూ కూర్చుండి పోయింది. గంటలు గడిచాయి, ఆమె మాత్రం అలానే చూస్తూ కూర్చుంది. చివరకి మధ్యాహ్నం ఒంటిగంటకు, ఎవరో చూసి, తను చనిపోయాడని చెప్పి, లోపల పనిచేసేవాళ్ళకి చెప్పారు. వాళ్లేమో అక్కడనుండి ఇంటికి తీసుకెళ్ళిపొమ్మని, లేకపోతే పోస్టుమార్ధం అది చెయ్యాలి అని చెప్పారు. చంద్రి కి మాత్రం మాట లేదు, కన్నీటి బొట్టు కూడా లేదు. చివరికి ఎవరో ఒకాయన డబ్బు సహాయం చెయ్యడంతో ఆ కార్యక్రమాలు అది పూర్తి చేశారు. చంద్రి ని చూసి జాలి పడ్డం తప్ప వాళ్ళు చెయ్యగలిగింది ఏమి లేకపోయింది.

చంద్రి తో పాటు, అక్కడ జరిగింది అంత చూస్తూ ఉండిపోయింది పార్వతీ దేవి. ఇదేంటిది? వాళ్ళు ఎం తప్పు చేశారని ఇంత పెద్ద శిక్ష? వెంటనే శివయ్య ని "స్వామి, అది చూశారా?" అని ఇంకా అమ్మ మాట పూర్తి అవ్వనేలేదు, ఇంతలో శివయ్య "దేవి, ఇది వారు కోరుకున్న జీవితం కాదు. నువ్వు రాసిన రాత.

నువ్వడిగిన వరం ఫలితమే అది" అని సమాధానమిచ్చి, ధ్యానంలోకి వెళ్ళిపోయాడు. పార్వతీమాత మాత్రం ఇంకేమి మాట్లాడలేక పోయింది. ఆ రోజు కొండగట్టున వారి యమగండానికి బలి ఐపోయివుంటే, ఈరోజు ఇలాంటి కష్టం పడాల్సిన అవసరం ఉండేది కాదుకదా? నేను అడిగిన వరం, నా బిడ్డల పాలిట శాపం అయ్యిందా? అని బాధ పడింది. తరవాత చంద్రి పరిస్థితి ఏంటో? తను ఎక్కడవుందో? ఎం చేస్తుందో? చూసేసరికి మనసు తరుక్కుపోయింది. మల్లి చనిపోయాడని తెలిసిన మరుక్షణం నుండి ఆమె నోట మాటలేదు, కళ్ళలో నీటి జాడ లేదు, ఎక్కడో చూస్తోంది, ఏదో ఆలోచిస్తుంది. తను తెచ్చుకున్న సంచి పోయింది, డబ్బులు లేవు. అలాగే, ఆ హాస్పిటల్ ఆవరణలోనే, పిచ్చి దానిలా అటూ ఇటూ తిరుగుతుంది. నీరసం వచ్చినప్పుడు ఒక మూల కూర్చుంటుంది. రోజులు గడుస్తున్నాయి, బట్టలు చిరుగుపట్టాయి, మనిషి రూపమే మారిపోయింది. ఎవరన్నా దయతలచి చేతిలో ఇంత ముద్ద పడేస్తే తింటుంది. లేకపోతే తిండీ లేదు. ఇటు పార్వతీదేవి సహనం అంచులు దాటేస్తుంది. మల్లి చనిపోయిన నాటినుండి చంద్రి ని అలా చూస్తూ ఉండడం తప్ప, తను కైలాసం లో వున్న సంగతి కూడా మర్చిపోయింది పార్వతీ మాత. నా బిడ్డ కోసం నేను ఇంకేం చెయ్యగలను? అని అహర్నిశలు చంద్రి ధ్యాసే. తను ఏమి చేయలేకపోతోంది. ఒకసారి తల రాత మార్చమని చెప్పినందుకే ఇన్ని కష్టాల పాలయ్యింది. ఇంకోసారి ఆ తప్పు చెయ్యనని నిర్ణయించుకుంది. కానీ చంద్రి ని చూస్తూ వుండలేకపోయింది. చివరకి, మల్లి చనిపోయిన మాసం రోజుల తరవాత, సరిగ్గా పున్నమి నాడే, అదే చంద్రుణ్ణి చూస్తూ కన్ను మూసింది ఆ చిట్టి తల్లి. అది చూసిన పార్వతీ మాతకి మనసు ద్రవించిపోయింది. ఆ రోజు అయితే అమ్మకి కంటిమీద కునుకు లేదు.

బ్రహ్మీ ముహూర్తం సమీపించింది. రోజులాగే దేవమ్మ లేచి తనలో తాను "నాకు ఇంటి సంగతి, పిల్లల సంగతి పట్టలేదు. అసలు శివ పూజ చేసి ఎన్ని రోజులయ్యింది? ఇవ్వాళ మనఃస్ఫూర్తిగా శివుడ్ని ఆరాధించాలి" అనుకుంది. ముందు ఇంటి సంగతి చూద్దాం అనుకుంటూ బైటకివచ్చేసరికి, అప్పటికే ఇల్లు

చక్కగా సర్దేసి వుంది. పైగా ఆరుబైట చెట్టుకింద కూర్చుని, గణపతి ఏమో నోరు ఊరించు కుంటూ ఉండ్రాళ్ళు భుజిస్తుంటే, కార్తికేయుడేమో మైమరచిపోయి పరమాన్నం ఆరగిస్తున్నాడు. ఇద్దరు అమ్మని చూసి "అమ్మా, ఆ అక్క ఎవరే? ఫలహారాలు అచ్చం నువ్వు చేసినట్టే వున్నాయి" అన్నారు. పార్వతీ మాత వంటశాల వైపు వెళ్ళి, అక్కడ శివ పూజకి ఫలహారాలు సిద్ధం చేస్తున్న అమ్మాయిని చూసి ఆశ్చర్యపోయింది. అప్పుడెప్పుడో మాయమైపోయిన చిరునవ్వు మళ్ళీ తిరిగి దేవమ్మ మోములో ప్రత్యక్షం అయ్యింది. ఆ అమ్మాయి ఎవరో కాదు చంద్రి నే. పార్వతీ మాత చంద్రి ని పలకరిద్దామని అనుకుంది. అసలు ముందు ఈవిషయం శివయ్య చెవిన వేద్దామని వెళ్తుంటే, ఇంటి బయట తను ఇష్టపడి పెంచుకుంటున్న పూల తోటకి నీళ్లు పోస్తూ కనిపించాడు మల్లి. అంతే, ఇక ఆవిడ ఆనందానికి అవధుల్లేవు. ఇంటి కి కొద్ది దూరం లో మాత్రం దేవేంద్రుడి వాహన శ్రేణి, సైనికులు కనబడేసరికి, ఇంత ఉదయాన్నే ఇంద్రుడు ఎందుకొచ్చాడో? అనుకుంటూ శివయ్య దగ్గరకి వెళ్ళింది. పార్వతీ మాత రాకని గమనించిన ఇంద్రుడు చేతులు రెండు జోడించి "అమ్మా, సర్వ మంగళ మాంగళ్యయే, శివే సర్వార్థ సాధికే, శరణ్యే త్రయంబకే గౌరీ, నారాయణీ నమోస్తుతే నమోస్తుతే నమోస్తుతే" అంటే దేవమ్మ "ఇంత ఉదయాన్నే నీ రాక? అంతా కుశలమే కదా?" అంది. ఇంద్రుడు "తల్లి, నీ దయ, మా నాన్నగారి ఆనతి" అన్నాడు. పార్వతీ మాత శివయ్య ని చూసి "స్వామి, అసలు విషయం చెప్పడమే మరిచాను. ఆ చంద్రి, మల్లి ఇద్దరూ..." అని చెప్పబోతుండగా, ఇంద్రుడు "తల్లి, ఆ విషయమే మీతో విన్నవించడానికి వచ్చాను. మల్లికార్జునుడు అనబడే మల్లి, చంద్రమతి అనబడే చంద్రి, వారు ఇరువురు దేవగణానికి చెందినవారే. స్వర్గ లోకం లో అతిథి సత్కార భాధ్యతలు చూసుకునే వారు. మీకు, నాన్నగారికి మహా భక్తులు. వారిని స్వర్గలోకం నుండి కైలాసానికి పంపాలని ఎప్పటినుండో అడిగేవారు. కైలాసం చేరడం అంత సులభం కాదని నచ్చచెప్పేవాడిని. చివరికి, వారిద్దరూ కశ్యప మహాముని కి సేవ చేసి, కైలాసం చేరే మార్గం ప్రసాదించమని వరం అడిగారు. ఆయనేమో, కైలాసం చేరాలంటే భక్తిమార్గం ఒక్కటే దారి అని, ఏడు సార్లు

మానవ జన్మ ఎత్తి, పార్వతీ పరమేశ్వరులను భక్తి శ్రద్దలతో కొలిస్తే, కైలాసానికి చేరుకుంటారని వరమిచ్చారు. ఇదిగో, నేటితో వారి జన్మలు పూర్తి అయ్యాయి. మీ బిడ్డల్ని మీకు అప్పగించి వెళదామని వచ్చాను తల్లి" అన్నాడు.

సంతోషిస్తుంది అనుకున్న పార్వతీ దేవి మొహం లో అది కనబడక పోగా, శివయ్య తో "స్వామీ, అయితే ఎప్పుడో కైలాసం చేరాల్సిన నా బిడ్డల్ని, అన్ని బాధలు పెట్టింది, నేను తెలీక అడిగిన వరమేనా?" అంది. శివయ్య చిన్న నవ్వు నవ్వి "దేవీ, ఏ తల్లి అయినా బిడ్డలని బాధ పెడుతుందా? అలాంటిది జగన్మాతవి, నీవు అడిగిన వరం వారికి మంచే చేసింది. అది వారి ఆరవ జన్మ. ఆ రోజు మృత్యువు నుండి తప్పించుకున్న వాళ్ళు, మిగులున్న ఖర్మ ఫలితాలని అన్నింటిని అనుభవించి, ఏడవ జన్మ సైతం పూర్తిచేసుకుని ముందుగానే కైలాసం చేరుకున్నారు" అని అసలు విషయం సెలవిచ్చాడు. ఇంతలో మల్లికార్జునుడు, చంద్రమతి పార్వతీపరమేశ్వరుల పాదాలకి నమస్కరించి, ఆశీర్వాదం తీసుకున్నారు. ఆ రోజునుండి, ఆ జంట దేవమ్మ-శివయ్య లకు సేవ చేసుకుంటూ కైలాస వాసులై విరాజిల్లినారు.

"పార్వతీ పరమేశ్వరులను బంధించుటకు తాళ్ళున్నవే? ఒక్క భక్తి తాళ్లు తప్ప"

నందివర్ధనం

దేశ రాజధాని ఢిల్లీ లోని శాంతినికేతన్ ప్రాంతం అది. ఎటు చూసినా విల్లాల మయం, దూరం దూరం గ కట్టబడివున్న విశాలమైన ఇళ్ళు. ఒక ఇంట్లోనుండి సన్నగా, పడమటి సంధ్యారాగం సినిమాలోని "పిబరే రామరసం, రసనే, పిబరే రామరసం" పాట వినబడుతుంది. ఆ ఇంటి యజమాని గోపాల రావు గారు, సతీమణి సుభాషిణి, ఇద్దరు ఎక్కడికో ప్రయాణం అవుతున్నారు. గోపాల్ రావు గారు "పద, వెళ్లి అక్కడే వెయిట్ చేద్దాం" అంటే సుభాషిణి గారు "ఊరుకోండి, ఫ్లైట్ ఎప్పుడో 12:30 కి అయితే ఇప్పటి నుండి వెళ్లి ఎం చేస్తాం?" అన్నారు. గోపాలం గారేమో "ట్రాఫిక్ అది ఉంటుందేమోనే, ఎయిర్ పోర్ట్ లో మద్రాస్ కాఫీ దొరుకుతుంది, వెళ్లి ఒక కప్పు కాఫీ తాగే సరికి టైం ఎలాగూ అవుతుంది. పద, పద" అనేసరికి ఆవిడకి ఇక తప్పలేదు. కార్ ఆయనే డ్రైవ్ చేసుకుంటూ ఎయిర్ పోర్ట్ బాట పట్టారు. అక్కడకి చేరుకొని, మద్రాస్ కాఫీ దగ్గర రెండు ఫిల్టర్ కాఫీ చెప్పి, అది ఆస్వాదిస్తూ, అక్కడ జన సందోహాన్ని చూస్తూ కూర్చున్నారు. జ్ఞాపకాల సుడిగుండాలు ఆయన్ని పదిహేనేళ్ళు వెనక్కి తీసుకెళ్లిపోయాయి.

అప్పుడు గోపాలం గారు, సెంట్రల్ గవర్నమెంట్ లో వున్నత స్థానం లో వుద్యోగం చేస్తున్నారు. బదిలీల కారణంగా, దాదాపు దేశం మొత్తం తిరిగారు. అప్పుడు వాళ్ళు కొలకత్తా లో ఉండేవారు. వారికి ఒక్కతే అమ్మాయి, పేరు వాశిష్టి. ఆ అమ్మాయి చదువు పూర్తిచేసుకుని, క్యాంపస్ లో మంచి వుద్యోగం కూడా తెచ్చుకుంది. వుద్యోగం లో చేరితే మళ్ళీ టైం దొరకదని, ఎదో నాలుగు రోజులు అలా వెళ్లి వద్దామని, గోపాలం గారు భార్య సుభాషిణి, కూతురు వాశిష్టి ని తీసుకుని కొలకత్తా నుండి వారి స్వగ్రామం బయల్దేరారు. విశాఖపట్నం ఎయిర్

పోర్ట్ కి చేరుకునేసరికి ఉదయం తొనిమిది అయ్యింది. కారు మాట్లాడుకుని, వారి స్వగ్రామం ఐన హంసవరం బయల్దేరారు. అక్కడనుండి అది వంద కిలోమీటర్ల పైనే ఉంటుంది. కార్ లో, డ్రైవర్ పక్క సీట్లో వాశిష్టి, వెనకాల వీళ్లిద్దరు కూర్చున్నారు. కారు హైవే మీద వెళ్తుంటే, ఉదయపు ఎండలో, దూరం గ కొండలు, వాటి ముందు పచ్చని పొలాలు, చూస్తుంటే అద్భుతంగ వుంది. సుభాషిణి గారు గోపాలం గారితో "అబ్బ, ఎన్నాళ్ళు అయ్యిందో కదా ఊరొచ్చి? ఎంత బావుందో చూడండి" అంటే ఆయన "హా బావుండకే" అన్నారు. కొన్ని క్షణాలు గడిచాక ఆవిడ "ఏవండీ, ఆ పొలం అమ్మేద్దామంటారా? పోనీ ఇంకోసారి ఆలోచించకూడదూ...?" అంది. గోపాలం గారేమో "బాగా ఆలోచించే నిర్ణయం తీసుకున్నాను. మనకి ఎదో తెలిసిన వాళ్ళు కాబట్టి అంత మంచి ప్రోపర్టీ ఆ రేటు కి వస్తుంది. ఎంత ఆలోచించినా ఇదొక్కటే మార్గం కనబడుతుంది" అన్నారు. ఆవిడ "పోనీ, మొత్తం ఎనిమిది ఎకరాలూ అమ్మేసే బదులు, ఒక ఆరు అమ్మి, రెండు ఉంచితే బావుంటుందేమో అనీ ...?" అంటే ఆయన "అసలు, ఎనిమిది ఎకరాలకు ఎంత వస్తుందో చూద్దాం. అయినా ఇప్పుడు రేట్లు బాగా పెరిగాయి. ఇప్పట్లో మళ్ళీ పెరిగే అవకాశం లేదు. పైగా, మనమేమన్న ఇక్కడికొచ్చి వ్యవసాయం చేస్తామా చెప్పు?" అంటే ఆవిడ "అదికాదండి, ఇక్కడ మనకంటూ ఏమి లేకుండా చేసేసుకుంటే, రేపన్నానాడు రావాలంటే ఎమన్నా బావుంటుందా?" అంది. గోపాలం గారు ఒక్క నిమిషం పాటు అలోచించి "భలేదానివే, మా అక్క వాళ్ళు వున్నారు కదా? ఏమి కాదు, బ్రహ్మాండంగా రావొచ్చు" అంటే ఆవిడ "రావొచ్చు, కానీ ..." అని ఎదో చెప్పబోతుంటే, గోపాలం గారు అడ్డుపడి "ఆ "కానీ" కోసమే కదా ఈ తిప్పలు? కాబోయే అల్లుడికి ఇక్కడ ఎక్కడో మూల, పొలం వుంది అని చెబుతావా? అదే, సిటీ లో ఇల్లు ఇస్తున్నాం అనుకో ఆ లెక్క వేరు" అని వాళ్ళు వాదించుకుంటూ ఉంటే, ముందు సీట్లో వున్న వాళ్ళమ్మాయి మాత్రం తనకేమి పట్టనట్టు అలా బైట చూస్తూ కూర్చుంది.

గోపాలం గారు పుట్టి పెరిగింది అంతా అక్కడే. చదువు పూర్తిచేసింది కూడా విశాఖపట్నం అవ్వడంతో అప్పటివరకు ఊరికి దూరంగా ఉండాల్సిన అవసరం

రాలేదు. ఇక ఉద్యోగం వచ్చాక మాత్రం, ఆయన పెళ్ళికి, ఆయన తల్లి తండ్రులు కాలం చేసినప్పుడు తప్ప ఎప్పుడు రెండు రోజులకి మించి ఊళ్ళో ఉన్న దాఖలాలు లేవు. ఆయన అక్క రమణమ్మ గారికి ఊళ్ళో సంబంధమే చేసారు. బావ పేరు గోవిందురాజులు, మంచి మోతుబరి రైతు, వీళ్ళ పొలం కూడా ఆయనే చూసుకుంటున్నాడు. వాళ్ళకి ఒక అబ్బాయి "సత్యన్నారాయణ మూర్తి", అమ్మాయి "గిరిజ". అబ్బాయి ఎదో డిగ్రీ దాకా చదువుకుని, తుని లో చిన్న వుద్యోగం చేసుకుంటున్నాడు. ఇక అమ్మాయికి ఈ మధ్యనే పెళ్ళిజేసి పంపించారు.

వీళ్ళు వెళుతున్న కారు హంసవరం పొలిమేర దాటి, ఊళ్లోకి దారి తీసింది. దారిలో కనబడినోళ్లు అందరు గోపాలం గారిని పలకరిస్తుంటే, ఆయన అద్దం దింపి "ఇప్పుడే వస్తున్నా, కలుస్తా" అని చెప్పుకుంటూ, ఐదో వీధిలోకి మలుపు తిరగబోతుంటే, వీధి చివరన వున్న గట్టు మీద బావ గోవిందురాజులు కనిపించేసరికి, గోపాలం కారు దిగి "ఇక్కడేం చేస్తున్నారు బావ?" అన్నాడు. ఆయనేమో "హమ్మయ్య వచ్చేశారా? వీధి చివరకెళ్ళి, మీరు వస్తున్నారేమో చూడమని, పొద్దంనుండి కాల్చుకు తినేస్తుంది రా బాబు మీ అక్క" అన్నారు. ఇంతలో ఆడవాళ్లు కూడా కారు దిగబోతుంటే గోవిందం గారు "మీరు పదండమ్మా, అనేసి" కారుని కదలమని, బావ, బావమరుదులు మాత్రం నడుచుకుంటూ వచ్చారు. వాళ్ళది ఆ వీధిలో చివరి ఇల్లు, ఇక ఆ ఇంటి తరవాత అన్ని పొలాలే. అప్పటికే వీళ్ళ కోసం ఎదురుచూస్తున్న రమణమ్మ గారు, సుభాషిణి గార్ని చూసి "ఎలా వున్నావు వదిన?" అని పలకరించి, ముందు నుండి దిగిన వాశిష్టి ని చూసి "అమ్మలు, అలా చిక్కిపోయావేంట్రా?" అంటుంటే, ఇంతలో వెనకనుండి వస్తున్న గోవిందం గారు "చదువుకునే పిల్లలు అలాగే వుంటారు గాని, ఎండలో నిలబెట్టేనా ఆ మాటలు? లోపలకి వెళ్లండమ్మా" అనేసరికి వాళ్ళు ఇంట్లోకి వచ్చారు.

రమణమ్మ గారి అత్తా, మామ అంటే గోవిందురాజులు గారి అమ్మ, నాన్న అన్నమాట, వాళ్ళతో కూడా పలకరింపులు అయ్యాయి. ఈ లోపు బైట నుండి ఎదో సంచి పట్టుకుని వస్తూ కనిపించాడు సత్యన్నారాయణ మూర్తి. అతన్ని చూసి వాళ్ళ తాతగారు "అరేయ్ సత్యం, ఎక్కడికి పోయావు రా? మీ మావయ్య వాళ్ళు వచ్చారు" అంటే రమణమ్మ గారు "నేనే పంపించా మావయ్య" అని, ఆ సంచి తీసుకుని లోపలికెళ్ళి, గ్లాసుల్లో కూల్ డ్రింక్స్ పోసి తీసుకొచ్చింది. గోపాలం గారు, సుభాషిణి గారు తీసుకున్నారు కానీ వాశిష్టి మాత్రం వద్దు అని చెప్పేసింది. సత్యం "వశి, ఏంటి కూల్ డ్రింక్స్ తాగవా?" అంటే ఆమె సమాధానం చెప్పేలోపే గోపాలం గారు "లేదురా, దానికి అవి నచ్చవు. అది సరే ఏంటి ఇవ్వాళ ఆఫీస్ లేదా?" అంటే సత్యం "అది ఎం లేదు మావయ్య, మీరు వస్తున్నారని సెలవు పెట్టాను" అన్నాడు.

ఎప్పుడో మూడేళ్ళ తరవాత తమ్ముడు వస్తున్నాడు అని తెగ వండి పడేసింది రమణమ్మగారు. ఆ భోజనాల కార్యక్రమం అయ్యాక, కొంతసేపు నడుము వాలుద్దాం అంటే కరెంటు తీసేశాడు. ఇక సర్లే అని, వసారాలో రెండు పట్టీ మంచాలు, పడక కుర్చీలు పడేస్తే, వెళ్ళి అందరు అక్కడ చతికిల పడ్డారు. ఇంక చూసుకోండి, ఎప్పుడో మూడుగంటలకి మొదలైన ఊళ్ళో కబుర్లు, అలా ఐదు గంటల దాకా సాగుతూనే వున్నాయి. ఇంతలో పకోడీ లు, టీ లు సిద్ధం చేసేశారు. గోపాలం గారు టీ తాగుతూ ఆయన బావగారి తో "బావ, అమ్మాయి చదువు ఐపోయింది, మంచి కంపెనీ లో వుద్యోగం తెచ్చుకుంది. ఒక ఆరు నెలల్లోపు ఎదో ఒక సంబంధం చూసి చేసేద్దాం అనుకుంటున్నాం. అయితే అమ్మాయి పేరు మీద హైదరాబాద్ లో విల్లా ఒకటి తీసుకుందాం అనుకుంటున్నాం. మంచి ఏరియా బావ, ఇప్పుడు మార్కెట్ విలువ నాలుగు కోట్లు చేస్తుంది. అ బిల్డర్ నాకు బాగా తెలిసినాయన, మనకి మూడు ఇరవై పడుతుంది బావ. ఇక్కడ మా పొలం మొత్తం బేరం చెప్పేద్దాం అనుకుంటున్నాను. ఎకరం ఎలా వుంది బావ ఇక్కడ?" అని అన్నాడు. గోవిందరాజులు, గోపాలం గారితో "మొన్నే రాంబాబు గారి పొలం ఎకరం ముప్పై ఒక్క లక్ష చేసి కొన్నారు బావ. మనది ఇంకా మంచి రేటు

రావాలి మరి. అయితే బేరం ఉందని చెప్పేద్దామా?" అంటుంటే, సుభాషిణి గారు గోవిందం గారితో "అన్నయ్య, పోనీ మీ పొలానికి కలిసేదే కదా? మీరే తీసుకో కూడదూ?" అన్నారు. ఆయన ఒక నిమిషం అలోచించి "తీసుకోవొచ్చు అనుకోమ్మా, కాకపోతే ఇప్పటికిప్పుడు అంత పైకం అంటే కష్టమే మాకు. ఓ పని చేద్దాం, ఓ మూడెకరాల వరకు ఐతే నేను తీసుకుంటాను. మిగతా ఐదు బేరం పెట్టేద్దాం" అనడంతో గోపాలం "పోనీ కొంచెం టైం తీసుకోండి బావ. మీరు ఎలా అంటే అలా? నాకు ఇంకా నాలుగు నెలలు టైం వుంది" అన్నాడు. మొత్తానికి ఆరోజు సాయంత్రం ఊళ్ళో పెద్దమనుషులకి ఇలా గోపాలం గారి పొలం అమ్మకానికి వుంది అని చెప్పేశారు.

సాయంత్రం, సత్యం వాళ్ళ చెల్లెలు గిరిజ, ఆమె భర్త ని తీసుకుని, గోపాలం గారి వాళ్ళని చూడ్డానికి వచ్చారు. వచ్చేప్పుడు, గిరిజ వాళ్ళ తోటి కోడలు గారి అమ్మాయి గీత ని వెంటబెట్టుకుని వచ్చింది. పలకరింపులు అయ్యాక, గిరిజ వాశిష్టి తో "వశి, ఇదిగో ఇది గీత, మా తోడికోడలు గారి అమ్మాయి. ఇంటర్మీడియట్ చదువుతుంది. ఐఐటీ కి ప్రిపేర్ అవుతుంది. నువ్వు అక్కడే చదువుకున్నావు కదా, నీతో ఒకసారి మాట్లాడాలి అంటుంటే తీసుకొచ్చాను" అని, గీత తో "ఏమేవ్, ఏమడుగుతావో అడుగు మరి" అనేసి, రమణమ్మ గారు పిండి రుబ్బుకు రమ్మనే సరికి ఆ పనిలో పడిపోయింది గిరిజ. వాశిష్టి, గీత తో "ఏంటమ్మా ఎలా వుంది చదువు?" అంటే.....

గీత: అక్క, నువ్వు చదివింది బాంబే ఐఐటీ లో కదా?

వశి: హా, అక్కడే

గీత: నీ ర్యాంక్ ఎంత అక్కా?

వశి: సెవెంత్ ర్యాంక్

గీత: వావ్, ఏంటి అల్ ఇండియా సెవెంత్ ర్యాంకర్ వా నువ్వు?

వశి: నా సంగతి సరే, నీ ప్లాన్ ఏంటి? ఐఐటీ లో చదవాలనేనా?

గీత: ఎలా అయినా సరే, ఐఐటీ లో ఇంటిగ్రేటెడ్ ఎంటెక్ చెయ్యాలి అక్క

వశి: చేసి?

గీత: చేసి, ఏముంది నీలానే మంచి జాబ్ తెచ్చుకోవాలి.

వశి: అంటే మంచి జాబ్ చెయ్యాలి, అంతేనా?

గీత: మంచి జాబ్ అనే కాదు, ఐఐటీ లో చదివితే ఆ క్రేజ్ వేరు కదా అక్క? లాస్ట్ ఇయర్ పదిహేను లక్షల మంది రాస్తే, పదివేల మందికి సీట్ వచ్చింది. అంటే కనీసం వన్ పర్సెంట్ వాళ్ళకి కూడా సీట్ రాలేదు.

వశి: గీతమ్మా, ఐఐటీ లో చదవడం మంచిదే, నేను అడుగుతుంది అదికాదు. నీ డ్రీం ఏంటి? నీ కల, నేను ఇది సాధించాలి అని ఎప్పుడన్నా అనుకున్నావా?

గీత: అంటే, చిన్నప్పుడు మా పెదనాన్నగారిని చూస్తే ఆయన లానే లాయర్ అవ్వాలి అనుకునేదాన్ని.

వశి: మరి ఇప్పుడేమైంది? మళ్ళీ ఐఐటీ లో చేరి ఇంజనీరింగ్ ఎందుకు?

గీత: అక్కడ చదవగలగడం చాలా గ్రేట్ కదక్కా?

వశి: గీత, ఒక అమ్మాయి, తను ఐదో తగరతిలో వున్నప్పుడు "నువ్వు పెద్దయ్యాక ఎం అవుతావు?" అని మాస్టారు అడిగితే "సుప్రీమ్ కోర్ట్ లో పబ్లిక్ ప్రాసిక్యూటర్ అవ్వాలని వుంది" అని అందట. తరవాత, ఆమె అనుకోకుండా సినిమాల్లోకి వెళ్ళింది. నూట నలభయ్ సినిమాలు చేసి, రాజకీయాల్లోకి వచ్చి, ఆరుసార్లు ముఖ్యమంత్రి అయ్యింది. 130 కోట్లు పైగా జనాభా వున్న దేశం లో అలా సాధించగలిగింది ఒకే ఒక్కరు. తమిళనాడు వాళ్ళు అమ్మ అని పిలుచుకునే జయలలిత. ఆమె మీద వున్న ఆరోపణలు అవన్నీ మనకి అనవసరం. మంచి గురించి మాట్లాడాలంటే మాత్రం ఆదర్శం గ తీసుకోవాల్సిన చరిత్ర. అవునా?

గీత: మౌనం గ ఉండిపోయింది

వశి: చూడు గీత, నీకు లాయర్ అవ్వాలని ఉంటే అటే వెళ్ళు. ఏదన్నా చెయ్యి కానీ ది బెస్ట్ అనిపించుకోవాలి. నాకు తెలిసి ఇండియా లో టాప్ లా కాలేజీ బెంగుళూరు లో ఉన్నట్టుంది. ఒక సారి చూడు.

వీళ్ళు ఇలా మాట్లాడుకుంటూ ఉంటే, గిరిజ టిఫిన్ ప్లేట్లు పట్టుకుని వచ్చి గీత తో "ఏమే పిల్ల, అన్ని డౌట్స్ అడిగేసినట్టేనా?" అంది. గీత అయోమయం గ "హా, అడిగా పిన్ని" అని తల అటు ఇటు ఊపింది. నిజానికి తను ఆలోచించడం అప్పుడే మొదలుపెట్టింది. ఇక ఆ రోజు అలా గడిచిపోయింది.

మర్నాడు ఉదయం, వశి లేచేసరికి ఇల్లంతా ఎదో హడవిడి, ఏంటి సంగతి? అని అడిగితే చెప్పారు. సంగతి ఎం లేదు, ప్రతీ శనివారం ఉదయం ఆమాత్రం హడావిడి మామూలే. ఎందుకంటే, ఇంటి పెద్ద గోవిందరాజులు గారి నాన్నగారి దగ్గరినుండి, ఇంట్లోవాళ్ళు అందరు శనివారం చేస్తారు. తల స్నానాలు, పూజలు, ప్రసాదాలు వాటితో కొంచెం సందడిగానే ఉంటుంది. గోపాలం గారు ఉదయాన్నే రెడీ అయ్యి, అలా ఊళ్లోకి వెళ్ళొస్తానని చెప్పి బైటకెళ్లారు. వాశిష్టి ఏమో తనకి టౌన్ లో చిన్న పని ఉందని, తుని వెళ్లి రావాలని చెప్పింది. రమణమ్మ గారేమో కారు ఏర్పాటు చెయ్యమని పురమాయిస్తుంటే, వశి "అత్తయ్య, కార్ ఎందుకు? బావ ఉన్నాడుగా, బైక్ మీద వెళతాం లే" అంది. బావ ని తీసుకుని తుని బయల్దేరుతుంటే, సుభాషిణి గారేమో "వశి, ఆ తలకి ఎదో ఒకటి కట్టుకో, లేకపోతే జుట్టంతా పాడయ్యిందని ఏడుస్తావ్" అంటే వశి "సర్లే అమ్మ" అంది గాని పట్టించుకోలేదు. మొత్తానికి సత్యం, వశి ఇద్దరు బైక్ మీద తుని బయల్దేరారు. ఒక ఐదు కిలోమీటర్ల మేర, పొలం గట్లమీద వెళ్తున్నట్టే ఉంటుంది ఆ రోడ్డు. వశి, ఆ పొలాలు అవి చూస్తూ కూర్చుంది. హంసవరం దాటి పది నిమిషాలు అయ్యింది. వశి "బావ, మనమిప్పుడు సామవరం దాటే కదా వెళ్ళాలి?" అంటే సత్యం "హ, దాటాలి. ఏ ఎందుకు?" అన్నాడు. వశి "అయితే అక్కడ రాములవారి గుడి దగ్గర ఆగుదాం బావ, ఎంత బావుంటుందో అక్కడ. గుడి పక్కనే చిన్న చెరువు, ఆ రావిచెట్టు, ఆ గాలి అబ్బా, ఇంకా అలానే వుందా

ఇప్పుడు?" అంటే సత్యం "హా, అక్కడ ఎం మారుతుంది? ఇంకా అలానేవుంది" అన్నాడు. మొత్తానికి సామవరం ఊరి చివర్లో వున్న రాములోరి గుడి దగ్గర ఆగి, దర్శనం చేసుకుని బైటకొచ్చాక, ఆ రావిచెట్టు కింద సపటా చేయించి ఉంటే, దాని మీద కూర్చున్నారు. ఆ చెట్లు ఊగే శబ్దం, చల్లని గాలి, చెట్ల పైన పక్షుల రాగాలు, కొంచెం దూరం నుండి గడ్డి మేస్తున్న దూడ మధ్య మధ్య లో అరిచే అరుపు, ఆహా ఎంత బావుందో అక్కడ అని తనలో తానె మాట్లాడుకుంటుంది వశి.

సత్యం "సరే ఇక వెళ్దామా?" అంటే వశి "బావ, ఇక్కడెక్కడో బెల్లం జీళ్ళు తయారు చేసేవారు కదా? కనబడట్లేదు ఏంటి? అంది. సత్యం "అది ఇక్కడ కాదు, గట్టుకి అవతల పక్కన. అలా తిరిగి రావాలి. ఏ తింటావా ఏంటి? సాయంత్రం నేను తెప్పిస్తాలే" అంటే వశి "ఇప్పుడు వెళ్దాం బావ, నాకు తినడం కంటే ఆ జీళ్ళు తయారు చేస్తారు చూడు, అది చూడ్డం అంటే ఇష్టం" అంది. సత్యం ఏమో "సరే, తప్పేదేముంది, పద వెళ్దాం" అని గట్టు దాటి అటు పక్కకి తీసుకెళ్లాడు. దగ్గరికెళ్తుంటేనే, వశి "ఆహా, బెల్లం కాస్తున్న సువాసన ఎంత బావుందో కదా?" అంటుంటే సత్యానికి నవ్వొచ్చింది. సత్యం "ఒక అరకిలో వేడి వేడి జీళ్ళు తీసుకుంటే" అవి తింటూ, ఆ జీళ్ళు తయారు చేసే వాళ్ళు, కొబ్బరి చెట్టుకి ఒక మేకు కొట్టి, దానికి గట్టిబడిన జీడీ పాకం ముద్ద తగిలించి, లాగుతూ ఉంటే, దానిని చూస్తూ కూర్చుంది.

పది నిమిషాలు చూసి సత్యం "ఇంక వెళ్దాం పద" అంటే, "ఇంకో ఫైవ్ మినిట్స్ బావ" అంది. సత్యం ఓ నవ్వు నవ్వి "నీకు ఇదేం పిచ్చే?" అన్నాడు. మొత్తానికి అక్కడినుండి తుని కి బయల్దేరి వెళ్తుంటే, దారిలో ఒకచోట, చిన్న పిల్లకాలువ కనబడితే బండి ఆపమంది వశి. సత్యం ఏమో "ఒసేయ్, ఇలా కాశీ యాత్ర కి వెళ్లినట్టు వెళ్తే ఎప్పటికి వెళ్తామే ఇంటికి?" అన్నాడు. వశి ఏమో, ఆ చిన్న కాలువ గట్టు దాటి, పొలం గట్లమీదకి వెళ్ళిపోయి, ఆ గట్ల మీద మధ్యలో ఒక పెద్ద మామిడి చెట్టు ఉంటే, దాని కింద అలా చుట్టూ చూస్తూ కూర్చుంది. ఇక సత్యానికి వెళ్ళక తప్పలేదు మరి. తను కూడా వెళ్లి అక్కడ కుర్చున్నాక "వశి, నిజం

చెప్పవే, అసలు నీకు తుని లో ఎమన్నా పని వుందా? లేకపోతే ఇలా తిరగడానికి వంక చెప్పి వచ్చేసావా?" అంటే వశి "మరి, ఇలా పొలం గట్ల మీద తిరుగుతాం అంటే, పంపడానికి వంద చెబుతారు. అదే ఎదో పని అంటే ఇంక ఎం మాట్లాడరు కదా ...?" అని చిన్నగా కన్ను గీటింది. సత్యం ఏమో "అమ్మనీ, నేను ఇవ్వాళ ఆఫీస్ ఎగ్గొట్టి మరీ వచ్చానే" అంటే వశి "ఒక్కరోజుకి ఎం కాదులేవోయ్" అంది. సత్యం రెండు నిమిషాలు ఆగి తన వైపు చూడకుండా "వశీ, ఎప్పుడో నాలుగేళ్లు అయ్యింది కదా కలిసి. మధ్యలో మావయ్య వాళ్ళు ఒకసారి వచ్చారు కానీ నువ్వు రాలేదు. ఆ తరవాత ఎంటెక్ జాయిన్ అయ్యినప్పుడు అనుకుంట ఫోన్ చేశావు. ఇంతకీ, ఎందులో వచ్చింది వుద్యోగం?" అంటే వశి "రెండు కంపెనీల్లో వచ్చింది బావ. గూగుల్ ఇంకా అమెజాన్", సత్యం "నువ్వు గ్రేట్ ఏ బాబు. అది సరే, ఐఐటీ కాలేజీ అంటే ఎలా వుందే?", వశి "అక్కడ చదువు కంటే, చదివి అర్థం చేసుకున్నదాన్ని ఎక్కడ ఎలా ఉపయోగించాలో నేర్పిస్తారు బావ. ఎదో పర్లేదు, అలా లాగించేశా రెండేళ్లు" అంది.

సత్యం పైకి లేచి, చెట్టుమీద మావిడికాయలు ఎమన్నా ఉన్నాయేమో అని చూస్తుంటే, వశి "బావ, నీకు సంబంధాలు చూస్తున్నట్టున్నారు, పెళ్లి చూపులకి ఎమన్నా వెళ్ళావా?" అంది. సత్యం "ఎవరు చెప్పారు నీకు?" అంటే వశి "అంటే నిన్న రాత్రి అత్తయ్య, అమ్మ మాట్లాడుకుంటుంటే విన్నాను" అంది. సత్యం ఏమో ఒక కొమ్మ కి పెద్ద మావిడికాయల గుత్తి కనబడుతుంటే దాన్ని అందుకుని, రెండు కాయలు కోసి, వశి చేతికిచ్చి "కడిగాక తిందువుగానిలే" అన్నాడు. వశి "బావ, నేను అడిగినదానికి సమాధానం చెప్పలేదు" అంది. సత్యం "హా, ఏవో చూస్తున్నారు, చేసుకోవాలి కదా మరి?" అనేసి "ఇంకేంటి నీ కబుర్లు?" అన్నాడు. వశి "అమ్మాయి ఎలా ఉండాలో చెప్పు, నాకు తెలిసిన వాళ్ళు ఎవరన్నా ఉంటే చెబుతా" అంది. సత్యం ఏమో "ఇప్పుడు ఆ విషయాలు ఎందుకే? అయినా నీకు తెలిసిన వాళ్లలో మాకు తగ్గ సంబంధం ఎక్కడ ఉంటుంది చెప్పు?" అని నవ్వేసి "ఎండ పెరిగిపోతుంది. ఇక వెళదాం పద" అని పైకి లేచాడు. వశి ఏమో "ఫైవ్ మినిట్స్ బావ, వెళదాం" అనడంతో కూర్చోక తప్పలేదు. ఒక నిమిషం

ఆగి, వశి సత్యం వంకే చూస్తూ "మరి, మనిద్దరం పెళ్లి చేసుకుందాం అనుకున్నాం కదా బావ? గుర్తుందా?" అంది. సత్యం అటు తిరిగి కూర్చుని "అప్పుడేదో సరదాగా అలా అనుకునేవాళ్లం. అయినా ఇప్పుడు ఆ సంగతులు ఎందుకు చెప్పు?", వశి "నిజం గ సరదాగానే అనేవాడివా బావ?" అంది. సత్యం తల వంచుకుని "అవునే, అప్పుడు అంటే ఏదో అనుకున్నాం. అప్పటి పరిస్థితులు వేరు", వశి "ఇప్పుడు నేనంటే ఇష్టం లేదా బావ?" అంది. సత్యం రెండు నిమిషాలు ఏమి మాట్లాడకుండా అలానే తల వంచుకుని వుండిపోయాడు. మళ్ళీ వశీ నే "మాట్లాడవేం బావ, అయినా మనం పెళ్లి చేసుకుందాం అనుకుంది చిన్నప్పుడు ఎం కాదు. నేను ఇంజనీరింగ్ లో ఉండగా. ఇంతలో ఎం మారిపోయింది బావ?" అంటే సత్యం కొంచెం కోపం గ "వశి, ఇంక ఆపుతావా?" అన్నాడు. వశి "బావ, ఒక్కటి అడుగుతాను చెప్పు. ఇప్పుడు నన్ను పెళ్లి చేసుకోవడం ఇష్టమా? కాదా?", సత్యం "వశి, నిన్ను ఇష్టపడింది నిజమేనే. కానీ ఇప్పుడు అది ఊహించడానికే భయం వేస్తుంది" అంటే వశి మొహం ప్రశ్నర్థకంగా పెట్టి "భయమా? ఎందుకు బావ?" అంది. సత్యం "చూడు, నువ్వు నాకంటే ఐశ్వర్యం లో, చదువులో అన్నింటిలో గొప్పదానివి. ముఖ్యం గ, ఎక్కడో ఉండాల్సిన దానివి, ఇక్కడ ఈ పల్లెటూళ్ళో నువ్వు బతకలేవు. అసలు నీతో పెళ్లంటేనే, అసలు ఆ మాట అనడానికే ఏదోలా వుంది నాకు. మావయ్య వాళ్ళు మంచి సంబంధం చూస్తారు, చేసుకో. ఇంక ఈ విషయం గురించి మాట్లాడకు" అని చెప్పేశాడు. వశీ కూడా "సరే బావ మాట్లాడనులే" అంది.

రెండు నిమిషాల మౌనం తర్వాత వాశిష్టి "బావ, "కెల్లా లిల్లీస్" పేరు ఎప్పుడన్నా విన్నావా?" అంటే సత్యం అర్థం కానట్టు "అంటే?" అన్నాడు. వశి "పోనీ తులిప్స్ పేరు?" అంటే సత్యం "పూలు కదా?", వశి "హా, అవును బావ. లిల్లీస్ ఆఫ్రికా నుండి, తులిప్స్ స్విస్ నుండి దిగుమతి చేసుకుంటారు" అంది. సత్యం కొంచెం అసహనంగానే "అయితే ఏంటి? ఇప్పుడు అలాంటి వ్యాపారం చేద్దామా?" అన్నాడు. వశి మాత్రం తనకేమి పట్టనట్టు "బావ, వాటిని కాడల్తో సహా తెంచి, వాటికి సరైన నీరు, గాలి అందేటట్టు చేసి, విమానం లో మనదేశం

తీసుకొస్తారు. పెద్ద పెద్దవాళ్ళ పెళ్లిళ్లలో, స్టార్ హోటల్స్ లో డెకొరేషన్ కి ఉపయోగిస్తారు. మూడు రోజులైనా ఫ్రెష్ గ ఉంటాయి" అని ఒక్క క్షణం మాట్లాడటం ఆపింది. సత్యం మొహం చూడాలి "అసలు అదంతా నాకెందుకు చెబుతున్నవే తల్లి?" అన్నట్టు పెట్టాడు. వశి నవ్వుతూ, సత్యం కళ్ళలోకి చూస్తూ "బావ, ఇవ్వాళ పొద్దట అత్తయ్య వెంకటేశ్వర స్వామి కి పూజ చేసుకుంది చూశావా? ఒక్కటే జీవితం బావ, దాన్ని నేను లిల్లీ పూలలా కాదు, పెరట్లో పూసిన నందివర్ధనంలా బతకాలి అనుకుంటున్నాను. ఒక్కరోజు బతికినా అది పూజాగదిలోనే, దేవుడి కే అంకితమవ్వాలి అనుకుంటున్నాను" అని చెప్పి ఇంకా కళ్ళల్లోకే చూస్తూ వుంది. సత్యం "వశి, అన్ని ఆలోచించే మాట్లాడుతున్నావా? దీనివల్ల ఇంట్లో గొడవలు రావొచ్చు" అన్నాడు. వశి, సత్యం చెయ్యి పట్టుకుని "మర్చిపోయావా బావ, నేనంటే ఎంతిష్టమో నీ నోటితో నువ్వే చెప్పావు. నీ కుటుంబంలో గొడవలు రాకూడదని ఐదు సంవత్సరాల మన ప్రేమని వదిలేసుకోడానికి సిద్దపడిపోయావు. ఆ కుటుంబం లో నేనూ ఒకదాన్ని అవ్వాలి అనుకుంటున్నాను. అయినా నీ కంటే గొప్పోడు ఎక్కడ దొరుకుతాడు బావ? ఒకవేళ దొరికినా నాకొద్దు. ఎం జరిగినా సరే, ఇక నేను నీతోనే బావ" అంది. అప్పటికి గాని సత్యానికి వాశిష్టి ఎంత సీరియస్ గ మాట్లాడుతుందో అర్థం కాలేదు.

ఇంట్లో తెలిస్తే ఏమంటారో? అసలు ఎలా వొప్పించాలో అని ఆలోచించుకుంటూ ఇంకో గంట అక్కడే కూర్చుండిపోయారు. అక్కడనుండి ఒక 5 కిలోమీటర్ల దూరం లో, తలుపులమ్మ లోవ కి వెళ్లే మార్గం తగులుతుంది. అక్కడ పెద్దమ్మ సత్రం అని చిన్న హోటల్, అక్కడికెళ్లి భోజనం చేసేసి, చెట్టా పట్టా లు వేసుకుంటూ, ఉదయం వెళ్ళినవాళ్ళు ఎప్పుడో సాయంత్రం నాలుగు గంటలకి ఇల్లుచేరారు. "తిరిగితే తిరిగారు, కనీసం ఫోన్ చేసినప్పుడు తియ్యడానికే?" అని అటు రమణమ్మ గారు, ఇటు సుభాషిణి గారు ఇద్దరు తిట్ల దండకం అందుకున్నారు. వాళ్లేమో కావాలనే ఫోన్ సైలెంట్ లో పాడేసి, ఇప్పుడేమో పొరపాటున సైలెంట్ మోడ్ లో ఉండిపోయిందని సర్ది చెప్పలేక తిప్పలు పడ్డారు.

ఆ రోజు రాత్రి భోజనాలు అయ్యాక, వాకిట్లో మంచాలు వాల్చుకుని, తలో పక్కన కూర్చున్నారు. సత్యం, వశి నువ్వు చెప్పు అంటే నువ్వు చెప్పు అని ఒకరికొకరు కళ్ళతో సైగ చేసుకుంటూ ఉంటే, అది చూసిన గోపాలం గారు "ఎంట్రోయ్, బావ మరదళ్ళు ఏదో చెప్పాలని ఆగుతున్నారు. ఏంటో అంత పెద్ద విషయం?" అన్నారు. సత్యం చెబుదాం అనుకున్నాడు, కానీ ఎందుకో ధైర్యం సరిపోలేదు. రెండు నిమిషాలకి వాశిష్టి "నాన్న, మీతో ఒక విషయం చెప్పాలి" అంది. గోపాలం గారు "చెప్పరా ఏంటి?" అంటే, వశి కొంచెం తడబడుతూ "నాన్నా, అది అదీ...." అని సాగదీస్తుంటే గోపాలం గారు "ఏంటమ్మా, ఎందుకు అంత ఆలోచన? ధైర్యంగా చెప్పు" అనడంతో, వాశిష్టి ఒక సారి గట్టిగా ఊపిరి పీల్చి వదిలి, కింది కి చూస్తూ "నాన్నా, అదీ, నాన్న, మీ అందరికి ఇష్టం అయితే, నేను, బావ పెళ్లి చేసుకోవాలి అనుకుంటున్నాం" అంది. ఇదేంటి ఇది అలా అనేసింది అని అందరు ఒక్కసారి ఉలిక్కిపడ్డారు. గోపాలం గారికి అంతమందిలో ఎం మాట్లాడాలో తెలీలేదు. సుభాషిణి వంక చూసారు, ఆవిడేమో కళ్ళతోనే "ఇప్పుడు ఏమి అనకండి" అని సైగ చేసింది. గోపాలం గారేమో "తరవాత మాట్లాడదాం లే" అనేసి మళ్ళీ ఆయనే "అప్పుడే పదిన్నర అయ్యింది, పడుకోండి పడుకోండి" అని లేచి లోపలకి వెళ్లిపోయారు.

అందరు నిద్రలో ఉండగా, అర్ధరాత్రి ఒంటిగంటికి వీళ్ళ గదిలోంచి గట్టిగ కేకలు వినబడేసరికి, సత్యం, వాళ్ళ అమ్మ నాన్న, నాయనమ్మ, తాతయ్య కంగారుగా వెళ్లారు. వాళ్ళు వచ్చేసరికి గోపాలం, వాశిష్టి ని కొట్టినంత పనిచేశారు. సుభాషిణి గారేమో, వశి ని అదిమి పట్టుకుని, గోపాలం గారి తో "ఏంటిది, వయసొచ్చిన పిల్ల మీద చెయ్యి చేసుకోవడం, పిచ్చి ఎమన్నా ఎక్కిందా మీకు?" అంటే ఆయనేమో ఏదో అనబోయి, కంగారుగా వచ్చిన వీళ్ళని చూసి, గోవిందరాజుతో "చూడండి బావ, మిమ్మల్నేదో తక్కువ అంటున్నాను అని కాదు. కానీ, ఇది పెరిగిన వాతావరణానికి, చదివిన చదువుకి, సత్యాన్ని పెళ్లి చేసుకుని ఈ మూలాన పడి ఏడవటం ఎంతవరకు న్యాయం? మీరన్న చెప్పండి బావ" అంటే ఆయనేదో అనే లోపు, రమణమ్మ గారు వాశిష్టి దగ్గరకెళ్ళి, కళ్ళ నీళ్లు

పెట్టుకుంటున్న వశి తల మీద చెయ్యేసి "తల్లి, నాన్న వాళ్ళు చెప్పినట్టు చెయ్యమ్మా. వాళ్ళు చెప్పేదీ నీ మంచికే కదా?" అని ఏవో రెండు మంచి మాటలు చెప్పింది. వాశిష్టి, ఏది విననట్టు అలా ఎక్కడో చూస్తూ, మధ్యలో ముక్కు ఎగరేస్తూ, వాళ్ళమ్మ భుజం మీద తల వాల్చుకుని, అలా కిందకే చూస్తూ కూర్చుంది. రెండు నిమిషాలు చూశారు, ఇక ఇలా లాభం లేదు అనుకున్నారో ఏంటో, గోపాలం గారు వశి దగ్గరకొచ్చి, నేల పైన కూర్చుని, తనతో "అమ్మలు, తగిలిందా? సారీ ర. మేము కలలు కన్న నీ జీవితం ఇది కాదు తల్లి. ఎంత చక్కగా చదువుకున్నావు? ఎంత మంచి వుద్యోగం, రేపో మాపో అమెరికా వెళ్లాల్సిన దానివి. జీవితం లో చాలా గొప్ప స్థాయి కి ఎదుగుతావమ్మా. రమేష్ అంకుల్ వాళ్ళబ్బాయి తెలుసుకదా? తను అమెరికా లో సెటిల్ అయ్యాడు. మొన్ననే సొంతంగా కంపెనీ కూడా స్టార్ట్ చేశాడు. వాళ్ళు ఎప్పటినుండో నిన్ను కోడల్ని చేసుకోవాలని అడుగుతున్నారు. నీ చదువు అయ్యాక ఆలోచిద్దామని, నేనే ఇప్పటివరకు నీతో చెప్పలేదు. ఈ ఒక్కసారి నా మాట విను తల్లి" అని నచ్చచెప్పాడు. వశి, తల పైకెత్తి గోపాలం కళ్ళలోకి చూసి "నాన్న, నేను కలగన్న జీవితం మాత్రం ఇక్కడే నాన్న. బావతోనే" అనగానే గోపాలానికి విపరీతంగా కోపం వచ్చి "ఇంత చెప్పినా, మళ్ళీ అదే కూత. ఏ, ఆటలుగా వుందా?" అని కొట్టడానికి చెయ్యెత్తేసరికి, సుభాషిణి గారేమో వశీ కి చెయ్యి అడ్డం పెడితే, రమణమ్మ గారేమో గోపాలాన్ని అదమాయించి "ఉండ్రా, ఏంటా కోపం ఆడపిల్లమీద? దానిమీద చెయ్యి పడిందంటే ఊరుకోను చెబుతున్నాను" అని అనేసరికి ఆయన తగ్గాడు.

రమణమ్మ గారు, వాశిష్టి తో "అమ్మలు, నీ విషయం లో, సత్యానికి తల్లిగా కంటే, మా అన్నయ్యకి చెల్లిగానే నాకు భాద్యత ఎక్కువ. నేను చెబుతున్నాను, నువ్వు ఇక్కడ బతకలేవమ్మా. అసలు ఇక్కడ ఒక్క క్షణం ఫ్యాన్ లేకపోతే ఉండలేవు. ఎండాకాలం వేడి, ఉక్క తట్టుకోలేవు, రాత్రయితే దోమలు, ఇష్టమొచ్చినట్టు కరెంటు తీసేస్తాడు. ఇంట్లో పెద్దవాళ్ళు, పొద్దన్న వండిన కూర సాయంత్రం తినరు. ఏపూటకాపూట వండాల్సిందే. గ్రైండర్, మిక్సీ తో చేసిన

పచ్చళ్ళు, టిఫిన్లు తినరే తల్లి, రోజంతా ఆ రోలు, రోకలి, రుబ్బురోలు, తిరగలి, సంధికాలి దగ్గరే జీవితం, నడుములు పడిపోతాయి. దగ్గర్లో పిల్లలకి మంచి స్కూల్ లేదు. రోడ్ లు బాగోవు. హాస్పిటల్ కి పోవాలంటే పది కిలోమీటర్లు వెళ్ళాలి. మీకా ఇంటర్నెట్ ఏదో ఉంటది, ఇక్కడ అదీ సరిగ్గా రాదు. టీవీ డిష్ పోయిందంటే బాగుచేయడానికి వారం రోజులు పడుతుంది. పండగలకి, పబ్బాలకి, కొత్త బట్టలు కొనుక్కోవడం తప్ప, అవి కట్టుకోడానికి టైం కూడా ఉండదు, ఊపిరాడనంత పని. ఇక హాలుకెళ్ళి సినిమా అంటే ఎప్పుడో సంవత్సరానికి ఒకసారి అంతే. మీ షాపింగ్ లు వుండవు, సరదాలు వుండవు, మీరు తినే తిళ్ళు, ఆ పిజ్జా లు గట్రా ఇక్కడ దొరకవు. వర్షాకాలం వచ్చిందంటే అప్పుడప్పుడు పెరటి గుమ్మం లోంచి పాములు వస్తాయే బాబు. ఒక్క మాటలో చెప్పనా? పల్లెటూళ్ళో పెళ్ళాం అంటే, జీతం లేని కొలువు, విరమణ లేని పదవి. బతికున్నంత కాలం ఇలాగే పని చేసి, చేసి, చివరకి చావే. ఇవన్నీ భరించడం నీ వల్ల అవుతుందా?" అంది.

రమణమ్మ గారి మాటలకి, గోపాలం గారితో పాటు మిగతా వాళ్ళు అందరు అలా నోరు తెరిచి చూస్తూ ఉండిపోయారు. వశీ మాత్రం, కళ్ళు తుడుచుకుని, రమణమ్మగారితో "అత్తయ్య, నేను రోజు ఉదయాన్నే ఎనిమిది కిలోమీటర్లు పరిగెత్తే అలవాటు వుంది. దాదాపు పదిహేనేళ్ల నుండి యోగ, వ్యాయామం చేస్తున్నాను. కాబట్టి నువ్వు చెప్పిన ఆ రుబ్బురోలు, రోలు, రోకలి, తిరగలి నాకసలు సమస్యే కాదు. నాకు టీవీ చూడ్డం అంటే ఇష్టమే ఉండదు. ఫోన్ కూడా చాలా తక్కువ మాట్లాడతాను. నాకు ఖాళీగా ఉండటం కంటే పని ఎక్కువ ఉంటే నే ఇష్టం అత్తయ్య. నాకా పిజ్జా, బర్గర్లు అంటే యాక్, అస్సలు నచ్చవు. నీ చేత తాటి అప్పాలు, బెల్లం బొబ్బట్లు చేయించుకు తింటాను. కాకపోతే షాపింగ్ చెయ్యడమంటే ఇష్టం. అది కూడా ఆలోచించా, ఆన్ లైన్ లో షాపింగ్ చేసుకుంటే తుని వరకు డెలివరీ వుంది. ఆయనెలాగూ ఉద్యోగానికి టౌన్ కి వెళ్ళాలి గా? మా పిల్లల్ని కూడా అక్కడే స్కూల్లో చేర్పించేస్తాం. ఇక పాములంటావా, ఇన్నాళ్లు మీరంతా బానేవున్నారుగా? నేనూ అంతే. రోడ్ బాగోక, హాస్పిటల్ కి వెళ్లడం కష్టం అవుతుందేమో అని నీ భయం, అంతేనా?

మీకెవరికో బాలేదంటే, నాకు చూడాలి అనిపిస్తే, దాదాపు 15 వేల కిలోమీటర్లు దాటి రావాలి. అమెరికా నుండి ఇక్కడికి దూరం అది, దానికంటే, దగ్గరుండి ఈ పది కిలోమీటర్లు తీసుకెళ్లడం మేలు కదా?" అనేసరికి రమణమ్మగారు, గోపాలం వైపు చూసి "ఒరేయ్ తమ్ముడు, ఇదేంట్రా ఇది? నాకేమి తెలీదు రా బాబు. నువ్వే ఎలాగో నచ్చచెప్పుకో" అంది.

గోపాలం గారు ఏదో అనేలోపే, వశి లేచి వచ్చి ఆయన చేతిని తన చేతిలోకి తీసుకుని "నాన్న, నీకు నేను ఒక్కదాన్నే కదా? మరి నేను కూడా దూరం గా వెళ్ళిపోతే నువ్వు ఎక్కడికి వస్తావు నాన్న? నేను ఇక్కడే ఉంటే, రిటైర్ అయ్యాక మీరు కూడా ఇక్కడికి వచ్చేయొచ్చు కదా? ఇది నేను ఇవ్వాళో, నిన్నో తీసుకున్న నిర్ణయం కాదు. ఎప్పుడో అయిదు సంవత్సరాల ముందు అనుకున్నది. మీరు ఎం చదవమంటే అదీ, ఎలా చదవమంటే అలా చదివాను. ఈ ఒక్క విషయం లో మాత్రం నాకు నచ్చినట్టు చెయ్యండి నాన్న" అంటే గోపాలం గారు "చిన్నమ్మ, అంత చదువూ చదివి ఈ ఊళ్ళో ఎం చేస్తావు నాన్న?" అన్నారు. వశి "ఎం నాన్న, బాగా చదువుకుంటే, అత్తారింటికి వేరే దేశమే వెళ్లాలా? అక్కడికెళ్లి, బెంజ్ కార్ కొనుక్కుని తిరిగితే, రోజు నువ్వు వచ్చి చూడలేవు కదా నాన్న. అలా ఉండటం కంటే బావతో కలిసి బైక్ మీద వెళ్తేనే నాకు ఇష్టం. ఎందుకో తెలీని పరుగు, గజిబిజి జీవితం, నాకది ఇష్టం లేదు నాన్న. ఏదో, మధ్యతరగతి వాళ్ళు, చాలీ చాలని జీతాలతో ఇబ్బందిపడి, దేశం వదిలి వెళ్లారంటే అర్థం వుంది. మనకి బోలెడంత ఆస్తి వుంది కదా? మనమెందుకు అక్కడెక్కడికో వెళ్లి బతకాలి? నా పేరు మీద వైజాగ్ లో ఫ్లాట్ వుంది, బ్యాంకు బాలన్స్ వుంది, అదంతా మీ దగ్గరే ఉంచుకోండి. తాతయ్య, ఈ ఎనిమిదెకరాలు, నా పేరుమీదేకదా రాసింది? పోనీ, అది నేను సంపాదించిందే అనుకోండి. అదొక్కటే కట్నం గా ఇవ్వండి బావకి" అనేసి, రమణమ్మ గారి వైపు చూసి "ఎం అత్తయ్య, సరిపోతుందిగా మీకు?" అంది. ఆవిడేమో గోపాలం గారితో "ఒరేయ్, నాకేమి తెలీదు ర బాబు. నేనేదో ట్రైనింగ్ ఇచ్చినట్టు ఆ మాటలేంటే బాబు?" అనేసరికి గోపాలం గారు "అమ్మలు..." అని ఇంకా ఏదో చెప్పబోయేసరికి, సత్యం ముందుకొచ్చి "మావయ్య, వశీ ని

బాగా చూసుకుంటాను మావయ్య. అమ్మ, అవన్నీ తనని భయపెట్టడానికే చెప్పింది. చివరి వరకు, తనకి నచ్చినట్టు చూసుకుంటూ. ఒప్పుకోండి మావయ్య" అన్నాడు. గోపాలం గారు సుభాషిణి వైపు చూసేసరికి, ఆవిడ పైకి తెలీనివ్వట్లేదు కానీ లోపలెక్కడో సంతోషంగానే వుంది. గోపాలం గారు, వశి వైపు చూస్తే తనేమో కళ్ళతోనే "ప్లీజ్ నాన్న" అన్నట్టు పెట్టింది. ఇక చేసేది లేక, అయిష్టంగానే కూతురి తల మీద చిన్న మొట్టికాయ వేసి "మొండి దాన" అనేసి, అక్కడే వున్న గోవిందరాజులు నాన్నగారిని, అదే సత్యం వాళ్ళ తాతగారిని, నాయనమ్మని "మీకు ఇష్టమైతే, మాకు ఏ అభ్యంతరం లేదండి" అంటే ఆ ముసలాయన "భలేవాడివే గోపాలం, స్వయంగా సరస్వతమ్మే కోరి కోడలవుతాను అంటే ఇంకేం కావలి మాకు? శుభం" అనేశారు. రమణమ్మగారు మాత్రం ఒక రకమైన షాక్ లో ఉండిపోయి "ఏంటి, నా మేనకోడలే మాకు కాబోయే కోడలా? ఇది నిజమే?" అని ఆవిడలో ఆవిడ పైకే మాట్లాడుకుంటూ ఉంటే, వాళ్ళాయన గోవిందరాజులు "అది సరే కానీ రమణమ్మగారు, ఇందాక నువ్వు చెప్పింది, కోడలి మనసు మార్చడానికి చెప్పినట్టు లేదు. నీ బాధలన్నీ వెళ్ళగక్కినట్టు వుంది" అనేసరికి ఆవిడ "ఊరుకోవయ్యా" అంటే అందరు నవ్వేశారు.

ఆ తరవాత సుభాషిణి గారికి పర్లేదు గాని, గోపాలానికి మాత్రం ఆ విషయం జీర్ణించుకోడానికి కొంచెం కష్టం అయ్యింది. మూడు నెలల తరవాత, మంచి ముహూర్తం ఉంటే, బావా మరదళ్ళకి పెళ్లి చేసేశారు. కూతురు పెళ్ళికి అతిథుల్లాగా వచ్చినట్టు అనిపించింది గోపాలం గారికి. లాంఛనాలకి వాటికీ డబ్బులైతే ఖర్చు అయ్యింది గాని, పనులన్నీ వాళ్లే చక్కబెట్టేసుకున్నారు. ఇక చిన్న చిన్న కోపాలు, అవి సరిపోలేదు, ఇవి తక్కువయ్యాయి అనడానికి ఎవరున్నారు గనక? పెళ్లి తంతు అంతా చక్కగా జరిపించేశారు. ఆ పెళ్లి కాస్త అయ్యాక, అమ్మాయిని వాళ్లకి అప్పగించి, గోపాలం గారు భార్యని తీసుకుని వుద్యోగం లో ట్రాన్స్ఫర్ రావడంతో మధ్యప్రదేశ్ వెళ్లిపోయారు.

అప్పుడప్పుడు అమ్మాయితో ఫోన్ మాట్లాడ్డం తప్ప, వాళ్ళని పెద్దగా పట్టించుకుందీ లేదు. దశరా సెలవలకి కూతుర్ని అల్లుడ్ని వాళ్ళింటికి రమ్మంటే, వీళ్ళేమో గోపాలం గారినే ఊరికి రమ్మన్నారు. అప్పుడు వచ్చినప్పుడు తెలిసింది, వాశిష్టి తుని లోని ఒక జూనియర్ కాలేజీ లో కాంట్రాక్టు లెక్చరర్ గ పనిచేస్తుందట. ఆ కాలేజీ వాళ్ళు, ఎదో ఇవ్వాలి కాబట్టి ఆరు వేలు జీతం గా ఇస్తున్నారట. రోజు, బావతో కలిసి బైక్ మీద వెళ్లడం, కాలేజీ ఐపోయాక, తిరిగి ఇద్దరు కలిసి రావడం, అప్పుడప్పుడు సినిమాలు, షికార్లు. రెండు రోజులు సెలవు దిరికితే, విశాఖపట్నం వెళ్లిపోవడం, అలా జరుగుతుంది కొత్త కాపురం. అన్ని బాగానే వున్నాయి గాని, ఈ పిల్లేంటి, ఆ ఉద్యోగం ఏంటి? ఏంటో? అనుకుంటూ గోపాలం గారికి ఆ వెలితి మాత్రం అలాగే ఉండిపోయింది. అక్కడ ఉండగా అనలేదు గాని, తిరిగి వాళ్ళ ఇంటికి వచ్చాక సుభాషిణి గారితో ఇదే విషయం చెబితే ఆవిడేమో “పోనీలెండి, దానికి అలా ఉండటమే ఇష్టమేమో? మధ్యలో మీకెందుకు బెంగ?” అని తీసిపడేసింది. కానీ గోపాలం గారికి మాత్రం మనసు కుదురు లేదు. కూతురి గురించి ఆలోచించకుండా ఉండలేడు, ఆలోచిస్తే “ఎలాగో ఊహించుకున్నాను, ఇలా బతుకుతుందేంటో?” అని బెంగ. ఇక తప్పక ఆలోచనలకి తాళం వేసేసి, రోజులు గడిపేస్తున్నారు.

ఒక రోజు ఉదయం, గోపాలం గారు ఆఫీస్ కి రెడీ అయ్యి, ఇంకా టైం ఉండడంతో పేపర్ చదువుతూ కూర్చున్నారు. ఇంతలో ఆయన క్లోజ్ ఫ్రెండ్ రమేష్ నుండి ఫోను, తీస్తే “ఒరేయ్, ఇవ్వాళ తెలుగు పేపర్ చూశావా?” అన్నాడు. గోపాలం గారు “ఇక్కడ తెలుగు పేపర్ ఎక్కడ దొరుకుతుంది రా? ఇంతకీ ఏంటి సంగతి?” అంటే, ఆయన “ఒరేయ్, ఈనాడు.నెట్ వెబ్సైటు కి వెళ్లి ముఖ్యవార్తలు చూడు. చూశాక అప్పుడు కాల్ చేస్తా” అని పెట్టేశాడు. గోపాలం గారు ఫోన్ తీసి, వెబ్సైటు ఓపెన్ చేస్తుంటే, కాఫీ కప్పు తో వచ్చిన సుభాషిణి గారు “ఏంటండీ, ఎవరూ ఫోను?” అంది. ఈయనేమో “ఇంకెవరు? రమేష్ గాడు, ఎక్కడో ఏదో మూల రియల్ ఎస్టేట్ రేట్లు తగ్గుంటాయి, డబ్బులు పెడదాం అంటాడు” అనుకుంటూ, పేపర్ చూస్తుంటే, ముఖ్య అంశాల్లో మూడో వార్త “ఎంసెట్ లో

టాపర్ గ నిలిచిన తాపీమేస్త్రి కొడుకు" అని రాసి వుంది. అది క్లిక్ చేసి చదివితే "గడిచిన రెండు దశాబ్దాలలో, ఎంసెట్ లో, ఒక గవర్నమెంట్ కాలేజీ స్టూడెంట్ మొదటి స్థానం లో నిలవడం ఇదే మొదటి సారి. తుని పట్టణానికి చెందిన గవర్నమెంట్ జూనియర్ కాలేజీ విద్యార్థి "మేడిశెట్టి శ్రీనివాసు" ఎంసెట్ ఇంజనీరింగ్ విభాగం లో మొదటి ర్యాంకు కైవసం చేసుకున్నాడు. అంతేకాదు, ఆ ఒక్క కాలేజీ నుండే మొదటి వంద లోపు ఆరు ర్యాంకు లు సాధించారు. చిత్రం ఏంటంటే, వారు ఎక్కడ సెపరేట్ గ కోచింగ్ కూడా తీసుకోలేదు. కొత్తగా జాయిన్ అయిన కాంట్రాక్టు లెక్చరరే వాళ్లకి ట్రైనింగ్ ఇచ్చారని చెప్పుకొచ్చారు. అయితే ఆ జాయిన్ అయిన వ్యక్తిగురించి ఆరాతీస్తే కొన్ని ఆసక్తికరమైన విషయాలు వెలుగుచూశాయి. ఆమె పేరు వాశిష్టి, ఉండేది హంసవరం అని, ఆమె, బాంబే ఐఐటీ నుండి ఎంటెక్ చేసినట్టు తెలిసింది"

గోపాలం గారు, ఆ వార్తనే మళ్ళీ మళ్ళీ ఎన్నిసార్లు చదివారో ఆయనకే తెలీలేదు. అయితే సుభాషిణి గారిని పిలిచి చూడమంటే, ఆవిడ తెగ మురిసిపోయింది. హంసవరం ఫోన్ చేద్దామని అందుకునేలోపు, అవతల రమణమ్మగారి దగ్గరనుండి ఫోన్ వచ్చింది. తీసి ఈయన అక్క అనేలోపే ఆవిడ "ఏరా, చూశావా నా కోడలు ఎం చేసిందో? తమ్ముడూ, బంగారాన్ని మట్టిలో పడేశాను అనుకున్నావు. కానీ, మట్టిలో పాతి పెడితే బంగారం కాస్తా గుప్త నిధి అయిపోయి, దాని విలువ ఇంకా పెరిగిపోతుంది. తెలిసిందా?" అంటుంటే ఈయన "తెలిసింది లేవే బాబు, నువ్వు, మీ కోడలే గొప్ప" అనేసి ఫోన్ సుభాషిణి గారికి ఇచ్చారు.

అప్పుడు మొదలయ్యింది వాశిష్టి ప్రస్థానం, తరవాత కొన్ని కార్పొరేట్ సంస్థలు, ఆమెని వాళ్ళ కాలేజీలోకి తీసుకోడానికి విశ్వప్రయత్నాలు చేసి విఫలం అయ్యారు. కానీ, అక్కడ రూరల్ విద్యార్థులు, వారి తల్లితండ్రులు, పట్టుబట్టి మరీ వాశిష్టి ని పర్మినెంట్ స్టాఫ్ చేసేశారు. ఆమె ని చూసి, మిగతా లెక్చరర్స్ కూడా బాగా చెప్పడం మొదలు పెట్టారు. ఒక ఆటో నడుపుకునే వాడి కూతురు, ఒక రైతు

కూలీ కొడుకు, ఒక నీరుపేద బ్రాహ్మణుడి మనవరాలు వీళ్ళందరికి ఎంసెట్ తో మొదలై ఐఐటీ లలో కూడా ర్యాంకు లు వస్తున్నాయి. గవర్నమెంట్ కాలేజీ కాస్త "వాశిష్టి మేమ్" కాలేజీ అయిపోయింది. గోపాలం గారికి, ఒక్కసారి తన కూతురి పేరు పేపర్లో చూసినందుకే మనస్సు పులకరించిపోయింది. ఆ తరవాత అది అలవాటు ఐపోయింది. సంవత్సరాలు గడుస్తున్నాయి, అమ్మాయికి మొదటి కాన్పు ఆడపిల్ల, రెండో సారి అబ్బాయి పుట్టారు. "పురిటికి పుట్టింటికి తీసుకెళతాం" అంటే రమణమ్మగారు "ఏ, ఇది పుట్టిల్లు కాదేంటి? రెండు ఇదే దానికి" అనేసరికి ఇక ఎం మాట్లాడతారు? పండగలకి, పబ్బాలకి గోపాలం గారు భార్యని తీసుకుని వాళ్ళూరు వచ్చేస్తున్నారు.

గోపాలం గారు పుట్టి దాదాపు అరవై ఏళ్లు కావొస్తోంది, ఎన్నో ఒడిదొడుకులు, వుద్యోగం లో సత్కారాలు, ప్రమోషన్లు. కానీ జీవితం లో ఎప్పటికి మరిచిపోలేని సంఘటన అది. ఊళ్ళో, అమ్మవారి జాతరకి గోపాలం వాళ్ళు ఎప్పటిలాగే హంసవరం వచ్చారు. ఆ రోజు సాయంత్రం, వాశిష్టి ని కలవాలని ఎవరో ఒక అమ్మాయి, ఆమె తల్లి తండ్రులని వెంటబెట్టుకుని వచ్చింది. చూడ్డానికి దిగువ మధ్యతరగతి వాళ్ళలా వున్నారు. వాళ్ళ అమ్మాయికి మంచి కాలేజీ లో సీట్ దొరికిందని, ఆ మాట చెప్పిపోదామని వచ్చారట. వాళ్లకి తోచినంతలో ఏదో నాలుగు పళ్ళు, ఒక కాటన్ చీర తీసుకొచ్చి వాశిష్టి కి ఇవ్వబోతే, తనేమో "ఇవన్నీ ఎందుకు?" అంది. వాళ్ళు ఇబ్బందిపెట్టేసరికి తీసుకుంది. అయితే, వీధి అరుగు మీద కూర్చుని అదంతా చూస్తున్న ముసలాయన, అదే గోవిందరాజులు గారి నాన్నగారు, గోపాలం గారితో "ఏమయ్యా గోపాలం, చూశావా అది?" అంటే గోపాలం ఏమో "హా, మావయ్యగారు" అంటే ఆయన "చదువుకి, మా వంశానికి చుట్టరికం ఉండేది కాదయ్యా. సత్యం ఒక్కడే డిగ్రీ దాకా అన్నా చదివాడు. ఇప్పుడేమో, సంవత్సరానికి ఓ పాలి, మా ఊరి పేరు, మా ఇంటి పేరు పేపర్లో పడతందయ్యా. లచ్చిమ్ దేవి, పార్వతమ్మ, సరస్వతమ్మ ని కలబోసినట్టు వుంటాదయ్యా నా మనవరాలని సుత్తావుంటే. నిజం గోపాలం, ఇయ్యాల ఊళ్లో పండగ గందా? అందరు నేమో తలుపులమ్మకి సీరలు పెడుతుంటే, నా

ఇంటోనేమో, ఇంటి కోడలికి పెడతన్నారు. ఎంత అదృష్టం పట్టిందయ్యా మాకు. భలే పెంచుకున్నారయ్యా పిల్లని" అన్నారు. ఆ పెద్దాయన అన్నమాటలు గోపాలం మనసులో ముద్రించేసుకున్నారు. ఆ క్షణాన ఆయనకి, ఏ తండ్రికైనా ఇంతకంటే గొప్ప విజయం ఏది ఉండదేమో అనిపించింది.

వాశిష్టి చిన్నప్పటి నుండి, మేము దేశం ఆ మూలనుండి ఈ మూల వరకు తిరిగాం. అది, ఎన్ని స్కూల్స్, కాలేజెస్ మారిందో. కానీ ఎక్కడ ఎవ్వరు నచ్చలేదా? అసలు సత్యం ని అంతలా ఇష్టపడ్డానికి వాడి దగ్గర ఏముంది? అనుకునేవాడు గోపాలం. కానీ మేనల్లుడు, అల్లుడు అయ్యాకే వాడిని గమనించడం మొదలుపెట్టాడు. ఏదన్న చెడు జరిగితే ఎక్కువ బాధపడడు, మంచి జరిగితే ఓ పొంగిపోడు. హంసవరానికి సంబంధించి, ఏ చిన్న సమస్యైనా సరే, అది తీరాలంటే సత్యం బాబు ఉండాల్సిందే. చేసే పని, మాట్లాడే మాట బంగారం తూచినట్టు ఎంత బాగా చేస్తాడో. అందుకే అనుకుంట ఈ రోజుకి కూడా వాశిష్టి భర్త చాటు భార్యలానే ఉంటుంది. దాన్ని ఏమి అడుగు, ఆయన్ని అడిగి చెబుతా అంటుంది. గోపాలానికి అప్పుడప్పుడు, వీళ్లిద్దర్నీ చూస్తుంటే, ఎవరో గంధర్వులు మా మధ్యన పుట్టరేమో అన్నట్టు అనిపిస్తూ ఉంటుంది.

చూస్తుండగానే పదిహేనేళ్ళు గడిచిపోయాయి. పెళ్ళి నాడు వెళ్ళిన అమ్మాయి, ఈ రోజు వరకు ఒక్కసారి కూడా పుట్టింటికి రాలేదు. నిజానికి ఆ అవసరం రాలేదు. అయితే ఇన్నాళ్లకి, ఇప్పుడు, యూనివర్సిటీ ఆఫ్ ఢిల్లీ లో "ఎడ్యుకేషన్ ఇన్ రూరల్ ఇండియా" కాన్ఫిరెన్స్ కి ప్రత్యేక అతిధిగా ఆహ్వానం అందుకున్న వాశిష్టి, ఈ రోజు ఢిల్లీ వస్తుంది. అమ్మాయి, అల్లుడు, పిల్లలు కూడా వస్తున్నారు. వాళ్ళని రిసీవ్ చేసుకోడానికే గోపాలం గారు భార్యని తీసుకుని పొద్దన్నే ఎయిర్ పోర్ట్ కి వచ్చింది. ఇవన్నీ ఆలోచిస్తుండగా, ఫ్లైట్ ల్యాండ్ అయ్యి, 20 నిమిషాల్లో వాళ్ళు బైటకి వచ్చారు. ఆ కాన్ఫిరెన్స్ అది చూసుకుని, పనిలో పని, గోపాలం గారికి ఆయన రిటైర్మెంట్ సందర్భంగా వాళ్ళ ఆఫీస్ వాళ్ళు ఇచ్చిన పార్టీ కూడా అటెండ్ అయ్యి, తిరిగి హంసవరం బయల్దేరారు. కాకపోతే ఈసారి

గోపాలం, సుభాషిణి గారు కూడా తోడయ్యారు. వాళ్ళు కూడా అదే ఊళ్ళో, వాళ్ళ పాతిల్లు బాగుచేయించుకుని, మనవళ్ళు, మనవరాళ్లతో ఆడుకుంటూ, కావలిసిన వాళ్ళ మధ్య హాయ్ గ కాలం గడిపారు.

అదండీ సంగతి. నీకు సంతృప్తి ని కలిగించే పనినే ఇష్ట పడగలిగితే, ఇష్టపడ్డ పనినే చెయ్యగలిగితే, నువ్వెక్కడున్నా సరే, ఆరోగ్యం, ఐశ్వర్యం, పేరు, ప్రతిష్ట అన్ని, కాలంతో సంబంధం లేకుండా, మీ ఇంటి పెరట్లో నందివర్ధనాల్లా విరబూస్తూనే ఉంటాయి. దానికి చక్కని ఉదాహరణే మా "వాశిష్టి మేమ్".

విహారం

హైదరాబాద్, మూసాపేట్ దగ్గర ఆంజనేయ నగర్ కాలనీ లో ఉంటుంటాడు సూర్యనారాయణ. అందరు సూరి అని పిలుస్తారు. పెళ్లి అయ్యి, ఇద్దరు పిల్లలు, క్యాబ్ డ్రైవర్ గా పనిచేస్తున్నాడు. రోజు ఉదయం రెడీ అయ్యి, ఉబర్ ఆన్ చేస్తే, దాదాపు ఎప్పుడు హైటెక్ సిటీ కే బుకింగ్ పడుతుంది. ఆరోజు కూడా అలాగే ఆంజనేయనగర్ కాలనీ, రోడ్ నెంబర్ 7 లో నుండి బుకింగ్ వచ్చింది. వెళ్లేసరికి, అదొక చిన్న వీధి, ఆ వీధిలో అన్ని ఇండివిడ్యుల్ హౌస్ లే. చివరన వున్న ఇంటి దగ్గర చూపిస్తుంది మ్యాప్. అక్కడనుండి వెనక్కి రావాలంటే యూ-టర్న్ తీసుకోవాలి. కస్టమర్ వచ్చేలోపు, యూ-టర్న్ తీసి రెడీ గా పెట్టాడు. ఇంతలో, ఇన్ షర్ట్ చేసుకున్న ఒకాయన, చేత్తో లేప్ టాప్ బ్యాగ్ పట్టుకుని వచ్చాడు. ఆయన కార్ ఎక్కాక, సూరి డెస్టినేషన్ చూస్తే మళ్ళీ హైటెక్ సిటీ నే. ఎఫ్.ఎం లో మంచి పాటలు వస్తున్నాయి, అయితే, వెనక సీట్ లో కుర్చున్నాయన, లేప్ టాప్ ఓపెన్ చేసి, ఎదో పని చేసుకుంటుంటే, సూరి ఎఫ్.ఎం ఆపేశాడు. ఒక గంట ఇరవై నిమిషాలు అయ్యాక అతన్ని వదిలిపెట్టి, నెక్స్ట్ బుకింగ్ కోసం ఎదురుచూస్తూ కూర్చున్నాడు.

ఆ మర్నాడు ఉదయం కూడా మొదటి బుకింగ్ ఆయనదే. రెండో రోజు, ఆ ఎక్కినాయన పేరు హర్ష అని పరిచయం చేసుకుని, సూరితో “ఓ ఇవ్వాళా నువ్వేనా? ఎక్కడ ఉండేది?” అంటే, సూరి “ఇక్కడే సర్, వెనకాల చిన్న గల్లీ ఉంటుంది కదా? అక్కడే వుంటా సర్” అని చెప్పాడు. ఇక ఆయనేదో అడగటం, సూరి సమాధానం చెప్పడం, అలా ఎదో ఒకటి మాట్లాడుతూనే వుండేవాళ్ళు. అలా ప్రతీరోజు ఇక వాళ్ళకి అలవాటు ఐపోయింది. కరెక్ట్ గా హర్ష ఆఫీసుకి బయల్దేరే

టైం కి ఆ వీధి చివరన సూరి వెయిట్ చేస్తూ ఉండేవాడు, ఆయన క్యాబ్ కోసం బుక్ చేసిన వెంటనే, మనోడు ఓకే కొట్టేసి వెళ్లి ఎక్కించుకుని తీసుకెళ్లేవాడు. అయితే ఒక రోజు హర్ష "అది కాదు సూరి, రోజు ఎలాగూ నువ్వే గా వస్తుంట? మళ్ళీ ఆ ఉబర్ ఎందుకు? నెలకి ఇంత అని చెప్పు, అదేదో నీకే ఇచ్చేస్తాను" అన్నాడు. సూరి కి కూడా అదేదో బానేవుంది అనిపించి, రోజు ఆయన్ని దింపేసి, అప్పుడు ఆ ఉబర్ ఆప్ ఆన్ చేసేవాడు. ఇలా రోజు కలిసి వెళ్లడం లో ఒకసారి హర్ష సూరి గురించి "ఎక్కడివాళ్ళు ఏంటి?" అని అడిగితే, సూరి "తన సొంతూరు గోదావరి జిల్లాలో లంకల కోడేరు అని, అక్కడ అతనికి చిన్న కాకా హోటల్ ఉండేది అని, ఏదో అలా నడిచిపోయేది, ఇక పెళ్ళి, పిల్లలు పుట్టుకొచ్చాక, వాళ్ళ ఖర్చులు అవి అంటే అక్కడ సరిపోట్లేదని, ఇక్కడైతే ఏదో ఒకటి చేసుకుని బతకొచ్చని వచ్చేశానని" చెప్పుకొచ్చాడు. అయితే ఆ కారు కూడా తనది కాదట, ఓనర్ వేరే, ఆయన దగ్గర సూరి నెల జీతగాడు అంతే. ఎలా అయినా సరే కార్ కొనాలని, కొద్ది కొద్ది గా డబ్బులు దాచుకుంటున్నాడట.

అలా రోజులు గడుస్తుండగా, ఒక రోజు ఆఫీస్ కి వెళ్లేప్పుడు సూరి, హర్షా తో "సర్, రేపటి నుండి మీరు ఏదో ఒక క్యాబ్ బుక్ చేసుకుని వెళ్లిపోండి. మా ఓనర్ కార్ అమ్మేస్తున్నాడట. ఇవ్వాళే చివరి రోజు" అని చెప్పాడు. హర్షా కూడా "సరేలే నేను కూడా ఎక్కడన్నా ఇలా డ్రైవర్ జాబ్ ఉందేమో చూస్తాను" అన్నాడు. ఇక ఆరోజు తరవాత వాళ్లిద్దరూ దాదాపు రెండు నెలలు కలవలేదు. ఒక రోజు హర్ష ఆఫీస్ నుండి వస్తూ, దారిలో ఏదో బిల్డింగ్ పనులు జరుగుతుంటే అక్కడ సూరి ని చూశాడు. అక్కడే కార్ దిగి వెళ్లి పలకరించాడు. సూరి, అక్కడ డ్రైవర్ జాబ్ పోయాక, వుద్యోగం కోసం చాలా ప్రయత్నిచాడట, ఎక్కడ దొరకలేదు. ఉదర పోషణార్ధం పనైతే చెయ్యాలి కదా, ఇదిగో ప్రస్తుతానికి ఇలా రోజు కూలీ లా చేస్తున్నాడన్నమాట. సూరి చెప్పింది విన్నాక హర్ష "సూరి, నీకేదో హోటల్ ఉండేది అన్నావు గా?" అంటే సూరి "అదేదో చిన్న ది సర్, ఏదో ఉదయం, సాయంత్రం టిఫిన్స్ తయారు చేసి అమ్మేవాడ్ని" అన్నాడు. హర్ష "అలా ఐతే టీ కాయడం బాగానే వస్తుంది కదా?" అంటే సూరి ఎందుకు అడుగుతున్నారా

అన్నట్టు మొహం పెట్టి "బానే వచ్చు సర్" అన్నాడు. హర్ష "అయితే నాకు తెలిసినచోట, చిన్న టీ షాప్ ఒకటి ఖాళీ అయ్యింది. ఇక్కడి కష్టం ఏదో అక్కడ పడితే నాలుగు డబ్బులు మిగుల్తాయి కదా? చేస్తావా?" అంటే సూరి "తప్పకుండ సర్, కానీ టీ అమ్మితే మహా ఐతే ఎంత వస్తుంది సర్?" అని తన అనుమానం బయటపెట్టాడు. హర్ష "భలే వాడివే, మంచి బిజీ సెంటర్ అది. నువ్వు కష్టపడాలి గాని క్షణం తీరిక ఉండదు. నీకు ఇక్కడ వచ్చేదానికంటే ఎక్కువే మిగులుతుంది" అనేసరికి సూరి సంతోషంగా ఒప్పుకున్నాడు.

ఒక నగల దుకాణానికి అనుకుని వున్న చిన్న టీ కొట్టు అది. పక్కనే ఆటో స్టాండ్, దగ్గర్లో జె.ఎన్.టి.యు కాలేజీ. మొత్తానికి హర్ష సాయంతో సూరి టీ దుకాణం మొదలుపెట్టాడు. రోజు హర్ష ఆఫీస్ నుండి వచ్చేప్పుడు, సూరి కొట్టు దగ్గర ఆగడం, ఒక టీ తాగి, ఆ మాట ఈ మాట మాట్లాడుకోవడం జరిగేది. సూరి మాత్రం యమా బిజీ ఐపోయాడు. అయితే ఒక రోజు హర్ష వచ్చేసరికి సూరి ఎందుకో ముభావంగా వున్నాడు. హర్ష "ఏంటి సూరి, ఇవ్వాళ కొంచెం డల్ గా కనబడుతున్నావు? ఏంటి సంగతి?" అంటే చెప్పాడు. మూడో తరగతి చదివే వాళ్ళ అమ్మాయి, ఎదో షాప్ లో వేలాదిదీసి వున్న డ్రెస్ చూసి, అది కావాలని మారాం చేసిందట. మనోడు వెళ్లి అడిగితే, 2500 చెప్పాడట. అంత మిగలాలి అంటే వెయ్యి టీ లు అమ్మాలి సార్ అన్నాడు సూరి. హర్ష ఏమో "మరి, ఎం నిర్ణయం తీసుకున్నావు? కొంటావా?" అంటే సూరి "అది కాదు సార్, మా అమ్మాయి, ఎక్కడకి తీసుకెళ్లినా సరే ఎప్పుడు ఏమి అడగదు. మొదటి సారి ఇది కావాలని అడిగింది", హర్ష "మరేంటి సమస్య?", సూరి ",ఇప్పుడది కొంటే, ఇక ఇంట్లో వున్న బట్టలన్నీ ఒక్కసారిగా తక్కువగా కనిపిస్తాయి. రేపటి నుండి మళ్ళీ ఇలాంటివే కొనమంటుంది" అన్నాడు. హర్ష "ఒక పని చెయ్, మీ అమ్మాయికి బాగా ఇష్టమైన తినుబండారం గాని, బొమ్మ గాని కొనుక్కెళ్ళి ఇచ్చేసేయ్. ఇక ఈ విషయం మర్చిపోతుంది" అని సలహా ఇచ్చాడు. సూరి ఒక్క నిమిషం అలోచించి "ఇదేదో బానే ఉందండోయ్" అని, ఎం కొందామా అని ఆలోచనలో పడ్డాడు. ఇంతలో తళ తళా మెరిసిపోతున్న బెంజి కార్ ఒకటి వచ్చింది. అందులోంచి

ఒకావిడ దిగి, నగల షాప్ లోకి వెళ్ళింది. అది చూసిన సూరి, కొంచెం గొంతు తగ్గించి హర్షా తో "చూశారా సార్, ఎవరో డబ్బున్న మాతల్లి, సాయంత్రాలు అలా సరదాగా షాపింగ్ కి వచ్చింది, అది కూడా బంగారం కొట్టుకి. నన్ను చూడండి, 2500 కి ఆరువేల సార్లు ఆలోచించాను. దేనికైనా రాసిపెట్టి ఉండాలి" అంటే హర్ష ఒక నవ్వు నవ్వి ఊరుకున్నాడు.

ఆ మర్నాడు హర్ష ఆఫీస్ నుండి వచ్చేప్పుడు అక్కడ ఆగాడు. సూరి కాసిచ్చిన స్పెషల్ టీ తాగుతూ "ఎం సూరి, నిన్న మీ అమ్మాయికి ఎం కొనిచ్చావు?" అంటే సూరి "స్కూల్ బ్యాగ్ పాతది ఐపోయింది సార్. నిన్న కొత్తది కొనుక్కెళ్ళాను. ఇక చూసుకోండి, పుస్తకాలు సర్దుకోవడం, దాన్ని చూసి మురిసిపోవడం, పడుకునే దాకా దాంతోనే వుంది. ఆ డ్రెస్ సగంతే మర్చిపోయింది" అనేసరికి ఇద్దరు నవ్వుకున్నారు. ఇంతలో నిన్న వచ్చిన అదే బెంజ్ కార్ మళ్ళీ వచ్చింది. మళ్ళీ ఆవిడే, కాకపోతే ఇవ్వాళ మాత్రం చాలా కోపం గా వుంది. ఆ నగల షాప్ లోకి వెళ్ళింది. ఇక్కడ టీ బేరాలు చూస్తున్నాడు గాని, సూరి కి మాత్రం ఆవిడ అంత కోపం గా ఎందుకుందో తెలుసుకోవాలి అనుకున్నాడు. హర్ష "నేను చూసొస్తా ఆగు" అని షాప్ లోకి వెళ్ళాడు. 10 నిమిషాల తరవాత తిరిగొచ్చి సూరి తో "నిన్న ఆవిడ ఎదో నెక్లెస్ కొనుక్కెళ్ళిందట. నిన్న రాత్రి ఎదో ఫంక్షన్ కి పెట్టుకుని వెళ్లిందట. ఇవ్వాళ లేచి చూస్తే, ఒక పక్కన నెక్లెస్ రంగు కొద్దిగా వెలిసిపోయినట్టు ఉందట. అమేమో, ఆ నెక్లెస్ తీసుకుని, తన డబ్బులు తిరిగి ఇచ్చేమంటుంది. ఆ షాప్ వాడేమో అసలు వాళ్ళ పాలసీ వొప్పుకోదని గొడవ. కనీసం దాన్ని కొత్త దానితో రీప్లేస్ చెయ్యమంటే, వాడేమో, మీరు ఏ కెమికల్ లేదా నైల్ పోలిష్ రిమూవర్ అయినా తగిలించారేమో? లేకపోతే అలా ఎందుకు అవుతుంది? కావాలంటే దాన్నే బాగు చేసి ఇస్తాం అంటున్నాడు. ఇద్దరి మధ్యన గొడవ" అని అసలు విషయం చెప్పాడు. ఇంకో అయిదు నిమిషాలు గడిచేసరికి ఆవిడ ఆ షాప్ వాడిని నానా తిట్లు తిట్టుకుంటూ వచ్చి, కార్ ఎక్కి వెళ్ళిపోయింది. సూరి, హర్ష వైపు చూసేసరికి ఆయనేమో "చూశావా సూరి, 400 పెట్టి స్కూల్ బ్యాగ్ కొంటె మీ అమ్మాయి లోకాన్ని మర్చిపోయింది. ఆవిడకేమో 12 లక్షలు పోసి నెక్లెస్ కొన్నా ఆ

ఆనందం ఒక్క రోజు కూడా లేదు" అంటే సూరి "నిజమేనండి" అన్నాడు. హర్ష "సూరి, అసలు విషయం మర్చిపోయాను. ఈ నెలాఖరులో మాకు వరుసగా అయిదు రోజులు సెలవు దొరుకుతుంది. నేను, మా ఫ్రెండ్స్ కలిసి ఎక్కడికన్నా టూర్ వెళ్దాం అనుకుంటున్నాం. మాకు డ్రైవర్ కావలి. నీకు ఓకే ఐతే, ఆ అయిదు రోజులు షాప్ కట్టేయాల్సొస్తుంది మరి. ఏమంటావు?" అంటే సూరి "తప్పకుండ సార్. ఎప్పుడు సార్ ప్రోగ్రాం?", హర్ష "అదీ చెబుతాగాని, ఎంత ఇమ్మంటావు చెప్పు?" అంటే సూరి "భలేవారే సార్, అసలు మీ దగ్గర డబ్బులు తీసుకోడమే" అన్నాడు. హర్ష "ఆహా, తమ్ముడు తమ్ముడే, వ్యాపారం వ్యాపారమే. సరిగ్గా చెప్పు, రోజుకి ఎంత కావాలి?" అంటే, సూరి మొహమాట పడుతూనే "మీకు తెలీంది ఏముంది సార్, మీరే చూసి ఇవ్వండి" అన్నాడు. ఇక సరే అనుకుని, ఎప్పుడు వెళ్ళేది ఏంటో హర్ష వివరాలన్నీ చెప్పాడు.

రెండు వారాలు గడిచాక, వాళ్ళు అనుకున్న దాని ప్రకారం శనివారం ఉదయాన్నే బయలుదేరాలి. శుక్రవారం సాయంత్రం హర్ష, సూరి కి ఫోన్ చేసి, ట్రావెల్ కంపెనీ అడ్రస్ చెప్పి "నేను ఆల్రెడీ డబ్బులు పే చేసేశాను, అక్కడికెళ్లి నీ డ్రైవింగ్ లైసెన్స్ చూపించి, ఈ రసీదు నెంబర్ చెబితే కార్ ఇస్తాడు. అది తీసుకుని ఇవ్వాళ మీ ఇంటికి వెళ్ళిపో. రేపు ఉదయాన్నే బయల్దేరి 7:30 అయ్యేసరికి మా ఇంటికొచ్చేసేయ్" అని చెప్పాడు. సూరి ఆ ట్రావెల్ ఆఫీస్ కి వెళ్తే, వాళ్ళు వివరాలు తీసుకుని, కార్ కీస్ ఇచ్చారు. వెళ్లి చూస్తే టయోటా ఇన్నోవా కొత్త మోడల్ బండి. భలే వుంది. అసలే మనోడికి కార్లంటే పిచ్చేమో, దొరక్క దొరికిన అవకాశం అనుకుని అది తీసుకుని ఇంటికెళ్లిపోయాడు.

శనివారం ఉదయాన్నే 7 అయ్యేసరికల్లా రెడీ ఐపోయి, హర్షా వాళ్ళింటికి వెళ్లి, ఆయనికి ఒక మెసేజ్ పెట్టేసి, బైట వెయిట్ చేస్తూ వున్నాడు. ఒక పావుగంట గడిచాక, హర్షా వాళ్ళు వస్తూ కనిపించారు. సూరి కార్ దిగి వెళ్లి, వాళ్ళ చేతిలో లగేజి అందుకుని కార్ లో పెట్టాడు. హర్ష, తన స్నేహితులతో "ఇదుగోరా, నేను చెప్పానే, ఇతనే సూరి అంటే" అని సూరి ని వాళ్లకి పరిచయం చేశాడు. అలాగే

సూరి తో "ఈవిడ నా వైఫ్, ఇదిగో వీడు నరేష్, ఆవిడ మిస్సెస్ నరేష్. ఆయనేమో విశ్వ, ఆవిడ మిస్సెస్ విశ్వ" అని అందర్నీ పరిచయం చేస్తుంటే, అందులో మిస్సెస్ నరేష్ అడ్డుపడి "హెల్లో మాస్టారు, మా అమ్మ, నాన్న మాకు కూడా పేరు పెట్టారు తెలుసా?" అంది. హర్ష ఉలిక్కిపడి "అమ్మో, అదే అదే ...." అంటుంటే ఆవిడ "సూరి, నా పేరు స్రవంతి అని, నరేష్ ని చూపించి ఇదిగో ఈయనే మా ఆయన, తను సృజన, హర్ష ని చూపించి వాళ్ళాయన అని, ఇది శ్రీ విద్య అని విశ్వా ని చూపించి వీళ్ళిద్దరు జంట అన్నమాట" అనేసరికి నరేష్, హర్ష వంక చూసి "ఎరా పొద్దన్నే ఇది అవసరమా మాకు?" అన్నాడు. హర్ష "ఆ, ఆ, టైం అవుతుంది పదండి పదండి" అంటే అందరు కార్ ఎక్కి సరిగ్గా ఏడున్నరకి బయల్దేరారు.

హర్ష, డ్రైవర్ పక్కసీట్ లో కూర్చున్నాడు. "పిల్లల్ని తీసుకురావట్లేదా సార్" అంటే, నరేష్ "లేదు సూరి, ఇంటిదగ్గర అమ్మమ్మలు, నాయనమ్మలు, తాతయ్య ల దగ్గర వదిలిపెట్టాం" అని చెప్పాడు. ఇంతలోనే స్రవంతి "చిన్నోడు సరే, పెద్దోడు ఎమన్నా తిన్నాడో లేదో ఒకసారి ఇంటికి ఫోన్ చెయ్యండి" అంది. నరేష్ "ఇదిగో ఇలా వాళ్లకి అలవాటు అవ్వాలనే కదా వదిలేసి వస్తుంట? మాటి మాటికీ ఫోన్ చేస్తే, మళ్ళీ బెంగ పెట్టుకుంటారు" అని సర్దిచెప్పాడు. సూరి "ఎక్కడికి సార్ ట్రిప్?" అన్నాడు. హర్ష "ముందు అనుకున్న ప్రోగ్రాం ఏంటంటే, కన్యాకుమారి దగ్గర అనంత్య రిసార్ట్స్ అని వున్నాయి. అక్కడికి వెళ్ళి, ప్రశాంతం గా గడిపి, తిరిగి సైలెంట్ గా హైదరాబాద్ వచ్చేద్దాం అనుకున్నాం. కాకపోతే మా ఆవిడ, మా చెల్లెలు కలిపి ప్రోగ్రాం లో చిన్న చేంజ్ చేశారు. తమిళనాడు, కేరళ బోర్డర్ లో మంగళాదేవి టెంపుల్ అని ఎదో ఉందట. అక్కడ దర్శనం చేసుకుని, అటునుండి అటు కన్యాకుమారి చెక్కేద్దాం" అన్నాడు. వెనకనుండి నరేష్ "అదేంటి, మధ్యలో ఇదెప్పుడు చేంజ్ చేశారు? నాకు చెప్పలేదే?" అంటే స్రవంతి "నిన్న రాత్రే అనుకున్నాం అండి. సృజన వాళ్ళ ఫ్రెండ్ ఎవరో వెళ్లారట, చాలా బావుంటుందట" అంటే నరేష్ "ఓహో, బావుంటే మాత్రం దేవుడు ఎక్కడ లేడు చెప్పు? అంత దూరం వెళ్లాలా? మళ్ళీ మనకి ఒక ఆరుగంటల జర్నీ ఎక్స్ట్రా అవునా?" అనేసరికి

ఇక ఆడవాళ్లు ఒకరి మొహం ఒకరు చూసుకుంటుంటే, విశ్వ, నరేష్ తో "పోనిలే బాబాయ్, దారే కదా? నువ్వు కొంచెం కోపం తగ్గించుకోవాలోయ్" అన్నాడు. ఇంతలో సూరి "సర్, నేను ఒకసారి వెళ్ళాను సర్. తేక్కడి నుండి జస్ట్ ఒక 15 కిలోమీటర్లు అంతే సర్. మంగళాదేవి ఆలయం వున్న ప్రాంతం భలే ఉంటుందండి" అన్నాడు. నరేష్ "సరే కానీండి, ఇక అందరు వెళ్దాం అన్నాక తప్పుతుందా?" అన్నాడు.

ఇంతలో కార్ హైవే ఎక్కింది, హర్ష "సూరి, ఎక్కడన్నా మాంచి టిఫిన్ దొరికేచోట ఆపవోయ్. అదిరిపోవాలి" అన్నాడు. సూరి ఏమో "హైవే లో టిఫిన్ అంటే పెద్ద బాగోదు సర్, భోజనం అంటే దొరకొచ్చు గాని టిఫిన్ కష్టమే" అంటే హర్ష "నీకు తెలిసిన చోటు ఎం లేదా? మంచి టిఫిన్ దొరికే దాబా గాని, అలాంటిది?" అని, వీళ్లు ఇంత సైలెంట్ గా వున్నారు, ఎం చేస్తున్నారు? అని వెనక్కి తిరిగాడు. సృజన రెప్ప కూడా వెయ్యకుండా హర్షా నే చూస్తుంది. హర్ష "ఏంటి అలా చూస్తున్నావ్?" అన్నాడు. తనకి కోపం గా ఉందని తెలుస్తుంది. కానీ ఎందుకొచ్చిందో తెలీలేదు. ఆ వెనకాల నరేష్ వంక చూస్తే ఆయన "ఏమో బాబు, నాకు మాత్రం, మా ఆవిడ చేసి పెట్టిన పులిహోర అద్భుతం గా వుంది" అన్నాడు. హర్షా కి తాను చేసిన తప్పేంటో అప్పుడు అర్థం అయ్యింది "అంటే సృజనా కూడా టిఫిన్ అదరగొట్టిందనుకో. అదే మీకెవరికన్నా ఆకలేస్తుందేమో అని ఆపమన్నాను" అని కవర్ చెయ్యడానికి ట్రై చేశాడు, కుదర్లేదు. ఇంతలో హర్ష ఫోన్ రింగ్ అయ్యేసరికి, హమ్మయ్య అనుకుని, తీసి, ఎవరో ఆఫీస్ నుండి చేస్తే మాట్లాడాడు.

కొంత దూరం వెళ్ళాక, గుండ్రంపల్లి దగ్గర హైవే లో ట్రాఫిక్ జాం అయ్యింది. ఎదో ఏక్సిడెంట్ జరిగింది అనుకుంట మొత్తం రోడ్ బ్లాక్ అయ్యింది. ట్రాఫిక్ చాలా దూరం జాం అవడంతో, కొన్ని వెహికల్స్ ని పక్కనే ఎదో చిన్న పల్లె ఉంటే, ఆ ఊళ్ళోంచి మళ్లించి, మూడు కిలోమీటర్ల తరవాత మళ్ళీ హైవే తో కలిపారు. అయితే వీళ్ళ కార్ కూడా ఆ పల్లె లోంచి వస్తుంటే, ఒక చిన్న వీధిలా ఉంటే, సూరి

జాగ్రత్తగా నడుపుతూ వస్తున్నాడు. వీళ్ళ ఖర్మ కాలి, ఒక ఇంటి ముందున్న చిన్న మొక్క మీద కార్ ఎక్కించబోయాడు. ఇక ఆ ఇంటాయన పెద్ద దెబ్బలాట. ఎంత నచ్చచెప్పినా వినడే. అదేదో చిన్న వేప మొక్క, కుడి వైపున కొద్దిగా ఒక కొమ్మ విరిగింది అంతే. దానికి అతను చేసిన హడావిడి చూడాలి, దాదాపు సూరి ని కొట్టబోయాడు. నరేష్ కార్ దిగబోతుంటే, అసలే కోపం ఎక్కువ, ఎందుకులే గొడవ అని మిగతావాళ్లంతా ఆపారు. పోనీ హర్ష, ఎమన్నా మాట్లాడదాం అంటే సూరి, అసలు ఎవ్వరు కార్ దిగొద్దని సైగ చేశాడు. మళ్ళీ ఎందుకులే ఆ గొడవని సాగదీయడం అని, లోపలే కూర్చుండిపోయారు. ఒక అరగంట అక్కడే ఆగిపోయారు. సూరి నే ఎలాగో సర్దిచెప్పి అక్కడినుండి బైటపడ్డారు. ఆ గొడవయ్యాక, సూరి వచ్చి కార్ ఎక్కేసరికి విశ్వ, హర్ష ఎదో చెప్పుకుని నవ్వుకుంటున్నారు. సూరి “ఆ పెద్దాయన చూడండి సర్, ఇక్కడ మనుషులు పోతుంటేనే పట్టించుకోట్లేదు. ఆ మొక్క కోసం ఎంత గోల చేశాడో?” అంటే హర్ష “అంతే సూరి, ఒక్కొక్కరు ఒక్కో రకం” అనుకుని ఇక ఆవిషయం వదిలేశారు.

దారిలో భోజనాల కోసం ఆగారు. వీళ్లంతా ఒక టేబుల్ దగ్గర కూర్చుంటే, సూరి ఒక్కడు వెళ్లి వేరే టేబుల్ దగ్గర కూర్చున్నాడు. హర్ష “సూరి, అదేంటి అక్కడ? ఇలా వచ్చేయ్, ఇక్కడ ప్లేస్ వుంది గా?”, సూరి “పర్లేదు సర్” అన్నాడు. నరేష్ కూడా “ఇక్కడ చైర్ ఉందిగా ఇలారావోయ్” అనేసరికి, ఇక సూరి వాళ్ళతో పాటే కూర్చున్నాడు. భోజనం అయ్యాక, హర్ష “ఆహా, ఇక్కడ పాన్ షాప్ వుంది. ఎవరికన్నా పాన్ కావాలా?” అంటే సూరి తప్ప ఎవ్వరు వద్దన్నారు. రెండు నిమిషాలు అక్కడే అటూ ఇటూ తిరిగారు. నరేష్, రెండు వాటర్ బాటిల్స్ తీసుకొచ్చి కార్ లో పెట్టాడు. విశ్వ, నీళ్లు తాగుదామని, ఒక బాటిల్ ఓపెన్ చెయ్యబోతుంటే, శ్రీవిద్య వచ్చి, పైన, పైన పట్టుకోండి అనేలోపే విశ్వ బాటిల్ మూత ఓపెన్ చేసి, తాగబోతే, కొన్ని నీళ్లు చొక్కా మీద వొలిగాయి. విశ్వ, శ్రీవిద్య వైపు చూసి నవ్వుతుంటే, తను “పెళ్ళైనప్పటినుండి చెబుతున్నాను, బాటిల్ లో నీళ్లు నిండుగా వున్నప్పుడు, బాటిల్ కింద కాదు, పైన పట్టుకుని ఓపెన్ చెయ్యాలీ

అని. వింటేగా?" అంది. ఇంతలో సృజన వచ్చి "వీళ్లు మన మాట ఎప్పుడు విన్నారు గనక?" అని ఇంకా ఏదో అనబోతుంటే, హర్ష "ఇదిగో చూడు, అవకాశం దొరికినప్పుడల్లా వాడేయ్ కూడదు తల్లి. అసలు ఇక్కడ జరిగినదానికి, నాకు ఏమన్నా సంబంధం వుందా?" అంటే, నరేష్ వచ్చి "సర్లే ఇక పదండి పదండి" అని వాళ్ళని బయల్దేరదీసాడు. ఆ వెనకాల నిలబడి చూస్తున్న స్రవంతి "మీకు కనీసం మాట్లాడే అవకాశం అన్నా ఇచ్చారు. నా పరిస్థితి చూశారా...." అంది. నరేష్, ఆమె వైపు చూసేసరికి, మొత్తం అందరు మూసి ముసిగా నవ్వుకుంటున్నారు. సూరి కి మాత్రం భలే నవ్వొచ్చింది.

మంగళాదేవి ఆలయం చేరుకోవాలంటే దాదాపు 20 గంటల పైనే ప్రయాణం. 11 గంటల ప్రయాణం తరవాత ఒక టౌన్ వస్తే, ఆరోజు రాత్రి అక్కడే ఒక హోటల్ లో స్టే చేశారు. అక్కడినుండి ఆ మర్నాడు ఉదయాన్నే మంగళాదేవి ఆలయానికి బయల్దేరారు. ఇక ఆరోజు ప్రయాణం అయితే అద్భుతమే, ఎక్కడ చూసినా పచ్చని వాతావరణం, చాలా దూరం ఘాట్ రోడ్ లో ప్రయాణం. కాకపోతే మధ్యాహ్నం అయ్యేసరికి ఒక చోట వర్షం మొదలయ్యింది. మెల్లిగా పెరుగుతూ పోయి, ముందొచ్చే వాహనాలు కూడా కనబడట్లేదు అంత గట్టిగా వచ్చేసింది. వెళ్ళేదంతా సన్నని ఘాట్ రోడ్, ఇక అంత వర్షం పడుతున్నప్పుడు ఎందుకులే అని చిన్న పల్లెటూరు ఏదో వస్తే అక్కడ ఆగారు. గంట, రెండు గంటలు అసలు ఎంతకీ ఆగదే. మూడు గంటలకి పైగా అక్కడే ఉండిపోవాల్సొచ్చింది. సాయంత్రం ఐదు అయ్యేసరికి కొంచెం వర్షం తగ్గుముఖం పట్టింది. హమ్మయ్య అనుకుని బయల్దేరారు. అప్పటికే రోజంతా ప్రయాణంలోనే ఉన్నారేమో అందరు అలిసిపోయినట్టు ఐపోయారు. ఒక్క విశ్వ తప్ప, మిగిలిన వారందరు నిద్రలోకి జారుకున్నారు. ఒక చోట కారు ఆగినట్టు అయ్యి హర్షా కి మెలుకువ వచ్చి చూస్తే, బైట అంత చీకటి, కార్ ఏమో ఒక పక్కన ఆపి, విశ్వ, సూరి ఏదో మాట్లాడుకుంటున్నారు. హర్షా తో పాటు మిగిలినవాళ్లు కూడా లేచారు. ఏమయ్యింది? అని అడిగితే చెప్పారు. ఎక్కడో దారి తప్పారు, చూస్తుంటే వీళ్ళు ఇప్పుడు వున్నది మెయిన్ రోడ్ లా అనిపించట్లేదు. ఒక్క వాహనం కూడా

రావట్లేదు, పైగా అమావాస్యేమో భయంకరమైన చీకటి. అప్పటికే విశ్వ గూగుల్ మ్యాప్ ఆన్ చెయ్యడానికి ప్రయత్నిస్తుంటే నెట్ వర్క్ సరిగ్గా లేక ఓపెన్ అవ్వట్లేదు. అందరి ఫోన్ లోని అదే పరిస్థితి. ఈ లోపు వీళ్ళు డోర్ ఓపెన్ చేసి దిగబోతుంటే, సూరి "సార్, దిగొద్దు. దాదాపు అరగంట నుండి ఈ దారిలోనే వున్నాం. నాకు తెలిసి ఎక్కడో అడవి మధ్యలోకి వచ్చేశాం. జంతువులు అవి ఎమన్నా వస్తాయి" అన్నాడు. ఇదేంటిది ఇలా ఇరుక్కున్నాము? అనుకుని, సరే వచ్చిన దారినే వెనక్కి వెళదాం అని బయల్దేరారు.

ఒక నలభయ్ కిలోమీటర్లు వెళ్ళుంటారు, మొత్తం అడివి, అసలు వీళ్ళు ఎటునుండి వచ్చారో కూడా తెలియట్లేదు. ఫోన్ చూస్తే సిగ్నల్ రావట్లేదు. అలా వెళ్లగా వెళ్లగా అక్కడెక్కడో దూరంగా దీపాల వెలుగు కనబడింది. ఆ వెలుగుని చూసుకుంటూ, దారి కొంచెం అటూ ఇటు గ వున్నా, ఎలాగో ఆ దారిలోనే ముందుకెళ్లారు. ఆ దీపాల వెలుగు దగ్గర అవుతున్న కొద్దీ సూరి కి ఏంటో భయం భయం గ అనిపించింది. ఈ నట్టడివిలో ఎవర్రై వుంటారబ్బా అనుకున్నాడు. వీళ్ళ కారు రావడం చూసి, ఒక పదిమంది వరకు ఈటెలు, బరిశలు పట్టుకుని చుట్టూ చేరారు. సూరి, నరేష్ కిందకి దిగి వాళ్ళతో మాట్లాడ్డానికి ప్రయత్నించారు. వాళ్ళు చూడ్డానికి గిరిజనులు అని తెలుస్తుంది. కానీ వాళ్ళు మాట్లాడేది మాత్రం ఒక్క ముక్క కూడా అర్ధం కావట్లేదు. పైగా కొంచెం ఉంటే మీద పడి కొట్టేలా వున్నారు. కారులోనుండి ఆడవాళ్లు కూడా దిగేసరికి, వాళ్ళు కొంచెం దూరం గ జరిగి నిలబడ్డారు. అందులో ఒకతను వాళ్ళకి నాయకుడు అనుకుంటా, అతనొక్కడే ఎదో అడిగాడు. శ్రీవిద్య వాళ్ళ కి అర్థం అయ్యే భాషలోనే ఎదో చెప్పింది. ఇంతలో ఆ నాయకుడు ఆ వెనకాల వాళ్ళతో ఎదో చెప్పాడు. వాళ్ళు ఆ చేతిలోని ఆయుధాలు కిందకి దించి, ఎవరిదారిన వాళ్ళు, వాళ్ళ పాకల దగ్గరకి వెళ్లిపోయారు. ఆ నాయకుడు మాత్రం ఇంకో మూడు నిమిషాల పాటు శ్రీవిద్య తో మాట్లాడి, వీళ్ళందరికీ దారి చూపిస్తూ అతను ముందు నడిచాడు. అదంతా చూస్తున్న సూరి, శ్రీవిద్య తో "మేడం గారు, వాళ్ళు ఎం అంటున్నారండి?" అంటే శ్రీవిద్య "అదే, మనమెవరో ఏంటో అడుగుతున్నారు. బైటవాళ్ళని ఇక్కడకి

రానివ్వరట. ఇలా అడవిలో తప్పిపోయామని చెప్పాను. సరే ఈ పూటకి వుండి, వెలుగు రాకుండా వెళ్లిపోవాలని చెప్పాడు" అంటే సూరి "అసలు వాళ్ళ భాష మీకెలా తెలుసండి?" అన్నాడు. శ్రీవిద్య ఎదో చెప్పబోయే సరికి హర్ష వచ్చి "బాబు, ఆవిడ పంతులమ్మ గారు. భాషల పైన పీ.హెచ్.డీ ల మీద పీ.హెచ్.డీ లు చేసింది" అని చెప్పాడు. వీళ్ళకి, చిన్న పాక ఒకటి చూపించి, ఆ రాత్రికి అక్కడే ఉండమని చెప్పి, ఆ నాయకుడు వెళ్ళిపోయాడు. ఆ పాక లోపల, ఒక గోడకి తగిలించి వున్న చిన్న దీపం వెలుగులో చూస్తే, మొత్తం పాక లోపల అంత ఖాళీగా ఉంది. పోనిలే కనీసం ఈ రాత్రి ఉండడానికి ఎదో ఒక చోటు దొరికింది, అనుకుని సూరి ఒక గోడకి జారబడి చతికిలబడ్డాడు. ఇంతలో బైటనుండి ఏవో పెద్దగా కేకలు వినబడ్డాయి. ఏమయ్యిందో ఏంటో? అనుకుని, వీళ్ళని ఇక్కడే ఉండమని, నరేష్, హర్ష వెళ్లారు. ఒక అయిదు నిమిషాలు గడిచాక హర్ష పరిగెత్తుకుని వచ్చి, అందర్నీ ఒకసారి రమ్మని తీసుకెళ్లాడు. విషయం ఏంటంటే, ఎవరో ఆరేళ్ళ కుర్రాడికి వొంట్లో బాలేదట. వీళ్ళు వచ్చేసరికి, ఆ పిల్లాడేమో కడుపులో నొప్పి అని మెలికలు తిరిగిపోతుంటే, ఆ కుర్రాడి వాళ్ళమ్మ బోరున ఏడుపు. స్రవంతి డాక్టర్ కావడంతో, అతన్ని టెస్ట్ చేసి, రెండు మూడు ప్రశ్నలు అడిగింది. వాళ్ళకి అర్థం అయ్యేలా శ్రీవిద్యే చెప్పి, వాళ్ళ సమాధానాలు తిరిగి స్రవంతికి చెబుతుంది. సృజన ఏమో మిగతావాళ్ళని అక్కడనుండి బైటకి వెళ్ళమని, ఆ బాబు వాళ్ళమ్మని ఏడవొద్దని ఊరుకోబెడుతుంది. స్రవంతి "ఇక్కడికి దగ్గర్లో ఎంత దూరం లో మందుల షాప్ ఉంది?" అని అడిగితే, నెలకో రెండు నెలలకో పట్నం నుండి ఎవరో డాక్టర్ వచ్చి చూసి పోతాడట. అతను ఇస్తేనే మందులు అని, అసలు అక్కడినుండి ఎనభయ్ మైళ్ళు వెళ్తేగాని మందుల దుకాణం రాదని చెప్పారు. స్రవంతి, తన దగ్గర వున్న ఫస్ట్ ఎయిడ్ కిట్ లోనుండి పెయిన్ కిల్లర్ ఇంజక్షన్ ఇచ్చి, ఇక ఆ రాత్రికి పర్లేదు కానీ, ఉదయం మాత్రం దగ్గర్లో వున్న హాస్పిటల్ కి తీసుకెళ్లమని చెప్పింది. తనలా ఇంజక్షన్ ఇచ్చి ఒక అయిదు నిమిషాలు అయ్యేసరికి, వాడు తగ్గిందని లేచి కూర్చున్నాడు. ఆ గూడెం వాళ్ళ దృష్టి

లో వీళ్ళు దేవుళ్ళు ఐపోయారు. ఆ కుర్రాడి వాళ్ళమ్మ వీళ్ళ కాళ్ళకి మొక్కేసి వదలదే. ఇంకొక్క క్షణం ఆగితే, గుడి కట్టేసేలా ఉంది అని నవ్వుకున్నారు.

అయితే ఆ గూడెం పెద్ద, వెనకాల వాళ్ళతో ఏదో చెప్పాడు. ఇక చూసుకో నా సామి రంగ, "వెలుగు రాకుండా వెళ్ళిపోవాలి" అని షరతు పెట్టినాయనే, దగ్గరుండి మర్యాదలు చెయ్యడం మొదలుపెట్టాడు. అప్పటికప్పుడు, ఏవో దుంపలు తీసుకొచ్చి ఉడకబెట్టారు, వాటికి తోడు, మజ్జిగ చల్ల అని వెదురు బొంగుల్లో పోసి ఇచ్చారు. కడుపు నిండా తిని, వీళ్ళకి ఇచ్చిన పాక దగ్గరకి వెళ్లి చూసుకునే సరికి, లోపల గడ్డితో పేనిన బొంతల్లా వున్నాయి, అవి పరిచి, వాటి పైన కంబళి కప్పి ఉంచారు. పాక బయట, కొన్ని తడి ఆకులు కి మంట పెట్టి ఆర్పేశారు. అది దోమలు రాకుండా ఏర్పాటు అట. లోపలికెళ్ళి అందరు నడుము వాల్చారు. సూరి కి మాత్రం ఒక్క క్షణం పాటు ఎం జరిగిందో అర్ధంకానట్టు ఆశ్చర్యం లో వుండిపోయాడు.

మరుసటి రోజు ఉదయాన్నే లేచి, ఆ గూడెం వాళ్ళు ఏవో ఉడకేసిన గింజలు పెడితే తిని, కాసిచ్చిన తేనీరు తాగి, వీళ్ళు బయల్దేరతాము అంటే, ఆ గూడెం పెద్ద, ఇద్దరి కుర్రాళ్లతో ఎదో చెప్పాడు. వాళ్లేమో పరిగెత్తుకెళ్లి, మట్టితో చేసిన నాలుగు ముంతలు, వాటికి పైన అరిటాకు మూతేసి తాడుతో కట్టారు. అవి తీసుకొచ్చి హర్ష వాళ్ళకిచ్చారు. ఏంటా అని చూస్తే, తేనె అట. ముందురోజే అడవిలోనుంచి పెద్ద తేనె తుట్టని పట్టుకొచ్చారట. సృజన, ఒక ముంత ఓపెన్ చేసి చూస్తే అబ్బా ఎం సువాసన, చూస్తేనే తినాలి అనిపించేలా వుంది. కానీ ఇంత ఎందుకు? అంటే, వాళ్ళు బండిలో పెట్టేవరకు ఊరుకోలేదు. సృజన, తన హ్యాండ్ బాగ్ లోనుండి అయిదు పింకు నోట్లు, అదేనండి రెండువేల నోట్లు తీసి, ఆ గూడెం పెద్దకి ఇచ్చింది. ఆయనేమో వద్దు అంటుంటే సృజన "ఆ కుర్రాడిని హాస్పిటల్ కి పట్నం తీసుకెళ్లాలి కదా? ఉంచండి" అంటే, శ్రీవిద్య వాళ్ళ భాషలో చెప్పేసరికి ఇక తీసుకున్నాడు. అక్కడినుండి బైటకి ఎలా వెళ్లాలో వాళ్లనే అడిగి తెలుసుకుని, బయల్దేరారు.

అక్కడినుండి బైటపడి, ఆరోజు మధ్యాహ్నం అయ్యేసరికి మంగళాదేవి ఆలయం దగ్గర చెక్ పోస్ట్ చేరుకున్నారు. అక్కడ ఫారెస్ట్ డిపార్ట్మెంట్ వాళ్ళు, ఆ చెక్ పోస్ట్ తర్వాత ఎవరి వెహికల్ అనుమతించరట. అక్కడ పార్కింగ్ లో పెట్టి, సూరి వెళ్లి, నలభై ఏళ్ళు పైబడిని ఒకతన్ని వెంటబెట్టుకుని వచ్చాడు. అతని పేరు మహతి నాయర్ అని, అక్కడ టూరిస్ట్ గైడ్ అట, పైగా తెలుగు బాగా తెలుసట. వీళ్ళందర్నీ వెంటబెట్టుకుని గుడికి తీసుకెళ్తూ, అక్కడి విషయాలు చెబుతున్నాడు. మంగళాదేవి ఆలయం, కేవలం చైత్ర పౌర్ణమి సమయం లో మాత్రమే చూడనిస్తారట. ఇక మిగతా సమయాల్లో చూడాలంటే ఫారెస్ట్ డిపార్ట్మెంట్ వాళ్ళ పర్మిషన్ తీసుకుని రావాలట. ఎప్పుడో రెండు వేల సంవత్సరాల క్రితం "చేరాం చెంగుట్టువం" అనే రాజు కట్టించిన ఆలయం అట. దట్టమైన అటవీ ప్రాంతం, చుట్టూ కొండలు, అందులో ఒక కొండపైన వుంది ఆ ఆలయం. ఇప్పుడు ఆ కొండ ఎక్కాలి అని చెప్పాడు. అదేమీ తక్కువ దూరం కాదు, చాలా దూరం వరకు నడిచే వెళ్ళాలట, నడవలేని వారికి జీప్ సదుపాయం వుంది. వీళ్ళు మట్టి రోడ్ ఉన్నంత వరకు జీప్ లో వెళ్లిపోయారు. ఆ తరవాత ఇక జీప్ కూడా వెళ్ళదు, అని చెప్పడంతో నడిచే వెళ్లారు. కొండ పైకి ఎక్కాక చూస్తే, అదేమీ పెద్ద భారీ హంగులతో వున్న ఆలయం ఎం కాదు. కొండరాళ్ళు ఒకదానిమీద ఒకటి నిలబెట్టి కట్టారు. ఆ కొండమీదే, ఆ చెట్ల మధ్యలోనే, గుడిలోకి లైన్ పెట్టారు. అమ్మవారి విగ్రహం మాత్రం అద్భుతంగా వుంది. ఆ ప్రాంతం, ఆ విగ్రహం, ఆ గుడి ప్రాంగణం మాత్రం గొప్ప అనుభూతి ని మిగిల్చింది. తిరిగి కిందకి వచ్చేస్తుంటే, దారంతా చిన్న చిన్న గుడారాలు వేసి, రకరకాల టిఫిన్లు, భోజనాలు అమ్ముతున్నారు. వీళ్ళకి కూడా బాగా ఆకలేస్తుంది అని, ఒక గుడారం దగ్గర ఆగి, తినడానికి ఆర్డర్ ఇచ్చి, వాళ్ళు కింద గడ్డిపైనే ఏర్పాటు చేసిన బరకాల మీద కూర్చున్నారు.

మహతి వచ్చి హర్షా పక్కన కూర్చున్నాడు. ఆడవాళ్ళేమో, మొబైల్ ఫోన్ తీసి, ఫోటోలు తీసుకునే పనిలో వున్నారు. మహతి, హర్షా తో "సార్, ఈ ప్రాంతం, అటు తమిళనాడు కి, ఇటు కేరళకి బోర్డర్ కదండీ, చుట్టూ పల్లెటూళ్ళనుండి ఎక్కువమంది వస్తారు" అని చెబుతున్నాడు గాని హర్ష నుండి ఏ సమాధానం

లేదు. అయితే వాళ్ళు కూర్చున్న చోటుకి ఎదురుగా, ఏవో బొమ్మలు అమ్మే దుకాణం ఉంటే, అక్కడ, పరికిణి వోణి వేసుకున్న ఇద్దరు అమ్మాయిలు ఏవో కొంటున్నారు. వాళ్లనే చూస్తున్న హర్షా తో మహతి "ఆ కుడి వైపు వున్న అమ్మాయిని చూడండి సర్, ఆమె జెడ ఎంత పొడవు ఉందొ? ఇక్కడివాళ్ళు, తినే ఫుడ్ అలాంటిది సార్" అన్నాడు. హర్ష "అదికాదు మహతి, ఈ మధ్యన ఎక్కడ చూసినా ఎండాకాలం కొత్తిమీర కట్టలే కనిపిస్తున్నాయి" అంటే, మహతి అర్థం కానట్టు చూస్తుంటే, హర్ష "అదేనయ్యా జుట్టు, ఏంటో ఇంతింత వేసుకుని తిరుగుతున్నారు. ఈ అమ్మాయి చూడు, ఎంతబాగా జడేసుకుందో. అసలు జెడ వేసింది కాబట్టి అలా వుంది కానీ లేకపోతే ఆ అమ్మాయికంటే పొడుగ్గా ఉండేదేమో? అని నా డౌట్. కానీ చూడముచ్చటగా వుంది కదూ?" అంటే, మహతి ఎదో అనేలోపు "ఆహా, అంత చూడ ముచ్చటగా వుందా?" అని ఇంకో గొంతు వినబడింది. హర్ష ఉలిక్కిపడి చూసేసరికి ఇంకెవరు సృజన. కోపంగా చూస్తుందా అంటే అదీ కాదు, కళ్ళు పైకి, కిందకి తిప్పుతూ, "మొదలెట్టేశారా" అన్నట్టు చూస్తుంది. హర్షా ఏమో తప్పు చేసి దొరికిపోయిన స్కూల్ పిల్లాడిలాగా మొహం పెట్టి "అంటే అదీ" అన్నాడు. సృజన "అదే అదే విన్నాను" అంది. అదంతా చూస్తున్న సూరి కి నవ్వాగలేదు. సృజన "ఏంటి సూరి నీకు నవ్వులాటగా వుందా?" అంటే సూరి "అయ్యో సారి అండి" అనేసి "మేడం మీది ప్రేమ వివాహమా? పెద్దలు కుదిర్చిన పెళ్లా?" అన్నాడు. సృజన "పెద్దలే కుదిర్చారు, శ్రీ రాముడి టైప్ అని చెప్పి పెళ్లిచేశారు. చేసుకున్నాక తెలిసింది "శ్రీ" వరకే కరెక్ట్ అని. సూరి "అంటే అర్థం కాలేదు మేడం" అన్నాడు. ఇంతలో హర్షా సూరితో "ఓయ్, ఇప్పుడు నీకవన్నీ అవసరమా?" అంటుంటే సృజన "ఏ, అడిగితే ఏంటి తప్పు?" అంది. ఈలోపు హర్షా మెల్లిగా ఎదో అంటుంటే, సృజన "అనేదేదో డైరెక్ట్ గ అనేయండి. మళ్ళీ లోపల లోపల ఎందుకు?" అంది. హర్ష "ఏ నాకేమన్నా భయమా? పెళ్ళికి ముందు అమ్మాయిని చూసొచ్చి "సన్నజాజిలా వుంది రా" అని చెప్పారు మావాళ్లు. చేసుకున్నాక చూస్తే బొండుమల్లి లా వుంది" అన్నాడు. సృజన మొహం అమాయకంగా పెట్టి, వెనకాల కూర్చున్న నరేష్, స్రవంతి వాళ్ళని చూసి

"ఆయన అంతంత మాటలు అంటుంటే మీరేమి మాట్లాడరే?" అంది. నరేష్ "అంటే, మీరేదో పర్సనల్ విషయాలు మాట్లాడుకుంటుంటే మధ్యలో మేమెందుకులే అనీ....." అనేసి నరేష్, స్రవంతి ముసిముసిగా నవ్వుకుంటున్నారు. ఈలోపు మహతి హర్ష తో "సార్, ఆ పొడుగు జెడ అమ్మాయి వెళ్ళిపోతుంది" అన్నాడు. హర్ష "నువ్వు ఊరుకోవయ్యా సామి. అసలు నీవల్లే ఈ గోలంతా" అనేసరికి, సృజన కూడా నవ్వేసింది. ఇంతలో "ఆ, టిఫిన్స్ వచ్చేసాయి. ఓ పట్టు పట్టండి" అనుకుంటూ విశ్వ వచ్చాడు. సూరి కూడా వెళ్లి అందరికి టిఫిన్ ప్లేట్లు అందించాడు.

ఒక అరగంటలో అందరు తినేసి, నడుచుకుంటూ కిందకి బయల్దేరారు. కిందకి దిగేప్పుడు దారినిండా దుకాణాలే. మొదటిగా స్రవంతి గాజులు ఏవో కావాలంటే ఆగారు. గాజులబ్బికి డబ్బులు ఇద్దామంటే, అప్పటికే మగాళ్ల దగ్గర వున్న చిల్లర కాస్తా ఐపోయింది. కార్డు అంటే తీసుకోరట. హర్ష "మీరేమి టెన్షన్ పడకండి, షాపింగ్ అంటే, మా ఆవిడ దగ్గర ఎప్పుడు క్యాష్ రెడీ గ ఉంటుంది" అన్నాడు. ఇక చూసుకోండి, బొట్టు బిళ్ళలు అన్నారు, ఇంకోచోట చెవి రింగులు బావున్నాయి అన్నారు. ఆ తర్వాత కొయ్య బొమ్మలు అన్నారు. మధ్యలో ఎక్కడో కాటన్ చీరలు చవగ్గా వున్నాయి అన్నారు. దాదాపు వీళ్ళ కారు పెట్టిన చోటకి వచ్చేశారు. అక్కడ చుట్టూ ఇంకా చాలా షాప్ లు వున్నాయి. అక్కడేవో పుస్తకాలు అమ్ముతుంటే, శ్రీవిద్య అక్కడే సెటిల్ ఐపోయింది. వీళ్ళ షాపింగ్ ఇంకా అవ్వకపోయేసరికి, సృజనా కి నీరసం వచ్చి "నేనెళ్ళి కార్ లో కూర్చుంటాను" అని తనెళ్ళి, కొంచెం నీళ్లు తాగి, హమ్మయ్య అని కూర్చుంది. అయితే వాళ్ళందర్నీ లాక్కొచ్చే భాద్యత నరేష్ తీసుకున్నాడు. ఇక చాల్లే పదండి అని తీసుకొచ్చాడు. స్రవంతి చేతిలో రెండు చిలుక బొమ్మలు వున్నాయి. సృజన "అవెందుకే" అంటే, స్రవంతి "ఇవి చేత్తో చెక్కినవే, చక్కగా రంగులేశారు. ఎంత బావున్నాయో చూడు" అంది. సృజన "బావున్నాయి సరే, ఇంతదూరం నుండి మోసుకెళ్ళడం అవసరమా?" అంటే నరేష్ "సృజన, చిలక బొమ్మకే అంటున్నావు. మీ ఆయన చూడు ఎం తీసుకొస్తున్నాడో?" అంటే సృజన బైటకి చూసేసరికి, హర్ష, పెద్ద

ఏనుగు బొమ్మలు కొనుక్కొచ్చాడు. పైగా కంగారుగా వచ్చి "సృజన ఒక్క పదిహేను వందలోయ్. తొందరగా" అంటే సృజన "ఆ ఏనుగు బొమ్మలు ఎందుకు మహాశయా? మనింట్లో ఖాళీ ఎక్కడుంది?" అంది. హర్ష "అదంతా తరవాత. ముందు ఒక పదిహేను వందలు ఇటువ్వి. ఆ షాప్ వాడికి ఇవ్వాలి. ఇక్కడెక్కడ ఏ.టి.ఎం లు కూడా లేవట" అంటే, సృజన "నా దగ్గర ఉన్నవన్నీ ఇచ్చేశాను. ఇంకెక్కడి నుండి వస్తాయి?" అంది. హర్ష "చూడవోయ్, నీ హ్యాండ్ బాగ్ ఓపెన్ చెయ్, ఎదో ఒక మూల ఉంటాయి" అన్నాడు. ఇంతలో సూరి "సర్ పోనీ నా దగ్గర వున్నాయి, తీసుకోండి సర్" అన్నాడు. ఇంతలో సృజన "వద్దులే సూరి, నేనిస్తాలే" అని తన బాగ్ తీసి, డబ్బులిచ్చింది. హర్ష "నేను చెప్పానా, నీ దగ్గర డబ్బులు లేకపోవడం ఏంటి?" అంటుంటే సృజన "సంతోషించాం గాని ఇంకేమి కొనుక్కురాకండి" అంది.

ఇంకొక పదినిమిషాల తరవాత అనంత్య రిసార్ట్స్ కి బయల్దేరారు. అక్కడినుండి ఆరుగంటల ప్రయాణం. కొంత దూరం వెళ్ళాక, అప్పటికే దాదాపు చీకటి పడిపోయింది, ఎదో ఒక జంక్షన్ లా వస్తే, అక్కడ ఒక కుర్రాడు లిఫ్ట్ అడిగాడు. మనకి తెలీని ప్లేస్, ఎందుకొచ్చిన రిస్క్ లే అని ఆపకుండా వెళ్లిపోయారు. ఒక రెండు కిలోమీటర్లు వెళ్లేసరికి టైర్ పంక్చర్ అయ్యింది. ఇదేంట్రా బాబు, చీకటి పడిపోయింది ఇప్పుడు పంక్చర్ ఏంటో అనుకున్నారు. సూరి, కారు రోడ్ నుండి కిందకి దింపి, లైట్స్ ఆన్ చేసి పెట్టాడు. ఆడవాళ్ళని లోపలే ఉండమని చెప్పి, మగవాళ్ళు మాత్రం కిందకి దిగారు. సూరి, విశ్వ ఇద్దరు టైర్ మార్చడం, హర్ష, నరేష్ ఫోన్ లో లైట్ ఆన్ చేసి, వాళ్ళకి చూపించడం. ఇలా ఎలాగో తంటాలు పడుతుంటే, దూరం నుండి ఎవరో నడుచుకుంటూ వాళ్ళ వైపే వస్తున్నట్టు కనిపించింది. సూరి, ఆ పని వదిలేసి పైకి లేచి "ఈ టైం లో ఇక్కడ ఎవరై వుంటారు?" అనుకుంటూ ఉండగానే ఆ రూపం దగ్గరయింది. సూరి లైట్ వేసి "ఏయ్ ఎవరు?" అన్నాడు. అతను ఎవరో కాదు, ఇందాక వీళ్ళు లిఫ్ట్ ఇవ్వకుండా వచ్చేశారూ, ఆ కుర్రాడే. తమిళ్, మలయాళం మిక్స్ చేసి ఎదో చెప్పాడు. హర్ష, ఇంగ్లీష్ లో "ఎవరు నువ్వు? ఈ టైం లో ఇక్కడేం

చేస్తున్నావు?" అనడిగితే, ఆ కుర్రాడు కూడా ఇంగ్లీషు లోనే చెప్పాడు. వాళ్ళ ఊరు పలుకల్ అట. కొచ్చిన్ నుండి వస్తున్నాడట. ఎదో లారీ ఎక్కితే, వాడేమో ఆ జంక్షన్ దగ్గర వదిలేసి వెళ్ళిపోయాడట. మధ్యాహ్నం మూడు గంటల నుండి చూస్తుంటే, ఒక్క బస్సు కూడా రాలేదట, పోనీ ఎవరినన్నా లిఫ్ట్ అడిగితే ఎవ్వరు ఆపట్లేదట. ఇంకొక నలభై కిలోమీటర్లు పోయాక, అక్కడినుండి వాళ్ళూరికి బస్సులు ఉంటాయట. అక్కడ వదిలిపెట్టమని ప్రాధేయపడ్డాడు. సర్లే, కుర్రాడు చూస్తే చదువుకున్నవాడిలా వున్నాడని ఒప్పుకున్నారు. టైర్ మార్చడం అయ్యాక, అక్కడినుండి బయల్దేరారు.

కొంచెం దూరం వెళ్ళాక, హర్ష ఆ కుర్రాడితో ఇంగ్లీష్ లోనే "నీ పేరేంటి" అంటే "నిఖిలేషన్" అని చెప్పాడు. హర్ష "నిఖిల్, ఎక్కడి నుండి వస్తున్నావు? అదే చెప్పావు కదా, కొచ్చి నుండి అని. ఎం చేస్తూవుంటావు?" అన్నాడు. నిఖిలేషన్ "చదువయ్యింది, ఉద్యోగం దొరకలేదు, ఇంటికెళ్ళిపోతున్నాను" అని సింపుల్ గ చెప్పాడు. నరేష్ "ఉద్యోగం దొరకదు నాయనా, మనమే సంపాదించుకోవాలి" అన్నాడు. దానికి నిఖిలేష్ "నేను ఇంజనీరింగ్ చదివాను. ఇక్కడ కేరళాలో మా పరిస్థితి తెలుసో లేదో, ఎం.టెక్ చదివి కూడా ఎదో ఒకటి లే అని చిన్న చిన్న ఉద్యోగాలతో సరిపెట్టుకుని బతికేస్తూ వుంటారు. ఇక్కడ కంపిటిషన్ ఎక్కువ సర్" అన్నాడు. విశ్వ "మరి మీ ఊరెళ్ళి అక్కడేం చేస్తావు?" అంటే నిఖిలేష్ "ఏమో సర్, తెలీదు. నేను పుట్టి పెరిగింది అంతా మా ఊళ్ళోనే, ఇంజనీరింగ్ కాలేజీ కూడా ఐదు కిలోమీటర్ల దూరంలోనే ఉండేది. అందుకే అనుకుంటాను బైట ప్రపంచం తెలీలేదు. మా అమ్మ, నాన్న ఏమో వాళ్ళ జీవితం ఎలాగూ బాలేదు, కనీసం నేనన్నా చదువుకుని, ఉద్యోగం చేసుకుంటూ ఒక ఇల్లు కట్టుకుని, కారులో తిరిగితే చూడాలంటారు. నేను కూడా కష్టపడి చదివాను సర్, 80% తో పాస్ అయ్యాను. క్యాంపస్ ఇంటర్వ్యూ లో సెలెక్ట్ అయ్యాను కూడా. కాకపోతే, ఫైనల్ సెమిస్టరు అయ్యాక, ఆరు నెలలు ఎదురు చూసినా వాడు ఆఫర్ లెటర్ పంపలేదు. నాకు ఉద్యోగం వచ్చేసిందని మా మేనమామ గారమ్మాయితో నిశ్చితార్థం కూడా జరిపించేశారు. తీరా ఉద్యోగం రాలేదని తెలిసేసరికి పెళ్లి

కుదరదని ఆపేశారు. నా చదువు పేరు చెప్పి చేసిన అప్పులు అలాగే వున్నాయి, పెళ్లి కూడా ఆగిపోయే సరికి, ఆ బెంగతో మా నాన్న చనిపోయాడు. నా జీవితంలోనే తిరుగులేని దెబ్బ అది. అప్పులవాళ్ళ బాధ పడలేక, ఎలా అయినా సరే డబ్బులు సంపాదిద్దామని సిటీ కి వెళ్ళాను. ఫ్రెషర్ కి ఓపెనింగ్స్ ఎక్కడో గాని లేవు, ఒక చోట దొరికింది, వాడేమో ఒక నెల జీతం ఇస్తాడు, ఇంకోనెల ఇవ్వడు. అది సెట్ కాదులే అని, ఫుడ్ డెలివరీ బాయ్ గ జాయిన్ అయ్యాను. నాకు సరిపడా ఏదో సంపాదిస్తున్నాను. కాకపోతే, అక్కడ ఊళ్ళో, అమ్మేమో ఒక్కతే ఉంటోంది. ఎలా ఉంటుందో? ఎం తింటుందో? అప్పుల వాళ్ళకి ఎలా సమాధానం చెబుతుందో? అని నా బాధ. ఏది ఏమైనా డబ్బులు లేకపోతే బతకడం వేస్ట్ సర్, ఆ మధ్యన ఒకసారి ఆత్మహత్య చేసుకోడానికి కూడా ప్రయత్నించాను. మా అమ్మ గుర్తొచ్చి ఆగిపోయాను" అంటే స్రవంతి "ఆత్మహత్యా? ఎందుకు?" అంది. ఇంకా ఆమె మాట పూర్తవ్వనేలేదు నరేష్ "ఎందుకేంటీ, చనిపోడానికి" అన్నాడు. సూరి "సర్, మీరు మరీ సర్" అంటే నరేష్ ఏమో "అదికాదు సూరి, వాడు అంత భయంకరమైన కథ చెబితే, అంత విన్నాక, ఎందుకూ? అంటుంది చూడు" అన్నాడు. అయితే వీళ్ళు తెలుగులో మాట్లాడేసుకుంటుంటే, నిఖిలేషన్ కి అర్థం కాక అలా చూస్తూ వుండిపోయాడు.

హర్ష "నిఖిలేష్, ఒక చిన్న కథ చెబుతా విను. ఎవరో నీబోటి కుర్రాడు, అంటే నీలా చదువుకోలేదనుకో, ఏదో చిన్న రైతు. ఆ కుర్రాడు, ఎంత కష్టపడి పంట పండించినా, చివరకి పెట్టుబడికి సరిపోతుంది కానీ ఏమి మిగలట్లేదు. ఆ కుర్రాడికి, టేకు మొక్కలు పెంచితే, అవి పొడుగయ్యాక బాగా డబ్బులొస్తాయని ఎవరో చెప్పడంతో, ఏదో కొంచెం ఆశ కలిగింది. అతనికి వున్నదే కొంచెం పొలం. ఆ నేల టేకు మొక్కలకి అనువైనదో కాదో కనుక్కుని, ఆ వున్న కాస్త పొలంలోనే, ఓ మూల స్థలం వదిలిపెట్టి, ఒక ఇరవై టేకు మొక్కలు నాటాడయ్య. వాటికి ఎంతవరకు నీళ్లు పెట్టాలో, ఎదగడానికి అవసరమైన పద్ధతులు అన్ని ఊళ్ళో ముసలాయన ఎవరో ఉంటే అడిగి తెలుసుకుని, అలాగే చేస్తున్నాడు. ఆరునెలలయ్యింది, ఆ మొక్కలతో పాటు వేసిన పంట చేతికొచ్చింది కానీ ఆ

మొక్కలు మాత్రం అలాగే వున్నాయి. రోజు చూడ్డం వల్ల తెలియట్లేదో ఏంటో గాని, నాటిన నాటికి, ఇప్పటికి అస్సలు ఎదిగినట్టు లేదు. సరే, రెండో పంట వేశాడు, సంవత్సరం గడిచింది. ఎదో కొంచెం అయినా పొడుగు అవ్వకపోతే మా ఓనర్ ఫీల్ అవుతాడు అనుకున్నాయో ఏంటో, ఒక నాలుగు ఇంచులు పెరిగాయి. ఇంకో రెండు పంటలు చేతికొచ్చాయి, అప్పటికే రెండేళ్లు అయ్యింది, ఆ మొక్కలు చూస్తే చచ్చి, చెడి మూడడుగులు పెరిగాయి. చుట్టుపక్కల వాళ్ళు, స్నేహితులు, అందరు "ఎప్పుడో, అవి పొడుగయ్యాక అమ్ముకుందాం, అంటే అప్పటికి నువ్వు ముసలాడివి ఐపోతావు. ఈలోపు ఎన్ని పంటలు పండిస్తావు, అనవసరంగ ఆ స్థలం పోతుంది" అని సలహా ఇచ్చేవారు. ఆ రైతు, తను సరిగ్గా పెంచట్లేదేమో? అని, టేకు మొక్కలు గురించి బాగా తెలిసిన ఒక పెద్దాయన్ని కలిసి, జరిగిందంతా చెబితే, ఆయన అవి అలాగే పెరుగుతాయి, ఇంకా టైం ఉందని, అధైర్య పడొద్దని చెప్పి పంపాడు. ఐదేళ్లు అయ్యింది, అప్పటికి అవి ఆరడుగులు పెరిగాయి. ఆ రైతు ఇంటిపక్కాయన, ఎవరో వ్యాపారస్తుడిని తీసుకొచ్చి, ఆ టేకు మొక్కలు కొంటాడని, అప్పటికైనా అమ్మేస్తే మంచిదని బలవంత పెట్టాడు. మొత్తం ఇరవై మొక్కలకి కలిపి, మొక్కకి వెయ్యి చప్పున ఇరవైవేలు ఇస్తానని చెప్పాడు. అందరు, చివరకి ఆ రైతు భార్య కూడా "నువ్వు మొక్క కొన్నది 120 రూపాయలకి. ఇప్పుడు వెయ్యి రూపాయలు ఇస్తాను అంటున్నారు. ఇచ్చేయొచ్చు కదా?" అన్నారు. ఉహు, మనాడు వినలేదు. ఐదు సంవత్సరాల ఆరు నెలలు గడిచింది, ఒకరోజు ఏంటో మొక్క కొంచెం పొడుగు ఎదిగినట్టు అనిపించింది. సరిగ్గా సంవత్సరంన్నర తిరిగేసరికి, ఒక్కొక్కటి 60 అడుగులు పెరిగిపోయాయి. అది చూసి ఊళ్ళో వాళ్ళు అందరు ఆశ్చర్యపోయారు" అని చెప్పడం ముగించి, "మొదటి ఐదేళ్లలో ఆరడుగులు పెరిగింది, తరవాతి రెండేళ్లలో అరవై అడుగులు పెరిగింది. ఇప్పుడు చెప్పు, ఆ చెట్టు అరవై అడుగులు ఎదగడానికి ఎంత టైం పట్టింది?" అంటే, నిఖిలేషన్ ఠక్కున "రెండేళ్లు" అన్నాడు. అదంతా వింటున్న సూరి "అదేంటి, ఏడేళ్లు పట్టింది కదా?" అన్నాడు. హర్ష "కరెక్ట్ గ చెప్పావు సూరి" అని, నిఖిలేషన్ తో

"తమ్ముడూ, మొదటి ఐదు సంవత్సరాలు దానికి భూమిలో బలం పోగేసుకుంది. అంటే నీకు అర్థం అయ్యేలా చెప్పాలి అంటే, ఎన్విరాన్మెంట్ సెట్ చేసుకుంది. ఒకసారి అంతా సెట్ అయ్యింది అనుకున్నాక, ఫలితం చూపించడం మొదలు పెట్టింది. దీనిని బట్టి నీకు అర్థం అయిన నీతేంటో చెప్పు?" అంటే నిఖిలేషన్ "చేసే పని శ్రద్ధగా చెయ్యాలి" అన్నాడు. హర్ష "ఇంకా వుంది, ఆ రైతు మొక్కలు వేద్దాం అనుకున్నప్పుడు, మొదట ఆ నేల వాటి పెంపకానికి సరైనదో లేదో కనుక్కున్నాడు, అవునా? అలాగే, ఎవరెన్ని ప్రలోభాలు పెట్టినా పట్టించుకోలేదు. తన కష్టాన్ని ముందు తను మనఃస్ఫూర్తిగా నమ్మాడు. అది ఏపని అయినా కానీ, ఒకసారి నువ్వు ఇష్టపడి చెయ్యడం మొదలు పెట్టాక, నువ్వు చేసినట్టు నీ దరిదాపుల్లో ఇంకెవ్వడు చెయ్యకూడదు. అలా తపస్సు చేసినట్టు చెయ్యగలిగితే, వచ్చే ఫలితం నీ ఊహకు కూడా అందదు. ఇరవై వేలకి అమ్మేయ్ మని సలహా ఇచ్చిన వాళ్ళ కళ్ళ ముందే, ఆ రైతు కోటి రూపాయలు సంపాదించాడు. అదే ఎకరం నేల, అదే పని, కానీ సహనం తో గెలిచాడు. తమ్ముడూ, నీకు కూడా ఎదో ఒక ఇష్టమైన పని ఉండేవుంటుంది. అది మొదలుపెట్టు, మెళుకువలు నేర్చుకో, శ్రద్ధగా చెయ్యి. ఒకనాడు మంచి ఫలితం వస్తుంది" అని ముగించాడు. నిఖిలేషన్ తో పాటు ఎవ్వరు ఏమి మాట్లాడకుండా అలా సైలెంట్ గ ఉండిపోయారు. ఈలోపు నిఖిలేషన్ దిగాల్సిన చోటు వచ్చేసింది. లిఫ్ట్ ఇచ్చినందుకు అందరికి థాంక్స్ చెప్పి, తను వెళ్ళిపోయాడు.

ఇక అక్కడినుండి, అనంత్య రిసార్ట్ పదిహేను కిలోమీటర్లు మాత్రమే. అక్కడికి చేరుకొని, హర్ష వాళ్ళు ముందే రిజర్వు చేసుకున్నారు కనుక, ఆ డీటెయిల్స్ చెప్పి, వాళ్ళ కాటేజ్ లకి చేరుకున్నారు. అయితే, సూరి మాత్రం తను కార్ లోనే పడుకుంటానని, తనకి ఇది అలవాటే అని చెప్పాడు. హర్ష వాళ్ళు ఊరుకోలేదు, సూరి వద్దని వారించినా వినకుండా, అతని కోసం సింగల్ రూమ్ తీసుకున్నారు. అయితే మిగతావాళ్ళు అందరు వాళ్ళ కాటేజ్ లకి చెరుకున్నారు. హర్ష, సూరి కోసం రూమ్ తీసుకుంటుంటే, ఎవరో మంచి దిట్టంగా వున్న ఒకాయన వెనకనుండి వచ్చి "హలో హర్షా గారు, మీరేంటండీ బాబు ఇక్కడ?" అంటే హర్ష

"ఓహో కే.బీ సర్, మీరేంటి ఇక్కడ?" అన్నాడు. కేబీ "ఎం లేదు, ఎదో ఫామిలీ ట్రిప్. మీరు మాత్రం భలే కనిపించారు, ఈ నాలుగు రోజులు ఊళ్ళో ఉండట్లేదు, మీ దగ్గర అమౌంట్ ఎలా కలెక్ట్ చేసుకోవాలా? అని మదనపడ్డాను. చిత్రం గా మీరు కూడా ఇటే వచ్చారు", హర్ష మొహం వెటకారం గా పెట్టి "మాస్టారు, ఎదో ఫామిలీని తీసుకుని ఇలా వస్తే, ఇక్కడకి కూడా వచ్చి డబ్బులు అడిగేయడం ఎమన్నా పద్దతిగా వుందా?" అంటే కేబీ సిగ్గు పడుతూ "అంటే అలవాటు అయిన పని కదా? పోనీలెండి, వెనక్కి వెళ్ళాక చూసుకుందాం లే. ఎంజాయ్ చెయ్యండి" అనేసి ఆయన వెళ్ళిపోయాడు. అదంతా చూసిన సూరి, హర్షా తో "సార్, ఎవరు సర్ ఆయన?" అంటే హర్ష నవ్వి "ఎరక్కపోయి ఎదో అప్పు చేశాను సూరి, ఇంక ఎక్కడ అవకాశం దొరికినా వదిలిపెట్టడు" అన్నాడు. సూరి " ఏంటి సార్, మీకు కూడా అప్పులున్నాయా?" అంటే హర్ష "తప్పదు బాబు, ఎవ్వడైనా సరే, పెళ్లి చేసుకుంటే అప్పు చెయ్యక తప్పుతుందా?" అనేసి, సరే పద ఇప్పటికే లేట్ అయ్యిందని, సూరి రూమ్ కీస్ ఇచ్చేసి, హర్షా కూడా వాళ్లకి అలాట్ చేసిన కాటేజ్ కి వెళ్ళాడు.

ఇక ఆరోజుకి బాగా రెస్ట్ తీసుకున్నారు. మర్నాడు ఉదయం రెడీ అయ్యి, మొత్తం రిసార్ట్ అంత తిరిగారు. అనంత్య రిసార్ట్ ని చిత్రనదీ సమీపం లో, దాదాపు ఆ నదిని అనుకుని నిర్మించారు. అక్కడ కాటేజీల పేర్లు కూడా చక్ర, సిద్ధి, సాధన, వేద ఇలా భలే వున్నాయి. ప్రశాంతమైన వాతావరణం, నచ్చిన భోజనం, ఎంజాయ్ చెయ్యడానికి మాత్రమే వచ్చారు కాబట్టి గడియారం తో సంబంధం లేదు. డబ్బులు దండిగా వున్నాయి కాబట్టి కాలిక్యులేటర్ తో పనిలేదు. రెండు రోజుల పాటు చక్కగా ఎంజాయ్ చేశారు. సూరి కూడా వాళ్ళతో బాగా కలిసిపోయాడు. మూడవ రోజు ఉదయం హైదరాబాద్ కి తిరుగు ప్రయాణం అయ్యారు.

వెనక్కి వచ్చేటప్పుడు, ఎక్కడ ఆగకుండా సాగుతుంది వాళ్ళ ప్రయాణం. ఇంకొక నాలుగు గంటల్లో హైదరాబాద్ చేరతాం అనగా, హర్ష "సూరి, ఏంటి

వెళ్ళేటప్పుడు వున్న హుషారు వచ్చేటప్పుడు లేదు. ఏమయ్యిందేంటి?" అన్నాడు. సూరి చిన్న నవ్వు నవ్వి "భలేవారే సర్, నేను చాలా ట్రిప్పులకి వెళ్ళానండి, కానీ ఈ ప్రయాణం నా జీవితం లో మర్చిపోలేను. బయల్దేరింది మొదలు నవ్వుతూనే వున్నాను. మధ్యలో, మీనుండి ఒక పాఠం కూడా నేర్చుకున్నాను" అన్నాడు. వెనకనుండి నరేష్ "అబ్బో, పాఠమే? ఎం నేర్చుకున్నావు?" అంటే సూరి "అదే సర్, మొన్న నిఖిలేషన్ కి చెప్పారు కదా? నిజానికి, అతనికి ఎక్కిందో లేదో గాని నాకు మాత్రం బాగా పట్టేసింది. ఇద్దరు పిల్లలు, బోలెడన్ని అప్పులు, ఎలా ఎదగాలో తెలీట్లేదు. ఇప్పుడు ఒక మార్గం దొరికింది సర్" అన్నాడు. హర్ష "ఎం దొరికిందేంటి?", సూరి "సర్, నాకు చిన్నప్పటినుండి వంట చెయ్యడమంటే భలే ఇష్టం అండి. రకరకాలుగా వండగలను, ఆ చిట్కాలన్నీ మా అమ్మమ్మ దగ్గర నేర్చుకున్నాను. ఒకసారి, మా ఊళ్ళో, ఒక పెళ్లి కి వంటవాడు చివరి నిమిషం లో రాలేనని చెప్పాడు. అప్పుడు నేనే పూనుకుని, మూడొందల మందికి వంట చేశాను. అద్భుతంగ చేశానని అందరు మెచ్చుకున్నారు కూడా. కాకపోతే, ఆ తరవాత "మగాడివైయుండి వంటలు చెయ్యడమేంట్రా? ఇలా అయితే ఎవరు పిల్లనివ్వరు" అని చెప్పి, నా చేత మానిపించేశారు. కానీ, నాకిప్పుడు వంట చేసి బాగా సంపాదించొచ్చేమో అనిపిస్తుంది సర్" అని, హర్ష వాళ్ళు ఏమి మాట్లాడకపోయేసరికి వాళ్ళ వంక చూశాడు. ఇంతలో, హైవే లో, ఎడమవైపున ఒక ముసలాయన, మనవడిని సైకిల్ మీద ముందు ఎక్కించుకుని వెళ్తుంటే, ఎదురుగ ఒక ఆవు ఉన్నట్టుండి పక్కకి ఉరికింది. దాన్ని తప్పించబోయి, ఆ ముసలాయన సైకిల్ రోడ్ మీదకి తిప్పాడు, ఆయన్ని తప్పించబోయి సూరి ఒక్కసారిగా స్టీరింగ్ తిప్పాడు. అంతే, ఎం జరుగుతుందో తెలిసేలోపే, వీళ్ళు వెళ్తున్న కారు, ఆ ముసలాయన సైకిల్ కి రాసుకుంటూ వెళ్లి, డివైడర్ ని ఢీకొని, మూడు పల్టీలు కొట్టి, రోడ్డుకి అవతలి పక్కన పడింది. తల్లకిందులుగా పడున్న సూరి కి తల నుండి రక్తం కారడం తెలుస్తోంది. అక్కడెవరో వెహికల్స్ ఆపి పరిగెత్తుకు రావడం, వాళ్ళ మాటలు ఎక్కడో నూతిలోనుండి వినిపిస్తున్నట్టుగా వున్నాయి. కొన్ని క్షణాలకి స్పృహ కోల్పోయాడు.

సూరి కళ్ళు తెరిచే సరికి వొళ్ళంతా కట్లతో హాస్పిటల్ బెడ్ మీద పడుకుని వున్నాడు. డాక్టర్ వచ్చి చూసి, ఇక ప్రాణాపాయం తప్పిందని చెప్పారు. ఎదురుగా కళ్ళ నిండా నీళ్లతో భార్య, ఆమెని పట్టుకుని అమాయకంగా చూస్తున్న ఇద్దరు పిల్లలు. అదంతా చూడగలుగుతున్నాడు గాని మాట్లాడలేకపోయాడు. మళ్ళీ మత్తులోకి జారిపోయాడు. కొంచెం కోలుకుని, మాట్లాడే ఓపిక రావడానికి మరొక రెండు రోజుల సమయం పట్టింది. మూడవ రోజు కొంచెం కోలుకున్నాడు అనుకునే సరికి, పోలీసులు వచ్చారు. ఎస్.ఐ, సూరి తో "అసలు ఏక్సిడెంట్ ఎలా జరిగింది?" అని అడిగితే, సూరి "కన్యాకుమారి నుండి నిన్న తెల్లవారు ఝామున...." అని చెప్పబోతుంటే, ఎస్.ఐ "నిన్న కాదయ్యా, అది జరిగి రెండు నెలల పైనే అయ్యింది. ఏక్సిడెంట్ అని ఎఫ్.ఐ.ఆర్ రాశాము, అసలు ఎలా జరిగిందో చెబితే రాసుకుని క్లోజ్ చేసేస్తాం" అన్నాడు. సూరి, అతి కష్టం మీద లేచి కూర్చుని, వణుకుతున్న స్వరంతో, నెమ్మదిగా జరిగిందంతా చెప్పి, ఆ ఎస్.ఐ తో "సార్, వాళ్ళు ఎలా వున్నారు సార్?" అన్నాడు. ఎస్.ఐ "ఏం కంగారు పడకయ్యా, వాళ్లకేం కాలేదు. ఏవో చిన్న దెబ్బలు అంతే. సరే నువ్వు రెస్ట్ తీసుకో" అని చెప్పి వెళ్ళిపోయాడు. ఆ మాట విన్నాక గాని సూరి కి ప్రశాంతత లేదు.

ఇంకొక వారం తరవాత హాస్పిటల్ నుండి ఐతే డిశ్చార్జ్ అయ్యాడు గాని, ఆరునెలల పాటు పనికి వెళ్లలేని పరిస్థితి. మధ్యలో ఒకసారి హర్షా కి ఫోన్ చేద్దామని అనుకున్నాడు. కానీ, ఆ ఏక్సిడెంట్ జరిగినప్పుడు తన ఫోన్ ముక్కలైపోయింది. తనకేమో ఆయన నెంబర్ గుర్తులేదు. సర్లే, డైరెక్ట్ గ వెళ్లి కలుద్దాం అని ఊరుకున్నాడు. ఈ ఆరు నెలలు, ఇల్లు గడవడానికి, తన భార్యే దగ్గర్లో వున్న అపార్టుమెంట్ లో పనికి వెళ్ళేది. అదొక్కటే వీళ్ళకి ఆధారం అయ్యింది. ఇంకా అప్పులు పెరిగిపోయాయి. సూరి, ఎదో ఒకటి చేసి, ఆ అప్పుల్లోంచి బైట పడాలని దృఢం గ నిర్ణయించుకున్నాడు.

కుడి కాలికి తగిలిన దెబ్బ ఇంకా పూర్తిగా తగ్గకుండానే, కర్ర సాయంతో నడుస్తూనే, తన భార్య మంగళసూత్రం అమ్మేసి, దానితో చిన్న కర్రీ పాయింట్

మొదలుపెట్టాడు. కూరలు ఇంట్లో వండినట్టు ఉండడంతో తక్కువ టైం లోనే ఆ చుట్టుపక్కల మంచి పేరొచ్చింది. ఎవరో ఒక ధనవంతుడు ముందుకొచ్చి, తను పెట్టుబడి పెడతానని చెప్పి, సూరి ని వ్యాపారం లో భాగస్తుడిగా చేసుకుని, అదే కర్రీ పాయింట్ కొంచెం పెద్ద సెంటర్ లో గ్రాండ్ గా ఓపెన్ చేశాడు. దానికి సూరి సలహా మేరకు "విహారి కర్రీస్" అని పేరు పెట్టారు. సంవత్సరం తిరిగే సరికి ఒకటి కాస్త నాలుగు కర్రీ పాయింట్లు తయారయ్యాయి. తానొక్కడి వల్ల కాక ఒక అరడజను మనుషుల్ని పెట్టి దగ్గరుండి వంట చేయిస్తున్నాడు. చాలా మంది, హోటల్ ఓపెన్ చేస్తే ఇంకా లాభాలు వస్తాయని సలహా ఇచ్చారు. సూరి, వద్దని చెప్పాడు, కావాలంటే కర్రీ పాయింట్ ఇంకో రెండు సెంటర్స్ లో పెడదాం, అని సలహా ఇచ్చాడు. ఇక వాళ్ళ వ్యాపారం అద్భుతంగా నడుస్తుంది. లేచింది మొదలు, క్షణం తీరిక లేకుండా కాలం పరుగులు పెడుతుంది.

కొత్త కర్రీ పాయింట్ ఓపెన్ చేసినప్పుడో, లేక వార్షికోత్సవం జరుపుకున్నప్పుడో, హర్షా వాళ్ళని పిలవాలని అనుకునే వాడు, కానీ టైం ఉండేది కాదు. సూరి, ఒకరోజు కావాలనే ఖాళీ చేసుకుని, ఆంజనేయనగర్ కాలనీ లో హర్షా వాళ్ళింటి దగ్గరకెళ్ళాడు. అక్కడ గేట్ ఓపెన్ చేసుకుని లోపలికెళ్ళి, కాలింగ్ బెల్ కొడితే, ఎవరో ఒకామె తలుపు తీసి, ఎవరు కావాలని అడిగింది. సూరి "హర్షా గారు వున్నారండి?" అంటే తను "ఆ పేరుతో ఇక్కడ ఎవరూ లేరండి?" అంది. ఈ సారి సూరి "అదేనండి, హర్షా, నరేష్, విశ్వ వాళ్లంతా ఇదే ఇంట్లో కింద, పైన వుండేవాళ్ళు కదండీ?" అంటే, ఆవిడ వాళ్ళాయన్ని పిలిచింది. అతనేమో, అసలు ఆ ఇల్లు వాళ్ళ సొంతం అని, దాదాపు పదేళ్ల నుండి అక్కడే ఉంటున్నామని, సూరి చెప్పిన వాళ్ళ పేరుతో అక్కడ ఎవరు లేరని చెప్పారు. వీళ్ళు ఇలా మాట్లాడుకుంటూ ఉంటే, మొక్కలకి నీళ్లు పోసుకుంటున్న ఎదురింటి తాతగారు వచ్చి "ఏంటయ్యా ఏదన్న గొడవా?" అన్నారు. సూరి కంగారుపడి "అయ్యో గొడవేం కాదండి" అని విషయం చెప్పాడు. ఆ తాతగారు, సూరిని తదేకంగా చూస్తూ "నువ్వు చెబుతున్న పేర్లతో మా కాలనీ లో ఎవరు లేరయ్యా......అది సరే, నిన్ను ఎక్కడో చూసినట్టుంది. ఎక్కడ చూశాను చెప్మా?"

అని, సూరి ఎదో చెప్పేలోపే, ఆయన "హా గుర్తొచ్చింది. కొన్నాళ్ల క్రితం, నువ్వు రోజు స్విఫ్ట్ కార్ ఏసుకుని మా వీధిలోకి వచ్చేవాడివి కదూ?" అన్నాడు. సూరి "హమ్మయ్య" అనుకుని "హా అవును సర్, నన్ను బానే గుర్తుపట్టారు" అని ఇంకా తన వాక్యం పూర్తిచెయ్యకముందే, ఆ ముసలాయన సూరి తో "అది సరేనయ్య, అప్పట్లోనే నిన్ను అడుగుదాము అనుకునేవాడిని. అంత పెద్ద వీధి ఉంటే, అది వదిలేసి, మా సందులోకి, ఈ చివరకి వచ్చి యూ-టర్న్ తీసుకుని వెళ్ళేవాడివి ఎందుకని?" అన్నాడు. సూరి "అదే సర్, ఈ ఇంట్లో వుండే హర్షా గారు రోజు నా కార్ లోనే ఆఫీస్ కి వెళ్లేవారు ...", ఆ ముసలాయన "మళ్ళీ హర్షాగారెవరయ్యా? నువ్వసలు ఎవర్ని ఎక్కించుకునేవాడివి గనక? కార్ తీసుకొచ్చి, ఈ మూల యూ-టర్న్ తీసుకుని, రెండు నిమిషాలు ఆగి, వెళ్లిపోయేవాడివి. రోజు అదే తంతు...." అని ఇంకా ఎదో చెబుతున్నాడు కానీ సూరి బుర్రకి ఎక్కలేదు. అక్కడినుండి బయల్దేరి ఇంటికొచ్చేశాడు.

వాళ్ళేం మాట్లాడుతున్నారు? ఎంత ఆలోచించినా తల నొప్పి వస్తుంది తప్ప ఎం జరిగిందో అర్థం కావట్లేదు. సడన్ గా ఎదో గుర్తొచ్చినవాడిలాగా, అప్పటికప్పుడు కార్ తీసుకుని పోలీస్ స్టేషన్ కి వెళ్ళాడు. తను హాస్పిటల్ లో వున్నప్పుడు ఎంక్వైరీ కోసం వచ్చిన ఎస్.ఐ ని కలుసుకుని, అప్పుడు "వాళ్లెలా వున్నారు?" అంటే "వాళ్ళకి చిన్న చిన్న దెబ్బలు తప్ప ఎం కాలేదు" అన్నారు. అప్పుడు వాళ్ళ వివరాలు ఎమన్నా తీసుకున్నారా? అంటే, ఆ ఎస్.ఐ డీటెయిల్స్ చూసి, వెంకటేశ్వరరావు అని పేరు చెప్పి, అతని ఫోన్ నెంబర్ ఇచ్చాడు. సూరి "అదేంటి, మధ్యలో ఈ వెంకటేశ్వరరావు ఎవరు?" అంటే ఎస్.ఐ "అవ్వాళ మీరు హైవే లో వస్తూ, సైకిల్ మీద వెళ్తున్న ఒక తాతా మనవడిని తప్పించబోయి కదా మీకు ఏక్సిడెంట్ అయ్యింది? వాళ్ళే వీళ్ళు. మీరు తప్పించినా గాని రాసుకుని వెళ్లడం వల్ల వాళ్లకి కూడా దెబ్బలు తగిలాయి. ఆరోజు మీరు అడిగినప్పుడు అదే చెప్పాను" అని చెప్పుకొచ్చాడు. సూరి ఆ ఎస్.ఐ తో "మరీ, నాతోపాటు కార్ లో ఉన్నవాళ్ళ పరిస్థితి ఏంటి?" అన్నాడు. ఎస్.ఐ "కార్ లో వున్నవాళ్ళా? ఆ రోజు కార్ లో వున్నది మీరొక్కరే కదా? ఏక్సిడెంట్ జరిగిన వెంటనే, ఆ చుట్టుపక్కల

వాళ్ళు మిమ్మల్ని బయటకి తీసి, అంబులెన్సు కి ఫోన్ చేశారు. తరవాత మావాళ్లు వచ్చారు. ఆరోజు కార్ లో వుంది మీరొక్కరే" అన్నాడు. సూరి కి ఎం చెప్పాలో అర్ధం కాలేదు, మళ్ళీ అదే మాట అడిగాడు. ఆ ఎస్.ఐ ఏమో తను ఖచ్చితంగా చెప్పగలనని, ఆ రోజు ఆ కార్ లో సూరి ఒక్కడే వున్నాడని చెప్పాడు. ఆ కార్ ని ట్రావెల్ కంపెనీ వాళ్ళు వచ్చి, ఇన్సూరెన్స్ ఉందని చెప్పి తీసుకెళ్లారట. ఇక ఏమి అర్ధం అవ్వక ఇంటి బాట పట్టాడు.

నా కార్ లో ఎవ్వరు లేరా? అసలు ఆ అడ్రస్ లో ఆ పేరు గలవాళ్ళు ఎవ్వరు లేరా? మరి హర్షా వాళ్ళందరూ ఏమైనట్టు? ఇవే ఆలోచనలు. కొన్ని రోజుల పాటు ఆ ఆలోచనలతో ముభావంగా ఉండేవాడు. తరవాత పని లో పడి మెల్లగా ఆ విషయాలను మర్చిపోయాడు. ఆ సంఘటన జరిగి నేటికీ ముప్పై ఐదేళ్లు గడిచింది. ఈ మధ్యలో, తను కనీసం కలలో కూడా ఊహించనంత ఎత్తుకి ఎదిగాడు. పిల్లలకి పెళ్లిళ్లు అయ్యాయి, మనవలని ఎత్తాడు, రిటైర్మెంట్ తీసుకుని, వ్యాపారం పిల్లలకి అప్పగించి, జీవితంలో చివరి అధ్యాయాన్ని పుణ్యక్షేత్రాలు తిరుగుతూ, దానాలు, ధర్మాలు చేస్తూ గడుపుతున్నాడు.

ఒకరోజు పేపర్ లో వచ్చిన వార్త అది "తనతో పాటు చదువుకున్న కుర్రాళ్ళందరు, సాఫ్ట్ వెర్ అని విదేశాలకు వరుసకట్టినా, తను నమ్ముకున్న వ్యవసాయం వదిలిపెట్టకుండా, ఆధునిక పద్ధతుల్లో వ్యవసాయం చేస్తూ, ఒక్క చుక్క నీరు కూడా వృధా కాకుండా పంట పండిస్తున్నాడు. పొలానికి డ్రోన్లతో మందు కొడుతున్నారు. కార్పొరేట్ స్టైల్ లో వ్యవసాయం చేస్తున్నాడు. దేశానికీ ఏటా వచ్చే పంటలో, నాలుగు శాతం ఆ ఒక్క వ్యక్తే పండిస్తున్నాడు" అని రాసుకొచ్చారు. ఆయన తమిళనాడు-కేరళ బోర్డర్ లో పలుకల్ అనే ఒక చిన్న పల్లెటూళ్ళో, ఒక సాధారణ రైతు కుటుంబానికి చెందిన నిఖిలేషన్ అని రాశారు. ఆ పేరు, పేపర్ లో అతని ఫోటో చూసిన వెంటనే, సూరి కి మళ్ళీ జరిగింది అంత గుర్తొచ్చింది "ఆ పేరు నిజం, అతని ప్రాంతం నిజం, అతన్ని కలవడం నిజం, అవన్నీ నిజం అయినప్పుడు నేను కలిసి ప్రయాణం చేసిన వాళ్ళు కూడా నిజమే కదా?"

అనుకుని "ఎలా అయినా సరే, ఆ నిఖిలేషన్ ని కలిసి, ఆరోజు తనతో పాటు అతను కూడా హర్షా వాళ్ళని చూశాడో లేదో అని తెలుసుకోవాలి" అని ఒక నిర్ణయానికి వచ్చాడు.

ముందుగా, నిఖిలేషన్ ఆఫీస్ కి ఫోన్ చేసి, అపాయింట్మెంట్ తీసుకున్నాడు. ఆ మర్నాడు ఉదయాన్నే బయల్దేరి త్రివేంద్రం వరకు ఫ్లైట్ లో, అక్కడినుండి కార్ లో వెళ్ళాలి. రోజులాగానే పెందలాడే తినేసి, నిద్రపోదామని పడుకుంటే ఎంతకీ నిద్రరాలేదు. ఉదయం తను లేచేసరికి, అప్పటికే బాగా వెలుగు వచ్చేసింది. "అయ్యో అదేంటి? నేను తెల్లవారు ఝామున అలారం పెట్టుకున్నాను కదా? ఇప్పుడు ఫ్లైట్ మిస్ ఐపోతే ఎలా?" అనుకుని, కంగారుగా తన రూమ్ లోనుండి బైటకి రావడానికి తలుపు తీసేసరికి, క్రింద హాల్లోనుండి ఏడుపులు వినిపిస్తున్నాయి. "ఇదేంటి, అపశకునంలా వుంది?" అనుకుంటూ, మెల్లిగా నడుచుకుంటూ కిందకి వెళ్లి చూసేసరికి, ఇంకేముంది, సూర్యనారాయణ అనేవాడు చనిపోయి అప్పటికే చాలాసేపయ్యింది. తన శరీరాన్ని హాల్లో పడుకోబెట్టి, దండలు వేసి, ఒక్కొక్కరుగా వస్తూ దణ్ణం పెట్టి, తన కుటుంబాన్ని పరామర్శించి వెళ్తున్నారు.

సూరి ఉసూరుమంటూ హాల్లోకి వచ్చేసరికి, ఇంతలో ఇద్దరు యమ భటులు వచ్చి, సూరి తో "రావాలి రావాలి, ఇప్పటికే చాలా ఆలస్యం అయ్యింది" అన్నారు. సూరి కి విషయం అర్థం అవడానికి ఒక నిమిషం పట్టినా "ఓహో, ఇక ఎలాగో చనిపోయాను కదా ఇంకెందుకు చింతించడం?" అని వారితో పాటు బయటకొచ్చి చూసేసరికి, పెద్ద జనసందోహం. "ఇదేంటి ఇంతమంది వచ్చారు? నాకోసమే?" అన్నాడు. ఆ ఇద్దరిలో ఒక భటుడు "బాబు సూర్యనారాయణ, వీళ్లంతా నీకోసం వచ్చినోళ్ళు కాదు, నీతోపాటు చచ్చినోళ్ళు" అన్నాడు. ఓహో, వాళ్ళకి కూడా ఇవ్వాళే ఆయుర్ధాయం తీరిందన్నమాట, అనుకుని వారితో కలిసి యమలోకానికి చేరుకున్నాడు. యమధర్మరాజు మందిరం అది, ఒక్కొక్కరిని పిలుస్తున్నారు. చిత్రగుప్తుడు ఒకతన్ని చూపించి, అతను బ్రతికినంత కాలం

మోసాలు చేసుకుంటూ బతికాడు. అంటే “వాడిని తల్లకిందులుగా వేలాడగట్టి, కింద పొగ పెట్టమని” శిక్షవేశాడు. ఇంకొకతను ఎవరో నమ్మక ద్రోహం చేశాడని, అతని ఆత్మ ని తిరిగి భూలోకం లో తీసుకెళ్లి వదిలెయ్యమని, ఇతగాడు ఎవరికైతే ద్రోహం చేశాడో అతను తప్ప, వీడికి ఇంకెవ్వరు కనబడకూడదు. ఆకలి ఉండదు, నిద్ర ఉండదు, ఎటు చూసినా శూన్యం, అక్కడ పడేసి రమ్మని శిక్ష వేశాడు. అవన్ని చూస్తున్న సూరి “ఓరి నాయనో, ఇదేంటిది? అసలు నేను అంత పెద్ద పాపం ఎం చేశానని నన్ను నరకానికి తీసుకొచ్చారు? నన్నెప్పుడు పిలుస్తారో?” అనుకుంటు, అలా ఎదురుచూస్తూ కూర్చున్నాడు. ఆరోజు వచ్చిన పాపులందరు ఐపోయారు కానీ సూరి ని మాత్రం పిలవలేదు. చివరిగా యమధర్మరాజు సూరి ని చూసి “ఇతగాడెవరు?” అని అడిగితే, చిత్రగుప్తుడు “ప్రభూ, ఈరోజు సాయంత్రం నన్ను వైకుంఠం వెళ్లి రమ్మన్నారు కదా?” అంటే, యముడు “అయితే?” అన్నాడు. చిత్రగుప్తుడు “అది ప్రభూ, భటులందరూ క్షణం తీరిక లేకుండా వున్నారు, మళ్ళీ అతనొక్కడి కోసం వాళ్ళని వెళ్ళమనడమెందుకు? నేనెలాగూ వెళ్ళాలి కదా? నాతో పాటే తీసుకెళదామని ఇక్కడికి తీసుకోచ్చేయ్ మన్నాను” అన్నాడు. యముడు “ఓహో, ఇతగాడు సూర్యనారాయణుడా? అయినా వెంకుంతానికి వెళ్లాల్సిన వాడిని ఇక్కడకు రప్పించావు. అక్కడ ఎవరికన్నా చెప్పేవు, మళ్ళీ నిన్ను శపిస్తారు” అని భయపెట్టేసరికి చిత్రగుప్తుడు “మహాప్రభో, నేను చెప్పను, తమరు కూడా ఎక్కడ అనకండి” అని, చిత్రగుప్తుడు, సూరి ని వెంటపెట్టుకుని వైకుంఠానికి బయల్దేరాడు.

వైకుంఠానికి వెళ్లే మార్గం లో సూరి, చిత్రగుప్తుడితో “స్వామి, ఇప్పుడు మనం వైకుంఠానికి వెళుతున్నామా?” అంటే చిత్రగుప్తుడు “నాయనా, నీకింకా జరిగింది గుర్తొచ్చినట్టు లేదు. అక్కడికి వెళ్ళాక అన్ని నీకే తెలుస్తాయి లే” అన్నాడు. సూరి ఉండబట్టలేక, మళ్ళీ మళ్ళీ బ్రతిమాలే సరికి చిత్రగుప్తుడు చెప్పడం ప్రారంభించాడు.

బ్రహ్మ మానసపుత్రులు అయిన సనక, సనాతన, సనందన, సనత్ కుమారులు, లోక కళ్యాణం కోసం వైకుంఠం లో యాగం చేయ తలపెట్టారు. యాగానికి ఏర్పాట్లు జరుగుతుండగా, వైకుంఠ కాపలాదారులైన జయ, విజయులు ఇద్దరు తలో చెయ్యి వేసి చక్కగా ముస్తాబు చేశారు. అంతాబాగానే వుంది గాని, ఆ పూల అలంకరణలో పడి, క్రింద చూసుకోకుండా, యాగానికి సిద్ధం చేసిన కలశాన్ని కాలితో తాకారు. అంతే, ఆ కుమారులు ఒక్క క్షణం కూడా ఆలోచించకుండా "ఇంతకు ముందు ఒకసారి శాపం ఇచ్చినా, కించిత్ ఐననూ మీ మంద బుద్ధి మారలేదు. తక్షణమే మానవ జన్మ ఎత్తి, అష్టకష్టాలు పడండి" అని శపించారు. ఇద్దరు పరుగు పరుగున విష్ణుమూర్తి దగ్గరకెళ్ళి, జరిగింది చెప్పి, విమోచనం ప్రసాదించమని అడిగారు. విష్ణుమూర్తిమో "అయ్యో, ఎంత పని జరిగింది? ఇంతముందొకసారి ఇలాగె శాపగ్రస్తులైతే, మీకోసం నేను కూడా అవతారాలు ఎత్తాల్సి వచ్చింది. మళ్ళీ అదే తప్పు చేశారు" అంటే, విజయుడు స్వామి పాదాల మీద పడి ఈసారి ఏది ఏమైనా సరే, మీ పాదాల్ని వదిలి ఒక్క క్షణం కూడా ఉండలేమని మొరపెట్టుకున్నాడు. అయితే, శాపం ఇచ్చింది స్వయానా బ్రహ్మ పుత్రులని, దానికి విరుగుడు లేదని, అనుభవించి తీరాల్సిందే అని విష్ణుమూర్తి సెలవిచ్చాడు. ఇక ఎంత చెప్పినా విజయుడు తన పాదాలు వదలక పోయేసరికి, విష్ణుమూర్తి "విజయా, చింతించకు. నీ కోసం, "త్రిమూర్తులతో కలిసి విహారయాత్ర చెయ్యాలనే" నీ చిరకాల కోరిక సిద్ధించేటట్టు వరం ప్రసాదిస్తున్నాను" అనగానే, అమాయకంగా చూస్తున్న జయుడు "స్వామి, మరి నా పరిస్థితి ఏమిటి స్వామీ?" అన్నాడు. విష్ణుమూర్తి "జయా, అడిగింది వాడు కదా? దారిలో నిన్ను కూడా కలుస్తాము సరేనా?" అంటే, ఆనందం తట్టుకోలేని విజయుడు "ఆహా, త్రిమూర్తులతో విహారమా? అలాంటి అదృష్టం ఉండాలి గాని ఒక్కటేంటి, ఎన్ని జన్మలు ఎత్తమన్నా ఎత్తుతాం స్వామి" అన్నాడు. విష్ణుమూర్తి "అదే మరి, సంతోషం వచ్చినా, దుఃఖం వచ్చినా, ముందు అదుపులో పెట్టుకోవాల్సింది నోరు" అని రెండు చీవాట్లు పెట్టి, భోలోకానికి పంపించాడు. అని జరిగింది పూస గుచ్చినట్టు చెప్పాడు చిత్రగుప్తుడు.

అదంతా విన్న సూరి, అమాయకంగ మొహం పెట్టి "అంటే నేనూ...." అని సాగదీసేసరికి, వాళ్ళు వైకుంఠ ద్వారం దగ్గరకి వచ్చేశారు. ఫార్మాలిటీస్ అన్నీ పూర్తి చేసుకుని, లోపల పెద్దాయన రమ్మన్నారు అని వెళ్లేసరికి, ఆహ శంకు, చక్ర, గథా, పద్మాలతో స్వామి ని చూసేసరికి సూరి కి మొత్తం జ్ఞాపకమొచ్చేసింది. విజయుడు, అదే సూరి, స్వామి పాదాల మీద పడి "స్వామి, మరి జయుడు ఎక్కడ?" అంటే ఇంతలో "నారాయణ నారాయణ" అనుకుంటూ నారదుడు వచ్చాడు. విజయుడు, నారదుడి వంక చూస్తూ,"స్వామి, అంటే మంగళదేవి ఆలయం దగ్గర టూరిస్ట్ గైడ్ మహతి, మీరే కదా?" అంటే నారదుడు నవ్వుతు "ఏదో నాయనా, త్రిమూర్తులతో విహారం అన్నావు మరి. అదెలా ఉందో చూద్దామనిపించి వచ్చాను నాయనా. అది సరే, జయుడు ఇంకా రాలేదా?" అన్నాడు. విజయుడు నారదునితో "అసలు జయుడు ఎవరు స్వామి?" అంటే నారదుడు "ఇంకెవరు, నిఖిలేషన్ అని దారిలో కలవలేదూ?" అంటే విజయుడు "ఓహో, అతగాడేనా నా మిత్రుడు?" అని ఆశ్చర్య పోతుంటే, ఇంతలో "ఓ విజయా వచ్చావా?" అనుకుంటూ లక్ష్మీదేవి వచ్చింది. విజయుడు, అమ్మా పాహిమాం తల్లి, అని నమస్కరించి, ఆవిడని అలాగే చూస్తూ నిలబడిపోయాడు. లక్ష్మీదేవి "ఏమిటి విజయా కొత్తగా చూస్తున్నావు?" అంటే విజయుడు "అమ్మా, అంటే ఆనాడు హర్ష, సృజన మీరే కదా? మరి నరేష్, స్రవంతి అంటే? పరమశివుడు, పార్వతీమాత. విశ్వ-శ్రీవిద్య అంటే బ్రహ్మదేవా సరస్వతీ మాత, అవునామ్మా?" అంటే, లక్ష్మీదేవి "ఏమోనయ్యా, నువ్వేదో వరం అడిగావు, మా శ్రీవారు సరే అన్నారు. మా బిడ్డల కోసం, మాకు తప్పుతుందా?" అంటే ఇంకొక్క క్షణం కూడా ఆలస్యం లేకుండా, విజయుడు లక్ష్మీదేవి, విష్ణుమూర్తి పాదాల మీద పడి, మాకోసం మీరు మనవావతారం ఎత్తారా స్వామీ? త్రిమూర్తులతో కూర్చుని భోజనం చేశాను, కలసి ప్రయాణించాను. ఇది నా ఒక్కడికే దక్కిన భాగ్యం స్వామీ" అంటే విష్ణుమూర్తి "విజయా, నీకు కాదు, నీ భక్తికి దక్కిన ఫలితం అది" అన్నాడు. వీరు ఇలా ఉండగా, ఎవరో భటులు వచ్చి "స్వామి కుబేరులు వారు వేంచేశారు" అన్నారు. రమ్మనమని చెబితే, భారీ ఆకారం, ఒంటినిండా నగలు దిగేసుకొని వచ్చాడు ఓ పెద్దమనిషి. ఆయన్ని చూసిన

విజయుడు "స్వామీ మీరు, మీరు, కేబీ సర్ అని, అనంత్య రిసార్ట్ లో కనిపించారు కదా?" అంటే ఆయనేమో "ఏదో లేవయ్యా, సంవత్సరానికి ఒక్కసారి వెళ్ళక వెళ్ళక వెళితే మీ కంట్లోనే పడ్డాను" అంటే విష్ణుమూర్తి, లక్ష్మీదేవి నవ్వుకున్నారు. అయితే విష్ణుమూర్తి కుబేరునితో "ఊరకరారు మహానుభావులు అని, ఏమిటీ రాక?", కుబేరుడు, విష్ణుమూర్తి లక్ష్మీదేవిలకు నమస్కరించి "ఏమి లేదు ప్రభూ, చిన్న విన్నపం" అంటే, "సెలవివ్వండి" అన్నాడు విష్ణువు. కుబేరుడు సిగ్గుపడుతూ "అది కాదు స్వామి, మొన్న మీరు భూలోకం వెళ్ళినప్పుడు, అక్కడినుండి తిరిగివస్తూ, పుట్టతేనె పట్టుకొచ్చారట. దానిముందు అమృతం కూడా దిగదుడుపే అని చెప్పుకుంటున్నారు. అమ్మని అడిగి కొంచెం పట్టుకెళదామని వచ్చాను" అని విషయం చెబితే, విష్ణుమూర్తి మూసి ముసిగా నవ్వుకుని, లక్ష్మీదేవి వైపు చూశాడు. ఆవిడేమో "హరిణీ..." అని ఒక చెలికత్తెను పిలిచి, చిన్న పాత్రలో తేనె తీసుకురమ్మని చెప్పింది. ఇంతలో అక్కడే ఓ పక్కన వున్న లోకసంచారి, నారద మహర్షి, కుబేరుణ్ణి చూసి "అదేమిటి స్వామి, మొన్న మానస సరోవరం దగ్గర, నిన్న కైలాసం లో, నేడు వైకుంఠం లో దర్శనం ఇచ్చారు? లోకకళ్యాణార్థం ఏదన్న కార్యక్రమం తలపెడుతున్నారా ఏమిటి?" అంటే కుబేరుడు "ఏమయ్యా నారద, లోక సంచారానికి వెళ్ళావా? లేక నా వెనకాల తిరుగుతున్నావా?" అనేసరికి నారదుడు "హరి హరి, ప్రతీరోజు నారాయణుడి దర్శనానికి నేను వచ్చే సమయమే ఇది" అన్నాడు. లక్ష్మి దేవి "ఏమయ్యా కుబేర, రోజు మావారి దగ్గర ముక్కుపిండి మరీ వడ్డీ తీసుకెళ్తున్నావే? మళ్ళీ, ఇది వడ్డీకి వడ్డీనా?" అంటే కుబేరుడు "ఎంతమాట తల్లి, అయినా ఇది నాకోసం కాదమ్మా, మా అమ్మాయి మీనాక్షి ఆశపడింది" అన్నాడు. ఈలోపు చెలికత్తె ఒక పాత్రలో తేనె తీసుకొచ్చి ఇస్తే, అది తీసుకుని, కుబేరుడు నవ్వుకుంటూ వెళ్ళిపోయాడు. నారదుడు స్వామి తో "తండ్రి, ఆ తేనెలో అంత గొప్ప విశేషం ఏముంది?" అంటే లక్ష్మీదేవి "నారద, ఆ గిరిజనుల మనస్సు పాలవంటిది. మేము చేసిన సహాయానికి గాను వారు భక్తితో, ప్రేమతో సమర్పించిన బహుమతి అది. కలమషం ఎరుగని వారి కృతజ్ఞతా భావం కలవడం వల్లనే దానికి ఆ రుచి" అని విషయం చెప్పింది.

ఇక విజయుడు వెళ్లి, ద్వారపాలకుడి పనిలో పడ్డాడు. అయితే, ఎప్పటినుండో తనకి మిగిలిపోయిన సందేహం ఒకటి అలాగే ఉండిపోయింది. తరవాత ఎప్పుడో స్వామి తో సమయం దొరికినప్పుడు, విజయుడు "స్వామీ, ఆరోజు మీరు నాతో విహారానికి బయలుదేరినప్పుడు, ఒక ఇంటి యజమాని వేప చెట్టు కోసం మనతో గొడవ పడితే, మీరు, బ్రహ్మ దేవుడు ఇద్దరు, ఎదో చెప్పుకుని నవ్వుకున్నారు. ఏంటి స్వామి?" అన్నాడు. విష్ణుమూర్తి "ఏమీ లేదు విజయా, అతను అంత అపురూపంగా పెంచుకుంటున్న ఆ వేప చెట్టు, అతని జీవితానికి సరిపడా దుఃఖాన్ని మిగిల్చింది. పన్నిండేళ్లపాటు పెంచిన ఆ చెట్టుకి, పన్నిండో తరగతి పరీక్షలో తప్పాడని, అతని కొడుకు, అదే చెట్టుకు ఉరి వేసుకుని, జన్మ చాలించాడు" అని అసలు విషయం చెప్పాడు. చివరిగా విష్ణుమూర్తి "పుట్టే ప్రతీ మనిషి వెనక ఒక కథవుంది, జరిగే ప్రతీ క్రియ వెనక ఒక పరమార్థం వుంది. ఈ ఆవేశకావేశాలు అంత మిథ్య. అది తెలుసుకుని, జీవితాన్ని వీలైనంత ఆనందంగా గడిపేవాడు ధన్యుడు" అని ఉపదేశించాడు. కొన్నాళ్ళకు, జయుడు కూడా వైకుంఠాన్ని చేరుకుని, జరిగింది తెలుసుకుని, ఆశ్చర్యపోయాడు. ఇక అప్పటినుండి, ఏ మాత్రం సమయం దొరికేనా సరే, జయుడు, ఆనాటి విహార యాత్ర తనకి కేవలం కొంచమే తెలుసనీ, అసలు పూర్తిగా ఎం జరిగిందో చెప్పమని, విజయుడిని అడిగేవాడు. యుగాలు గడిచినా, ఆనాటి విశేషాలు జయ విజయులు నెమరేసుకుంటూనే ఉండేవారు. ఇక మళ్ళీ జయ-విజయులు వైకుంఠ ద్వారపాలకులుగా స్వామి కి సేవలందిస్తూ హాయి గ వున్నారు.

మావో

ఉదయాన్నే పేపర్ చదవడం లో మునిగిపోయిన రాధాకృష్ణ మూర్తి గారు "ఇంకా కాఫీ రాలేదేంటబ్బా?" అనుకుంటూ ఉండగా, కోడలు వింధ్య తీసుకొచ్చి ఇచ్చింది. మూర్తి గారు కాఫీ తీసుకుని "అదేంటమ్మా, నువ్వు తెచ్చావు? నేను చూడనేలేదు, నువ్వెప్పుడొచ్చావు?. మీ అత్తగారికి ఇంకా పూజలు అవ్వలేదా?" అంటే వింధ్య "వచ్చి పది నిముషాలు అవుతుంది మావయ్య" అని, గొంతు కొంచెం తగ్గించి "ఇవ్వాళ ఏదో స్పెషల్ పూజ అట, నేను ఉండాలి, అని అత్తయ్య ఆజ్ఞ" అని నవ్వుతు చెబుతుంటే, మూర్తి గారు "మనవడేడి? వచ్చాడా?", వింధ్య "వాడు స్కూల్ కి, ఆయన ఆఫీస్ కి వెళ్లిపోయారు మావయ్య" అంది. మూర్తి గారు కాఫీ చివరి సిప్ తాగి, కప్ పక్కన పెడుతుంటే "ఇటు ఇచ్చేయండి" అని అందుకోబోయింది. ఆయన "అది అలా పక్కనపెట్టు, నీతో కొంచెం మాట్లాడాలి కూర్చో" అనేసరికి తను కూర్చుంది. మూర్తి గారు "వింధ్య, ఇవ్వాళ నీ ఫైల్ లో ముఖ్యమైన కేసు లు ఏమన్నా ఉన్నాయా?", వింధ్య "ఒక కేసు ఉందండీ, కానీ అవతలిపక్క వాళ్ళు టైం కావాలని పిటిషన్ పెడుతున్నారట", మూర్తి గారు "అయితే, ఇవ్వాళ మార్నింగ్ అవర్ లో మెయిన్ బెంచ్ దగ్గరే ఉండమ్మా" అన్నారు. వింధ్య "ఏంటి మావయ్య, ఏదన్న సీరియస్ ఇష్యూ నా?" అంటే ఆయన "సీరియస్ ఏం కాదు" అని, ఈనాడు పేపర్, మెయిన్ ఎడిషన్ లో, చివరి నుండి రెండో పేజీ లో, ఒక మూల వేసిన చిన్న వార్త చూపించి "ఇది చదువమ్మా" అని తన చేతికిచ్చారు.

ఆ వార్త సారాంశం "యువతను ప్రోత్సహించి, తర్ఫీదునిచ్చి, ఎర్ర సింగన్న దళం లో చేర్చినందుకు గాను, నేరం రుజువు అవ్వడంతో, రామనాధం అలియాస్

కిషన్ జి కి, ఐదు సంవత్సరాల కఠిన కారాగార శిక్ష విధిస్తూ, ఖమ్మం మెజిస్ట్రేట్ కోర్ట్ తీర్పునిచ్చింది". అది చదివిన వింధ్య "మావయ్య, ఎవరైనా హై కోర్ట్ లో అప్పీల్ కి వస్తున్నారా?" అంది. మూర్తి గారు "నా అంచనా ప్రకారం రాకపోవొచ్చు. కాకపోతే నీ నుండి చిన్న సహాయం కావాలి" అంటే ఆమె "అయ్యో, అదేంటి మావయ్య, ఎం చెయ్యాలో చెప్పండి?" అంది. మూర్తిగారు "ఇవ్వాళ బెంచ్ లో, ఈ విషయం గురించి మాట్లాడి, ఈ కేసు ఎవరన్నా టేకప్ చెయ్యండని అడుగుతాను. ఒక 30 సెకన్ల పాటు చూడు. ఎవరూ ముందుకు రాకపోతే, నువ్వు తీసుకుంటానని చెప్పు. ఏమ్మా తీసుకుంటావా?" అంటే వింధ్య "తప్పకుండ మావయ్య. కానీ మిమ్మల్ని ఒక ప్రశ్న అడగొచ్చా?" అంటే ఆయన "చూడు తల్లి, మనకి సిక్స్త్ సెన్స్ అంటూ ఒకటి ఉంటుంది. ఎందుకో అతనికి న్యాయం జరగాలేదేమో అనిపిస్తుంది. అన్నిటికి మించి, ఈ కేసు ని నేను ఎప్పటినుండో ఫాలో అవుతున్నాను. నా అనుమానాలు నాకు వున్నాయి. ముందయితే ఈ కేసు తీసుకో, ఎం చెయ్యాలో తరవాత చెబుతాను" అన్నారు. ఇంతలో మూర్తి గారి భార్య, శాంతమ్మ గారు లోపలినుండి హారతి పళ్లెం పట్టుకుని వస్తూ "సరిపోయింది, ఇంట్లో ఆ కేసుల గురించి మాట్లాడొద్దని చెప్పానా?" అనుకుంటూ వచ్చేసరికి, ఇక వీళ్ళు మాట్లాడ్డం ఆపేశారు. కోర్ట్ టైం అవుతూ ఉండడంతో మామా కోడళ్ళు ఇద్దరు, ఎవరిదారిన వాళ్ళు హై కోర్ట్ కి బయల్దేరారు.

టైం 9:30 అయ్యింది, హై కోర్ట్ అఫ్ తెలంగాణ లో, చీఫ్ జస్టిస్ ఛాంబర్ లో, ఆ రోజు పెండింగ్ వున్న కేసు ఫైల్స్ ఒకసారి చూసుకుంటున్నారు మూర్తి గారు. ఉదయం 10 :30 కి కోర్ట్ హాలు ప్రారంభం అయ్యాక, బెంచ్ గుమస్తా మొదటి కేసుని పిలవబోతుంటే, మూర్తి గారు ఆపి "నిన్న, రామనాథం అలియాస్ కిషన్ జి కేసు లో, ఖమ్మం మేజిస్ట్రేట్ కోర్ట్ ఇచ్చిన తీర్పుని మేము పునః పరిశీలించాలి అనుకుంటున్నాం. పీపీ గారు, మీకేమన్న అభ్యంతరాలు ఉంటే చెప్పొచ్చు" అన్నారు. పీపీ లేచి "సర్, అది గవర్నమెంట్ కి వ్యతిరేకంగా చేసినట్టు అవుతుంది. ఒకసారి ఆలోచించాల్సిందిగా మనవి" అంటే మూర్తి గారు "గవర్నమెంట్ అయినా, మీరయినా, నేనయినా ప్రజలకోసమే కదండీ. ఆ కేసు లో

హై కోర్ట్ ధర్మాసనానికి కొన్ని అనుమానాలు అలాగే ఉండిపోయాయి. రేపు ఉదయం, ఆ ఖైదీ ని వరంగల్ జైలు నుండి తీసుకొచ్చి, మా ముందు ప్రవేశ పెట్టమని పోలీస్ వారిని ఆదేశిస్తున్నాం" అని ఆర్డర్ మీద సంతకం చేస్తూ, మధ్యలో ఆపి, ఆయన కళ్ళజోడు పైనుండి కోర్ట్ హాలుని చూసి "ఈ కేసు ని తీసుకోడానికి ఎవరన్నా ముందుకు వస్తారా?" అన్నారు. అనుకోని ఆ ప్రశ్నకు అందరు ఆలోచిస్తూ ఉండగా, వింధ్య పైకి లేచి "నేను టేకప్ చేస్తాను సర్" అంది. ఆయనేమో "సరే అయితే, కేసు నెంబర్ ఆర్డర్ చేస్తున్నాను. రేపటికి పోస్ట్ చేస్తున్నాను" అనేసి, ఆరోజు కేసుల్ని చూడ్డం మొదలు పెట్టారు.

ఆ మర్నాడు ఉదయం, మొదటి కేసు, బంట్రోతు "రామనాథం అలియాస్ కిషన్ జి" అని పిలవడంతో, అప్పటివరకు బైట వెయిట్ చేస్తున్న పోలీసులు, చేతి కర్ర సాయంతో నడుస్తున్న ముసలాడిని తీసుకొచ్చి, బోను దగ్గర నిలబెట్టారు. అతని కాలికి ఏదో దెబ్బ తగలడం వల్ల సరిగ్గా నడవలేకపోతున్నాడు, చింపిరి జుట్టు, చేతి కర్ర, చూపు కూడా సరిగ్గా ఉన్నట్టు అనిపించట్లేదు. జడ్జి (మూర్తి) గారు రామనాథం ని చూసి "మీ వయసు ఎంత?" అన్నారు. అతను సమాధానం చెప్పకపోయేసరికి, పీపీ గారు అతని దగ్గరకి వెళ్లి, కొంచెం కంఠం పెంచి "ఏమయ్యా, జడ్జి గారు నిన్నే అడుగుతున్నారు. నీ వయసెంత?" అంటే, ఆయన "78 ఏళ్ళు" అని సమాధానం ఇచ్చాడు. జడ్జి గారు, కింద కోర్ట్ లో అతని మీద వచ్చిన జెడ్జిమెంట్ కాపీ పీపీ గారికి అందించి, అతనికి ఇవ్వమన్నారు. ఇచ్చాక "ఏమయ్యా, అందులో నీ మీద వున్న అభియోగాలు నిజమేనా? నువ్వు చెప్పుకోవాల్సింది ఎమన్నా వుందా?" అన్నారు. అతను కళ్ళు దగ్గరగా చేసి, అది చదవడానికి కష్టపడుతున్నాడు గాని చదవలేకపోతున్నాడు. జేబు లోంచి ఒక కళ్ళజోడు తీసి, దానికి ఒకపక్కనే అద్దం వుంది, అది పెట్టుకుని చదవడానికి ప్రయత్నిస్తుంటే, జడ్జి గారు "ఏమయ్యా, నీకు ఈరోజు ఉదయం తినడానికి ఎమన్నా పెట్టారా?" అంటే, అతను ఏమి పెట్టలేదని అర్థం వచ్చేట్టు తల అటు ఇటు ఊపాడు. నిన్న రాత్రి భోజనం చేశావా? అంటే అవునని తలూపాడు. జడ్జి గారు ఏదో అనబోయే లోపు పీపీ అడ్డుపడి "సర్, ఇవ్వాళ ఆయన్ని కోర్ట్ లో హాజరు

పరచాలని వాళ్ళు ఉదయాన్నే వరంగల్ నుండి బయల్దేరారు. ట్రాఫిక్ వల్ల లేట్ అయ్యారు. ఇక మధ్యలో ఆగడం కుదరలేదు" అని ఏవో సాకులు చెప్పడానికి ప్రయత్నిస్తుంటే, వింధ్య పైకి లేచి "యువరానర్, ఈ కేసులో మా క్లయింట్ తరుపున బెయిల్ పిటిషన్ మూవ్ చేస్తున్నాను. హియర్ ఈజ్ ద పిటీషన్" అని ఒక కాపీ జడ్జి గారికి, ఇంకొకటి పీపీ గారికి ఇచ్చింది. జడ్జి గారు ఆ కాపీ తీసుకుని, పీపీ తో "ఏవండీ, మీరు కౌంటర్ వేస్తారా?" అంటే ఆయన "సర్, సోమవారం వరకు టైం కావాలి" అన్నారు. జడ్జి గారు "ఎందుకండీ, ఇవ్వాళ మధ్యాహ్నం మూడు గంటల వరకు ఇస్తున్నాను. కౌంటర్ వెయ్యండి. ఒకవేళ మీరు వెయ్యలేని పక్షం లో బెయిల్ మంజూరు చేసేస్తాను" అనేసి, మళ్ళీ ఆయనే వరంగల్ జైలు నుండి వచ్చిన పోలీస్ ఆఫీసర్ ని ముందుకు పిలిచి "ఏమయ్యా, 78 ఏళ్ల వృద్ధుడు, ఆయన కళ్ళజోడు పగిలిపోయింది, కాళ్ళకి చెప్పులు లేవు, తిండి పెట్టలేదు, ఖైదీ అంటే వారిలో పరివర్తన కోసం జైలు కి పంపుతారు, మీకు బానిసలుగా కాదు. ఇంకొకసారి ఇలాంటివి జరక్కూడదు. ఈ నిర్లక్షానికి కారణాలు ఏంటో, భాద్యత ఎవరో వహిస్తారో తెలుపుతూ, సోమవారం లోపు డిటైల్డ్ రిపోర్ట్ పంపమని, జైలు సూపరింటెండెంట్ కి ఆదేశిస్తున్నాం. ఆ కాపీ పట్టుకెళ్లి ఇవ్వండి" అనేసి నెక్స్ట్ కేసు కి వెళ్లిపోయారు. ఆరోజు మధ్యాహ్నం మూడు గంటలకి బెయిల్ పిటీషన్ మీద అర్గ్యుమెంట్ చెప్పమన్నారు.

పీపీ: సర్, రామనాధం అనే ఈ ఖైదీ, యువకుడిగా వున్నప్పటినుండి నక్సల్ సానుభూతిపరుడిగా ఉండేవాడు. కొన్నాళ్ళకి వాళ్ళకి పరోక్షంగా, ప్రత్యక్షంగా సహాయం చెయ్యడం మొదలుపెట్టాడు.

వింధ్య: (ఆయన వాదనకి అడ్డుపడి) జడ్జి గారితో, యువరానర్, ఇది బెయిల్ పిటీషన్ కి సంబంధించిన అర్గ్యుమెంట్ మాత్రమే. ఆయన తప్పుచేశాడా లేదా అన్నది తరువాత విషయం. ముందసలు బెయిల్ ఇవ్వడానికి పీపీ గారికున్న అభ్యంతరం ఏంటో చెప్పమనండి.

జడ్జి: మిస్టర్ పీపీ, మీరు మీ వాదనని బెయిల్ వరకు మాత్రమే పరిమితం చెయ్యండి

పీపీ: సారీ సర్, ఇది క్లియర్ ఓపెన్ అండ్ షట్ కేసు. ఆయన మావోయిస్టు అనడానికి అన్ని సాక్షాలు నిర్ధారించాకే క్రింది కోర్ట్ లో శిక్ష వెయ్యడం జరిగింది. ఇప్పుడు బెయిల్ మీద బైటకి పంపిస్తే, ఆ సాక్షం చెప్పిన వాళ్ళని భయపెట్టొ, బెదిరించో తనకి అనుకూలంగా మార్చుకునే అవకాశం లేకపోలేదు. కాబట్టి, ఎట్టి పరిస్థితుల్లోనూ బెయిల్ ఇవ్వకూడదని మా వాదన.

జడ్జి: డిఫెన్సె వారు ఎం చెప్పదల్చుకున్నారో చెప్పొచ్చు

వింధ్య: సర్, విత్ యువర్ పర్మిషన్, పీపీ గారిని ఒక చిన్న ప్రశ్న అడగదల్చుకున్నాను

జడ్జి: ప్రొసీడ్

వింధ్య: పీపీ గారు, ఖమ్మం మేజిస్ట్రేట్ కోర్ట్ లో, మిస్టర్ రామనాధం తరుపున ఆయన పెట్టుకున్న లాయర్ ఎవరో చెప్పగలరా?

పీపీ: ఆయనకు ముందూ వెనక ఎవరు లేరని, లాయర్ ని పెట్టుకోలేను అనడంతో గవర్నమెంట్ ఏ ఒకర్ని అరెంజ్ చేసింది.

వింధ్య: థాంక్ యు సర్. సర్, నిజం గ ఆయన మావోయిస్టు అయ్యుంటే, ఆయనకి ఎదో ఒక వైపు నుండి న్యాయ సహాయం దొరికేది. అయినా, ఒక లాయర్ నే పెట్టుకోలేని వారు, సాక్షాల్ని ఎలా తారుమారు చెయ్యగలరు? యువరానార్, ఆయనకి ధనబలం లేదు, సంఘం లో ఏవిధమైన పలుకుబడీ లేదు. ఈ కేసు తేలేవరకు ఆయన హైదరాబాద్ దాటి వెళ్ళరు. ఆయన వయసుని కూడా పరిగణించి, బెయిల్ మంజూరు చేయాల్సిందిగా కోరుతున్నాను.

జడ్జి: రెండు నిమిషాలు ఏవో రాసుకుని, ఇన్ కేసు నెంబర్ 3496/2020, కండీషనల్ బెయిల్ గ్రాంటెడ్, కేసు ను సోమవారానికి వాయిదా వేస్తున్నాను, అని ముగించారు.

వింధ్య, ఆయన బెయిల్ కి అవసరమైన ఫార్మాలిటీస్ పూర్తి చేయించి, ఆ ముసలాయన్ని, తనకి తెలిసిన ఒక వృద్ధాశ్రమం ఉంటే దాంట్లో జాయిన్ చేసి, తన పర్మిషన్ లేకుండా ఆయన్ని బైటకి పంపించొద్దని చెప్పి వచ్చింది.

మరుసటిరోజు ఆదివారం కావడంతో మూర్తి గారు తీరిగ్గా లేచి, ఆ వాకింగ్ అది పూర్తి చేసుకుని, ఇంటికొచ్చి పేపర్ చూసేసరికి, రెండు రోజుల ముందు ఎక్కడో నాలుగో పేజీ లో, ఒక మూలాన వున్న వార్త కాస్త ముందు పేజీ లో, కలర్ వార్త అయ్యి కూర్చుంది. పేపర్ చదవడం పూర్తయ్యాక, భార్య ని తీసుకుని మార్కెట్ కి వెళ్లి, కూరగాయలు గట్రా కొనుక్కొచ్చారు. మార్కెట్ నుండి ఇంటికొచ్చాక శాంతమ్మ గారు "ఏవండోయ్, ఇవ్వాళ మన సాకేత్ వాళ్ళు భోజనానికి వస్తానన్నారు. వాడు, సాయంత్రం షోకి సినిమాకి టిక్కెట్లు తీశాడట. మనకి కూడా సుమీ. సాయంత్రం పనులేవీ పెట్టుకోకండి" అంటే ఈయనేమో "సరే చూద్దాం" అన్నారు. మధ్యాహ్నం 12 అయ్యేసరికి కొడుకు, కోడలు మనవడ్ని తీసుకుని వచ్చారు. భోజనాలు అయ్యాక, వింధ్య ఒక ఫైల్ పట్టుకుని రెడీ అయ్యింది, మూర్తి గారేమో వాళ్లావిడతో "ఏమేవ్, ఒక గంట మమ్మల్ని కదిలించకు" అన్నారు. అప్పటికి గాని సాకేత్ కి విషయం అర్థం కాలేదు. వింధ్య తో "వామ్మో, ఎంత పెద్ద ప్లాన్ వేశావు? ఎప్పుడు ఆదివారం ఇల్లు కదలని నువ్వు, ఇవ్వాళ కోరి మరీ అత్తగారింటికి వెళ్దాం అంటే ఎందుకో అనుకున్నాను. ఇందుకన్నమాట" అంటే వింధ్య "మీరు ఒక గంట రెస్ట్ తీసుకోండి, నేను జస్ట్ ఒక పిటీషన్ ప్రిపేర్ చెయ్యాలి అంతే" అని భర్తకి సర్ది చెప్పి, ఆ కేసు డీటెయిల్స్ లో మునిగిపోయింది.

మూర్తి గారు, ఆయన డెస్క్ లోనుండి ఒక ఫైల్ తీసి, వింధ్య చేతికిచ్చి "చూడమ్మా, ఈ ఫైల్ లో వున్న పేపర్స్ అన్ని సరిగ్గా అర్థం చేసుకోగలిగితే, నీ

కేసు కి ఇవే ఎవిడెన్స్ అవుతాయి" అన్నారు. వింధ్య ఆ ఫైల్ లో డీటెయిల్స్ చూసి ఆశ్చర్య పోయింది. అందులో, ఎప్పుడో 1994 నుండి కొన్ని న్యూస్ పేపర్స్, ఏవో కోర్ట్ సర్టిఫై చేసిన రిపోర్ట్స్, కొన్ని ఫొటోస్, అలా చాలా డాక్యుమెంట్స్ వున్నాయి. అవన్నీ చూశాక, వింధ్య "మావయ్య, ఇదంతా చూస్తుంటే, మీరు ఎప్పటినుండో ఈ కేసు ని ఫాలో అవుతున్నట్టు అనిపిస్తుంది. మీరు ఏమి అనుకోకపోతే అంత స్పెషల్ ఇంట్రెస్ట్ ఏముందో నేను తెలుసుకోవచ్చా?" అంది.

మూర్తి గారు, ఒక క్షణం ఆగి, అమ్మలు, నేను పుట్టి పెరిగింది అంతా పొందుర్తి అని, కామారెడ్డి దగ్గర్లో చిన్న గ్రామం. మేము చదువుకునే రోజుల్లో, మా ఊరి గవర్నమెంట్ స్కూల్ లో సోషల్ టీచర్ ఒకాయన ఉండేవారు. ఆయన పాఠం చెప్పే విధానం భలే ఉండేది. సమాజాన్ని ఓ కొత్త కోణం లో చూపించేవారు. ఆయన చెప్పిన మాటలు నా మనసులో బలంగా ముద్రించుకు పోయాయి. ఆ మాస్టారు మావూరు ట్రాన్స్ఫర్ మీద వచ్చినప్పటి నుండి, పటేల్ గారి ఇంట్లోనే అద్దెకి ఉండేవారు. ఒకసారి, ఆ పటేల్ గారికి, ఏవో ఆస్తి తగాదాల విషయం లో కోర్ట్ లో ఒక సాక్షం అవసరం అయ్యింది. వాళ్ళ నాన్నగారు బ్రతికి ఉన్నంత కాలం, అక్కడే వాళ్ళింట్లోనే వున్నారని, అన్ని సేవలు పటేల్ గారు, ఆయన కుటుంబమే చూసుకున్నారని, చిన్న సాక్షం చెప్పమని మా సోషల్ మేస్టార్ని అడిగారు. మాస్టారికి, వీళ్ళకి బంధుత్వం లేదు, పైగా ఇంట్లో అద్దెకి వుంటున్నారు కాబట్టి, ఆయన సాక్షానికి తిరుగు ఉండదు. కానీ ఆయనేమో నిర్మొహమాటం గ తప్పుడు సాక్షం చెప్పనన్నారు. మాట, మాట పెరిగింది, సాక్షం చెప్పని పక్షం లో, ఆ క్షణమే ఇల్లు ఖాళీ చేసెయ్యాలని చెప్పారు. మా మాస్టారేమో, భార్య పిల్లల్ని తీసుకుని, తట్ట బుట్ట సర్దేసుకుని, సామాన్లతో సహా ఆ క్షణమే రోడ్ మీదకి వచ్చేశారు. ఇంట్లో వాళ్ళని అక్కడే కూర్చోబెట్టి, ఊళ్ళో ఎమన్నా ఇల్లు అద్దెకి దొరుకుతుందేమో అని తిరిగారు. పటేల్ అంటే ఊళ్ళో జనాలకి భయం, ఆయన్ని ఎదురించి ఇల్లు ఎవరిస్తారు? చివరికి పక్క ఊరు వెళ్లి, అక్కడే ఎదో ఇల్లు అద్దెకి తీసుకుని, రోజు రాను పోను ఎనిమిది కిలోమీటర్లు సైకిల్ తొక్కుకుంటూ స్కూల్ కి వచ్చేవారు.

ఒక రోజు ధైర్యం చేసి "మాస్టారు, మీరేమో నిజం తప్ప అబద్ధం చెప్పకూడదు, నిజాయితీగానే బతకాలి అంటారు. కానీ అలా చేస్తే మీకు నష్టమే జరిగింది కదా?" అని అడిగేశా. ఆయన, నా ఒక్కడికే సమాధానం చెప్పడం కంటే క్లాస్ రూమ్ లో చెబితే మంచిది అనుకున్నారేమో, అందరి ముందు, నేను అడిగిన ప్రశ్న చెప్పి, దానికి సమాధానంగ "చూడండి పిల్లలు, నిజాయితీగా ఉంటే బాధలు పడొచ్చు, కష్టాలు ఎదురవ్వొచ్చు, కానీ సమాజం లో గౌరవంగా బ్రతుకుతారు, ఎప్పటికి ఓడిపోరు. నిజాయితీ లేని వాడు, తాత్కాలికంగా సుఖపడొచ్చు కానీ ఏదో ఒకరోజు ఖచ్చితంగా ఓడిపోతాడు. ఆ రోజునాడు, ఈ సమాజం నుండి వాడు వెలివేయబడతాడు" అని చెప్పారు. మిగతా వాళ్ళకి ఎం అర్థం అయ్యిందో గాని, ఆ మాటలు నా మీద మాత్రం చాలా బలం గా పనిచేశాయి. దానికి కారణం, మాస్టారికి మా ఊళ్ళో ఎవ్వరు ఇల్లు ఇవ్వనున్నారు, కానీ, ఆయన ఎదురుగా లేకపోయినా సరే ఆయన గురించి చాలా గొప్పగా చెప్పుకునేవారు. అదే, ఆ పటేల్ ని మాత్రం ఎదురుగా నవ్వుతు పలకరించి, ఆయన వెళ్లిన వెంటనే తిట్టుకునేవారు. ఈ సంఘటనల్ని, మా మాస్టారి మాటల్ని నేను లింక్ చేసుకున్నాను. ఆయన చెప్పింది అక్షరాలా నిజం అనిపించింది.

అదమ్మలు, ఈపాటికి నీకు అర్థం అయ్యే ఉంటుంది, ఆ సోషల్ మాస్టారే ఈ రామనాథం గారు. ఆయన తప్పు చేసి వుంటారు అంటే ఎందుకో నాకు నమ్మకం కలగట్లేదు. పైగా, ఆ ఫైల్ స్టడీ చేస్తే, నేనెందుకు ఈ మాట అన్నానో నీకే అర్థం అవుతుంది. నీకు నేను చెప్పనక్కర్లేదు అనుకో, అయినా ఒక మాట. నీ పిటీషన్ లో కొంతవరకు మాత్రమే రావాలి, ముఖ్యమైన ఎవిడెన్స్ ఎమన్నా ఉంటే అవి దాచిపెట్టుకో, తరవాత ఉపయోగపడతాయి" అనేసి, వింధ్య ని ఒక్కదాన్ని ఆఫీస్ రూమ్ లో వదిలేసి, ఆయన వెళ్లిపోయారు.

సాయంత్రం నాలుగున్నర అవుతుంది అనగా, శాంతమ్మ గారు అందరికి టీ ఇచ్చేసి, సినిమాకి వెళ్ళడానికి మనవడ్ని ముస్తాబు చేసేసి, ఆవిడ కూడా రెడీ ఐపోయి కూర్చున్నారు. సాకేత్ కూడా రెడీ అయ్యి వచ్చి, వింధ్య తో "టైం

అవుతుంది మేడం, వెళదామా?" అన్నాడు. తనేమో "అయ్యో, ఈ సారికి మీరు వెళ్లి వచ్చేసెయ్యండి, నాకు ఇంకా ఈ పని ఓ కొలిక్కి రాలేదు. రేపు పొద్దటే ఇది సబ్మిట్ చెయ్యాలి, ప్లీజ్" అంది. సాకేత్ ఎదో అనేలోపు శాంతమ్మ గారు వచ్చి "లాయర్ ని పెళ్లి చేసుకోవద్దు రా బాబూ, అంటే విన్నావా? ఇప్పుడు చూడు" అంది. ఆవిడ మాటలకు, వింధ్య చేతిలో వున్న ఫైల్ మూసేసి "పోన్లే అత్తయ్య, ఆ పని రాత్రి వచ్చాక అయినా చేసుకుంటాను, పదండి వెళ్దాం" అని లేచింది. శాంతమ్మ గారేమో "ఊరుకోవే, నేనేదో సరదాకి అంటే. సినిమా ఎక్కడికి పోతుంది? నీ చేతిలో వున్నవి ఎవరివో తలరాత తాలూకా కాగితాలు. నువ్వు కూర్చుని పని చేసుకో, మనం మళ్ళీ వారం వెళదాం లేరా?" అంటే సాకేత్ "హః, సరిపోయింది, నాకు చెప్పావు సరే, మరి మీ మనవడికి ఎం చెబుతావో చెప్పు" అంటుంటే, ఇంతలో లోపలి నుండి ఫ్రెష్ గ రెడీ అయ్యి, మూర్తి గారు వస్తూ "ఏంటీ, ఇంకా టైం అవ్వలేదా సినిమాకి? బయల్దేరండీ" అన్నారు. సాకేత్, వింధ్య వైపు చూసేసరికి, మూర్తి గారు వింధ్య తో "ఎమ్మా, ఇంకా అవ్వలేదా పని? అరేయ్ సాకేత్, నువ్వూ, అమ్మాయి వుండండి, మేము ముగ్గురం వెళ్లి, సినిమా చూసి, వచ్చేప్పుడు ఏదన్న తినేసి వస్తాం" అనేసి, వీళ్ళ సమాధానం కోసం ఎదురు చూడకుండా, శాంతమ్మ గారిని, మనవడిని తీసుకుని సినిమాకి వెళ్లిపోయారు. టైం అయిదు అవుతుంది, సాకేత్ "ఏమండోయ్ వింధ్యా రాణి గారు, శీతాకాలం, సంధ్యా సమయం, బైట అద్భుతంగా వుంది. అలా రెండు అడుగులు వేసి వద్దాం పదవోయ్" అన్నాడు. అక్కడ దగ్గర్లో పార్క్ ఉంటే, అక్కడి వరకు నడుచుకుంటూ వెళ్లి, ఆ పక్కన చిన్న కాఫీ షాప్ ఉంటే, రెండు కాఫీ తాగి, వెళ్లి ఆ పార్కులో కూర్చుని, ఒక అరగంట కబుర్లు చెప్పుకున్నాక తిరిగి ఇల్లు చేరారు. కొంచెం ఫ్రెష్ ఐపోయి, వింధ్య ఆ ఫైల్ పట్టుకుని, సాకేత్ లాప్ టాప్ ముందేసుకుని కూర్చున్నారు.

సోమవారం నాడు వింధ్య అఫిడవిట్ సబ్మిట్ చేసింది. ఆ వారం మొత్తం రోజుకి అరగంట చప్పున ఆ కేసు గురించి విచారణ జరిగింది. చివరిగా శుక్రవారం రోజు జరుగుతున్న విచారణ ఇలా:

పీపీ: యువరానర్, నేను ముందూ చెప్పాను. మళ్ళీ చెబుతున్నాను. ఉన్న ఆధారాలు అన్ని రామనాథం మావోయిస్టు అనడానికే బలాన్ని చేకూరుస్తున్నాయి. ఇక, ఈ వారం రోజుల్లో, డిఫెన్సె వారు కొత్తగా చెప్పిన లేదా నిరూపించిన విషయం కూడా ఏమి లేదు. అన్నిటికంటే ముఖ్యమైన విషయం, రామనాథం అలియాస్ కిషన్ జి, తానొక్కడే కాదు, ఆయన కూతురు సీతక్క సింగన్న దళం లో ముఖ్య పాత్ర పోషించిన విషయం అందరికి తెలిసిందే. ఇక ఆయన మనవడు, వెంకటేశం కూడా అదే దళం లో చేరి, యువ దళానికి నాయకత్వం వహించాడు అన్నది చరిత్ర చెప్పిన సత్యం. అసలు ఈ కేసు లో, ఇంక నిరూపించడానికి ఏముందని దీన్ని సాగదీస్తున్నారో డిఫెన్స్ వారు చెబితే బావుంటుంది. వేరే ఆధారాలు ఏమి లేనందున, ఈ కేసు ని ఈ రోజే డిస్మిస్ చేసి, క్రింది కోర్ట్ ఆర్డర్స్ నే సమర్ధించాలని మా వాదన సర్.

జడ్జి గారు: డిఫెన్స్ వారు…

వింధ్య: యువరానర్, ఆధారాలు వున్నాయి. కానీ వాటిని భయటపెట్టే ముందు, కొంతమంది ముఖ్యమైన సాక్షుల్ని విచారణ చెయ్యాలి అనుకుంటున్నాం. దానికి మీ అనుమతి కావాలి. ఖమ్మానికి చెందిన “భాన్సు నాయక్”, “నాగేంద్ర ప్రసాద్”, “కోటి”, “వెంకట రత్నం”. వాళ్ళ డీటెయిల్స్, అడ్రస్ వివరాలు, ఈ పిటీషన్ లో రాయటం జరిగింది. అని ఆ పిటీషన్ జడ్జి గారి చేతికి ఒకటి, పీపీ గారికి ఒకటి ఇచ్చింది.

పీపీ: (రెండు నిమిషాలు ఆ పిటీషన్ చూసి, పైకి లేచి) యువరానర్, వారిలో, భాన్సు నాయక్ అంటే, రాష్ట్ర ఆర్ధికశాఖా మంత్రి, వెంకటరత్నం ఖమ్మం డి.ఎస్.పి. దీనికి మీరు అనుమతి ఇచ్చేముందు, అసలు ఈ కేసు కి, వాళ్ళకి సంబంధం ఏంటో డిఫెన్స్ వారు చెబితే బావుంటుంది.

జడ్జి: డిఫెన్సె, వాళ్ళకి, ఈ కేసు కి సంబంధం ఏంటి?

వింధ్య: సర్, అది ఇప్పుడే చెప్పలేను. వాళ్ళని విచారిస్తే మీకే తెలుస్తుంది.

పీపీ: వాళ్ళు, సంఘం లో పలుకుబడి గలవాళ్ళు. వాళ్ళకి సంబంధం లేని కేసు లో అకారణంగా కోర్ట్ కి రప్పించడం సమంజసం కాదు. మీరు కారణం చెప్పండి, నిజం గా సంబంధం ఉంటే, మాకు ఎటువంటి అభ్యంతరం లేదు.

వింధ్య: వాళ్ళకి, ఈ కేసుకి సంబంధం వుంది అనడానికి నా దగ్గర బలమైన ఆధారాలు వున్నాయి. కారణం చెప్పమంటే చెబుతాను. కానీ, వాళ్ళు విచారణ కి హాజరయ్యేలోపే మీడియా కథలు అల్లేస్తుంది. వాళ్ళ పరువుకు భంగం కలిగే అవకాశాలు ఎక్కువ. యువరానర్, అయినా నేను వారిని రమ్మంటుంది సాక్షం చెప్పడానికే కదా? వారేదో తప్పు చేశారు అని అనట్లేదుకదా?

జడ్జి: ఆ నలుగురు సాక్షులకి, సోమవారం ఉదయం కోర్ట్ లో హాజరవ్వాలి అని సమన్లు జారీ చెయ్యండి.

అనేసి తరవాతి కేసు కి వెళ్ళిపోయారు.

ఒక మావోయిస్టు కేసులో, రాష్ట్ర ఆర్థికశాఖా మంత్రిని కోర్ట్ కి రమ్మని హై కోర్ట్ సమన్లు ఇచ్చిందంటే, ఆకలిగా వున్న మీడియా కి మేత దొరికినట్టే. సాయంత్రం అయ్యేసరికి టీవీ లు అన్నీ మారు మ్రోగిపోయాయి. శుక్రవారం సాయంత్రం, వింధ్య, కోర్ట్ నుండి బైటకి వస్తుండగా, మీడియా వాళ్ళు చుట్టూ చేరి "మేడం, ఈ కేసు కి, భాన్సు నాయక్ కి సంబంధం ఏంటి?" అని వాళ్ళ పద్ధతిలో, అదే ప్రశ్నని పది రకాలుగా అడిగారు. వింధ్య "చూడండి, ఆయన్ని కోర్ట్ కి రమ్మంది సాక్షం చెప్పడానికి మాత్రమే. మీరు ఏదో ఊహించి కథనాలు రాయొద్దు" అంటే ఇంకొకతను "చీఫ్ జస్టిస్ మీ మావయ్యగారు అవ్వడం వల్లనే, మీరు సమన్లు ఇవ్వమని అడిగిన వెంటనే ఆయన ఒప్పుకున్నారు అని అంటున్నారు. నిజమేనా మేడం?" అన్నాడు. వింధ్య చిరునవ్వుతో "ఎవరు అంటున్నారండి? మామా, కోడళ్ళు, తండ్రీ, కూతుళ్లు ఒకే కోర్ట్ లో పనిచేయకూడదు అని చట్టం ఎమన్నా వుందా? అవన్నీ కోర్ట్ బైట. లోపల న్యాయస్థానానికి అందరు సమానమే" అనేసి తను వచ్చేసింది.

భాన్సు నాయక్, డి.ఎస్.పి వెంకట రత్నం ఇద్దరు వాళ్ళ లాయర్ ని కలిసి మాట్లాడుతున్నారు. లాయర్ "సర్, నాకు తెలిసిన దాన్ని బట్టి, ఆమె దగ్గర, ఈ కేసు లో మీకు సంబంధించి ఏవో బలమైన ఆధారాలు వున్నాయట. అసలు మీకు, ఈ కేసు కి సంబంధం ఏంటో చెబితే, మనం ఎలా ప్రిపేర్ అవ్వాలో నేను చూసుకుంటాను" అంటే నాయక్ "ఏమయ్యా, అసలు నాకు దీనికి సంబంధం ఏంటి? చూద్దాం, ఎం చేస్తారో. అది సరే, ఆ లాయర్ ని కలిసి మాట్లాడితే ఎమన్నా పని అవుతుందా?" అన్నాడు. లాయర్ "భలేవారే, అలాంటి పని చేశారు గనక. ఆవిడసలే జడ్జి గారి కోడలు, పైగా డబ్బులు కోసం ఆలోచించే మనిషి కూడా కాదు" అంటే నాయక్ "సరే, చూద్దాం, మీరైతే మీ ఏర్పాట్లలో వుండండి" అని ముగించాడు.

ఇక వింధ్య మాత్రం శని, ఆదివారాలు, వాళ్ళని అడగాల్సిన ప్రశ్నలు ప్రిపేర్ చేసుకుంటూ, క్షణం తీరిక లేకుండా గడిపింది. ఆదివారం రాత్రి, వాళ్ళ అబ్బాయిని పడుకోబెట్టి, తను కూడా తొందరగా పడుకోవాలి అనుకుంది. కానీ ఎంతసేపటికి నిద్ర రాదే, పదకొండు గంటలకి సాకేత్ కూడా పడుకున్నాడు. తనకి మాత్రం ఎంతకీ నిద్ర పట్టకపోయేసరికి బాల్కనీలో కూర్చుంది. అలా ఒక 15 నిమిషాలు గడిచాక, సాకేత్ నిద్రలేచి వచ్చి, వింధ్య పక్కన కూర్చుని "ఏంట్రా, కొంచెం డల్ గా వున్నావు? ఏమయ్యింది?" అంటే వింధ్య, మొహం దిగాలుగా పెట్టి "ఎం లేదు బాగానే వున్నాను" అంది. సాకేత్, ఏమి మాట్లాడకుండా, తన కళ్ళలోకి చూస్తుంటే, ఒక క్షణం అయ్యాక, వింధ్య అతని భుజాల మీద తల వాల్చి "ఏంటో, నెర్వస్ గా వుంది సాకేత్" అంది. సాకేత్ "నెర్వస్ గానా? నీకా? ఎందుకోయ్, రేపు మార్నింగ్ ఆ కేసు గురించేగా?" అంటే తను "హా, అదే, దానిగురించే. ఈ కేసు కనిపించేంత చిన్నది కాదు" అని, మళ్ళీ తనే "నేనొకటి అడుగుతాను, కాదనొద్దూ ప్లీజ్" అంది. సాకేత్ "హ.." అంటే వింధ్య "రేపు మీరు ఆఫీస్ కి వెళ్లొద్దు, ఇంటిదగ్గరే వుండండి" అంది. సాకేత్ కి, తను ఏమంటుందో అర్థం కాక "ఏంట్రా? ఎందుకు వెళ్లొద్దు?" అన్నాడు. వింధ్య "ఇవ్వాళ ఉదయం నుండి ఏవో కాల్స్, ఎవరో తెలీదు. రేపు నేను కోర్ట్ లో మాట్లాడితే, ఊహించని పరిణామాలు

ఎదుర్కోవాలి అని బెదిరించారు" అని అసలు విషయం చెప్పింది. సాకేత్, ఒక్క క్షణం మౌనం తర్వాత "పిచ్చి అమ్మడు, నిన్ను భయపెట్టడానికి ప్రయత్నించారు అంటే వాళ్ళకి భయం వేస్తుంది అని అర్థం. వాళ్ళేదో తప్పు చేశారు. నువ్వు అస్సలు అవేమి ఆలోచించకు. చక్కగా ప్రిపేర్ అయ్యావు. నీ పని నువ్వు ధైర్యం గా పూర్తి చెయ్యి. చూడమ్మా, మహా అయితే ఎం చేస్తారు? చంపేస్తారు. అంతేనా?" అంటే, తను తలెత్తి సాకేత్ కళ్ళలోకి చూసింది. తను నవ్వుతూనే చెబుతున్నాడు "చూడు, నిన్ను భయపెట్టడానికి మాత్రమే వాళ్ళు అలా అనుంటారు. నే వున్నాగా, పైగా ఎదురుగా మీ గురువు కం మావగారు ఉండనే వుంటారు. ఇంకోసారి ఎవడన్నా ఫోన్ చేస్తే, నాన్నతో చెప్పు. ఆయనే చూసుకుంటారు. సరేనా? నీకో విషయం చెప్పనా? నువ్వు నల్లకోటు వేసుకున్నాక, దీపావళి ముందు రోజు సత్యభామలా కనిపిస్తావే బాబు. నీ మాట తీరు, నువ్వు చూసే చూపు, అమ్మో, కోర్ట్ లో నీ వాదన ఒకసారి చూశాను కదా? అసలు నీ ముందు నిలబడి అబద్ధం చెప్పడమే.....??" అని, సాకేత్ చెబుతూ పోతున్నాడు, వింధ్య మాత్రం, అతని భుజాల మీద తల పెట్టుకుని, కిందకే చూస్తుంది గాని ఏమి మాట్లాడట్లేదు. సాకేత్ "అదేంటి, నేను ఇన్ని మాట్లాడుతుంటే ఏమి అనవే?" అని తలొంచి వింధ్య మోహంలో చూస్తే, తను ముసి ముసి గ నవ్వుకుంటూ "ఎప్పుడో గాని మీ నుంచి పొగడ్తలు రావు, వింటుంటే హాయ్ గ వుంది. మధ్యలో ఎందుకు ఆపడం అని....." అంటే, ఇద్దరు నవ్వేశారు. అప్పటికి వింధ్య మనసు తేలిక పడింది.

సోమవారం ఉదయం, వింధ్య కోర్ట్ కి వెళుతుంటే, దారిలో ఉండగా మూర్తి గారి దగ్గరనుండి ఫోన్ వస్తే తీసి "చెప్పండి మావయ్య" అంది. ఆయన "ఏమ్మా, అంత ప్రిపేర్ అయ్యావుగా?" అంటే వింధ్య "హా, మావయ్య" అంది. ఆయన "ఏంటమ్మా, ఎదో నెర్వస్ గా వుంది అన్నావట? ఏమి భయపడకు తల్లి, మేము వున్నాం కదా. ఒక ముఖ్యమైన విషయం, నాకు తెలిసి, ఇవ్వాళ వాళ్ళు ఇంకా టైం కావాలని అడగొచ్చు. నువ్వు మాత్రం ఎట్టి పరిస్థితుల్లోనూ వొప్పుకోవద్దు. చివరి వరకు ప్రయత్నించు, సరేనా?" అని పెట్టేశారు. టైం 10:17 అయ్యింది, హై కోర్ట్ హాల్ మొత్తం లాయర్లతో నిండిపోయింది. అందరిలోనూ, ఎదో జరగబోతుందన్న

ఆసక్తి. అయితే, వింధ్య తన సీట్ లో కూర్చుని, తన రెండు చేతులు దగ్గరగా పెట్టి, కళ్ళు మూసుకుని ఎదో ఆలోచిస్తుంది. సీనియర్ లాయర్స్ కొంతమంది వింధ్య ని పలకరించడానికి ప్రయత్నిస్తే, తననుండి ఏ సమాధానం రాలేదు, అలా కళ్ళు మూసుకునే కూర్చుంది. 10:30 కి కోర్ట్ మొదలయ్యింది. వీళ్లదే మొదటి కేసు, రామనాథం వచ్చి ముద్దాయి బోనులో నిలబడ్డాడు. పీపీ గారు లేచి

పీపీ: యువరానర్, సమన్లు అందుకున్న సాక్షులు నలుగురు హాజరయ్యారు. అసలు వాళ్ళకి, ఈ కేసు కి సంబంధం ఏంటో చెప్పి, క్రాస్ ఎక్సమినేషన్ కి ఇంకొక వారం రోజులు టైం ఇవ్వాల్సిందిగా కోరుతున్నాము.

జడ్జి: డిఫెన్స్ వారు

(వింధ్య ఎక్కడో ఆలోచిస్తుంది, వాళ్ళ మాటలు పట్టించుకోలేదు)

పీపీ: వింధ్య గారు, మిమ్మల్నే నండి (అంటే ఉలిక్కి పడి లేచి బెంచ్ దగ్గరకి వచ్చింది)

వింధ్య: ఐ అం సారీ సర్.

జడ్జి: పీపీ గారు, సాక్షుల విచారణకి టైం అడుగుతున్నారు. మీకేమన్న అభ్యంతరాలు ఉంటే చెప్పొచ్చు.

వింధ్య: యువరానర్, ఈ ధర్మాసనం ముందు, వాళ్ళకి తెలిసింది ఏంటో చెప్పమని అడుగుతూన్నాము. నిజమే చెప్పేటప్పుడు, దానికి ప్రిపేర్ అయ్యి రావాల్సిన అవసరం లేదు కదా? కోర్ట్ వారి సమయానికి విలువనిచ్చి, ఇవ్వాళే విచారణ పూర్తి చెయ్యాలి అనుకుంటున్నాం.

జడ్జి: పీపీ గారు, ఏమంటారు?

పీపీ: సర్, ఐ అం ఓకే సర్. కానీ, మినిస్టర్ భాన్సు నాయక్ గారు, ఇవ్వాళ కేబినెట్ మీటింగ్ అటెండ్ అవ్వాల్సిన అవసరం వుంది. కాబట్టి కనీసం రెండు రోజులు టైం ఇవ్వాల్సిందిగా.......

వింధ్య: ఆ న్యూస్ నేను కూడా చూశాను సర్. కేబినెట్ మీటింగ్ మధ్యాహ్నం రెండు గంటలకి కదా? పోనీ ముందు మంత్రి గారి విట్నెస్ తీసుకుని పంపించేద్దాం (పీపీ గారికి ఇక ఒప్పుకోక తప్పలేదు)

10:45 కి మొదటగా భాన్సు నాయక్ ని లోపలకి పిలిచారు. భాన్సు నాయక్, దాదాపు ఆరడుగుల పొడవు వున్నాడు, పైగా వేసింది పాల రంగు ఖద్దరు బట్టలేమో చూడ్డానికి చాలా గంభీరం గా వున్నాడు. అతను వచ్చి విట్నెస్ బోనులో నిలబడి, జడ్జి గారికి నమస్కారం పెట్టాడు. జడ్జి గారు విచారణ ప్రారంభించండి అనడంతో పీపీ గారు బోను దగ్గరకి వెళ్లి

పీపీ: భాన్సు నాయక్ గారు, మీకు ఈ రామనాథం తో పరిచయం వుందా?

నాయక్: లేదు సర్

పీపీ: అసలు ఆయన గురించి మీకు ఎం తెలుసు?

నాయక్: సర్, సాధారణ ప్రజలకి ఇతని గురించి ఎం తెలుసో, నాకు అదే తెలుసు. అతను నక్సలైట్ అని, ఈమధ్యనే శిక్ష కూడా పడిందని వార్తల్లో చదివాను.

పీపీ: అతన్ని ఇది వరకు కలవడం గాని, మాట్లాడ్డం గాని జరిగిందా?

నాయక్: లేదండి. ఆయన్ని ఎదురుగా చూడడం ఇదే మొదటి సారి

పీపీ: థట్స్ ఆల్ యువరానర్

ఆయన ప్రశ్నలు, ఈయన సమాధానాలు కూడా, జడ్జి గారు పక్కనున్న కంప్యూటర్ అసిస్టెంట్ కి డిక్టేషన్ ఇస్తున్నారు.

జడ్జి: డిఫెన్స్ విట్నెస్ ప్లీజ్.

వింధ్య బోను దగ్గరకి వచ్చి నాయక్ తో

వింధ్య: నాయక్ గారు, మీరు ఫోన్ వాడతారా?

నాయక్: హా, వాడతాను

వింధ్య: మీ ఫోన్ ఒకసారి ఇటు ఇస్తారా?

పీపీ: అబ్ జెక్షన్ యువరానర్, ఆయన ఫోన్ చెక్ చెయ్యాలంటే, దానికి సెపరేట్ ప్రొసీజర్ ఉంటుంది. పిటీషన్ పెట్టి, మీ నుండి పర్మిషన్ తీసుకోవాలి.

వింధ్య: యువరానర్, నేను ఆయన ఫోన్ అన్ లాక్ చేసి ఇమ్మనలేదే? జస్ట్ ఫోన్ ఇక్కడ పెట్టమని చెబుతున్నాను. దాన్ని నేను ఓపెన్ చెయ్యను.

జడ్జి: అబ్ జెక్షన్ ఓవర్ రూల్డ్ (అనగానే నాయక్ ఫోన్ తీసుకుని, స్విచ్ ఆఫ్ చేసి జడ్జి గారి ముందు పెట్టించింది)

వింధ్య: పీపీ గారు, చట్ట ప్రకారం ఈయన విచారణ జరుగుతుండగా, ఆ మిగిలిన ముగ్గురు సాక్షులు కోర్ట్ హాల్లో ఉండకూడదు. దయచేసి బైట వెయిట్ చేయమనండి.

పీపీ: ఆ ముగ్గుర్ని బైట వెయిట్ చెయ్యమని సైగ చేసేసరికి వాళ్ళు బైటకి వెళ్ళిపోయారు.

వింధ్య: చూడండి నాయక్ గారు, మీకు రామనాథం అనే ఆయన పేపర్ లో, టీవీ లో చూడ్డం తప్ప ఇంకో రకం గ ఎలా అయినా తెలుసా?

నాయక్: తెలీదు

వింధ్య: చూడండి, 2013 వ సంవత్సరం లో, వర్ల గ్రామం దాటిన తరవాత, మీ మీద నక్సల్స్ దాడి జరిగింది కదూ?

నాయక్: అవును, జరిగింది

వింధ్య: ఆ రోజు ఎం జరిగిందో కాస్త జడ్జి గారికి చెప్పగలరా?

నాయక్: ఆ రోజు, మా పార్టీ మీటింగ్ ఉంటే ఆ కార్యక్రమాలు ముగించుకుని తిరిగి ఖమ్మం వస్తున్నాం. దారిలో ఉన్నట్టుండి, దాదాపు ఒక ఐదుగురు నక్సల్స్

మా మీద ఎటాక్ చేశారు. నాతోపాటు వున్న పోలీసులు కూడా కాల్పులు జరిపారు. ఆ కాల్పుల్లో ఒక కానిస్టేబుల్ చనిపోయాడు. పారిపోతున్న నక్సల్స్ ని పోలీసులు చాలా దూరం వెంబడించారు. వాళ్ళ కాల్పుల్లో ఒక నక్సలైట్ కూడా చనిపోయాడు.

వింధ్య: ఆ సంఘటన సుమారు ఎన్ని గంటలకి జరిగింది?

నాయక్: సాయంత్రం 4, 5 గంటల మధ్యలో

పీపీ: యువరానర్, అసలు ఈ కేసు కి, ఈవిడ అడుగుతున్న ప్రశ్నలకి సంబంధం లేదు

వింధ్య: పీపీ గారు, సంబంధం వుంది, ఇంకొక్క అరవై సెకన్లు ఆగుంటే ఆ సంబంధం ఏంటో తెలిసుండేది.

వింధ్య: నాయక్ గారు, ఆ రోజు ఎన్ కౌంటర్ లో చనిపోయిన మావోయిస్టు పేరేంటో గుర్తుందా?

నాయక్: వెంకటేశం

వింధ్య: వెరీ గుడ్, అదే రోజు కాల్పుల్లో చనిపోయిన కానిస్టేబుల్ పేరేంటో గుర్తుందా?

నాయక్: అదీ, అదీ ఆ .....

వింధ్య: పోనీలెండి వదిలెయ్యండి. ఆ వెంకటేశానికి, ఈ రామనాథానికి సంబంధం ఏంటో తెలుసా?

నాయక్: వెంకటేశం, ఈ రామనాథం గారి మనవడు.

వింధ్య: ఓ అవునా, ఆ విషయం ఎప్పుడు తెలుసు మీకు?

నాయక్: నిన్న టీవీ లో చూపించారు కదండీ, ఇలా నాయక్ మీద దాడి చేసింది ఈ రామనాథం మనవడే అని, అప్పుడు తెలిసింది.

"పీపీ గారు తల వంచుకుని నవ్వుకుంటున్నారు"

వింధ్య: 1999 లో, అదే సింగన్న దళానికి చెందిన సీతక్క అనే ఒక మహిళా మావోయిస్టు ని ఎన్ కౌంటర్ చేశారు, తెలుసా?

నాయక్: తెలీదు

వింధ్య: ఇది కూడా నిన్న టీవీ లో చూపించి వుంటారు కదా? చూడలేదా? సరే, 1994 లో ఆ సీతక్క భర్త, ఆమె తమ్ముడు ఒక కార్ ఏక్సిడెంట్ లో చనిపోయారు తెలుసా?

నాయక్: తెలీదు

వింధ్య: అవునా? సరే (అని ఫైల్ లోంచి ఒక పాత న్యూస్ పేపర్ తీసి, అది నాయక్ కి చూపిస్తూ) 1994 లో, సీతక్క ఉరఫ్ సీతామహాలక్ష్మి అనే ఆవిడ ఒక ప్రముఖ వార్తా పత్రికలో "కంచే చేను మేస్తుంటే" అని మీ గురించి రాసిన ఆర్టికల్ ఇది. మీరు 600 ఎకరాల ప్రభుత్వ భూమికి అక్రమంగా కంచే వేసి, కబ్జా చేశారని రాసిన వార్త ఇది, అవునా?

నాయక్: అది తప్పుడు వార్త

వింధ్య: నాయక్ గారు, నా ప్రశ్న మీకు అర్థం కాలేదు. మీరు కబ్జా చేశారా? అని అడగట్లేదు. సీతా మహాలక్ష్మి రాసిన ఆ ఆర్టికల్ పేపర్ లో వచ్చింది, నిజామా కాదా?

నాయక్: నిజమే

వింధ్య: థాంక్ యు. అప్పుడు మీరు, మీ అనుచరులు వాళ్ళింటి మీద దాడి చెయ్యబోతే, ఆ సీతామహాలక్ష్మి గారు, ఆవిడ నాన్నగారు, పోలీస్ స్టేషన్ లో మీ మీద కంప్లైంట్ ఇచ్చారు అవునా?

నాయక్: నేను దాడి చెయ్యడం అనేది అబద్ధం

వింధ్య: అంటే వాళ్ళు మీమీద కంప్లైంట్ ఇవ్వడం నిజమే కదా?

నాయక్: అప్పుడు ప్రతిపక్షం వాళ్ళు ఇప్పించారు

వింధ్య: మంచిది. అయితే ఆ రోజు కంప్లైంట్ ఇచ్చింది ఎవరో గుర్తున్నారా? ఖచ్చితంగ గుర్తుండే ఉండాలి. ఎందుకంటే పోలీసులు, మిమ్మల్ని, వాళ్ళని కూర్చోబెట్టి సర్దిచెప్పి పంపించేశారు అవునా?

నాయక్: అబద్ధం

వింధ్య: ఏంటి అబద్ధం? ఆ రోజు మీ మీద కంప్లైంట్ ఇచ్చినవాళ్లు ఎవరో మీకు తెలీదా?

నాయక్: ఆ ఆర్టికల్ రాసిన జర్నలిస్టు వాళ్ళ నాన్న

వింధ్య: పేర్లు గుర్తులేవా?

నాయక్: సీతామహాలక్ష్మి వాళ్ళ నాన్న

వింధ్య: వాళ్ళ నాన్నగారి పేరు?

నాయక్: గుర్తులేదు

వింధ్య: పేరు గుర్తులేదు సరే, మనిషి కూడా గుర్తులేదా?

నాయక్: (మౌనమే సమాధానం)

వింధ్య: ఆయనే ఈ రామనాథం. సో ఈయన మీకు 1994, అంటే దాదాపు 25 సంవత్సరాల నుండి తెలుసు అవునా?

నాయక్: అప్పుడు నాకు ఆయన పేరు తెలీదు

వింధ్య: మనిషి తెలుసు కదా

నాయక్: తెలుసు

వింధ్య: సంతోషం. చూడండి, మీమీద ఈ ఆర్టికల్ రాసిన డేట్ గుర్తుందా?

నాయక్: లేదు

వింధ్య: చేతిలో పేపర్ వుంది కదా, చూసి చెప్పండి.

నాయక్: 1994 సెప్టెంబర్ 23

వింధ్య: ఓకే, తరవాత వాళ్ళ కుటుంబం గురించి ఎప్పుడు విన్నారు?

నాయక్: ఇదిగో, మళ్ళీ ఆ రామనాథానికి మొన్న శిక్ష పడ్డప్పుడు పేపర్ లో చూశాను.

వింధ్య: అయ్యో అదేంటండి, 2013 లో మీ మీద దాడి చేసింది రామనాథం గారి మనవడు, సీత మహాలక్ష్మి గారి అబ్బాయి వెంకటేశం అని చెప్పారు?

నాయక్: అదే అదే, అప్పుడు విన్నాను, మళ్ళీ తరవాత ఇప్పుడే

వింధ్య: 1994 డిసెంబర్ 23 నాటి వార్తా పత్రిక ఇది. ఆ మహాలక్ష్మి గారు కుటుంబంతో కారులో ప్రయాణిస్తుండగా, ఒక ఘోరమైన ఏక్సిడెంట్ జరిగి, ఆమె భర్త, తమ్ముడు అక్కడికక్కడే చనిపోయారు. మహాలక్ష్మి గారు, ఆవిడ కొడుకు మాత్రం దెబ్బలతో బైట పడ్డారు. మీ నియోజకవర్గం, పైగా మీరుండే టౌన్ లోనే జరిగింది. అదీ కాకుండా, మీరు వెళ్లి, పరామర్శించి కూడా వచ్చారని ఆనాటి పేపర్ లో రాశారు. ఇదంతా నిజమే కదా?

నాయక్: తల వంచుకుని నిలబడ్డాడు

వింధ్య: నాయక్ గారు, ఒక చిన్న విషయం అడుగుతాను, నిజం చెబుతారా?

నాయక్: నేను ఎప్పుడు నిజమే చెబుతాను

వింధ్య: 1994 లో మహాలక్ష్మి గారి భర్త, తమ్ముడు ఏక్సిడెంట్ లో చనిపోయారు. 1999 లో, సీతామహాలక్ష్మి ఒక పోలీస్ ఆపరేషన్ లో ఎన్ కౌంటర్ చెయ్యబడింది. 2013 లో ఆవిడ కొడుకు వెంకటేశం, మీ మీద దాడి చెయ్యబోతే,

ఎన్ కౌంటర్ చేయబడ్డాడు. ఇప్పుడు 2019 లో, సీతామహాలక్ష్మి గారి తండ్రి గారు అయిన రామనాధం గారికి నక్సలైట్ అని ముద్ర వేసి శిక్ష వేశారు. 1994, 1999, 2013, 2019 ఈ నాలుగు సార్లు కూడా ఖమ్మం నుండి మీరే ఎం.ఎల్.ఏ అవునా?

నాయక్: అయితే, వాళ్ళందర్నీ నేనే చంపించానా?

వింధ్య: నాయక్ గారు, ఖాళీలు మీరెందుకండి పూరిస్తున్నారు? అది మా పని. మీరు అడిగిన దానికి సమాధానం, అవును, కాదు అని మాత్రమే చెప్పండి. ఆ నాలుగు సార్లు అధికారం లో వున్నది మీరే కదా?

నాయక్: అవును

పీపీ: యువరానర్, అది కేవలం యాదృచ్ఛికం మాత్రమే, ఆయన అధికారంలో ఉన్నంత మాత్రాన.....(ఇంకా ఎదో చెప్పబోతుంటే, వింధ్య అడ్డుపడి)

వింధ్య: సర్, "అవన్నీ ఆయనే చేశారు" అని నేను అనలేదే?

వింధ్య: యువరానర్, ఆ ముగ్గురిని ప్రశ్నించిన తరవాత నాయక్ గారిని ఒకే ఒక ప్రశ్న అడగాలి. అప్పటి వరకు ఈయన్ని ఇక్కడే ఉండాల్సిందిగా కోరుతున్నాము.

జడ్జి గారు బంట్రోతు కి ఎదో చెబితే, అతను వెళ్లి, నాయక్ ని కోర్ట్ హాల్లోనే ఒక కుర్చీ చూపించి, అక్కడ కూర్చోమని చెప్పి వచ్చాడు. తరువాత నాగేంద్ర ప్రసాద్ ని పిలిచారు. నాగేంద్ర వచ్చి బోనులో నిలబడ్డాక:

వింధ్య: మీ పేరు?

నాగేంద్ర: నాగేంద్ర ప్రసాద్

వింధ్య: మీకు ఇంకో పేరు ఎమన్నా వుందా?

నాగేంద్ర: చిన్నయ్య అని పిలుస్తారు

వింధ్య: మీరు, సింగన్న దళం లో పని చేసి వచ్చారు కదూ?

నాగేంద్ర: ఎప్పుడో, ఒకప్పుడు పనిచేసిన మాట నిజమే. కానీ అడవిలో దాక్కొని ప్రజల సమస్యలు తీర్చలేం అని తెలుసుకున్నాను. అప్రువర్ గా మారి, జనం మధ్యలో బ్రతుకుతున్నాను.

వింధ్య: మీరు అప్రువర్ గ మారింది ఎప్పుడో గుర్తుందా?

నాగేంద్ర: 1992 లో

వింధ్య: ఇప్పుడు ఎం చేస్తున్నారు?

నాగేంద్ర: ఖమ్మం మున్సిపల్ ఆఫీస్ చైర్మన్ ని

వింధ్య: మీరు, భాన్సు నాయక్ గారు ఇద్దరు మంచి స్నేహితులు అనుకుంటాను?

నాగేంద్ర: కాదండి. ఆయన మా ఎం.ఎల్.ఏ గారు. మేమిద్దరం, ఒకే రాజకీయ పార్టీ లో వున్నాము. అంతవరకే.

వింధ్య: ఆయన్ని వృత్తి పరం గా కాకుండా వ్యక్తిగతం గా ఎప్పుడన్నా కలవడం జరిగిందా?

నాగేంద్ర: కలుస్తూ ఉంటాం.

వింధ్య: సరిగ్గా చెప్పండి. కలిశారా లేదా?

నాగేంద్ర: కలిశాం

వింధ్య: ఎప్పుడు కలిశారు?

నాగేంద్ర: ఎప్పుడన్నా ఎలక్షన్స్ అప్పుడు, ప్రచారాల అప్పుడు కలుస్తాము

వింధ్య: ఎక్కడన్నా పార్టీలకి గాని, పబ్ లకి గాని వెళ్ళారా?

నాగేంద్ర: లేదు, వెళ్ళలేదు

వింధ్య: ఈ ఫొటోస్ ఒక సారి చూడండి, "1992 నుండి 2019 వరకు భాన్సు నాయక్ గారి ప్రతీ పుట్టిన రోజునాడు మీరు ఆయన్ని కలిశారు" అనడానికి సాక్షం

ఇది. మేము తీసిన ఫొటోస్ కాదండి, న్యూస్ పేపర్ లో వచ్చిన కథనాలే ఇవి. అవునా కాదా?

నాగేంద్ర: పుట్టిన రోజుకి వెళ్లి కలిస్తే నేరమా?

వింధ్య: సరే వదిలేయండి. సీతక్క ఎన్ కౌంటర్ జరిగినప్పుడు, ఆ కేసులో కోర్ట్ కి వచ్చి సాక్ష్యం ఇచ్చిన వారిలో మీరు కూడా ఒకరు. అవునా?

నాగేంద్ర: అవును

వింధ్య: అప్పుడు ఎం చెప్పారో గుర్తుందా?

నాగేంద్ర: సీతక్క, ఎర్ర సింగన్న దళం లో ముఖ్య సభ్యురాలు అని చెప్పాను

వింధ్య: అది మీకెలా తెలుసు?

నాగేంద్ర: అదేంటండి, నేను కూడా అందులో పని చేసే వచ్చానుకదా? నాకెందుకు తెలీదు?

వింధ్య: సరే, అంటే మీరు ఆ దళం లో వున్నప్పటినుండే ఆమె మీకు పరిచయమా?

నాగేంద్ర: అదే కదండీ చెబుతుంట?

వింధ్య: మీరు ఆ దళం నుండి బైటకి వచ్చింది ఎప్పుడు అన్నారు?

నాగేంద్ర: 1992 లో

వింధ్య: యువరానర్, 1992 లో, సీతక్క ఉరఫ్ సీతామహాలక్ష్మి, హైదరాబాద్ లో ఒక ప్రముఖ వార్తా పత్రికలో, ప్రత్యేక కథనం విభాగం లో పని చేసేవారు. ఇదిగో, ఆ సంస్థ ఇచ్చిన ఎంప్లాయిమెంట్ లెటర్. ఆవిడ ఖమ్మం వెళ్ళింది 1993 లో. ఈయనేమో, ఆవిడ అప్పుడెప్పుడో వాళ్ళ గ్రూప్ లో జాయిన్ అయ్యింది అని చెబుతున్నాడు.

నాగేంద్ర: చాలా సంవత్సరాలు అయ్యింది కదా, నేను మర్చిపోయి వుంటాను. కానీ ఆవిడ మాత్రం ఖచ్చితంగా సింగన్న దళం లో పని చేసింది.

వింధ్య: ఇప్పుడంటే మర్చిపోయారు, మీరు ఇదే సాక్షం 1999 లో ఆవిడ ఎన్ కౌంటర్ జరిగినప్పుడు, కోర్ట్ లో చెప్పారు. ఆరోజు అబద్దం చెప్పారా?

నాగేంద్ర: అదీ.....

వింధ్య: ఇక మీరు వెళ్లొచ్చు.

ఇక ఆలస్యం లేకుండా మూడో సాక్షి కోటి ని పిలిచి బోనులో నిలబెట్టారు.

వింధ్య: ఏమండి, మీ పేరు కోటేశ్వరరావు కదూ?

కోటి: అవునండి

వింధ్య: మీ వృత్తి?

కోటి: డ్రైవింగ్ చేస్తానండి

వింధ్య: ఎక్కడ?

కోటి: మా అయ్యగారి దగ్గర అండి

వింధ్య: ఎవరయ్యా మీ అయ్యగారు?

కోటి: భాన్సు నాయక్ గారండి.

వింధ్య: నువ్వు ఒకసారి, మీ అయ్యగారి దగ్గర డబ్బులు దొంగతనం చేశావు కదూ? అప్పుడు నిన్ను, ఆయన ఫ్యాక్టరీ లో కట్టేసి కొట్టారు, అవునా? (వాడి నుండి నిజం రాబట్టడానికి చిన్న ట్రిక్ ప్లే చేసింది)

కోటి: పచ్చి అబద్దం అండి. నేను మా అయ్యగారికి నమ్మిన బంటునండి. నేనే కాదండి, మా నాన్న కూడా పెద్దయ్య గారి దగ్గరనుండి వాళ్లింట్లోనే డ్రైవర్ గా పనిచేశామండి.

వింధ్య: చూడండి, 1992 లో, మీరు భాన్సు నాయక్ గారి క్వారీ లో పని చేసేవారు కదూ.

కోటి: అవునండి, అప్పుడు మా నాన్నే ఆయనకి డ్రైవర్ గా పనిచేసేవారు.

వింధ్య: మరి నువ్వు ఎప్పటినుండి డ్రైవర్ గా జాయిన్ అయ్యావు?

కోటి: 1996 లో, మా నాన్న చనిపోయాక, నేను జాయిన్ అయ్యానండి

వింధ్య: అది సరే, 2013 లో వెంకటేశం, అదేనయ్యా ఆ సీతక్క కొడుకు, వర్ల గ్రామం దగ్గర, మీ అయ్యగారి మీద దాడి చేసినప్పుడు, నువ్వే కదా కారు నడుపుతుంట?

కోటి: అవునండి, ఆ కుర్రాడు, పొదల చాటునుండి తుపాకీ పట్టుకుని ఒక్కసారిగా మీదకి ఉరికాడండి.

వింధ్య: ఆ ఉరికి?

కోటి: మా అయ్యగారిని కాల్చబోయాడండి

వింధ్య: తరవాత?

కోటి: ఇంకేముందండి, మావెనకాల పోలీస్ జీప్ వుంది కదండీ? వాళ్ళు వచ్చేసరికి, ఆ వెంకటేశం, అతని కూడా వచ్చిన వాళ్ళు పారిపోయి చెట్ల వెనకాల దాక్కున్నారండి. వాళ్ళ మధ్య కాల్పుల్లో ఆ కుర్రాడు చనిపోయాడండి.

వింధ్య: అవునా, అక్కడ కాల్పుల్లో వెంకటేశం ఒక్కడే చనిపోయాడా?

కోటి: అతనొక్కడే చనిపోయాడు

వింధ్య: అదేంటయ్యా, ఎఫ్.ఐ.ఆర్ లో ఒక కానిస్టేబుల్ కూడా చనిపోయాడు అని వుంది?

కోటి: ఆ అదేండి, ఒక కానిస్టేబుల్ కూడా చనిపోయాడు

వింధ్య: సరే, ఒకటి చెప్పు. ఎప్పుడైనా హత్య చేశావా?

కోటి: ప్రమాణ పూర్తిగా ఎప్పుడు చెయ్యలేదండి

వింధ్య: పోనీ, జైలుకి వెళ్ళావా?

కోటి: (తల వంచుకుని) వెళ్ళానండి

వింధ్య: ఏ కేసు లో?

కోటి: ఏక్సిడెంట్ కేసు లో

వింధ్య: సీతామహాలక్ష్మి, ఆవిడ కొడుకు, భర్త, తమ్ముడు తో పాటు కారు లో వెళ్తుంటే, లారీ తో వెళ్లి ఏక్సిడెంట్ చేస్తే, స్పాట్ లో ఆవిడ భర్త, తమ్ముడు చనిపోయారు. ఆవిడ, ఆమె బిడ్డ ప్రాణాలతో బైట పడ్డారు. ఆ కేసులో నీకు ఎనిమిదేళ్లు జైలు శిక్ష వేశారు అవునా?

కోటి: మౌనం

వింధ్య: అడిగేది నిన్నేనయ్యా, నిజామా కాదా?

కోటి: నిజం అండి

వింధ్య: అప్పుడు నిన్ను వరంగల్ జైలు లో పెట్టారు అవునా?

కోటి: అవునండి

వింధ్య: నువ్వు వరంగల్ జైలు లో వున్నప్పుడు, ఎదో విషయంలో, నువ్వు, మరొక ఖైదీ శివయ్య తో గొడవ పడ్డావు. మీ ఇద్దరు రక్తం వచ్చేటట్టు కొట్టుకున్నారు. అందులో అతని చెయ్యి విరిగిపోయింది అవునా?

కోటి: (వంచిన తల ఎత్తకుండానే) అవునండి

వింధ్య: మరి ఎనిమిదేళ్లు జైలు శిక్ష పూర్తి చేసి బైటకి వచ్చారా?

కోటి: లేదండి, మధ్యలోనే బైటకి పంపేశారు

వింధ్య: 1996, అగస్ట్ 15 నాడు సత్ప్రవర్తన వల్ల నిన్ను రిలీజ్ చేశారు అవునా?

కోటి: అవునండి

వింధ్య: యువరానర్, తోటి ఖైదీ చెయ్యి విరగ్గొట్టడం సత్ప్రవర్తన అట.

వింధ్య: కోటి, నువ్వు జైలు నుండి బయటకి వచ్చిన రెండో నెలకే, మీరు కొత్త ఇల్లు కట్టుకున్నారు కదూ?

కోటి: లేదండి

వింధ్య: ఇదుగోనయ్యా, ఆనాటి వార్తా పత్రికలో కథనం. "డ్రైవర్ ఇంట్లో ఫంక్షన్ కి అటెండ్ అయిన ఎం.ఎల్.ఏ గారు" అని నీ ఫోటో, మీ అయ్యగారి ఫోటో వేశారు చూడు.

కోటి: మౌనం

వింధ్య: మరీ అంత పెద్ద ఇల్లు కట్టుకున్నారు. డబ్బులు ఎక్కడినుండి వచ్చాయి?

కోటి: అప్పుచేశానండి?

వింధ్య: చూడవయ్యా, కోర్ట్ బోను లో ఎక్కి అబద్ధం చెబితే, నువ్వు చెప్పింది అబద్ధం అని మేము సాక్షాధారాలతో నిరూపిస్తే, నీకు ఏడు సంవత్సరాల వరకు శిక్ష పడే అవకాశం వుంది. బాగా ఆలోచించుకుని సమాధానం చెప్పు. ఇప్పుడు ఆ అప్పు చేసిన పత్రం, అప్పు ఇచ్చినాయన్ని కూడా కోర్ట్ కి పిలిచి నీ ముందు నిలబెడతాను. ఎవరి దగ్గర అప్పు చేశావు? **కోటి:** అదీ, అదీ, మా అయ్యగారి దగ్గరే అప్పుచేశానండి

వింధ్య: అంటే, నీకు ఇల్లు కట్టుకోడానికి మీ అయ్యగారే డబ్బులిచ్చారు అవునా?

కోటి: అప్పు చేశానండి.

వింధ్య: డబ్బులు ఇచ్చారా లేదా?

కోటి: ఇచ్చారండి

వింధ్య: ఇంతకీ, ఆ అప్పు తిరిగి తీర్చేశావా? "తీర్చేశాను" అంటే మళ్ళీ ఆ డబ్బులు ఎక్కడినుండి వచ్చాయో చెప్పాలి. ఆలోచించి చెప్పు సమాధానం

కోటి: ఇంకా తీర్చలేదండి

వింధ్య: అయ్యో, ఇరవై ఏళ్ల పైమాటే, త్వరగా తీర్చేసేయ్. ఇక నువ్వు వెళ్లొచ్చు

అప్పటికే టైం మధ్యాహ్నం రెండు దాటింది. లంచ్ బ్రేక్ ఇస్తారని అందరు చూస్తుంటే, జడ్జి గారు, తరువాతి సాక్షిని పిలవమని సైగ చేశారు. బంట్రోతు "డి వెంకటరత్నం" గారు అని పిలవడంతో, ఖాకీ బట్టల్లో వున్న పోలీస్ అతను వచ్చి బోనులో నిలబడ్డాడు.

వింధ్య: "యువరానర్, ఈ కేసు కి సంబంధించి ఈయన సాక్ష్యం చాలా కీలకమయ్యింది" అంది. (ఆ మాట కావాలనే అంది. దానితో అతనిలో చిన్న భయం మొదలయ్యింది)

వింధ్య: వెంకటరత్నం గారు, మీరు ప్రస్తుతం ఖమ్మం డి.ఎస్.పి గ చేస్తున్నారు కదు?

వెంకటరత్నం: అవునండి

వింధ్య: 1994 లో, సీతామహాలక్ష్మి కుటుంబం మీద జరిగిన హత్య ప్రయత్నం, అదే మీ భాషలో లారీ ఏక్సిడెంట్ కేసు ని డీల్ చేసింది మీరే కదూ?

వెంకటరత్నం: అవును

వింధ్య: థాంక్ యు. అలాగే, 1999 లో సీతక్క ఎన్ కౌంటర్, 2013 లో జరిగిన వెంకటేశం ఎన్ కౌంటర్, 2019 లో రామనాథం అలియాస్ కిషన్ జి ని అరెస్ట్ చెయ్యడం ఈ కేసులన్నీ దర్యాప్తు చేసింది మీరే కదా?

వెంకటరత్నం: సమాధానం లేదు

వింధ్య: వెంకటరత్నం గారు, మౌనం గ ఉంటే ఏంటి అర్థం? ఛార్జ్ షీట్ లో మీ పేరే వుంది. మీరే కదా ఆ కేసులన్నీ చూసింది?

వెంకటరత్నం: అవును

వింధ్య: గుడ్, ఇప్పుడు చెప్పండి, 1994 నుండి ఈరోజు వరకు మీకు ఎన్ని సార్లు ట్రాన్స్ఫర్ అయ్యింది?

వెంకటరత్నం: చాలాసార్లు అయ్యింది

వింధ్య: ప్రతీసారి ఎక్కడికి ట్రాన్స్ఫర్ అయినా, మళ్ళీ భాన్సు నాయక్ గారు ఎం.ఎల్.ఏ అయిన వెంటనే మీరు ఖమ్మం రావడం జరిగింది. అవునా?

వెంకటరత్నం: అది అనుకోకుండా జరిగింది

వింధ్య: సరే వదిలేయండి. మీరు డిపార్ట్మెంట్ లో సబ్ ఇన్స్పెక్టర్ గా జాయిన్ అయ్యారు అవునా?

వెంకటరత్నం: అవును

వింధ్య: 1994 లో, ఆ ఏక్సిడెంట్ కేసు మీరే ఫైల్ చేశారు. అది చేసిన రెండు నెలలకి, మీకు ఇన్స్పెక్టర్ గ ప్రమోషన్ వచ్చింది. 1999 లో, సీతక్క ఎన్ కౌంటర్ అయ్యిన మూడు నెలలకి, మీరు ఎస్.ఐ నుండి సి.ఐ అయ్యారు. 2013 లో వెంకటేశం ఎన్ కౌంటర్ అయిన నెల రోజులకి, మీకు డి.ఎస్.పి గ ప్రమోషన్ వచ్చింది. 2019 లో ఈ రామనాధాన్ని అరెస్ట్ చేసి ఇంకా నాలుగు నెలలు కాలేదు, మొన్న ఇచ్చిన ప్రమోషన్ లిస్ట్ లో ఏ.ఎస్.పి గ మీ పేరుంది. నేను గాల్లోంచి చెబుతున్న వార్తలు కాదు. ఇదిగోండి, మీ డిపార్ట్మెంట్ ఇచ్చిన డీటెయిల్స్ ఇవి. ఇది నిజామా కాదా?

వెంకటరత్నం: (ఒక 30 సెకన్ల తరవాత) నిజమే

వింధ్య: గుడ్, ఇది కూడా యాదృచ్ఛికమే అంటారా?

వెంకటరత్నం: (మౌనం)

వింధ్య: అది సరే, సీతక్క ఎన్ కౌంటర్ జరిగిన మూడు రోజుల తరవాత, వర్ల ఊళ్లోని, గవర్నమెంట్ పాఠశాల వెనకాల మావోయిస్టు లు ఒక పోస్టర్ అతికించారు. గుర్తుందా?

వెంకటరత్నం: హా, అది ఎవరో తప్పుదారి పట్టించడానికి వేసిన పోస్టర్

వింధ్య: అసలు ఆ పోస్టర్ లో ఏముంది?

వెంకటరత్నం: వాళ్ళ దళం లో, సీతక్క అని ఎవ్వరు లేరని, అది ఫేక్ ఎన్ కౌంటర్ అని, ఎవరో గుర్తు తెలియని వాళ్ళు అతికించారు.

వింధ్య: వెంకటరత్నం గారు, పోలీస్ గా ఇన్ని సంవత్సరాల అనుభవం వుంది కదా, మావోయిస్టు లు ఒక పోస్టర్ అతికిస్తే, అది నిజంగా వాళ్ళే వేశారో, లేదో ఎలా కనిపెట్టాలో తెలుసా?

వెంకటరత్నం: తెలుసు

వింధ్య: ఎలా?

వెంకటరత్నం: దానిమీద, ఆ దళ నాయకుడి సంతకం ఉంటుంది.

వింధ్య: మరి దాని మీద లేదా?

వెంకటరత్నం: మౌనం

వింధ్య: సరే, మీరు మర్చిపోయారనుకుంటా. ఇదిగోండి, ఆ రోజు మీకు దొరికిన పోస్టర్ ఇదే కదా?

వెంకటరత్నం: హా

వింధ్య: ఇదిగో, దీనిమీద ఎర్ర సింగన్న సంతకం వుంది కదా?

వెంకటరత్నం: అది ఫేక్ సంతకం.

వింధ్య: ఫేక్ అని ఎవరు చెప్పారు?

వెంకటరత్నం: మౌనం

వింధ్య: అది ఫేక్ కాదండి, నిజం. పోలీస్ రికార్డుల్లో వున్న సింగన్న సంతకం, ఈ పోస్టర్ మీదున్న సంతకం అక్షరాలా సరిపోయింది. ఇది నేను చెబుతుంది కాదు, ఇదిగో ఫోరెన్సిక్ వాళ్ళు ఇచ్చిన రిపోర్ట్. ఆ రోజునాడు మీరెందుకు ఫోరెన్సిక్ రిపోర్ట్ తీసుకోలేదు?

వెంకటరత్నం: అదీ

వింధ్య: పర్లేదు, అలోచించి చెప్పండి.

వెంకటరత్నం: (రెండు నిమిషాలు అయ్యింది, మౌనమే సమాధానం)

వింధ్య: మీరు చెప్పలేరు. ఎందుకంటే, సీతక్క ఉరఫ్ సీతామహాలక్ష్మి, తన భర్త, తమ్ముడు మీద జరిగింది ఏక్సిడెంట్ కాదు హత్యా ప్రయత్నం అని తెలుసుకుని, మీ పై అధికారుల్ని కలవడానికి వెళ్తున్నారని మీకు తెలిసింది. ఆమె మీద మావోయిస్టు అని ముద్ర వేసి, ఎన్ కౌంటర్ పేరుతో హత్య చేశారు.

వెంకటరత్నం: అబద్ధం

వింధ్య: మీరు అబద్ధం అని అరిచినంత మాత్రాన అబద్ధం ఐపోదు. కోర్ట్ కి కావాల్సిన సమాధానం వచ్చేసింది. అది పక్కన పెట్టండి, వెంకటేశం ఎన్ కౌంటర్ జరిగినప్పుడు, ఆరోజు మీరే కదా భాన్సు నాయక్ గారి బందోబస్తు కి వెళ్ళింది?

వెంకటరత్నం: అవును

వింధ్య: ఆ రోజు ఎం జరిగిందో చెబుతారా?

వెంకటరత్నం: వెంకటేశం, పొదల చాటునుండి ఒక్కసారిగా భాన్సు నాయక్ గారు వున్న కారు కి అడ్డం గ ఉరికి, ఆయన కారు మీద కాల్పులు జరపడం

మొదలుపెట్టాడు. అతని వెనకాల చాలా మంది మావోయిస్టు లు, తుపాకీలు పట్టుకుని మా మీద కాల్పులు జరిపారు.

వింధ్య: వాళ్లంతా మావోయిస్టు లు అని మీకెందుకు అనిపించింది?

వెంకటరత్నం: అదేంటండి? ఆ ప్రాంతం లో తుపాకీలు పట్టుకుని ఇంకెవరు దాడికి దిగుతారు?

వింధ్య: సరే, అప్పుడు మీరు వెంకటేశాన్ని అక్కడికక్కడే కాల్చి చంపారు అంతేకదా?

వెంకటరత్నం: లేదండి. మేము, మొదట సరెండర్ అవ్వమని చెప్పాము. కానీ మా మాట వినకుండా, అడవిలోకి పారిపోతుంటే, పట్టుకోడానికి ప్రయత్నించాను. అతనేమో, మా కానిస్టేబుల్ ని కాల్చి పారిపోతుంటే, నేను అతన్ని షూట్ చేశాను.

వింధ్య: వెంకటేశం, భాన్సు నాయక్ గారి మీద కాల్పులు జరిపాక, అతను ఎలా పారిపోయాడో చెప్పగలరా? **వెంకటరత్నం:** ఎలా అంటే? మిగతావాళ్ళ లాగే అతనూ

వింధ్య: అతను ఎంత స్పీడ్ తో పరిగెత్తి ఉంటాడు?

వెంకటరత్నం: మేడం, అదీ, ఆ టెన్షన్ లో అవన్నీ ఎలా గుర్తు ఉంటాయి?

వింధ్య: అంటే కరెక్ట్ గ అవసరం లేదు, ఉదయాన్నే జాగింగ్ కి వెళ్తారు, దానికంటే స్పీడ్ ఆ

వెంకటరత్నం: అదేం స్పీడ్ అండి. ఆ కుర్రాడు మెరుపు వేగంతో దాడి చేసి, అదే వేగం తో పారిపోబోయాడు.

వింధ్య: యువరానర్, వెంకటేశం దాడి చేసినప్పటి వివరాలు మాత్రం, వీళ్ళు నలుగురు ఎక్కడ తేడా లేకుండా, ఏదో బట్టి పట్టినట్టు చెబుతున్నారు.

వెంకటరత్నం: బట్టీ కాదండి, జరిగింది అదే కాబట్టి, అలాగే చెప్పాము

వింధ్య: వెంకట రత్నం గారు, వెంకటేశం చిన్నతనం లో అతని తల్లి తండ్రులు, మావయ్య తో కారులో ప్రయాణిస్తుండగా జరిగిన లారీ ప్రమాదం లో, అతని కుడి కాలు పూర్తిగా ఛిద్రం ఐపోయింది. అప్పటినుండి ఒక కర్ర సహాయంతోనే నడుస్తున్నాడు. ఏక్సిడెంట్ అప్పుడు డాక్టర్ ఇచ్చిన రిపోర్ట్ ఇది. అలాగే, మీరు ఎన్ కౌంటర్ చేసినప్పుడు, పోస్ట్ మార్థం రిపోర్ట్ ఇది, అందులో కూడా అతనికి కుడి కాలు లేదని వుంది. ఒక కాలు లేనివాడు, అడవిలో అన్నలతో తిరుగుతూ, మీ మీద పొదల చాటు నుండి మెరుపు దాడి చేశాడా?

వెంకటరత్నం: (అతనికి చెమటలు పడుతున్నాయి. గొంతు ఎండిపోయి గుటకలు మింగుతున్నాడు)

వింధ్య: ఎం సర్, మెరుపు దాడి చేశాడు కదూ? యూవరానర్, అతని తల్లి ది ఫేక్ ఎన్ కౌంటర్ అని, దానికి కారణం భాన్సు నాయక్ అని తెలుసుకున్న వెంకటేశం, పోలీస్ స్టేషన్ ల చుట్టూ తిరిగి, వాళ్ళు కంప్లైంట్ తీసుకోకపోవడంతో, కలెక్టర్ ఆఫీస్ ముందు నిరసన తెలపడానికి బయల్దేరాడు. అది తెలుసుకున్న వీళ్ళు, వెంకటేశాన్ని తీసుకెళ్లి, కాల్చి పడేసి, ఎన్ కౌంటర్ అని డ్రామా ఆడారు. యువరానర్, చిత్రం ఏంటంటే, వెంకటేశాన్ని ఎన్ కౌంటర్ చెయ్యడానికి ఒక బలమైన కారణం కావాలి కాబట్టి, అన్యాయంగా ఒక పోలీస్ కానిస్టేబుల్ ని కూడా బలి తీసుకున్నారు.

వింధ్య: వెంకటరత్నం గారు, చివరి ప్రశ్న. 2019 నవంబర్ నెలలో, రామనాథం అనే ఆయన గవర్నర్ అపాయింట్మెంట్ తీసుకున్న విషయం మీకు తెలుసా, తెలీదా?

వెంకటరత్నం: తెలీదు

వింధ్య: ఇక మీరు వెళ్లొచ్చు

చివరిగా భాన్సు నాయక్ గారిని అడగాల్సిన ప్రశ్న ఒకటి మిగిలుంది. విత్ యువర్ పర్మిషన్ యూవరానర్. అంటే జడ్జి గారు అతన్ని పిలవమని సైగ చేశారు. ఈసారి భాన్సు నాయక్ లో ఇంతకుముందున్న దర్పం, ధైర్యం రెండు లేవు. నెమ్మదిగా వచ్చి బోనులో నిలబడ్డాడు.

వింధ్య: మిస్టర్ భాన్సు నాయక్, సీతామహాలక్ష్మి మీమీద రాసిన ఆర్టికల్, అందులో మీరు దోచుకోడానికి ప్రయత్నిస్తున్న 600 ఎకరాల భూమి. ఆ భూమి ఇప్పుడు గవర్నమెంట్ హ్యాండోవర్ లో వుందా? లేక ఇంకా మీ అధీనంలోనే వుందా?

భాన్సు నాయక్: దానిమీద మేము న్యాయ పోరాటం చేస్తున్నాము

వింధ్య: నేనడిగిన ప్రశ్న మీకు అర్థం కాలేదు అనుకుంటా, మళ్ళీ అడగమంటారా?

భాన్సు నాయక్: మా ఆధీనంలోనే వుంది

వింధ్య: అది మీరు ఆక్రమించుకున్న భూమే అని నిర్ధారించి, కింది కోర్ట్ ఆర్డర్ ఇచ్చింది. దాన్ని మీరు హై కోర్ట్ లో అప్పీల్ చేశారు. అక్కడ కూడా తీర్పు మీకు వ్యతిరేకంగానే వచ్చింది. ఇప్పుడు ఆ సివిల్ మేటర్, సుప్రీమ్ కోర్ట్ లో, పెండింగ్ లో వుంది. అవునా? కాదా?

భాన్సు నాయక్: అవును.

వింధ్య: నేను మొదటిగా మిమ్మల్ని అడిగిన ప్రశ్న, చివరిగా కూడా అదే అడుగుతున్నాను. రామనాథం అలియాస్ కిషన్ జి, అతన్ని ఇది వరకు కలవడం గాని, మాట్లాడ్డం గాని జరిగిందా?

భాన్సు నాయక్: కలిశాను

వింధ్య: మీరు వెళ్లొచ్చు

వింధ్య, తన చేతిలో డాక్యుమెంట్స్ అన్ని తన బెంచ్ పైన పెట్టి, జడ్జి గారి ముందుకొచ్చి “యువరానర్, రామనాథం అనే ఆయన, తన కుటుంబం మొత్తాన్ని

అన్యాయంగా బలి చేసేశారు అని, ఎక్కడికి వెళ్లినా న్యాయం జరగట్లేదని, గవర్నర్ గారి అపాయింట్మెంట్ కోసం ప్రయత్నించగా, చివరకి 2019 నవంబర్ లో దొరికింది. ఇదిగో, ఇది గవర్నర్ ఆఫీస్ వాళ్ళిచ్చిన లెటర్. అది ఎలా లీక్ అయ్యిందో తెలీదు గాని, భాన్సు నాయక్ కి తెలిసింది. రామనాధం గారు గవర్నర్ ని కలవడానికి కరెక్ట్ గ ఒక రోజు ముందు, ఆయన అరెస్ట్ చేయబడ్డాడు. ఇంట్లో విప్లవ సాహిత్యం దొరికిందని, పల్లెల్లో కుర్రాళ్ళని ప్రోత్సహించి, మావోయిస్టులుగా మార్చడానికి ప్రోత్సహిస్తున్నాడని, అతన్ని అరెస్ట్ చేసి కోర్ట్ లో సబ్మిట్ చేశారు. ఇంట్లో విప్లవ సాహిత్యం దొరకడం తప్ప ఏవిధమైన ఆధారాలు లేవు. కానీ, ఆయన కూతురు, మనవడు కూడా మావోయిస్టులు కాబట్టి అతని మీద చెయ్యబడిన నేరారోపణ నమ్ముతూ కోర్ట్ శిక్ష విధించింది. విచిత్రం ఏంటంటే, అసలు సీతామహాలక్ష్మి గాని, వెంకటేశం గాని, మావోయిస్టు లు కాదని ఇవ్వాళ తేలింది.

యువరానర్, ఒక రాజకీయ నాయకుడు, ప్రజల ఆస్తిని దోచుకుంటున్నాడని వార్త రాసిన పాపానికి, ఒక జర్నలిస్ట్ కుటుంబాన్ని, మూడు తరాలని మట్టిలో కలిపేశారు. ఒక నిజాయితీ కలిగిన స్కూల్ మాస్టారు, 78 ఏళ్ల ఈ వృద్ధుడు, జీవితమంతా న్యాయం కోసం వెతికి వెతికి, చివరికి తనే దోషిగా మిగిలిపోయాడు. యువరానర్, ఒక హై కోర్ట్ అడ్వకేట్ ని అయిన నన్నే వీళ్ళు బెదిరించడానికి ప్రయత్నించారు. ఈ రోజు ఉదయం 10:15 కి నాకు ఒక ఫోన్ కాల్ వచ్చింది. ఇవ్వాళ కోర్ట్ లో నేను నోరు విప్పితే, మా అబ్బాయి ని చంపేస్తామని బెదిరించారు. యూవరానర్, స్కూల్ కి వెళ్లిన మా అబ్బాయి అభినవ్ ని, ఎవరో గుర్తు తెలియని వ్యక్తులు కిడ్నాప్ చేశారు. వాళ్ళు చెప్పినట్టు వినకపోయినా, పోలీసులకి కంప్లైంట్ ఇచ్చినా......అని కళ్ళ నిండా నీళ్లతో, జడ్జి గారి వైపు చూసింది. ఆయన మొహం లో ఏవిధమైన మార్పు లేదు, చాలా గంభీరం గా "మిస్సెస్ వింధ్య, మీరు ఈ విషయం ఉదయాన్నే చెప్పి ఉండాల్సింది" అన్నారు. పీపీ గారు వచ్చి "వింధ్య గారు, ఇంత పెద్ద విషయం ఎందుకు దాచిపెట్టారు." అని, ఆయన ఫోన్ తీసి "నేను కమిషనర్ కి కాల్

చేస్తున్నాను" అంటే, వింధ్య "సర్, విషయం నా భర్త కి చెప్పాను. ఆయన ఆల్రెడీ కమిషనర్ ఆఫీస్ లోనే వున్నారు" అని, మళ్ళీ జడ్జి గారి వైపు చూసి "యువరానర్, నరరూప రాక్షసులుకి రూపం ఉంటే, ఇదిగో వీళ్ళలాగే వుంటారు" అనేసి, తనెళ్ళి కూర్చుని, ఆమె ఫోన్ తీసి చూసుకుంటుంది. జడ్జీ గారు ఎదో రాసుకుంటున్నారు, కోర్ట్ హాలంతా నిశ్శబ్దంగా వుంది. అయిదు నిమిషాలు అయ్యాక జడ్జి గారు "1994 లో జరిగిన ఏక్సిడెంట్, 1999 లో జరిగిన ఎన్ కౌంటర్, 2013 లో జరిగిన ఎన్ కౌంటర్, 2019 లో రామనాథం పై అభియోగాలు, ఇవన్నీ కూడా భాన్సు నాయక్ ఉదేశ్య పూర్వకంగా చేసినట్టు ఆధారాలు స్పష్టం చేస్తున్నాయి. వీటన్నిటికీ చార్జెస్ ఫ్రేమ్ చేస్తూ, విడి విడిగా హత్య కేసులుగా, ఇవ్వాళ జరిగిన కిడ్నప్ కేసు తో సహా, కోర్ట్ ని మోసం చేసినందుకు, ఒక అడ్వకేట్ తన పని చెయ్యకుండా అడ్డుపడినందుకు, మొత్తం 12 కేసులు ఫైల్ చేసి, ఒక ఐ.పి.ఎస్ ఆఫీసర్ ఆధ్వర్యం లో టీం ని ఫార్మ్ చేసి, విడివిడిగా ఛార్జ్ షీట్లు ఫైల్ చేసి, హై కోర్ట్ కి సబ్ మీట్ చేయాల్సిందిగా, పోలీస్ కమిషనర్ కి ఆదేశాలు జారీ చేస్తున్నాం. ఛార్జ్ షీట్ ఫైల్ చెయ్యడానికి నెల రోజులు గడువు ఇస్తున్నాం. ఈ నెలరోజుల పాటు, ఈ నలుగురికి రిమాండ్ విధిస్తున్నాం" అని చెప్పి, మూడున్నర కి, పదిహేను నిమిషాల పాటు లంచ్ బ్రేక్ ఇచ్చారు.

ఆ నలుగురిని పోలీసులు తీసుకెళ్తుంటే, భాన్సు నాయక్ వాళ్ళ లాయర్ ని పిలిచి "ఎదో పీకుతాను అన్నావు. ఎం పీకావు నువ్వు? చూడూ, నువ్వేం చేస్తావో నాకు తెలీదు, సోమవారం సాయంత్రానికల్లా నాకు బెయిల్ రావాలి" అని ఒక వార్నింగ్ లాంటిది ఇస్తుంటే, మధ్య లో పీపీ గారు వచ్చి "సోమవారమా? ముప్పై రోజుల వరకు మీ బెయిల్ సంగతి మర్చిపోండి" అన్నారు. నాయక్, పీపీ గారిని కళ్ళు ఉరుమి చూసేసరికి, ఆయన "ఇలా అడ్వకేట్ ని బ్లాక్ మెయిల్ చెయ్యమని, చచ్చు సలహా ఎవడు ఇచ్చాడయ్యా నీకు? నువ్వెత్తుకెళ్లింది ఎవర్నో తెలుసా? స్వయంగా హై కోర్ట్ - చీఫ్ జస్టిస్ మనవడిని. ఏది, అసలు నీ కేసు తీసుకోడానికి ఎవరొస్తారో రమ్మను ముందుకి? మొత్తం ఎవిడెన్స్ వచ్చేసింది, ఆయన

కావాలనుకుంటే, ఇప్పుడే, ఈరోజే జడ్జిమెంట్ ఇచ్చేయొచ్చు. అయినా కానీ, మళ్ళీ సెపరేట్ గ ఒక ఐ.పి.ఎస్ అద్వర్యంలో ఛార్జ్ షీట్స్ ఫైల్ చెయ్యమని ఎందుకన్నారో తెలుసా? చట్టప్రకరాం, నీకు ఇంక ఏ దారి లేకుండా మూసేయడానికి ఉచ్చు బిగిస్తున్నారు. నువ్వు తల్లకిందులుగా తపస్సు చేసిన దీనినుండి బయటపడలేవు" అన్నారు. భాన్సు నాయక్ "మీరు ఎవరితో మాట్లాడుతున్నారో తెలుసా?" అన్నాడు. పీపీ గారు "తెలుసు, పన్నెండు క్రిమినల్ కేసుల్లో మొదటి ముద్దాయితో. మాస్టారు, మీ పదవి పోయింది, మీ మీద నింద రుజువు అయితే, పార్టీ సభ్యత్వం కూడా రద్దు చేస్తారట. అయిదు నిమిషాల క్రితం స్వయంగా సి.ఎం ప్రకటించారు. ఇక బయల్దేరండి" అనడంతో, పోలీసులు ఆ నలుగుర్ని సెంట్రల్ జైలు కి తరలించారు.

వింధ్య, డైరెక్ట్ గ చీఫ్ జస్టిస్ ఛాంబర్ కి వచ్చింది, అప్పటికే మూర్తి గారు ఎవరితోనే ఫోన్ మాట్లాడుతున్నారు. వింధ్యని చూసి, నవ్వుతూ కూర్చోమ్మ అని సైగ చేశారు. ఆమె మొహం లో మాత్రం టెన్షన్ ఇంకా అలానే వుంది. మూర్తి గారు ఫోన్ మాట్లాడ్డం అవ్వగానే, వింధ్య "మావయ్య, అభి ..." అని ఎదో చెప్పబోతుంటే, మూర్తి గారు "ఎం భయం లేదమ్మా, అభీ కి ఏమి కాలేదమ్మా. వాడిని మూసీనది దగ్గర్లో ఎక్కడో వదిలేసి పారిపోయారట. వాళ్ళని పట్టుకుంటారులే. అభీ ని ఇప్పుడే అక్కడి పోలీసులు కమీషనరేట్ ఆఫీస్ కి తీసుకొస్తున్నారు. సాకేత్ అక్కడే వున్నాడు. నువ్వు కూడా వెళ్ళమ్మా, నాకింకా కొన్ని కేసులు పెండింగ్ వున్నాయి. అవి చూశాక ఇంటికొస్తాను" అన్నాక గాని వింధ్య మొహం లో నవ్వు లేదు. వింధ్య వెంటనే లేచి "అయితే నేను వెళ్తున్నా మావయ్య" అని బయటకొస్తుంటే, మూర్తి గారు "అమ్మాయ్" అని పిలవడంతో, తను ఆగి, వెనక్కి చూసింది. మూర్తి గారు "శభాష్ అమ్మలు, జాగ్రత్తగా వెళ్ళు తల్లి" అన్నారు, ఆవిడేమో నవ్వుకుంటూ బైటకొస్తే, అక్కడ సీనియర్ లాయర్స్ కూడా ఆమెని చూసి "కంగ్రాట్స్ అండి వింధ్య గారు" అంటుంటే తను "ఇప్పుడే వస్తానని" సాకేత్ కి ఫోన్ చేసి, కమిషనరేట్ ఆఫీస్ కి బయల్దేరి వెళ్ళింది. వింధ్య

అక్కడికి వెళ్ళేసరికే అభినవ్ ని తీసుకొచ్చేశారు. వాడ్ని చూశాక కానీ తన మనసు కుదుట పడలేదు.

మీడియా, ప్రజలు మొత్తం అందరి దృష్టి ఈ కేసు మీద పడింది. ఒక సిన్సియర్ ఐ.పి.ఎస్ ఆఫీసర్ అద్వర్యం లో, పగడ్బంధీగా, పన్నెండు సెపరేట్ కేసుల్లో ఛార్జ్ షీట్ లు ఫైల్ చేసి, కరెక్ట్ గ నెల రోజుల తరవాత ఆ నలుగురు ముద్దాయిల్ని కోర్ట్ లో హాజరు పరిచారు. తరవాత, ఆర్గ్యుమెంట్స్ అని, మిగతా ఫార్మాలిటీస్ అన్ని పూర్తవ్వడానికి ఇంకొక నెల రోజులు పట్టేసింది. చివరిగా రామనాధం, అతని కూతురు సీతామహాలక్ష్మి, మనవడు వెంకటేశం, ఎవ్వరు మావోయిస్టులు కాదని, వారంతా నిర్దోషులని చెబుతూ, మొత్తం అన్ని కేసులకు కలిపి డి.ఎస్.పి కి యావజ్జివ కారాగారం, డ్రైవర్ కి ఎనిమిదేళ్ల జైలు శిక్ష, నాగేంద్ర కి ఆరేళ్ళ జైలు శిక్ష విధిస్తు తీర్పునిచ్చారు. అసలు ఈ తప్పులన్నిటికి మూలమైన భాన్సు నాయక్ మీదున్న హత్యకేసులు నిరూపణ అవ్వడంతో, అతనికి ఉరిశిక్ష విధిస్తూ తీర్పునిచ్చారు. ఆ తీర్పు చదవడం పూర్తయ్యాక, రామనాధం గారు నీళ్లు నిండిన కళ్ళతో, రెండు చేతులు ఎత్తి, జడ్జి గారికి నమస్కారం చేశారు.

ఆ తీర్పు ఇచ్చిన రోజు సాయంత్రం, కోర్ట్ నుండి ఇంటికెళుతూ వున్న రాధా కృష్ణ మూర్తి గారికి గతం కళ్ళముందు కదిలింది. సీతామహాలక్ష్మి, మూర్తి గారు ఇద్దరు డిగ్రీ లో క్లాసుమేట్స్. పరికిణీ వోణి లో, మొహం మీద నవ్వు బొట్టు పెట్టుకుని, అచ్చం కొబ్బరాకుతో అల్లిన పెళ్లికూతురు బొమ్మకి సన్నజాజులు అలంకరించినట్టు, చూడగానే ఆకట్టుకునే రూపం సీతది. మొదటి చూపులోనే ప్రేమలో పడిపోయారు మూర్తి గారు. కానీ, మూడు సంవత్సరాలు కలిసి చదువుకున్నా, ఎప్పుడు ఆ విషయం చెప్పే ధైర్యం చెయ్యలేకపోయారు. డిగ్రీ చివరి సంవత్సరం పరీక్షలు అయ్యాక, ఏదైతే అదే అవుతుందని, ధైర్యం చేసి, సీత వాళ్ళూరు వెళ్లారు. తీరా వెళ్లేసరికి, ఇంట్లో ఆమె పెళ్లి చూపులు జరుగుతున్నాయి. మూర్తి గారు, అక్కడ రామనాధం గారిని చూసి ఆశ్చర్యపోయారు. సీత, తనకి ఎంతో స్ఫూర్తినిచ్చిన రామనాధం మాస్టారి అమ్మాయి కావడం వల్ల, ఇక ఆయన

మనసులో మాటని బైటకిరానియ్యలేదు. అదే ఆమెని చివరిసారి చూడటం. తరవాత మూర్తి గారు, జూనియర్ సివిల్ జడ్జి కి సెలెక్ట్ కావడం, పెళ్లి చేసుకోవడం, కుటుంబం, పనిలో ట్రాన్స్ఫర్ల తో కాలం పరుగులు పెట్టింది. చాలా సంవత్సరాలు గడిచిపోయాక, ఒకరోజు పేపర్ లో "సీతక్క ఎన్ కౌంటర్" అని చూసి మనసు తరుక్కుపోయింది. ఆమె ఖచ్చితంగ అలాంటి పని చెయ్యదు, అని ఏదో నమ్మకం. అప్పటినుండి, ఆ కేసు వివరాలు సేకరించడం మొదలుపెట్టారు, ఏ చిన్న డీటెయిల్ కూడా వదల్లేదు. కానీ, ఆయన ఏదో చేద్దాం అనుకునే లోపే ఆమె కొడుకుని కూడా చంపేశారు. ఇన్నాళ్ళకి, మూర్తి గారికి అవకాశం దొరికింది. రామనాధం మాస్టారికి బ్రతకడానికి అవసరమైన ఏర్పాట్లు చెయ్యాలని, ఇలా ఆలోచిస్తూ ఉండగానే ఇల్లు చేరారు.

చట్టాన్ని, దూరం నుండి చూస్తే, అందరికి దగ్గరి చుట్టం లాగే కనిపిస్తుంది. కానీ, చట్టానికి న్యాయం నాన్న, ధర్మం తల్లి, కాలం గురువు. అవి చెప్పినట్టే ఇది చేస్తుంది. అధర్మం తో జట్టు కడితే తాత్కాలికం గా సుఖపడొచ్చు, కానీ ఒకనాడు ఓడిపోతారు, సమాజం నుండి వెలివేయబడతారు.

లక్ష్మీ నివాసం

హైదరాబాద్, ప్రగతీ నగర్ లోని ఒక ఇండిపెండెంట్ హౌస్ అది. ఇంటి బైట, పాలరాతి మీద బంగారు రంగులో చెక్కబడిన అక్షరాలు "లక్ష్మీ నివాసం". ఒక పక్కన చిన్న సౌండ్ తో పాటలు వస్తుంటే, అవి వింటూ, కూని రాగాలు తీసుకుంటూ వంట చేస్తుంది మహాలక్ష్మి. ఇంతలో కాలింగ్ బెల్ మోగడంతో వెళ్ళి చూసేసరికి, ఆమె చెల్లెలు వైష్ణవి దర్శనమిచ్చింది. చెల్లిని చూసి "వైషూ, నువ్వేంట్రా ఈ టైం లో? ఆఫీస్ లేదా? లోపలకి రా" అని తనని కూర్చోమని, లక్ష్మి, పరుగులాంటి నడకతో వంటగదిలోకి వెళ్ళి గ్యాస్ మంట తగ్గించింది. మంచినీళ్ళు ఇద్దామని గ్లాస్ లో పోస్తుంటే, ఇంతలో వైష్ణవి కూడా వంటగదిలోకి వచ్చింది. చెల్లెలు వచ్చి పది నిమిషాలు అయినా ఒక్క మాట కూడా మాట్లాడకపోయేసరికి, ఆమె ఏదో సమస్యతోనే వచ్చిందని మహాలక్ష్మి కి అర్థం అయ్యింది. మంచినీళ్ళు ఇచ్చి "అలా కూర్చోవే, రెండు నిమిషాల్లో వంట ఐపోతుంది. అమ్మ గాని ఫోన్ చేసిందేంటి?" అంటే, వైషు సింపుల్ గ "లేదక్కా" అనేసి "అక్కా, ఇప్పుడు వంట చేస్తున్నావేంటి? బావ ఇవ్వాళ బాక్స్ తీసుకెళ్లలేదా?" అంది. లక్ష్మి "లేదే, ఇవ్వాళ ఎవరో క్లైంట్స్ వస్తున్నారట, లంచ్ కి బైటకి వెళ్తారట. చిన్నూగాడికేమో, ఇవ్వాళ స్కూల్లో పిల్లల్ని జూ పార్క్ కి తీసుకెళ్తున్నారట. కాబట్టి ఇవ్వాళ వంట కార్యక్రమం లేట్ అన్నమాట. పాలు పోసి బీరకాయ వండుతున్నానే. తింటావుగా? లేదా రెండు బంగాళాదుంపలు వెయించేనా?" అంటే వైషు "వద్దక్క, తింటా" అంది. లక్ష్మి "సరే, నువ్వెళ్ళి హాల్లో కూర్చో, నేను రెండు నిమిషాల్లో వచ్చేస్తా" అనేసరికి వైషు లేచి హాల్లోకి వెళ్ళింది.

ఆ వంట కార్యక్రమం పూర్తిచేసి, హాల్లోకి వచ్చి చూస్తే అక్కడ వైషు కనబడలేదు, ఎక్కడుందా అని చూసేసరికి, తను వెనకవైపు వున్న గార్డెన్ లో మొక్కలు చూస్తూ అటు ఇటు తిరుగుతుంది. లక్ష్మి వెళ్లి "ఏంటే కొత్తగా చూస్తున్నావు?" అంటే వైషు "అక్కా, పొట్ల కాయి, కాకర కాయి, బీర పాదులు, దోస పాదులు ఎంత బావున్నాయో? అమ్మనీ, వంకాయలు, మిర్చి, టమాటో, ఇంకో పక్కన జామ కాయలు, బొప్పాయిలు, ఒసేయ్, ఏంటే ఇంటి దగ్గర మొత్తం పంట పండించేస్తున్నారు, మినీ రైతు బజార్ పెడదామని ప్లాన్ ఎమన్నా వుందా ఏంటి? అది సరే, ఇవ్వాళ వండిన కూర మన తోటలోవేనా?" అంటే లక్ష్మి "అవున్రా, ఇక్కడివే" అంది. వైషు "వావ్, మరి ఇన్ని కాసేస్తున్నాయి కదా? ఎం చేస్తారు?" అంది. లక్ష్మి "ఏముందే, మనకెలాగూ నాలుగు కూరలు అవుతాయి, మిగతావి పంచిపెట్టెయ్యడమే. ఇదిగో, ఇవ్వాళ కోసేద్దాం అనుకున్నాం, కానీ మీ బావ కొంచెం తొందరగా వెళ్లాల్సివచ్చింది. పోనీ నేను కోసి ఇరుగు పొరుగుకి ఇస్తాను అంటే వింటారా? నాకు కూరగాయలు కొయ్యడమంటే ఇష్టం, మీ బావకేమో పంచిపెట్టడం అంటే ఇష్టం. ఇక రేపు పొద్దట అదే పని" అంది. వైషు ఏమి మాట్లాడకుండా ఎదో ఆలోచిస్తూ ఉండిపోయింది. రెండు నిమిషాలు అయ్యాక వైషు "అక్కా, నీ యూట్యూబ్ ఛానల్ బాగా ఫేమస్ అవుతుందే. మా ఆఫీస్ లో, నా ఫ్రెండ్ ఒకామె, నీ ఛానల్ గురించి, "బావుంటుంది చూడమని" నాకే సలహా ఇచ్చింది. నువ్వు మా సొంతక్కవి అని చెబితే, తను ఒక్కసారి నీకు టైం వున్నప్పుడు నిన్ను కలవడానికి వస్తానంది" అంటే లక్ష్మి "ఏదోలేవే, మీరంటే ఉద్యోగాలు చేస్తారు. నాకు, వీళ్లిద్దరు వెళ్ళిపోతే సాయంత్రం వరకు పనేముంది? అందుకే ఇలా కూరగాయలు పెంచడం, కూరలు వండటం వీడియో లు తీసి పెడుతూ వుంటాను. ఈ మధ్యనే లక్షమంది సబ్ స్క్రైబర్స్ దాటారని యూట్యూబ్ వాడు ఎదో షీల్డ్ కూడా పంపించాడు" అంది. కొంతసేపు అలా తోటలో తిరిగాక, లక్ష్మి "పదవే భోజనం చేసేద్దాం" అనేసరికి ఇద్దరు వెళ్లి, ఆ కబురు ఈ కబురు చెప్పుకుంటూ భోజనం కానిచ్చేశారు.

మధ్యాహ్నం, అక్కా చెల్లెళ్ళు ఇద్దరు, అలా హాల్లో సోఫాలో కూర్చుని, టీవీ లో ఎదో ప్రోగ్రాం వస్తుంటే చూస్తున్నారు. లక్ష్మి "వైషూ, ఏంటో చిక్కిపోయినట్టు కనబడుతున్నావ్ రా, సరిగ్గా తినట్లేదా ఏంటి?" అంటే వైషు "అదేం లేదక్కా" అంది. ఇలా ఐతే అది చెప్పదని, లక్ష్మి డైరెక్ట్ గా "ఏంటే, మీ ఆయనతో గొడవ ఎమన్నా పడ్డావా?" అంది. వైషు అక్కవంక సీరియస్ గ చూసి "నీకు కూడా నేను గొడవలు పడేదానిలా కనిపిస్తున్నానా?" అనేసరికి లక్ష్మి "అదికాదే, మీ మధ్యన ఏదన్న గొడవ జరిగిందా? ఏమయ్యిందో చెప్పమ్మా" అని బుజ్జగిస్తున్నట్టు అడిగింది. వైషు "అక్కా, నేనింక వెంకట్ తో కలిసి బతకలేను. విడిపోదాం అనుకుంటున్నాను" అంది. ఆ మాటలు వినేసరికి లక్ష్మి కి ఒక్కసారి షాక్ కొట్టినట్టు అయ్యింది. తేరుకుని "అసలు ఏమయ్యింది చెప్పవే బాబు" అంటుంటే, ఇంతలో వైషు ఫోన్ రింగ్ అయ్యింది. చూస్తే, ఆమె భర్త వెంకట్ కాల్ చేస్తున్నాడు. ఆమె కాల్ కట్ చేసింది, మళ్ళీ చేశాడు, అలా వరుసగా నాలుగు సార్లు కాల్ చేసినా, కట్ చేసి, ఫోన్ సైలెంట్ లో పడేసింది. రెండు నిమిషాల్లో మహాలక్ష్మి ఫోన్ రింగ్ అయ్యింది. చూస్తే, వెంకట్ కాల్ చేస్తున్నాడు. తను తియ్యబోతుంటే, వైషు, అక్క ఫోన్ లాక్కుని కట్ చేసింది. లక్ష్మి "సర్లే, వద్దులే ఫోన్ తియ్యొద్దులే, అసలు ముందు మీ ఇద్దరి మధ్య ఎం జరిగిందో చెప్పు" అంది.

వైషు "అక్కా, ప్రతీదానికి గొడవ పడతాడు. వీకెండ్ సరదాగా బైటకెళ్దాం అంటే రాడు, ఎప్పుడు అడిగినా బిజీ బిజీ, నేను చెయ్యట్లేదా జాబ్? ఏంటో, డీ విటమిన్ లోపం తో బాధ పడుతున్నవాడిలాగ, ఎప్పుడు అలా మూడీ గ ఉంటాడు. ఆరు నెలల క్రితం, ఆన్ సైట్ ఆఫర్ అన్నాడుగా? అది చివరకి రాలేదు. పోనీ, తన స్కిల్ కి జాబ్ మారితే మంచి ఛాన్స్ లు ఉంటాయి అంటే, అదీ వినడు. నేను సలహాలు ఇవ్వడం నచ్చదు. పోయిన నెల నా పుట్టిన రోజు నాడు, ఫ్రెండ్స్ ముందు నా పరువు తీసి పడేశాడు. సాయంత్రం ఆరు గంటలకి వస్తానని చెప్పి, 10 అయ్యాక వచ్చాడు, అప్పటివరకు హోటల్ లో వెయిటింగ్. ఎప్పుడన్నా షాపింగ్ కి వెళ్దాం అంటే, తనకి షాపింగ్ నచ్చదట, నాన్నొక్కదాన్ని వెళ్ళమంటాడు. వీక్ ఎండ్ సరదాగా అలా ఫ్రెండ్స్ వాళ్ళింటికెళ్దాం అంటే రాడు.

నా ఫ్రెండ్స్ లో కూడా, వైఫ్ అండ్ హస్బెండ్ ఇద్దరు జాబ్స్ చేస్తున్నవాళ్లు ఎంతమంది వున్నారో, అందరు చక్కగా సరదాగా వుంటారు. ఆ మధ్యన బుల్లి మావయ్య వాళ్ళింటికి ఒక ఫంక్షన్ కి అటెండ్ అయ్యాం కదా? అక్కడ బుల్లి మావయ్య వెంకట్ తో, ఇప్పుడు అమెరికా కి వీసా కష్టం అవుతుంది, కావాలంటే యూకే కి ట్రై చెయ్యమని ఏవో సలహాలు ఇచ్చాడట. దానికి, ఇంటికెళ్ళాక ఎంత గొడవ చేసాడో తెలుసా? ఏదో పెద్దవాళ్ళు, సలహాలు ఇస్తారు. నచ్చితే తీసుకోవాలి, అంతేగాని "నలుగురిలోని నన్ను అవమానించాడు" అని పెద్ద గొడవ. ఆరోజు జరిగిన గొడవలో, నా మీద చెయ్యి చేసుకోపోయాడు కూడా. అప్పుడు మొదలయ్యింది అక్కా, ఇక రోజు మా మధ్యన గొడవలే. బావ చూడు నీతో ఎంత బావుంటాడో? ఎవ్వరి చేత చెప్పించుకోడు, తనకి అన్ని విషయాలు తెలుసు. నిన్ను ఎంత బాగా చూసుకుంటాడు? నా ఖర్మ కి నాకు వెంకట్ దొరికాడు. ఇక తనతో కలిసి ఉండటం అసాధ్యం. నేను అక్కడికి తిరిగి వెళ్ళను" అని, లక్ష్మి ఏమంటుందో అని తన వైపే చూస్తుంది. లక్ష్మి, ఏమి మాట్లాడకుండా అలా ఉండిపోయింది. రెండు నిమిషాల తరవాత "సర్లే, టీ తాగుతావా కాఫీ నా?" అంటే వైషు "టీ" అంది. లక్ష్మి వెళ్లి, టీ పెట్టుకొచ్చి, చెల్లెలికి ఇచ్చి, తను కూడా ఓ కప్ అందుకుని, అలా సోఫాలో కూర్చుని "వైషూ, నువ్వు చదవుకుంటున్నప్పుడు కదా మా పెళ్లి అయ్యింది. అప్పుడు ఎం జరిగిందో నీకు తెలీదు కదూ?" అంటూ చెప్పడం మొదలు పెట్టింది:

పెళ్ళిచూపుల్లో శ్రీనివాస్ ని చూస్తే ఆయన ఏంటో ముభావంగా ఉన్నట్టు అనిపించింది. నాతో పర్సనల్ గ మాట్లాడాలి అంటే బావుణ్ణు అని చూశాను. కానీ అదేమీ జరగలేదు. ఒకరికి ఒకరు నచ్చేశారని ముహుర్తాలు పెట్టేశారు. ఆ తర్వాతన్నా ఆయన ఫోన్ చేస్తారేమో అని చూశాను, అదీ లేదు. మా పెళ్లి జరుగుతున్నంతసేపూ "ఆయన మొహం లో నవ్వెందుకు లేదు?" అని నా మనసులో అదొక్కటే ఆలోచన. మొదటి రాత్రి రోజున నన్ను చూసి "ఐ అం సారీ, నాకు కొంచెం టైం కావాలి. మీరు పడుకోండి" అన్నారు. మా పరిచయం అయ్యాక, ఆయన నాతో మాట్లాడిన మొదటి మాట అది. ఆ తరవాత హైదరాబాద్

లో కాపురం పెట్టాం. హైదరాబాద్ వచ్చాక, మా ఆడపడుచు చెబితే తెలిసింది. శ్రీనివాస్, ఉద్యోగం చేసే చోట, ప్రియా అనే అమ్మాయిని ప్రేమించారట. ఇద్దరు పెళ్లి చేసుకుందాం అని అనుకున్నారట. శ్రీనివాస్, ఆ అమ్మాయిని వాళ్ళ ఇంట్లో పరిచయం చేశారు కూడా. కానీ, ఆ అమ్మాయి వాళ్ళ పెద్దవాళ్ళతో మాట్లాడదాం అనేసరికి, ఆ అమ్మాయి వేరే ఎదో శ్రీమంతుల సంబంధం వచ్చిందని, ఈ మిడిల్ క్లాస్ బతుకు బతకడం తనకి ఇష్టం లేదని, ఆ పెళ్లి చేసుకుని వెళ్లిపోయిందట. ఇక అప్పటినుండి శ్రీనివాస్, ఏంటో జీవితమే ఫెయిల్ అయినట్టు పిచ్చోడిలా తయారయ్యి, చివరకి ఉద్యోగం కూడా పోగొట్టుకున్నారట. అదంతా దాటేసరికి రెండేళ్లు పట్టిందట. ఆ తరవాత ఎదో చిన్న జాబ్ లో జాయిన్ అయ్యారు. అయితే, మా అత్తా మామల పోరు పడలేక నాతో పెళ్ళికి ఒప్పుకున్నారు. ఇలా శ్రీనివాస్ కి లవ్ ఫెయిల్యూర్ ఉందని అందరికి తెలుసు, చివరకి మన అమ్మ నాన్న వాళ్ళకి కూడా తెలుసట, ఒక్క నాకు తప్ప.

హైదరాబాద్ కాపురానికి వచ్చిన కొత్తల్లో, భలే విచిత్రంగా ఉండేది. ఆయన ఉదయం లేచాక, నేను కాఫీ ఇస్తే తాగేవారు, టిఫిన్ పెడితే తినేవారు. ఆఫీస్ కి వెళ్ళిపోయేవారు. ఇద్దరి మధ్యన ఒక్క మాట కూడా ఉండేది కాదు. ఎప్పుడైనా నేను ఎమన్నా అడిగితే అవును, కాదు అంతే సమాధానం. నెలకి ఒకసారి గ్రోసరీస్ తీసుకొచ్చేవారు, ప్రతీ ఆదివారం కూరగాయలు తెచ్చేవారు. మధ్యలో ఎప్పుడైనా ఏదైనా అవసరం ఐతే "ఇది ఐపోయింది" అని చెప్పేదాన్ని, సాయంత్రం వచ్చేప్పుడు తీసుకొచ్చేవారు. రాత్రి భోజనం అయ్యాక, సైలెంట్ గా ఆయన రూమ్ కి వెళ్ళిపోయేవారు. ఎప్పుడైనా, నేను ఏదన్న మాట్లాడటానికి చాలా ప్రయత్నించేదాన్ని, ఆయన మాత్రం తప్పించుకుని వెళ్ళిపోయేవారు. అలా నెలలు గడిపేశాం. అమ్మా వాళ్ళు ఐనా, అత్తమ్మ వాళ్ళు ఐనా సరే, మమ్మల్ని రమ్మని ఫోన్ చేసినా, వాళ్ళు ఇక్కడకి వస్తామన్నా, "ఇప్పుడు వద్దులే మళ్ళీ నెల వద్దురుగాని" అని చెప్పేదాన్ని. నాకు విషయం చెప్పకుండా పెళ్లి చేశారు కదా? అందుకు అనుకుంటాను, నేను వద్దు అంటే ఆగిపోయేవారు.

ఒకసారి, ఆయన ఆఫీస్ కి వెళ్తుంటే "బాక్స్ తీసుకెళ్లండి" అని లంచ్ బాక్స్ ఇచ్చాను. ఏమి మాట్లాడకుండా తీసుకెళ్లారు. ఆరోజు మధ్యాహ్నం ఒంటి గంటకి "భోజనం అయ్యిందా" అని మెసేజ్ పెట్టారు. నాకు ఆ మెసేజ్ చూస్తే అనుకోకుండా తిరుమల దర్శనం అయినంత ఆనందం. "అయ్యింది" అని సమాధానం ఇచ్చాను. ఇక అప్పటినుండి రోజు అదే తంతు, నేను బాక్స్ పెట్టడం, ఆయన మెసేజ్ పెట్టడం. అలా ఒకరితో ఒకరు మాట్లాడుకోకుండా 11 నెలలు గడిపేశాము. ఒకరోజు ఆయన ఆఫీస్ నుండి వచ్చి, "ఇవ్వాళ ఆఫీస్ పని మీద చెన్నై వెళ్ళాలి, తిరిగి బుధవారం సాయంత్రం వస్తాను, నీకు ఒక్కదానివి ఉండటం కష్టం అనుకుంటే మీ ఊరు వెళ్ళు" అంటే నేనేమో "పర్లేదు, ఇక్కడే వుంటాను" అన్నాను. ఆయన బ్యాగ్ సర్దుకుని, స్నానం చెయ్యడానికి వెళ్ళినప్పుడు, నేను రాసిన లెటర్ ఒకటి, బ్యాగ్ ఓపెన్ చేస్తే పైన ఫైల్స్ పెట్టుకునే జిప్ ఉంటుంది కదా, దాంట్లో ఆయనకి కనబడేలా పెట్టాను. ఆయన రెడీ అయ్యి, చెన్నై బయల్దేరి వెళ్లారు.

రెండు రోజుల పాటు ఆయన దగ్గరనుండి ఫోన్ వస్తుందేమో అని రోజంతా ఒకటే ఎదురుచూపులు. ఎప్పటిలాగే భోజనం టైం లో ఒక మెసేజ్, అంతే. బుధవారం నాడు ఉదయం "ఏ టైం కి వస్తారు?" అని నేను మెసేజ్ చేస్తే "సాయంత్రం అయిదు అవ్వొచ్చు" అని రిప్లై ఇచ్చారు. నాకు ఆరోజు అస్సలు ఆకలి లేదు, ఏంటో అసలు ఆయన ఆ ఉత్తరం చదివారో? లేదో? ఒకవేళ చదివుంటే, ఫోన్ చెయ్యాలి కదా? అసలు అది ఆయనకి కనబడిందా? అని పిచ్చి పిచ్చి ఆలోచనలు.

ఎలాగో మధ్యాహ్నం మూడు అయ్యింది, ఇంకొక అరగంటలో ఆయన హైదరాబాద్ వచ్చేస్తారు అనుకుంటూ, ఏమి పాలుపోక, అటు ఇటు తిరుగుతూ టీవీ ఆన్ చేసి, అలా చానెల్స్ మారుస్తుంటే "ఇవ్వాళ మధ్యాహ్నం రెండున్నరకి చెన్నై నుండి హైదరాబాద్ బయల్దేరిన, ఇండిగో 6ఈ 6006 విమానం కంట్రోల్ రూమ్ తో సంబంధాలు తెగిపోయాయి" అన్న వార్త చూసి నాకు ఒక్కసారి

గుండె వేగంగా కొట్టుకోవడం మొదలయ్యింది. శ్రీనివాస్ వచ్చేది ఆ ఫ్లైట్ కేనేమో? అని ఒకసారి, అయ్యుండదులే అని ఒకసారి, ఆయన ఫోన్ కి ట్రై చేస్తుంటే, స్విచ్ ఆఫ్ అని వస్తుంది. ఇంకొక పదినిమిషాల్లో ఎయిర్లైన్స్ వాళ్ళు "సాంకేతిక లోపంతో ఆ విమానం కూలిపోయిందని, దాదాపు ఎనభైమంది ప్రయాణికులు మృత్యువాత పడ్డారని" అధికారకంగా ప్రకటించి, ఇన్ఫర్మేషన్ కోసం ఎమర్జెన్సీ నంబర్స్ ఇచ్చారు.

నా కళ్ళలో నీళ్లు, ఎం జరుగుతుందో తెలియలేదు. రెండు నిమిషాల్లో తేరుకుని, నా ఫోన్ తీసుకుని, వాళ్ళు చెబుతున్న ఎమర్జెన్సీ నెంబర్ కి కాల్ చేస్తే, ఎంగేజ్ వచ్చింది. ప్రయత్నించగా ఒక పది నిమిషాల తరవాత లైన్ దొరికింది. వాళ్ళు పి.ఎన్.ఆర్ నెంబర్ అడిగారు, నాకు తెలీదని, శ్రీనివాస్ ఇంటిపేరుతో సహా చెప్పాను. అవతలి పక్కనుండి సమాధానం గా "సారీ మేం, హి ఇస్ ఇన్ ది లిస్ట్" అన్నారు. ఆ మాట పూర్తి అవ్వకుండానే నా కంటి నుండి ధార, నిలబడ్డ చోటే కుప్పకూలి పోయాను. అలా అరగంట పైన ఏడుస్తూనే వున్నాను, అసలు ఒక మనిషి కి ఎంత కష్టం వస్తే మాత్రం ఆత్మహత్య ఆలోచన ఎందుకు వస్తుందో? అనుకునేదాన్ని. ఆ క్షణం లో నాకు అదే ఆలోచన, ఆయన లేని జీవితం వద్దు అనిపించింది. పిచ్చిదానిలాగా చివరి సారి ఆయన ఫోన్ కి కాల్ చేసి ప్రయత్నిస్తే, మళ్ళీ అలాగే స్విచ్ ఆఫ్ అని వచ్చింది. ఈ ఆలోచనల్లో ఉండగా, కాలింగ్ బెల్ మోగింది. ఆయనే ఐతే బావుణ్ణు అని ఎదో పిచ్చి ఆశ, వెళ్లి తలుపు తీసి చూసేసరికి ఎదురుగా శ్రీనివాస్, నా ప్రాణం తిరిగి వచ్చింది. అప్పటివరకు పంటి బిగువున వున్న దుఃఖం ఒక్కసారిగా బైటపడి ఆయన్ని పట్టుకుని బోరుమన్నాను. ఆ రోజు వరకు ఒక్కమాట కూడా సరిగ్గా మాట్లాడిన ఆయన, ఆ క్షణం లో నన్ను మామోలు స్థితికి తీసుకురాడానికి ఎన్ని చెప్పారో తెలుసా? చివరకి ఆరోజు చెన్నై లో ఎం జరిగిందో చెప్పారు.

బుధవారం ఉదయం, హోటల్ రూమ్ లో లగేజి ప్యాక్ చేద్దామని, ఆయన బ్యాగ్ ఓపెన్ చేసి సర్దుకుంటూ ఉంటే, నేను రాసిన ఉత్తరం దొరికిందట. ఆయన అది తీసి చదివితే:

"శ్రీనివాస్ గారికి, మహాలక్ష్మి వ్రాయునది. బావున్నారా? పెళ్ళైన రోజునుండి మీతో చాలా మాట్లాడాలని అనుకున్నాను, చాలా సార్లు ప్రయత్నించాను కూడా, కానీ నా వల్ల కాలేదు. అందుకే ఇలా లెటర్ రాసి పెట్టాను. మన పెళ్లి అయ్యి 11 నెలలు పూర్తి అయ్యింది. ఇప్పటివరకు మీరు నాతో మాట్లాడింది కేవలం 163 సార్లు మాత్రమే. అంటే దాదాపుగా రెండు రోజులకి ఒక సారి అన్నమాట. ఇప్పటివరకు, మీరు నాతో ఏమేం మాట్లాడారో కూడా రాసిపెట్టుకున్నాను. మీరు మాట్లాడని రోజు అదే తీసి చదువుకుంటూ ఉంటాను. నన్ను భార్య అనుకుంటేనే కదా మీకు ఈ ఇబ్బందులు, ఒక స్నేహితురాలు అనుకోండి. మీ మనసులో ఏదన్నా ఉంటే చెప్పేసేయండి. నాతో మాట్లాడకపోతే, చూసి చూసి కొన్నాళ్ళకి నేను మా పుట్టింటికి వెళ్ళిపోతాను అని మాత్రం అనుకోవద్దు. ఎందుకంటే అది ఎప్పటికి జరగదు, నా ప్రాణం, నా లోకం అన్ని మీరే. "శ్రీనివాస్ గారికి" బదులు "శ్రీవారికి" అని రాసే రోజు తొందరగా రావాలని కోరుకుంటూ...

మీ

మహాలక్ష్మి"

ఆ లెటర్ ని రెండు సార్లు చదివారు, ఆయనకి ఏంటో మనసులో మిగిలిన పాత జ్ఞాపకాలు అన్ని తీసి పడేసినట్టు అనిపించింది. టైం అవుతూ ఉండడంతో రూమ్ చెక్ అవుట్ చేసేసి, కిందకెళ్ళి బిల్ సెటిల్ చేస్తుంటే, ఎదురుగా ప్రియా కనిపించింది. ఆమెకూడా శ్రీనివాస్ ని చూసి, దగ్గరకొచ్చి "శ్రీని, నువ్విక్కడా???" అంది. శ్రీనివాస్ ఏదో చెప్పబోయేసరికి "అలా కూర్చుని మాట్లాడుకుందాం?" అని, తనే రెండు కాఫీ చెప్పేసింది. టేబుల్ మీద ఒకరి ఎదురుగా ఒకరు కూర్చున్నారు,

ప్రియ: ఎలావున్నావు శ్రీని?

శ్రీనివాస్: పర్లేదు, ఇంకా మిడిల్ క్లాస్ లోనే వున్నాను

ప్రియ: జరిగిందేదీ నువ్వు ఇంకా మర్చిపోయినట్లు లేవుగా? అయినా ఈ మిడిల్ క్లాస్ అబ్బాయికి స్టార్ హోటల్లో పనేంటో?

శ్రీని: ఆఫీస్ పని, పంపించింది వాళ్ళు కదా? అందుకే ఈ ఆర్భాటం

ప్రియ: ఇంతకీ, నేను ఎలా ఉన్నానో అని అడగలేదు?

శ్రీని: కొన్ని విషయాలు చూస్తే నే తెలుస్తాయి. నువ్వు చాలా హ్యాపీ గా వున్నావు

ప్రియ: శ్రీని, నా భర్త కి ఈ సిటీ లో చాలా వ్యాపారాలు వున్నాయి. మాకు నాలుగు బంగ్లాలు వున్నాయి, మా ఇంట్లో మూడు కార్లు వున్నాయి, రెండు కుక్కలు వున్నాయి, నేనొకదాన్ని వున్నాను. అంతే.

శ్రీని: నీకు కావాల్సింది అదేకదా?

ప్రియ: లేదు శ్రీని, మిడిల్ క్లాస్ లైఫ్ వద్దన్నాను, ఆ ఈ.ఎం.ఐ బతుకులు బతకలేను అన్నాను. కానీ ఇప్పుడు ప్రేమ కూడా ఈ.ఎం.ఐ లోనే దొరుకుతుంది.

శ్రీని: అర్ధంకాలేదు

ప్రియ: శ్రీని, అతనికి వ్యాపారాలే ముఖ్యం, ఇంట్లో భార్య అనే పదార్థం ఉండాలి కాబట్టి నన్ను చేసుకున్నాడు. ఎప్పుడో రెండు నెలలకొకసారి ఇంటికి వస్తాడు. రోజంతా, రోజేంటి వారాలు, నెలలు ఒక్కదాన్నే గడపాలి. ఈ జీవితం నావల్ల కాదు శ్రీని. విడిపోదాం అనుకుంటున్నాను.

శ్రీనివాస్: ప్రియ, సాయంత్రం అయిదు అయ్యేసరికల్లా ఇంట్లో ఉంటానని నా భార్యకి మాటిచ్చాను. ఫ్లైట్ కి టైం అవుతుంది, నేను వెళ్ళాలి. అని లేచాడు

ప్రియ: నేను చెప్పేది......

శ్రీనివాస్: అల్ ది బెస్ట్ ఫర్ యువర్ ఫ్యూచర్, మళ్ళీ కలుద్దాం

అని లేచి, తన బ్యాగ్ తీసుకుని, అప్పటికే అతని కోసం వెయిట్ చేసున్న క్యాబ్ ఎక్కి ఎయిర్పోర్ట్ కి బయల్దేరాడు. ఆమె మాత్రం షాక్ లో అలా చూస్తూ ఉండిపోయింది.

దారిలో శ్రీనివాస్, "పట్టు చీరలు ఎక్కడ బావుంటాయి?" అని క్యాబ్ డ్రైవర్ ని అడిగితే, అతనేమో టి-నగర్ లో పనగల్ పార్క్ దగ్గర అన్నీ అవే షాపులని చెప్పాడు. సరే ఇంకా టైం వుందికదా అని అటు తీసుకెళ్ళమన్నాడు. పట్టుచీర సంగతి తరవాత, అసలు శ్రీనివాస్ కి జీవితం లో ఎప్పుడు చీర కొన్న అనుభవమే లేదు. అక్కడ కుమారన్ సిల్క్స్ షాప్ ఉంటే వెళ్ళాడు. నెమలిపించం రంగు పట్టు చీర చూసిన వెంటనే, శ్రీనివాస్ కి భలే నచ్చింది. ఆ చీరలో మహాలక్ష్మి ఎలా ఉంటుందో అని ఊహించడానికి ప్రయత్నించాడు, అబ్బే, ఎప్పుడైనా ఆమెని సరిగ్గా చూస్తే కదా ఊహల్లోకి రావడానికి. ఎలా ఐతేనే, ఆ చీర కొని, అక్కడనుండి ఎయిర్పోర్ట్ కి బయల్దేరితే, టి-నగర్ లో ట్రాఫిక్ జాం అయ్యి, ఫ్లైట్ మిస్ చేసేశాడు. వెంటనే ఇంకో ఇరవై నిమిషాల్లో వేరే ఫ్లైట్ ఉంటే, టికెట్ కొనుక్కుని హైదరాబాద్ చేరుకున్నాడు. ఆరోజు పొద్దట ఛార్జింగ్ పెట్టడం మర్చిపోవడంతో ఫోన్ కాస్త స్విచ్ ఆఫ్ అయ్యి కూర్చుంది. హైదరాబాద్ ఎయిర్పోర్ట్ లో హడావిడిగా ఉంటే, ఎవరో వీవీఐపీ వస్తున్నారేమో అనుకున్నాడు గాని, కనీసం ఎయిర్పోర్ట్ నుండి ఇంటికొచ్చేప్పుడు డ్రైవర్ ని అడిగినా ఇలా చెన్నై ఫ్లైట్ కి ప్రమాదం జరిగిందని చెప్పేవాడు. కానీ ఇంటికెళ్ళాక తనని ఎలా పలకరించాలి, అనే ఆలోచనలోనే వుండిపోయాడు. ఆన్ లైన్ లో చెక్ ఇన్ చేసి, బోర్డింగ్ పాస్ తీసుకోవడం వల్ల, వాళ్ళు పొరపాటున శ్రీనివాస్ పేరుని కూడా పాసెంజర్స్ లిస్ట్ లో పెట్టేశారు. అందుకే, లక్ష్మి అడిగినప్పుడు లిస్ట్ లో ఆ పేరు ఉందని చెప్పారు. అదన్నమాట జరిగింది. ఎలా ఐతేనే ఇద్దరు కలిసిపోయాం. ఆయన తీసుకొచ్చిన చీర నా చేతిలో పెట్టి "నీ ప్రేమే నన్ను కాపాడింది" అన్నారు. ఆయన మనసులో బాధని,

ఆలోచనల్ని నాతో పంచుకున్నారు. ఆ తరవాత ఇద్దరం చాలా దగ్గరయ్యాం. చిన్నపిల్లాడిలాగా ఒక్క పూట నేను కనబడకపోయినా ఉండలేరు.

శ్రీనివాస్, ఆయన ఫ్రెండ్స్ ఒక నలుగురు కలిసి ఎదో సాఫ్ట్ వేర్ ప్రొడక్ట్ తయారు చేస్తున్నారట. అది సక్సెస్ ఐతే వుద్యోగం వదిలేసి, సొంతం గా కంపెనీ మొదలుపెడతామని, దానికోసమే ఒక పక్కన వుద్యోగం చేసుకుంటూనే కష్టపడేవారు. ఇంకొక ఆరునెలలు గడిచేసరికి, చిన్నూ గాడు కడుపులో పడ్డాడు. ఆయనేమో వారం అంతా ఆఫీస్ పని, శని, ఆదివారాలు వాళ్ళ ప్రొడక్ట్ మీద పనిచేసేవారు. మేముండే అపార్టుమెంట్ లో, మా ఇంటి ఎదురుగా తరుణ్, హరిత ఉండేవారు. తరుణ్, శ్రీనివాస్ ఇద్దరు కొలీగ్స్. అయితే నాకు కూడా హరితతో మంచి స్నేహం ఏర్పడింది. వాళ్లకి కూడా అప్పటికి పెళ్ళై సంవత్సరమే అయ్యింది. తరుణ్, హరిత భలే ఎంజాయ్ చేసేవాళ్ళు, అసలు వీకెండ్ వస్తే చాలు ఎక్కడికోచోటకి వెళ్ళిపోయేవారు. ఇక నాలుగు రోజులు సెలవు దొరికితే, ఎదో ఒక హిల్ స్టేషన్ కి వెళ్ళిపోయేవారు. ఒక శనివారం రోజున ఉదయాన్నే, శ్రీనివాస్ ఏమో టిఫిన్ చేసి, లాప్ టాప్ ముందు వేసుకుని కూర్చున్నారు. నేను "ఏవండోయ్, ఇవ్వాళ హరిత పుట్టిన రోజు, లంచ్ కి బైటకి వెళ్దాం, తప్పకుండా రావాలని చెప్పింది. తరుణ్ మీకు ఎం చెప్పలేదా?" అంటే శ్రీనివాస్ ఏమో "ఒహ్హో అవునా విష్ చేసావా?" అంటే నేను "లేదు, మెసేజ్ పెట్టాను. రెస్పాన్స్ ఎం లేదు" అన్నాను. ఇంతలో హరిత ఫోన్ చేసింది తీసి "హాయ్" అంటే తనేమో "లక్కీ, మేము ఎక్కడున్నామో చెప్పుకో?" అంది. నేనేమో "ఏమోనే మీరు ఇంట్లో లేరా?" అంటే తను "లేదే, తరుణ్ నా పుట్టిన రోజుకి సర్ప్రైస్ పార్టీ ప్లాన్ చేశాడు. నిన్న మధ్యాహ్నం మా ఆఫీస్ కి వచ్చి, నన్ను బైటకి రమ్మన్నాడు. వస్తే అలాగే కార్ ఎక్కించుకుని, ఎయిర్పోర్ట్ కి తీసుకెళ్లి, ఫ్లైట్ ఎక్కించి, కులూమనాలి కి తీసుకొచ్చేశాడే" అంటే నేను "వావ్, ఏంటి మీరు కులూమనాలి వెళ్ళారా? సరేనే, హ్యాపీ బర్త్ డే, బాగా ఎంజాయ్ చెయ్" అని, శ్రీనివాస్ వంక చూస్తే తను "ఏంటి అలా చూస్తున్నావ్" అన్నారు. నేను "వాళ్ళు చూడండి, కులూమనాలి వెళ్లారట. పెళ్ళై రెండేళ్లు అవుతుంది, మనము వున్నాం ఎందుకు?

శిల్పారామం కూడా వెళ్ళలేదు. అంటే శ్రీనివాస్ "వెళ్తే వెళ్లారు, మళ్ళీ ఆ విషయం నీకు ఫోన్ చేసి చెప్పాలా? ఆ తరుణ్ గాడి డిప్ప పగల గొట్టాలి" అన్నారు. నేను ఏమి మాట్లాడకుండా సైలెంట్ గా వెళ్లి, వంట గదిలో నా పనిలో ఉండగా, ఏమనుకున్నారో ఏంటో? నాదగ్గరికొచ్చి "ఏమోయ్, ఏంటి ఎక్కడికన్నా వెళదామా?" అన్నారు. నేను "నిజంగా?" అంటే తనేమో "ఆహ, నీ కళ్ళు కూడా నవ్వేస్తున్నాయే తల్లి. ఇప్పుడు వీళ్ళు వెళ్ళారా? వెనక్కొచ్చాక, ఆ తరుణ్ గాడు, ఈ ట్రిప్పుకి అయిన ఖర్చులకి ఆరు నెలలు ఈ.ఎం.ఐ కడతాడు. పైగా, ఇంకా పిల్లలు పుట్టట్లేదు అని గొడవ. ఎలా పుడతారు? ఎప్పుడన్నా, సెలవు వచ్చినప్పుడు ఇంట్లో ఏడిస్తే పుడతారు. ఎప్పుడు చూడు వీధిలోనే, వెధవ" అంటే నాకు నవ్వొచ్చినా ఆపుకుని "చ వూరుకోండి, వాళ్ళ గొడవ మనకెందుకు?" అంటే ఆయన "చూడు నాన్న, నా దగ్గర ఇప్పుడు బాగా తక్కువగా వుంది అంటే టైం ఒక్కటే. ఈ ప్రోడక్ట్ సక్సెస్ అయ్యింది అంటే, ప్రతీ సంవత్సరం నిన్ను ఎక్కడికోచోటకి తీసుకెళ్తాను. ప్లీజ్ ర ఈ ఒక్కసారికి అర్థం చేసుకో" అన్నారు. అంత అందం గా అడిగితే ఎవరన్నా కాదంటారా? నేను "మరి ఇవ్వాళ కూరగాయలు తేవాలిగా? ఒక పని చేద్దాం, బైక్ మీద అలా మేడ్చల్ హైవే వరకు వెళ్లి, ఏదన్న ధాబా లో తినేసి, వచ్చేప్పుడు అక్కడ కూరగాయలు బావుంటాయి, కొనుక్కుని వచ్చేద్దాం. సరేనా?" అంటే శ్రీని "హా, అలా అన్నావు పద్ధతిగా వుంది. పద రెడీ అవ్వు బయల్దేరుదాం" అని ఆరోజు భలే గడిపేశాం.

ఆ తరవాత ఆయన కష్టం ఫలించి, ఆ ప్రోడక్ట్ సక్సెస్ అయ్యింది. వాళ్ళు అనుకున్నట్టుగా కంపెనీ మొదలు పెట్టారు. డబ్బు, పేరు అన్ని వచ్చాయి, ఇదిగో ఈ రోజు ఇలా వున్నాం. ప్రతీరోజు ఎంత పని వున్నా సరే, ఉదయాన్నే ఒక అరగంట తోటలో సూర్యకిరణాలు పడుతుంటే, ఇద్దరం కూర్చుని కాఫీ తాగుతూ కబుర్లు చెప్పుకుంటాం. ఆ అరగంట మాత్రం నాదే, దానికోసం రోజంతా ఎదురుచూస్తాను. అని చెప్పడం పూర్తి చేసి, వైష్ణవి వైపు చూస్తే, తను ఎక్కడో ఆలోచిస్తూ ఉండిపోయింది.

రెండు నిమిషాలు ఆగి "వైషూ, ఒక్కటి అడుగుతాను చెప్పు. డబ్బులు బాగా సంపాదిస్తేనే మొగుడు గొప్పోడా? లేకపోతే కాదా?" అంటే వైషు "నేను అలా ఎప్పుడు అన్నాను అక్కా?" అంది. లక్ష్మి "మరి నువ్వు అన్నది అలాగే ఉందే. ఆన్ సైట్ రావట్లేదు, జీతం తక్కువ, ఇవన్నీ నీకెందుకు? వాటి గురించి కూడా మాట్లాడొచ్చు, ఎప్పుడూ? ఇద్దరి మధ్య సరైన అవగాహన వున్నప్పుడు. అంతేగాని ఇలా చిన్న చిన్న వాటికి గొడవలు పడుతున్నప్పుడు కాదు. బుల్లి మావయ్య ఎలా మాట్లాడతాడో నీకు తెలీదా? ఆ అబ్బాయి మనసేదో నొచ్చుకుని ఉంటుంది. నువ్వు సర్ది చెప్పాల్సింది పోయి, నువ్వు కూడా అవతలి వాళ్లకి తోడైతే ఎలా?" అంది. వైషు కొంచెం కోపంగానే "ఏంటక్కా, తప్పంతా నాదే ఐనట్టు మాట్లాడుతున్నావు?" అంది. లక్ష్మి "నీకు గుర్తుందో లేదో, మీ బావ పాత కంపెనీ లో పనిచేసేటప్పుడు, బుల్లి మావయ్య వాళ్ళ అబ్బాయి రవి గాడు అమెరికా వెళుతున్నాడని, ఆ రోజు నన్ను, ఆయన్ని వాళ్ళింటికి రమ్మని పిలిచారు. మేము వెళ్లేసరికి, రవిగాడు ఇంటి దగ్గర నుండి బయల్దేరి వెళ్ళిపోయాడు. అదేంటి, ఫ్లైట్ ఎప్పుడో సాయంత్రం కదా? అంటే, ఎవరో ఫ్రెండ్స్ ని కలవాలంట. నాకు కోపం వచ్చి "వాడెళ్ళిపోయాడు సరే, కనీసం ఆవిషయం మాకు ఫోన్ చేసి చెప్పొచ్చు కదా?" అంటే, బుల్లి మావయ్య "పోనీలేవే, వాడికేవో వంద పనులు, ఆడి బిజీ ఆడిది" అన్నాడు. అంటే "మీకు మా ఆయనే ఖాళీగా కనిపించాడా?" అని మొహం మీదే అడిగేశాను. ఇంటి అల్లుడు, పరిచయం చేస్తా అని ఇంటికి పిలిచి, పనుందని వెళ్ళిపోతాడా?". అది జరిగి ఏడేళ్లు అయ్యింది. ఆ రోజు తరవాత, ఈనాటివరకు, మళ్ళీ వాళ్ళ గుమ్మం తొక్కలేదు. నన్ను పొగరుబోతుది అనుకున్నారు, అనుకోనీయ్, నా భర్త ని అవమానిస్తే, అది వాళ్ళకి చిన్న విషయమే కావొచ్చు, నేను అంత తొందరగా మర్చిపోను".

ఏంటే ఏమన్నావ్? బావ చూడు నిన్ను ఎంతబాగా చేసుకుంటాడో నా? ఏ మగాడి మంచితనం అయినా, ఆ ఆడదాని చేతలు బట్టే ఉంటుంది. మా అత్తా, మామ, ఆడపడుచు నేనంటే ఎంత విలువిస్తారో తెలుసా? పెళ్లయ్యాక నేను పడ్డ కష్టం ఏంటో వాళ్లకి తెలుసు. నేనేదో సర్దుకుపోయానని అందర్నీ అదే

చెయ్యమనట్లేదు. నా వరకు నాకు, ఆయనే లోకం. మేమిద్దరం కలిసి బ్రతకడానికి, నేను ఎం చేయగలనో అన్ని చేశాను. చేస్తాను కూడా. నా మొగుడే నాకు అన్ని అనుకున్నప్పుడు, నువ్వు గొప్పా? నేను గొప్పా? అనే ఆలోచన ఎందుకు వస్తుంది? అంటే, నువ్వొక్కదానివే సర్దుకుని పోవాలి అని చెప్పట్లేదే, నువ్వు అలా చెయ్యడం మొదలు పెడితే, అతను నీకోసం ప్రాణం పెట్టేస్తాడు.

చూడు వైషు, పెళ్ళై ఇన్నేళ్ళైనా, ఒకరినొకరం అర్థం చేసుకున్నా, మా మధ్యన కూడా చిన్న చిన్న తగువులు, కోపాలు వస్తాయి. కానీ వాటి వయసు నీటి బుడగకంటే తక్కువే. చూడమ్మా, ఆడపిల్ల కోపగిస్తే, పండు వెన్నెల్లో దీపం పెట్టినట్టు ఉండాలి. అంతేగాని, అమావాస్య చీకట్లో చితిమంటలా కాదు. సీతమ్మ తల్లి నడిచిన ఇదే నెల పైన శూర్పనఖ కూడా సంచరించింది. అందుకేనేమో, ఆ అంశలతో పాటు ఈ అంశలు కూడా బయలుదేరాయి, అంటుంటే వైష్ణవి ఆమె మాటలకి అడ్డుపడి "అంటే ఏంటక్కా? నేను రాక్షసి లా కనబడుతున్నానా?" అంది. లక్ష్మి ఇంకా కోపం గ "కాక, దేవతవా? అతను ఒక పక్క నుండి ఫోన్ చేస్తుంటే, నువ్వు తియ్యవు, నాకు చేస్తే తియ్యనివ్వవు. ఎందుకు చేస్తున్నాడో? ఏంటో? అని కూడా లేదా నీకు? అలా మెంటల్ టార్చర్ పెట్టకూడదు. ఏంటీ, నీ పుట్టిన రోజునాడు లేట్ గా వచ్చాడా? గర్ల్ ఫ్రెండ్ తో సినిమాకి ఎమన్నా వెళ్లాడా? లేదుగా? ఆఫీస్ పని వల్ల లేట్ అయ్యాడు, అంతేగా? షాపింగ్ కి తను రానన్నాడు, నిన్ను వెళ్లొద్దు అనలేదుగా? ఫ్రెండ్స్ అందరూ బావున్నారా? నీ ఇంట్లో, సొంత అక్క జీవితం లో ఏమయ్యిందో ఇవ్వాళ నేను చెబితే గాని నీకు తెలీలేదు. అలాంటిది, వాళ్ళ ఇంట్లో ఎలా ఉంటున్నారో నీకు చెబుతారా ఏంటి? మళ్ళీ మొగుడ్ని తిట్టడంలో కూడా దిక్కుమాలిన ఉపమానాలు. అతనికి డీ విటమిన్ లోపం కాదు, నీకే కొలస్ట్రాల్ ఎక్కువైనట్టు కనబడుతుంది. ఎవరో గొట్టం గోవిందయ్య, నలుగురిలో మీ ఆయన్ని పట్టుకుని అవమానిస్తే, అడ్డుకోవాల్సింది పోయి, నువ్వు కూడా వాళ్ళకి తోడు అవుతావా? పైగా చెయ్యి చేసుకోబోయాడు అని కంప్లైంట్ ఒకటి. అతని స్థానం లో నేను ఉంటే, ఆ క్షణం లోనే నీ చెంప పగిలిపోయుండేది అంది.

ఆ చివరి మాటకి, వైష్ణవి వాళ్ల అక్క వైపు ఆశ్చర్యం గా చూసింది. ఈసారి మహాలక్ష్మి ఇంకా కోపం గా "చూడు వైషు, మొగుడితో గొడవపడి విడిపోదాం, అక్కా బావా ఇక్కడే వున్నారు, సపోర్ట్ చేస్తారు, అనుకుంటున్నావేమో? నేను అలాంటి పని చచ్చినా చెయ్యను, ఆయన్ని చెయ్యనివ్వను. నువ్వు ఇక్కడే ఉన్నావని వెంకట్ కి మెసేజ్ పెట్టాను. అతను ఇప్పుడు వస్తాడు. మీ ఇంటికెళ్తావో, లేకపోతే పుట్టింటికి పోతావో నిర్ణయించుకో" అని తేల్చి చెప్పేసింది. ఇంతలో బైట గేటు చప్పుడయ్యే సరికి, లక్ష్మి వెళ్లి చూస్తే, వాళ్ల అబ్బాయి స్కూల్ నుండి వచ్చాడు. వస్తూనే వైషూ ని చూసి "హాయ్ పిన్ని, ఎప్పుడొచ్చావు?" అనుకుంటూ వచ్చి, వైషూ దగ్గర కూర్చున్నాడు. లక్ష్మి ఏమో "ఒరేయ్ చిన్నూ, కాళ్ళు చేతులు కడుక్కుని రా, ఏదన్న తిందువు గాని. అని పంపించి, వైష్ణవి తో "చూడమ్మా, నేను ఎం చెప్పినా నా చెల్లెలి జీవితం బావుండాలి అన్నదే నా ఉదేశ్యం, అర్థం చేసుకో తల్లి" అనేసి, "సర్లే ఇప్పుడే వస్తా వుండు, వాడికి ఏదన్నా పెట్టి, మనకి కొంచెం టీ పెట్టి తీసుకొస్తాను" అని వంటగదిలోకి వెళ్ళింది. చిన్నూ గాడేమో అమ్మ పెట్టిన అప్పచ్చి తినేసి, వాటర్ ట్యూబ్ పట్టుకుని, వెనకాల తోటలో మొక్కలకి నీళ్లు పడుతుంటే, వాడిని చూస్తూ కూర్చున్నారు అక్కా చెల్లెళ్ళు.

లక్ష్మి, వైషూ వంక చూసి "చిన్నమ్మా, ఆ బీర పాదు ని చూశావా?" అంటే వైషూ "ఊ" అని తలూపింది. లక్ష్మి "ఆ పాదు వేశాక, అది ఎదిగి, పువ్వై, పిందై, కాయ కాసి అది పరువానికి రావటానికి 65 రోజులు పడుతుంది. ఒక పూట కూరకి కాయ కాయలంటే 65 రోజులు ఓపిగ్గా ఎదురు చూడాలి. మరి ఇక్కడ రెండు జీవితాలు పండాలంటే ఎన్ని రోజులు ఎదురుచూడాలి చెప్పు?" అంది. వైష్ణవి అమాయకంగా ఆ బీరపాదు వంకే చూస్తుంటే, బైట నుండి శ్రీనివాస్ కార్ హార్న్ వినపడింది. లక్ష్మి పరిగెత్తుకుని వెళ్లి చూసేసరికి, తోడల్లుళ్లు ఇద్దరు కార్ దిగి వస్తూ కనిపించారు. శ్రీనివాస్ ని పలకరించి, పక్కనే వున్న వెంకట్ తో "రండి రండి, ఏంటండీ అలా చిక్కిపోయారు. అదీ అంతే, మీరు అంతే" అంటే వెంకట్ ఏమో "అయ్యో ఒదిన, అదేం లేదు" అంటూనే, పాపం వాళ్ళావిడ కోసం వెతుక్కుంటూ వున్నాడు. ఇంతలో మంచినీళ్ల గ్లాసులతో వచ్చింది వైషు. ఒక గంట

గడిచేసరికి, మహాలక్ష్మి అందరికి వంట సిద్ధం చేసేసింది. భోజనాలు అయ్యాక, అలా ఆ కబురు ఈ కబురు చెప్పుకునే సరికి తొనిమిది అయ్యింది. వెంకట్ "మేము బయల్దేరతాం" అని లేచాడు. వైషూ లోపలికెళ్ళి తన బ్యాగ్ తెచ్చుకుని, వెంకట్ వెనకాలే బైటకి దారి తీసింది. లక్ష్మి "వైషూ ఒక్క నిమిషం రా" అని, పరిగెత్తుకుని లోపలికెళ్ళొచ్చి, చెల్లెలికి కుంకుమ బొట్టు పెట్టి, చేతిలో ఒక చీర పెట్టింది. వైషూ చెవి దగ్గరకి వచ్చి "నేనేమి చెప్పినా నీ మంచికే రా, నవ్వుతు ఉండమ్మా" అంది. అప్పుడు వచ్చింది వైష్ణవి మొహం లో చిన్ని నవ్వు కిరణం. బైటకొచ్చాక, శ్రీనివాస్ వెంకట్ తో "తమ్ముడు, ఎదో చిన్న పిల్ల, నువ్వే కొంచెం సర్దుకోవాలి, సరేనా? ఈ అక్కా, చెల్లెళ్ళతో వేగడం కష్టమే అనుకో" అని లక్ష్మి వంక ఓర కంటితో చూస్తుంటే, ఆవిడేమో నవ్వుతూ "ఓహో అవునా? వాళ్ళని వెళ్లనివ్వండి, చెబుతాను" అంది. శ్రీనివాస్ "అమ్మో, తమ్ముడు, పోనీ ఇవ్వాళ్టికి మీరుకూడా ఇక్కడే ఉండిపోరాదు?" అనేసరికి అందరు నవ్వేశారు. వాళ్ళు వెళ్ళాక, మహాలక్ష్మి జరిగిందంతా శ్రీనివాస్ కి చెప్పింది. ఆయన కూడా, వెంకట్ చెప్పిన వెర్షన్ ఇక్కడ అప్పజెప్పాడు. రాత్రి 10:30 అయ్యింది, శ్రీనివాస్ కి పడుకునే ముందు పాలు తాగడం అలవాటు. లక్ష్మి పాలు కాస్తుంటే, బెడ్ రూమ్ లోంచి శ్రీనివాస్ "మహాలక్ష్మి గారు, మీకు మెసేజ్ వచ్చిందండి" అని అరిచాడు. లక్ష్మి "ఎవరో చూడండి" అంటే, శ్రీనివాస్ ఫోన్ తీసుకొచ్చి తన చేతిలో పెట్టాడు. ఓపెన్ చేసి చూస్తే, చెల్లెలు దగ్గరనుండి మెసేజ్, ఒకటే లైన్ "థాంక్ యు సో మచ్ అక్కా" అని వుంది. మహాలక్ష్మి కళ్ళలో చిన్ని నీటి బిందువు, ఒకటే కాబట్టి ఆనందభాష్పం అందాము.

అదండీ సంగతి, వైష్ణవి జీవితం లో ఆరోజు కలిగిన చిన్ని కలత ని సుడిగుండం లా మారకుండా ఆపి, సరైన దారిలో పెట్టిన మహాలక్ష్మి లాంటి అక్కలు, అమ్మలు నేటి సమాజానికి అత్యవసరం.

శరణార్థులు

నిడదవోలు రైల్వే స్టేషన్ లో, రాఘవయ్య గారు, సతీమణి జానకమ్మ, హైదరాబాద్ వెళ్లే గౌతమీ ఎక్స్ప్రెస్ కోసం ఎదురు చూస్తూ కూర్చున్నారు. వారిది, అక్కడకి దగ్గర్లో తిమ్మరాజుపాలెం అని చిన్న పల్లెటూరు. ఇద్దరు కొడుకులు, ఒక కూతురు. అందరికి పెళ్లిళ్లు ఐపోయి, పిల్లలు కూడా. అయితే, ఆ ముగ్గురు హైదరాబాద్ లోనే స్థిరపడ్డారు. పండక్కి, పబ్బానికి, పిల్లలు రావాల్సిందే గాని, రాఘవయ్యగారికి ఇలా ప్రయాణాలు చెయ్యడం, ఊరు కి దూరం గా ఉండటం అంటే అస్సలు నచ్చదు. ఎప్పుడో ఆరేళ్ళ క్రితం, రెండో వాడు ఇల్లు కట్టుకున్నప్పుడు, గృహప్రవేశానికి అని వెళ్లి, ఒక్క రోజు వుండి వచ్చేశారు. మళ్ళీ ఇన్నాళ్ళకి, పిల్లల పోరు పడలేక, ఒకసారి వెళ్లి వచ్చేద్దాం అని బయల్దేరారు.

ఆరు నిమిషాల ఆలస్యం తో ట్రైన్ అంనౌన్సుమెంట్ వచ్చింది. వీళ్లది, టు టయర్ ఏసీ, హెచ్.ఏ 1 భోగీ, అది దాదాపు ప్లాటుఫారంకి చివర్లో ఆగుతుందని తెలుసుకుని, వెళ్లి అక్కడ నిలబడ్డారు. ఇంకొక రెండు నిమిషాల్లో ట్రైన్ వచ్చింది, వీళ్ళు ఎక్కి, బ్యాగ్ లు అవి సర్దుకుని కూర్చున్నారు. వీళ్ళకి రెండూ లోయర్ బెర్త్ లు వచ్చాయి. అక్కడ అప్పటికే పై బెర్త్ వాళ్ళు వున్నారు. ఒక కుర్రాడు, ఎవరో బామ్మ గారు. రాఘవయ్య గారు వాళ్ళని పరిచయం చేసుకుని, ఎక్కడినుండి, ఏంటి? అని అన్ని అడిగేశారు. ఆ కుర్రాడేమో “బాబాయ్ గారు, మీరు ఏమి అనుకోకపోతే, మా బామ్మ కి మీ బెర్త్ ఇచ్చి, మీరు పైన సర్దుకుంటారా?” అంటే, రాఘవయ్య గారేమో “ఓ చక్కగా” అని ఒప్పుకున్నారు.

ఒక అరగంట గడిచాక, వీళ్ళ పక్క కూపే లోనుండి ఏవో గట్టి గట్టిగా మాటలు వినబడ్డాయి. రాఘవయ్య గారు వెళ్లి చూసేసరికి, అక్కడ ఒకాయన ఏదో

చెబుతుంటే, చుట్టూ అందరు మూగి వింటున్నారు. ఎం చెబుతున్నాడా అని వింటే, ఆయన "వారి మతం చాలా గొప్పదని, నమ్మితే డాక్టర్ తో పనే ఉండదని, గంధపు పల్లకీలో పరలోకానికి వెళ్లిపోవచ్చని" ఏవేవో చెప్పుకొస్తున్నాడు. రాఘవయ్య గారు, విన్నారు విన్నారు, ఒక పదిహేను నిమిషాల తరవాత, ఆ చెబుతున్నాయన ఏవో పేపర్లు తీసి అందరికి పంచిపెడుతూ, ఒకటి రాఘవయ్య గారి చేతికి ఇవ్వబోయాడు. ఈయన తీసుకుని, ముందుకెళ్లి "ఏంటి మాస్టారు, మీ మతం గొప్పది అంటున్నారా? మీ మతమే గొప్పది అంటున్నారా?" అన్నాడు. మామోలుగానే రాఘవయ్యగారికి నోరు కొంచెం పెద్దది, ఇక ఇలాంటి సమయాల్లో ఖంగున మోగుతుంది. అక్కడేదో గొడవ జరుగుతుంది అనుకుని, ఆ భోగిలో వాళ్ళు చాలా మంది ఆ ఇరుకులోనే గుమిగూడారు. రాఘవయ్య గారు, అలా అనేసరికి అతగాడు "లేదండి, మా మతం తీసుకుంటే స్వస్థత ప్రకటించబడుతుంది అని చెబుతున్నాను" అన్నాడు. రాఘవయ్య గారు "ఆహా, ఏ, హిందువులకి స్వస్థత దొరకదని అనుకుంటున్నారా? ఒక్క విషయం అడుగుతా చెప్పండి. ఇక్కడ లేనిది, అక్కడ ఏముందని మీరు అటు వెళ్లారు? మీకేదో గొప్పగా కనిపించి ఉండాలికదా? అదే అసలు అదేంటో చెబితే మేము కూడా తెలుసుకుంటాము" అన్నారు. అతనేమో "ఆయనే లోక రక్షకుడు అని మేము నమ్ముతాం" అన్నాడు. రాఘవయ్య గారు "నేను అడిగింది అది కాదు కదా మాస్టారూ? మీకు సనాతన ధర్మంలో కనిపించనిది అక్కడ ఎం కనిపించింది?" అంటే అతగాడు "సర్, మరి నన్ను తప్పుగా అనుకోను అంటే చెబుతాను" అన్నాడు. రాఘవయ్య గారు "భలేవారే, ఇలాంటి ఆరోగ్యకరమైన చర్చలు జరగాలండి, అప్పుడే సమాజానికి ఉపయోగం" అన్నారు. అతనేమో "అదికాదండి, మీరేదో చెప్పడం తప్పితే, మీ దేవుళ్ళు ఉన్నట్టు ఎక్కడ రుజువు జరగలేదు కదండీ? మీరు భగవత్ గీత ని నమ్ముతారు. కానీ, అది మిమ్మల్ని ముందుకు తీసుకుని వెళ్లలేకపోయింది కదా? అసలు బ్రిటీష్ వాళ్ళు మనదేశానికి రాకపోయుంటే, మన విద్యా వ్యవస్థ, ఈ సైన్స్, హాస్పిటల్స్, ఆనకట్టలు ఇవేమి వచ్చేవి కాదు, అవునా? వాళ్ళు గనక మనకి ఇవన్నీ నేర్పకపోయి ఉంటే, ఇప్పుడు

ప్రపంచం వున్న పరిస్థితుల్లో, మనం ఎంత వెనకబడి ఉండేవాళ్ళం? వాళ్ళని ఇక్కడికి పంపింది మా ప్రభువే, ఇంతకంటే ఆయన లోక రక్షకుడు అనడానికి ఇంకేం నిదర్శనం కావాలండి?" అన్నాడు.

రాఘవయ్య గారు చిన్న నవ్వు నవ్వి "బ్రిటీష్ వాళ్ళు రాకముందు మన దేశం లేదా?" అన్నారు. అతను "అది కరెక్ట్ వాదన కాదు కదా మాస్టారు? ఉంది, కానీ వెనకబడి ఉంది" అన్నాడు. రాఘవయ్య గారు, ఒక్క క్షణం ఆగి "వాళ్ళు వచ్చి, ఇక్కడ వైద్యం అభివృద్ధి చేశారా? అసలు, వాళ్ళు రాకముందు, మనదగ్గర ఇన్ని రకాల అనారోగ్యాలు ఎక్కడున్నాయి? విద్యా వ్యవస్థ బాగుపడిందా? తక్షశిల యూనివర్సిటీ వయసు ఎంతో తెలుసా? మూడువేల ఏడు వందల సంవత్సరాలు. మీరు అంటారే, బిఫోర్ క్రీస్ట్ అని, అప్పుడన్నమాట. క్రీస్తు పుట్టక ముందు, మూడువేల ఏడు వందల సంవత్సరాల క్రితం, మన దేశం లో తక్షశిల విశ్వవిద్యాలయంలో, 10,500 మంది విద్యార్థులు, 64 కళలు అభ్యసించారు. నలంద, విక్రమశిల, వల్లభి, పుష్పగిరి, ఉదంతపుర, సోమపుర ఇవన్నీ మన విద్యాలయాలే. మీరు గొప్పోళ్ళు అని చెబుతున్న దేశం లో, బట్టలు ఎలా తయారు చేసుకోవాలో తెలీని రోజుల్లో, ఇప్పుడు చెప్పిన విద్యాలయాల్లో, కొరియా, జపాన్, చైనా, టిబెట్, ఇండోనేషియా, పర్షియా, టర్కీ దేశాల నుండి విద్యార్థులు ఇక్కడికొచ్చి చదువుకునే వాళ్ళు. బ్రిటీష్ కి ముందు మన దేశాన్ని ఆక్రమించిన వాళ్ళు, మన విద్యాలయాలు పడగొడితే, బ్రిటీష్ వాళ్లేమో అసలు గురుకులాలనే రద్దు చేసి, మన విద్యా వ్యవస్థ మీద మర్చిపోలేని దెబ్బకొట్టారు. అసలు, రైతులు ఎవరి పొలం లో వాళ్ళు, వారికి అవసరం అయిన విత్తనాలు సాగు చేసుకునేవాళ్ళు, వీళ్లొచ్చి, మూడు పంటలు పండే విత్తనాలు మేమిస్తాం, అని చెప్పి, మమ్మల్ని విత్తనాల కోసం లైన్ లో నిలబడేటట్టు చేశారు. పంటలు, వాటితో పాటు మనుషులకి కూడా మందులేసుకుని బతకడం నేర్పించారు. అసలు భారతీయులకి వారానికి ఏడు రోజులూ పని దినాలే. ఇలాగె పనిచేసుకుంటూ పోతే, ఎక్కడ ఎదిగిపోతామో అని ఆదివారం సెలవు అన్నారు.

అసలు ఆయుర్వేదం, అంటే ఏంటో తెలుసా? పోనీ ఎక్కడ పుట్టిందో తెలుసా? ఎప్పుడో క్రీస్ట్ పుట్టడానికి ఎనిమిది వందల ఏళ్ళ క్రితం, మనదేశం లో చేసిన వైద్యం అది. సిద్ధ వైద్యం అంటే ఏంటో తెలుసా? మనోళ్లే, దక్షిణ భారతదేశం లో పుట్టిన వైద్యం అది. మనం రోజు వాడుకునే మషాలాల నుండి, తినే పళ్ళ నుండి, ఇంటి పెరట్లో పెరిగే మొక్కల ఆకుల నుండి మందులు తయారు చేసేవాళ్ళు. సుశ్రుతుడు అంటే ఎవరో తెలుసా? ప్రపంచంలో మొట్టమొదటిసారి ప్లాస్టిక్ సర్జరీ ఎక్కడ జరిగిందో తెలుసా? క్రీస్తు పుట్టుకకి 2000 సంవత్సరాల ముందు మనదేశంలోనే జరిగింది. ఖగోళ శాస్త్రం మీద అయితే మనకి ఒక వేదమే రాసేశారు, రుగ్వేదం చెప్పేది అదే. భూమి నుండి సూర్యుని దూరం ఎంతో, ఒక్క శ్లోకం లో చెప్పేశారు. సున్నా కనిపెట్టింది ఎవరు? చెస్ ఆట కనిపెట్టింది ఎవరు? యోగా ఎవరిది? హరప్పా, మొహెంజొదారో, ప్రపంచంలోనే అద్భుతమైన పట్టణాలు నిర్మించారు...ఎవరు? మన ప్రాచీన భారతీయులు.

మీరు భగవత్ గీతని నమ్మరు సరే, మన భారత రాజ్యాంగాన్ని అనుసరించి తీరాలి, అవునా? మహానుభావులు, మేధావులు కలిసి రాసిన మన భారత రాజ్యాంగం ఎలా ఉంటుందో ఎప్పుడైనా చూశారా? మొదటిగా, హిందువుల జీవన విధానానికి మూలమైన వేద నాగరికత గురించి, తరవాత, అయోధ్యకి పయనమైన లక్ష్మణ సమేత సీతారాములు, ఆ తరవాత, అర్జునుడికి గీతోపదేశం చేస్తున్న శ్రీ కృష్ణుడు, ఇవన్నీ మన రాజ్యాంగం లో వున్నాయి. ఇదంతా నేను చెప్పడం కాదు మాష్టారు, చరిత్ర చెబుతుంది. సనాతన ధర్మం ఉంది కాబట్టే, ఇంకా ఈ రోజుకి కూడా తినడానికి ఇంత తిండి దొరుకుతుంది. ఇవన్నీ వదిలేసి, మనదేశానికి, ఎయిడ్స్, ధూమపానం, మద్యపానం తీసుకొచ్చినోళ్ళని పట్టుకుని, ఆళ్ళు రాకపోతే మనం ఏమైపోదుమో అంటారా? ఎంత దారుణం?'' అని దుమ్ము దులిపేసి ఆపారు. అతగాడు నోరెళ్ళబెట్టి చూస్తున్నాడు. చుట్టూవున్నవాళ్లలో, ఒక కుర్రాడు చప్పట్లు కొట్టాడు, ఇక అందరు జతకలిశారు.

ఇంతలో టి.సి వచ్చారు. అందరు టికెట్స్ చూపిస్తుంటే, మత ప్రచారం చేసిన ఆ పెద్దాయన, టికెట్ తో పాటు ఆధార్ కార్డు ఇస్తుంటే, రాఘవయ్య గారు పైకిలేచి, అందులో పేరు చూసి "ఏమయ్యా, నీపేరేమో రామచంద్రమూర్తి, ఈ పనులేంటయ్యా?" అనేసి, ఆయన బెర్త్ దగ్గరకి వెళ్లిపోయారు. జానకమ్మగారు "అయ్యిందా? ఇంకా ఎమన్నా మిగిలిందా" అన్నారు. ఈయనేమో "అది కాదు జానకి, అతను వయసులో మనూరి బస్ స్టాండ్ దగ్గర వున్న మర్రిచెట్టు కంటే పెద్దోడు ఉంటాడు, ఆ మాటలు విన్నావా? మూర్ఖపు వాదన. అతనలా చెబుతుంటే, వింటూ కూర్చుంటారు గాని ఒక్క మాట అడగరు. ఏంటో?" అంటుంటే, ఆయన ముందు సీట్ లో కూర్చున్న బామ్మగారు "భలే అడిగావు బాబు, ఇంత గొప్ప చరిత్ర వెనకేసుకొని గర్వం గా బతకాలి గాని, మనది కానిది నెత్తినెట్టుకుని ఊరేగుతున్నారు" అంది. ఇంతలో జానకమ్మ గారు రెండు ఆపిల్స్ కట్ చేసి, చిన్న ప్లేట్ లో పెట్టి ఇస్తే, అవి తినేసి చక్కగా నిద్రకు ఉపక్రమించారు.

మర్నాడు ఉదయం ఆరు అయ్యేసరికి ట్రైన్ సికింద్రాబాద్ చేరుకుంది. వీళ్ళని తీసుకెళ్లడానికి పెద్దబ్బాయి చంద్రం స్టేషన్ కి వచ్చాడు. రాఘవయ్యగారేమో "ఇంత ఉదయాన్నే ఎందుకురా శ్రమ, మేము వచ్చేసే వాళ్ళం కదా?" అంటే చంద్రం "శ్రమ ఏముంది నాన్న? అయినా ఇవ్వాళ శనివారమే గా మాకెలాగూ సెలవే" అనేసి, వాళ్ళ చేతుల్లో సంచులు అందుకుని, వాళ్ళిద్దర్నీ తీసుకుని ఇంటి దారి పట్టాడు. చంద్రానికి ఉద్యోగం వచ్చిన కొత్తలో, ఏమున్నా లేకపోయినా ముందు ఒక ఇల్లు మాత్రం వుండాలని, రాఘవయ్య గారు పట్టు పట్టి మరీ చంద్రం చేత ఇల్లు కొనిపించారు. ఈ జీతానికి వాయిదాలు కట్టడం కష్టం అంటే, ముప్పై ఐదు లక్షలకి గాను, రాఘవయ్య గారే 25 లక్షలు సర్దుబాటు చేసి, మిగతా పది లక్షలకి మాత్రం లోన్ తీసుకోమన్నారు. చిన్నోడు, సూర్యం విషయం లో కూడా అంతే. చంద్రం ఉండేది కూకటిపల్లి లో అయితే సూర్యం కూడా ఒక నాలుగు కిలోమీటర్ల దూరం లోనే ఉంటాడు. ఇక రాఘవయ్య గారి అమ్మాయి ఇందిర, అల్లుడు దీపక్ మాత్రం గచ్చిబౌలి దగ్గర్లో వుంటారు.

ఉదయాన్నే ట్రాఫిక్ లేకపోవడంతో, చంద్రం వాళ్ళు అరగంటలో ఇల్లు చేరారు. చంద్రం వాళ్ళది ఐదవ ఫ్లోర్. వీళ్ళు వెళ్ళేసరికే ఎనిమిదో తరగతి చదువుతున్న మనవడు "అభి" తాతయ్య, నాయనమ్మ ల కోసం ఎదురుచూస్తు కూర్చున్నాడు. వీళ్ళు వచ్చిన వెంటనే వెళ్లి తాతయ్య పక్కనే చేరిపోయాడు. వాళ్ళిద్దరికీ భలే కాలక్షేపం లే. కోడలితో పలకరింపులు అయ్యాక, రాఘవయ్య గారు కాఫీ తాగుతూ, అలా బాల్కనీ లో అటు ఇటు తిరుగుతూ ఉంటే, మనవడు అభి ఏమో, లోపల నాయనమ్మ తీస్తున్న అప్పచ్చిలు కారప్పూస, సున్నుండలు, వేరుశెనగ అచ్చులు, కొబ్బరి లౌజులు, జంతికలు ఇలా ఒక్కొక్కటి రుచి చూసి, తనకి నచ్చినవి తీసి ఒక ప్లేట్ లో పెట్టుకుని, బాల్కనీ లోకి వచ్చి తాతయ్య దగ్గర కూర్చున్నాడు. రాఘవయ్య గారు మనవడితో "అభి, మీ అక్క ఏది రా? కనబడదే?" అంటే వాడేమో "అది ఇంకా లేవలేదు తాతయ్య" అన్నాడు. వాడు ఆ మాట అంటుండగానే లోపలి నుండి కళ్ళు నులుముకుంటూ వస్తున్న మనవరాలు శివాని, ఆ నిద్రమత్తు గొంతుతోనే "ఏంట్రా, అప్పుడే నా మీద తాతయ్య కి కంప్లైంట్ చేసేస్తున్నావు?" అనుకుంటూ వచ్చి, తాత పక్కన కూర్చుంది. రాఘవయ్యగారేమో "ఓహో ఇంజినీరమ్మ గారు, ఎలా వున్నావ్ రా అమ్మలూ?" అని పలకరించి, మనవలిద్దరితో సరదా కబుర్లలో మునిగిపోయారు.

ఉదయం పదకొండు అయ్యేసరికి చిన్నోడు సూర్యం, అమ్మాయి ఇందిర కూడా పిల్లల్ని తీసుకుని చంద్రం వాళ్ళింటికి వచ్చేశారు. ఇక ఆ రోజంతా సందడే సందడి. రాఘవయ్య గారేమో కొడుకులు, అల్లుడు యోగక్షేమాలు కనుక్కుని, మనవలు, మానవరాళ్లతో కబుర్లలో బిజీ ఐపోయారు. ఇక జానకమ్మ గారేమో కూతురు, కోడళ్లతో కబుర్లు చెబుతూనే తలో చెయ్యి వేసి, వంట చేస్తున్నారు. భోజనాలు అయ్యాక, పెద్ద మనవరాలు శివాని ఎక్కడికో బైటకెళ్లాలని, ఒక రెండు గంటల్లో వచ్చేస్తా అని వెళ్తుంటే రాఘవయ్య గారు పైకి, కిందకి చూసి "ఇటురావే" అని దగ్గరకి పిలిచారు. శివాని "ఏంటి తాతయ్య?" అనుకుంటూ వస్తే, ఆమె మొహాన్ని దగ్గరగా చూసి "ఏమే, బొట్టేదే?" అన్నారు. తనేమో వుంది తాతయ్య, లైట్ గా వుంది మీకు కనబడట్లేదు అంతే అంది. రాఘవయ్య గారు, ఆమె

వేసుకున్న జీన్స్ చూసి "చిన్నమ్మా, మీ ఇంటి చుట్టుపక్కల కుక్కలు అవి ఉన్నాయా?" అన్నారు. శివాని మొహం ప్రశ్నార్థకంగా పెట్టి "లేవు, ఏ?" అంది. రాఘవయ్య గారు "అది కాదె, నీ ప్యాంటు అలా ముక్క ముక్కలుగా చిరిగిపోయింది, ఇంకోటి ఏసుకుని వెళ్ళరాదు?" అన్నారు. శివాని మారాం చేస్తున్నట్టు గా "తాతయ్యా, ఇది ఫాషన్ తాతయ్య" అంటే ఈయనేమో "అదేం ఫ్యాషన్ ఏ తల్లి, దిక్కుమాలిన ఫాషన్. మీ అమ్మ, పిన్ని వాళ్ళు చూడు ఎంత చక్కగా ముస్తాబు అవుతారో? వాళ్ళని చూసైనా నేర్చుకో?" అన్నారు. శివాని కొంచెం కోపం గా "ఆహా, ఇప్పుడంటే చక్కగా చీరలు కట్టుకుని రెడీ అయ్యారు, మీరు లేనప్పుడు వాళ్ళు ఎలా వుంటారో తెలుసా?" అంది. కొడుకులిద్దరూ ఒక్కసారి ఉలిక్కిపడ్డారు, ఇంతలో లోపలి నుండి పెద్దకోడలు "ఏ శివాని, ఏంటి ఆ వాదించడం? ఇటు రా, ఆ డ్రెస్ మార్చుకుని వెళ్ళు" అని ఆర్డర్ వేసినట్టే అంది. శివాని మొహం డల్ గా పెట్టేసరికి, రాఘవయ్య గారు "ఇటు రామ్మా" అని పక్కన కూర్చోబెట్టుకుని "అమ్మలూ, మీ అమ్మ, పిన్ని, అత్తయ్య వాళ్లంతా ఉద్యోగాలు చేస్తున్నారు కదమ్మా? ఇంటిదగ్గర ఉన్నట్టు అక్కడ ఉండాలంటే ఎలా కుదురుంతుంది చెప్పు? ఈ ముసలోళ్ళకి మర్యాదనిచ్చి మా ముందైతే మహాలక్ష్మిల్లాగా తిరుగుతారు. మాకది చాలు. ఎక్కడ ఎలా ఉండాలో అలా ఉండాలి. నేను చూడు, ఊళ్ళో వున్నప్పుడు ఎప్పుడన్నా లాల్చీ-పంచె తప్ప ప్యాంటు-చొక్కా వేస్తానా? ఎదో, మీ దగ్గరకి వచ్చాం అని ఇవి తగిలించుకున్నాను. నువ్వు ఇంకొంచెం మంచి బట్టలు వేసుకోవచ్చేమో ఆలోచించు. సర్లే తల్లి, ఎక్కడికో వెళ్ళాలన్నావు? టైం ఐపోతుంది వెళ్ళమ్మా. కానీ వీధిలో కుక్కలు వున్నచోట మాత్రం జాగ్రత్త" అంటే శివాని నవ్వుతు "తాతయ్య, నువ్వున్నావే?" అని తాత పీక చుట్టూ చేతులేసి, మీసాలు పట్టుకుని ఒక లాగు లాగింది. రెండు క్షణాల్లో లోపలికెళ్ళి డ్రెస్ మార్చుకుని, ఈసారి చిరుగులు లేని ప్యాంటు తొడుక్కుని బైటకెళ్తూ తాత వంక చూస్తే, ఆయనేమో బొటన వేలు, చూపుడు వేలు కలిపి ఇప్పుడు బావున్నావ్ అనేటట్టు సంజ్ఞ చేశారు.

ఇక భోజనాలు అయ్యాక, రాఘవయ్య గారేమో ఒక గంట నడుము వచ్చారు. జానకమ్మ గారికి కూడా కళ్ళు వాలిపోయి, కొంతసేపు కునుకు తీద్దాం అనుకుంటూ ఉండగా, పెద్దకోడలు, ఒక చేతిలో నాలుగు చీరలు, ఒకచేతిలో ఎదో బాక్స్ పట్టుకొచ్చి "అత్తయ్య, ఇదిగో ఇవి ఈ మధ్యన పండగలకి కొనుక్కున్న చీరలు" అని, ఆ బాక్స్ ఓపెన్ చేసి, తన పుట్టిన రోజుకి వాళ్ళాయన నెక్లెస్ కొన్నాడని చూపించేసరికి, జానకమ్మ గారి నిద్ర ఎగిరిపోయి, అవి చూస్తూ కూర్చున్నారు. ఇక చిన్న కోడలు కూడా తను కొనుక్కున్న వాటి గురించి, వారి ఉద్యోగ విశేషాలు చెబుతుంటే జానకమ్మ గారేమో వాళ్ళ పుట్టింటి వారి విశేషాలు అన్ని అడిగి తెలుసుకుంది.

ఆ మరుసటిరోజు ఆదివారం కావడంతో, ఆరోజు కూడా అందరు చంద్రం వాళ్ళింటి దగ్గరే వున్నారు. ఆదివారం మధ్యాహ్నం భోజనాలు అయ్యాక, అందరు అలా హాల్లో కూర్చున్నారు. చంద్రం, రాఘవయ్య గారితో "నాన్న, మీతో ఒక విషయం మాట్లాడాలి" అంటే రాఘవయ్య గారు "చెప్పరా, ఏంటి సంగతి?" అన్నారు. చంద్రం "నాన్న, ఎన్నాళ్ళు చేసినా ఈ ఉద్యోగాల్లో సంపాదించేది ఎంతో, ఖర్చు దానికి డబుల్ ఐపోతుంది. ఇంకెన్నాళ్లు ఇలా ఉంటాం అనీ..." అని సాగదీస్తుంటే, ఆయన "మరి ఎం చేద్దామని రా?" అన్నారు. చంద్రం, సూర్యం ఒకరి మొహం ఒకరు చూసుకుని, చంద్రం "అది కాదు నాన్న, మేము, ఒక చిన్న వ్యాపారం మొదలుపెడదాం అనుకుంటున్నాం. చాలా రోజుల నుండే అనుకుంటున్నాం. మీతో ఒక మాట చెప్పి ...." అంటే రాఘవయ్య గారు "నాతో చెప్పేది ఏముంది రా? మీరు బాగా చదువుకున్నారు, ఇన్నాళ్లు వుద్యోగం చేశారు. ఇప్పుడు బైట పరిస్థితులు ఎలా ఉన్నాయో నాకంటే మీకే బాగా తెలుసు. మీకేది మంచిది అనిపిస్తే అది చెయ్యండి. అది సరే మీ ఇద్దరూ కలిశా? లేక ఇంకెవరన్నా స్నేహితులు వున్నారా?" అంటే చంద్రం "అంటే ప్రస్తుతానికి మేమిద్దరమే నాన్న, బావగారు కూడా కొంచెం వాటా కలుస్తాను అన్నారు" అని చెప్పాడు. రాఘవయ్య గారు "మంచిదే, కాకపోతే సలహా అడిగారు కాబట్టి చెబుతున్నాను. రెండు కాళ్ళు పెట్టి నది లోతు ఎంతుందో చూడకూడదు రా. మీ ముగ్గురు

దాచుకున్నవి ఒక్కచోటే పెడుతున్నారు. కొంచెం జాగ్రత్తగా చేసుకోండి మరి" అంటే సూర్యం "మేము బాగా మార్కెట్ రీసెర్చ్ చేశాం నాన్న. ఖచ్చితంగా సెటిల్ అవ్వగలం అని నమ్మకం ఉంది" అంటే ఈయన "సరే, అంతా శుభం జరుగుతుంది. కానియ్యండి" అనేసి, అసలు ఎం వ్యాపారమో ఏంటో వివరాలు అడిగితే, వాళ్ళు కూడా అన్ని చెప్పారు.

ఆరోజు సాయంత్రం రాఘవయ్య గారు సూర్యం తో "ఒరేయ్ నీతో చిన్న పనుందిరా అబ్బాయ్" అంటే సూర్యం ఏమో చెప్పండి నాన్న అన్నాడు. రాఘవయ్య గారు "నీకు మా సుందర్రామయ్య గుర్తున్నాడా రా?", సూర్యం "ఎవరు నాన్న?", ఈయన "అదేరా, మీ చిన్నప్పుడు కోటిపల్లి నుండి వచ్చేవాడూ? సుందరం మామ అనేవాడివి? ఆళ్ళ పెద్దోడు, నువ్వు ఒకే చోట చదువుకున్నార్రా?" అంటేగాని సూర్యానికి వెలగలేదు. తను "ఓహో, ఆ సుందరం మామా? గుర్తున్నాడు. ఆ చెప్పండి ఏమయ్యింది?", రాఘవయ్య గారు "ఎం లేదురా, ఆడు, హైదరాబాద్ కొడుకు దగ్గరకి మకాం వచ్చేశాడు. నీకు వీలున్నప్పుడు చెప్పారా, ఓ పాలి ఎల్లి చూసొద్దాం", సూర్యం "అయితే మనకి ఇప్పుడు పనేముంది వెళదాం పదండి. ఎక్కడుంటారు వాళ్ళు?" అన్నాడు. రాఘవయ్య గారు "ఏమోరా మరి, ఆడ్ని కలిసి కూడా రెండేళ్ల పైనే అవుతుంది. ఆడి ఫోన్ నెంబర్ రాసుకున్నాను కానీ దానికి చేత్తే ఎల్లట్లేదు. ఆళ్ళబ్బాయి నీకు తెలిసే ఉంటాడు కదా? ఎక్కడుంటారో ఓ సారి కనుక్కోరాదు?", సూర్యం "అతను కాలేజీ లో మా సీనియర్ నాన్న, అది కూడా నువ్వు చెబితేనే తెలిసింది. అతనితో నాకు పరిచయం లేదు. ఒకసారి పేస్ బుక్ లో దొరుకుతాడేమో చూస్తాను" అన్నాడు.

ఇక ఆ తరవాత రాఘవయ్య, జానకమ్మ గారు రెండు రోజులు పెద్ద కొడుకు ఇంటి దగ్గరే వుండి, చిన్నోడి ఇంటికెళ్లారు. అక్కడో రెండు రోజులు, తరవాత ఇందిర వాళ్ళింటి కి వెళ్లారు. అక్కడ ఉండగా సూర్యం ఫోన్ చేసి "సుందరం మామ వాళ్ళబ్బాయిది కాంటాక్ట్ దొరికింది. కానీ, మామ వాళ్ళు అక్కడే కోటిపల్లి

దగ్గరే ఉంటున్నారట. ఎప్పుడన్నా చూడ్డానికి వస్తారంతేనట. వాళ్ళు ఇక్కడుంటున్నారని మీకు ఎవరు చెప్పారు?" అంటే రాఘవయ్య గారు "ఓ అవునా? అప్పుడెప్పుడో వచ్చేస్తాం అని వాడే చెప్పాడులే. అది సరే గాని ఫోన్ నెంబర్ ఏమన్నా ఇచ్చాడా?" అంటే సూర్యం "హా తీసుకున్నా నాన్న. నేను ఇందిర కి వాట్స్ అప్ చేస్తాను. దాన్నడిగి తీసుకోండి" అని పెట్టేశాడు. తీరా చూసేసరికి ఈయన దగ్గర వున్న నెంబర్, వాళ్ళబ్బాయి ఇచ్చిన ఫోన్ నెంబర్ ఒకటే. మళ్ళీ ఫోన్ చెయ్యడానికి ప్రయత్నించారు, నాట్ రీచబుల్ అని వచ్చింది. సర్లే, అక్కడ సిగ్నల్ లేదేమో అని ఊరుకున్నారు. శుక్రవారం నాడు పిల్లలందరూ రాఘవయ్య గారి దంపతులని ఏదో సినిమాకి తీసుకెళ్లారు. ఇందిర వాళ్ళింటిదగ్గర రెండు రోజులు ఉన్నాక, ఇక ఊరికి బయల్దేరతాం అన్నారు. ఇంకొక్క వారం ఉండమని బతిమాలినా సరే, అక్కడ పాడి, పొలము అంత పాలేర్ల మీద వదిలేసి వచ్చాం, ఇప్పటికే చాలా రోజులున్నామని చెప్పి, తిరిగి వాళ్ళూరికి బయల్దేరారు.

ఇంటికి చేరాక, ఒక్కసారిగా మనవల్ని వదిలేసి వచ్చారేమో, రెండు రోజుల పాటు ఇద్దరూ కూడా ముభావంగా వున్నారు. ఆ తరవాత మళ్ళీ మామోలే, రాఘవయ్య గారికి పొలం పనులు, జానకమ్మ గారికేమో ఇల్లు చక్కబాట్లు తో బండి గాడి లో పడిపోయి, వారికి అలవాటైన జీవితానికి వచ్చేశారు. ఒక నెల్లాళ్ళు పోయాక, ఒకరోజు రాఘవయ్య గారు పొలం నుండి ఇంటికొచ్చేసరికి, జానకమ్మ తరుపు బంధువులు ఎవరో పెళ్లి పిలుపులకి వచ్చారు. వాళ్ళు వెళ్ళాక, జానకమ్మ గారు "ఏవండోయ్, వచ్చేనెల ఎనిమిదో తారీఖున అట పెళ్లి, మీరింక పనులేం పెట్టుకోకండి. ఒక రోజు వెళ్లి వచ్చేద్దాం" అంటే రాఘవయ్య గారు "భలేదానివే, అది మాంచి కోతల సమయం, ఓ రోజు అటు ఇటు అయ్యి, కుప్పనూర్పులు అవ్వకుండా చినుకు పడిందంటే ఇక అంతే. నువ్వు వెళుదువుగానిలే" అన్నారు. ఆవిడేమో "ఇది మరీ బావుంది, నేనొక్కదాన్ని అంతదూరం వెళ్లి రావాలా?", రాఘవయ్య గారు "ఎంత దూరం ఏంటి?" అంటే ఆవిడ "ఎక్కడో కాకినాడ దగ్గర వేళంగి వాళ్ళది" అంది. రాఘవయ్య గారు ఒక్క క్షణం అలోచించి "సరే తప్పుతుందా వెళదాం" అన్నారు.

మాటిచ్చినట్టే, రాఘవయ్య గారు జానకమ్మని తీసుకుని, వాళ్ళ పెళ్ళికి వెళ్లారు. ఆ మరుసటి రోజు ఉదయం సత్యనారాయణమూర్తి వ్రతం ఉందని, ఉండాల్సిందే అని వాళ్ళు పట్టు పట్టేసరికి ఇక వీరికి తప్పలేదు. ఆ వ్రతం ఏదో కానిచ్చి, వీళ్ళు తిరుగు ప్రయాణం అయ్యారు. కాకినాడ నుండి రావులపాలెం వెళ్లే బస్సు ఎక్కారు. రావులపాలెం నుండి వాళ్ళింటికి చాలా దగ్గర అవుతుంది. రాఘవయ్య గారు మాత్రం, రామచంద్రాపురానికి రెండు టిక్కెట్లు తీసుకున్నారు. జానకమ్మగారు "అదేంటండి? రామచంద్రపురం ఎందుకు?" అంటే ఆయన "అదేనే, ఇక్కడిదాకా ఎలాగూ వచ్చాం కదా? మా సుందరం ఉండేది ఇక్కడే కదా? ఓ సారి చూసేసి పోదాం" అన్నారు. వెంటనే జానకమ్మ గారు "ఓహో, అందుకా ముందేమో కోతలు, కుప్పనూర్పులు అని, వేళంగి అనగానే వెళదాం అన్నారు? ఆ మాట ముందే చెప్పరాదు, ఇంకో చీర ఎక్కువ తెచ్చుకునేదాన్ని?" అంటే, రాఘవయ్య గారు "యేరు శెనక్కాల నుండి ఏడుకొండలోడి వరకు ఎక్కడికెళ్లినా చివరకి చీర దగ్గరే ఆగుతావే నువ్వు?" అంటే ఆవిడ "అవునండోయ్, చీర అంటే గురొచ్చింది, ఉప్పాడ కూడా ఇక్కడకి దగ్గరే అని విన్నాను" అని ఇంకా ఆవిడ మాట పూర్తవ్వకుండానే, రాఘవయ్య గారు "ఇదిగో, ఇంకా అయిదు నిమిషాల్లో రామచంద్రపురం వచ్చేస్తుంది" అని మాట మార్చేశారు.

రామచంద్రపురం బస్సు స్టాండ్ లో దిగి, అక్కడ కోటిపల్లి వెళ్లే బస్సు ఎక్కారు. ద్రాక్షారామం దాటాక, ఎర్ర పోతవరం వంతెన దగ్గర బస్సు దిగారు. ఆ వంతెన నుండి కుడి కి ఎడమకి రెండు దారులు వున్నాయి. రాఘవయ్య గారు వాళ్ళు రోడ్ దాటుకుని కుడి వైపుకి వచ్చారు. అక్కడ నుండి ఒక నాలుగు కిలోమీటర్లు వెళ్తే, శివల అనే చిన్న పల్లెటూరు వస్తుంది, అదే సుందరం వాళ్ళ ఊరు. రాఘవయ్య గారు, ఆటో ఎమన్నా దొరుకుతుందో అని అటు ఇటు చూస్తున్నారు. మెయిన్ రోడ్ లో వెళ్తున్నాయి గాని అన్ని ఫుల్ వున్నాయి. అక్కడ వంతెన నుండి శివల వెళ్లే దిగువలో, ఒక చిన్న షాప్ వుంది. రాఘవయ్య గారు వెళ్లి చూస్తే, అక్కడ ఒకతను పుణుకులు, జిలేబీ వేస్తున్నాడు. రాఘవయ్య గారు ఆ కుర్రాడ్ని "ఏమయ్యా, ఈ కొట్టు లో వెంకట రమణ అని ఉండేవాడు నీకేమన్నా

తెలుసా?" అంటే, ఆ కుర్రాడు చేసే పని వదిలేసి వచ్చి "వెంకట రమణ గారు మా నాన్నగారండి, ఇప్పుడే బైటకెళ్లారండి, వచ్చేత్తారు కూకొండి" అని చిన్న స్టూల్ వేశాడు. రాఘవయ్య గారు "వద్దులేవయ్యా, నేను శివల వెళ్ళాలి, వచ్చేప్పుడు కలుస్తాలే. ఇక్కడ ఆటో లు అవి దొరకవా?" అంటే ఆ కుర్రాడు మెయిన్ రోడ్ లో వెళ్లే ఒక ఆటో ని ఆపి, శివల కి బేరం మాట్లాడి, రాఘవయ్య గారి వాళ్ళని ఎక్కించి పంపాడు.

వెళ్లే దారిలో రాఘవయ్య గారు ఆ ఆటో డ్రైవర్ తో "ఏమయ్యా, శివల కి ఇంకా బస్సు వెయ్యలేదా?" అంటే అతను "లేదండి బాబు, అయినా ఇప్పుడు బస్సు కోసం ఎవరు చుస్తున్నారండి, అందరింట్లోని మోటార్ సైకిల్ ఉంటుంది, ఎవరో పరాయి ఊరునుండి వచ్చేవాళ్ళు తప్ప" అన్నాడు. రాఘవయ్య గారు భార్య తో "మనం దిగామే వంతెన, దాని పేరు యెర్ర పోతవరం. కానీ ఇక్కడ యలపోత్రం అనేవారు. నేను ఎప్పుడన్నా మా సుందరం గాడి ఊరు వస్తే, వాడు ఆ వంతెన వరకు వచ్చేవాడు. అక్కడ బస్సు దిగాక, జిలేబీ పొట్లం కట్టించుకుని, అవి తింటూ శివల దాకా నడుచుకుంటూ వచ్చేసేవాళ్ళం" అని తన జ్ఞాపకాలు చెబుతున్నారు. ఇంతలో శివల చేరుకున్నారు. రాఘవయ్య గారికి గుర్తున్నంత వరకు శివల చెరువు గట్టు రోడ్ దగ్గర, పోస్ట్ ఆఫీస్ ఉంటుంది, దాని పక్కిల్లే సుందరం వాళ్ళది. పోస్ట్ ఆఫీస్ దగ్గర ఆటో అబ్బాయిని ఆపమని, రాఘవయ్య గారు కిందకి దిగి, ఆ ఇంటి లోపలకి వెళ్లి తలుపు కొడితే, ఎవరో ఒకాయన వచ్చి తలుపు తీసి, ఎవరు కావాలని అడిగాడు. ఈయనేమో "సుందర్రామయ్య గారు ...?" అని ఆపేశాడు. అతనేమో "ఆయన ఇల్లు అమ్మేసారండి, మేమే కొనుక్కున్నాం. తరవాత వాళ్ళు అబ్బాయిగారి దగ్గరకి హైదరాబాద్ వెళ్లిపోయారండి. ఈ మధ్యనే తిరిగొచ్చారని తెలిసింది" అని అతను చెబుతుంటే, ఇంతలో ఎవరో ఒక పెద్దాయన బైటనుండి తొంగిచూసి "ఒరేయ్, ఎవర్రా ఆళ్ళు? ఎవరు కావాలంట?" అంటే, రాఘవయ్య గారు వెనక్కి తిరిగి చూసి, పోల్చుకుని, ఆయన దగ్గరికెళ్లి "సేనయ్య బాబాయ్, నేను రాఘవని, గుర్తున్నానా? మా సుందర్రామయ్య ఎక్కడున్నాడు?" అంటే ఆ సేనయ్య గారు కళ్ళజోడు

సరిచేసుకుని "ఓరి ఓరి నువ్వా? ఎప్పుడో సూసాను. అలాగే వున్నావురా, పెద్దేమి మారలేదు. సరే, ఇక్కడెందుకు రండి మనింటికెళ్లి మాట్టాడుకుందాం" అని, జానకమ్మ వైపు చూసి "రామ్మా, ఇక్కడే ఈ పక్కీదిలోనే మనిల్లు" అనేసి ఇంటికి తీసుకెళ్లారు.

సేనయ్య గారి భార్యకి వీళ్ళని పరిచయం చేసి, వీళ్ళు దాహం తీసుకున్నాక, సేనయ్య గారు రాఘవయ్య గారి కుటుంబం గురించి అన్ని అడిగి తెలుసుకున్నారు. రాఘవయ్య గారు "బాబాయ్, ఇంతకీ మావాడు ఎక్కడున్నాడు అంటే చెప్పవే?" అని అడిగారు. సేనయ్య గారేమో "ఏంటో లేరా, అందరి బతుకులు ఒకలాగే ఉంటే, ఇంకా పరమాత్ముడు తో పనేముంటాది? ఆడి పనేమీ బాలేదురా", రాఘవయ్య గారు "నాకు కాళ్ళు చేతులు ఆడట్లేదు, అసలు ఎం జరిగిందో చెప్పకుండా ఏంటి బాబాయ్ నువ్వు?" అని కొంచెం అసహనంగానే అన్నారు. సేనయ్య గారు "ఏముంది రా, పతీ ఇంటోని వుండే గొడవే, నీకు తెలిసిందే కదా? ఒక్కగానొక్క కొడుకని చెప్పి, మొగుడూ పెళ్ళాలు ఇద్దరు ఆడి మీద పేణాలు పెట్టేసుకుని గారం గ పెంచారు. ఆడు ఏదంటే అది, ఎలాగంటే అలాగ సాగింది. పెళ్ళిజేశాక హైదరాబాద్ లో కాపురం పెట్టాడు. కొన్నాళ్ళు పోయాక "ముసలోళ్ళు ఐపోయాక ఇక్కడేముంటారు?" అని చెప్పి, ఆడుకున్న పొలం, పుట్ర అమ్మించేసి, ఆళ్ళిద్దర్నీ హైదరాబాద్ తీసుకు పోయాడు. ఓ సంవత్సరం బాగానే వున్నారు. ఎం జరిగిందో ఏంటో మరి? ఇంట్లో గొడవలు. ఎదో మాట మాట అనుకున్నారట. నీ జతగాడికి అసలే ముక్కు మీద ఉంటది కోపం, అక్కడ ఎం జరిగిందో తెలీదు కానీ, ఆళ్ళు తిరిగి మళ్ళీ ఇక్కడికే వచ్చేశారు. అదిగో, యలపోత్రం దగ్గరే చిన్న పాకేసుకుని వుంటున్నారు. సుందరం వాళ్ళు అక్కడ వుంటున్నారని తెలిసి నేనెళ్ళి "మాకు మాత్రం ఎవరున్నారు? వచ్చి మా ఇంటికాడ వుండండ్రా, అని చాలా బతిమాలాను రా. ఆడు ఏంటో, అసలు మాతో మాట్టాడ్డానికి కూడా ఇష్టపడలేదు. కాకపోతే సూత్తా ఉండగానే అన్ని పోయినట్టు ఐపోయింది. రెండు మూడు సార్లు వెళ్ళాను రా, నేను ఎన్ని సార్లు అడిగినా నోరిప్పి ఒక్క ముక్క కూడా చెప్పలేదు. ఆడి మనసులో ఏ బాధ ఉందో అని, ఇక

ఎందుకు ఇబ్బంది పెట్టడం అని, మాట్లాడక ఊరుకున్నాను" అని సేనయ్య బాబాయ్ జరిగిందంతా చెప్పుకొచ్చాడు. రాఘవయ్య గారు "సరే బాబాయ్, నేను మిమ్మల్ని మళ్ళీ కలుస్తాను" అని లేవబోతుంటే, ఆయన "ఒరేయ్ అదేంట్రా? భోజనాల ఏళ అయ్యింది, అన్నం తినేసి బయల్దేరిదిరీగాని" అంటే రాఘవయ్య గారు "అది కాదు బాబాయ్, మీ దగ్గర నాకు మొహమాటం ఏంటి, ముందు సుందరాన్ని చూస్తే గాని నా మనసు కుదుట పడదు" అని, సేనయ్య బాబాయ్ దగ్గర సెలవు తీసుకుని, మళ్ళీ ఆటో మాట్లాడుకుని, యెర్ర పోతవరం వంతెన దగ్గరకి చేరుకున్నారు.

ఆ వంతెన కి కొంచెం దిగువలో, కాలువని ఆనుకుని సన్నని దారి ఉంటుంది. అక్కడ వున్న పెద్ద రావి చెట్టుని అనుకుని ఒక తాటాకు పాక కనబడింది. రాఘవయ్య గారు అక్కడకి నడుచుకుంటూ వెళ్తుంటే, ఆ పాక బైట, మట్టితో అలికిన చిన్న అరుగు మీద, పంచె కట్టులో వున్న ఎవరో ఒకాయన కూర్చుని వున్నాడు. రాఘవయ్య గారు, దగ్గరకి వెళ్ళాక గాని అతన్ని పోల్చుకోలేకపోయారు, ఇంకెవరు సుందరమే. అనుకోని అతిధుల్ని చూసిన సుందరం, మొహం ఇంత చేసుకుని, నవ్వుకుంటూ, మెల్లిగా పైకి లేచి "ఒరేయ్ రాఘవ, నువ్వెంట్రా ఇక్కడ?" అని కౌగిలించుకున్నాడు. వెంటనే జానకమ్మ ని చూసి "రామ్మా లోపలకి రామ్మా" అని, "వరం, ఎవరొచ్చారో చూడు" అని ఆయన భార్యని పిలిస్తే, లోపల పడుకుని వున్న ఆవిడ లేచి బైటకి వచ్చింది. వీళ్ళని చూసి, పలకరించి, ఇద్దరిని ఎక్కడ కూర్చోమనలో తెలీక ఇబ్బంది పడుతుంటే, జానకమ్మగారు కూడా ఆ పాక అరుగు మీదే కూర్చున్నారు. దాహానికి నీళ్లు తీసుకొచ్చి ఇచ్చాక, స్నేహితులు ఇద్దరు, ఆ మాట ఈ మాట చెప్పుకున్నారు. రాఘవయ్య గారు "అదేంట్రా ఇలా ఐపోయావు?" అంటే ఆయనేమో "అదేం లేదు రా, ఎదో రెండు రోజులనుండి వొంట్లో బావుండటం లేదు, ఇవ్వాళే కాస్త తేలిక పడింది. ఇంకేంటి కబుర్లు?" అన్నాడు. ఒక 10 నిమిషాలు అయ్యాక సుందరం "మీరు అలా కూర్చోండి, ఇప్పుడే వస్తాను" అని పైకి లేవబోతే, రాఘవయ్య గారు "ఉండ్రా, వొంట్లో బాలేదు అన్నావు, ఎక్కడికి ఇప్పుడు?

కూర్చో" అన్నారు. వరలక్ష్మి గారేమో జానకమ్మ గారిని "లోపలకి రండి వదిన" అని ఇంట్లోకి తీసుకెళ్లి, కింద చాపేసి కూర్చోబెట్టింది. వరలక్ష్మి గారు బైటకొచ్చి, రాఘవయ్య గారితో "అన్నయ్య, ఇదిగోండి ఇక్కడ బిందెలో నీళ్లు పెట్టాను. కాళ్లు చేతులు కడుక్కుంటే ఇక్కడ కడుక్కోండి" అంది. ఆయన పైకిలేచి అటూ ఇటూ చూస్తే, సరిగ్గా ఆ పాక నుండి కొద్ది దూరంలోనే, గోదారి కాలవ లోకి నాలుగు మెట్లు వున్నాయి. సర్లే మళ్ళీ ఈ బిందెలో నీళ్లు ఎందుకు వాడెయ్యటం అని, అక్కడ కాలువ దగ్గరే, నీరు తేటగా భలేవున్నాయని కొన్ని మొహం మీద వేసుకుని, అలాగే కాళ్ళు చేతులు కడుక్కుని, కండువాతో తుడుచుకుని వచ్చేసరికి, సుందరం అక్కడ కనబడలేదు. "అమ్మా వరలక్ష్మి, ఏడీడు?" అంటే ఆవిడేమో "ఇప్పుడే వచ్చేస్తారు కూర్చోండి అన్నయ్య" అంది. లోపల కూర్చున్న జానకమ్మ గారేమో, ఆ ఇంటిని పరిశీలించి చూస్తే, తీగ మీద రెండు జతల బట్టలు, ఓ మూలాన చిన్న కట్టెల పొయ్యి, నాలుగు గిన్నెలు వున్నాయి అంతే. అప్పటికే టైం 2 దాటిపోయింది. ఇంకో అయిదు నిమిషాల్లో సుందరం గారు కర్ర పోటు సాయం తో నడుచుకుంటూ రావడం కనబడి, రాఘవ లేచి "ఎక్కడికి వెళ్ళిపోయావు రా?" అని ఎదురెళ్ళారు. సుందరం గారు, వేడి వేడి గ వున్న మిర్చి బజ్జిలు తీసుకొచ్చారు. వరలక్ష్మి గారేమో అవి ఒక కంచం లో పెట్టి జానకమ్మకి, రాఘవయ్య గారికి పెట్టింది. రాఘవయ్య గారేమో "ఒరేయ్ సుందరం, వొంట్లో నలతగా వుంది అన్నావు. ఈ బజ్జీలు ఎందుకు ఇప్పుడు?" అంటే ఆయన "నేను తినను లేరా, మీకోసమే" అన్నారు. రాఘవయ్య గారు ఒకటి తీసుకుని తింటూ, ఆ బజ్జీ కొట్టు వెంకటరమణ గురించి, వాళ్ళ చిన్ననాటి జ్ఞాపకాల గురించి మాట్లాడుకున్నారు. అలా మాటల్లో పడి టైం నాలుగు ఐపోయింది.

ఇంతలో జనకమ్మగారు వచ్చి "ఏవండీ ఒకసారి ఇలా రండి" అని పిలిచింది. రాఘవయ్య గారేమో అక్కడ కూర్చునే "ఏంటి చెప్పు?" అన్నారు. ఆవిడ "అది కాదు మాట, పెద్దోడు ఫోన్ చేశాడు" అనేసరికి ఆయన లేచి జానకమ్మ గారి దగ్గరకి వచ్చి "ఏంటే ఏమయ్యింది? ఉన్నట్టుండి ఇప్పుడెందుకు ఫోన్ చేశాడు?" అన్నారు. ఆవిడ "ఎం లేదు" అనుకుంటూ అలా రెండు అడుగులు దూరంగా

తీసుకెళ్లి, ఆయనకి మాత్రమే వినబడేటట్టు "అదికాదండి, వీళ్ళ ఇంట్లో చూస్తే, వంట సరుకులు ఏమి లేవు, బియ్యం కూడా నిండుకున్నాయి. మరి మధ్యాహ్నం ఎం తిన్నారో ఏంటో? ముందు వాటి సంగతి చూడండి" అనేసరికి రాఘవయ్య గారికి మనసు ఏదోలా ఐపోయింది. "సరే నేను చూసుకుంటాలే" అనేసి, సుందరం దగ్గరకి వెళ్లి "ఒరేయ్, మావోడు ఎదో పనిపెట్టాడు. ఇప్పుడే ఒక అరగంట లో వచ్చేస్తాను" అని, సుందరం ఎదో అడుగుతుంటే పట్టించుకోకుండా వెళ్లిపోయారు. వంతెన దగ్గర, ఆ బజ్జీల కొట్టు దగ్గరకి వెళ్లేసరికి ఈసారి కొట్లో వెంకటరమణ వున్నాడు. ఈయన్ని చూసి ఆప్యాయంగా పలకరించాడు. రాఘవయ్య గారేమో "రమణ, నీతో ఒక గంట పనుంది, కొట్టు మీ అబ్బాయికి వదిలి వస్తావేంటి?" అంటే, రమణ వెంటనే వాళ్ళ అబ్బాయిని కొట్టు చూసుకోమని రాఘవయ్య గారితో బయల్దేరాడు. వాళ్ళు ఒక ఆటో మాట్లాడుకుని ద్రాక్షారామం వెళ్లారు. అక్కడ రాఘవయ్య గారు, ఒక నెలకి సరిపడా వంట సామాను, ఓ నాలుగు గిన్నెలు, కంచాలు, రెండు దుప్పట్లు కొనేసి, బియ్యంబస్తా ఒకటి వేయించుకుని, అదే ఆటో లో సుందరం ఇంటికి చేరుకున్నారు.

అవన్నీ దింపి, ఇంట్లో పెడుతుంటే, సుందరం అలా చూస్తూ కూర్చున్నాడు, ఒక్క మాట కూడా మాట్లాడలేదు. వెంకటరమణ వెళ్ళాక, రాఘవయ్య గారు "జానకి, కొంచెం తొందరగా వంట చేసేయ్" అనేసి, సుందరం పక్కన కూర్చుని "ఏరా ఇవ్వాళ రాత్రి కి ఇక్కడే ఉండిపోదాం అనుకుంటున్నాం, వుండమంటావా?" అన్నారు. సుందరమేమో చిన్న గొంతుతో "అంతకంటే ఎం కావాలి రా?" అన్నాడు. అప్పటికే టైం ఆరు దాటిపోయింది, ఇంటికి కరెంటు కనెక్షన్ లేకపోవడంతో, ఎదో ఒక చిన్న గుడ్డి దీపం ఉంటే దాని సహాయంతోనే వంట చేస్తున్నారు. రాఘవయ్య గారు, దార్లో ఎవరో కుర్రాడు కనబడితే, డబ్బులిచ్చి ఒక కొవ్వొత్తుల ప్యాకెట్ తెప్పించారు.

రాత్రి ఏడు అవుతుంది అనగా, భోజనం వడ్డించేశాం రమ్మని జనకమ్మగారు పిలిచారు. రాఘవ, సుందరం ఇద్దరు కాళ్ళు కడుక్కుని వెళ్లి, ఆ నేలమీదే చతికిల

పడ్డారు. ఏవో రెండు కూరలు వండి చారు పెట్టారు, ఎలాగూ బైట నుండి తెచ్చిన పెరుగు ఉండనే వుంది. జానకమ్మ గారు "నాకింకా ఆకలి లేదు, తింటాలే" అని వరలక్ష్మి గారిని కూడా కూర్చోమంటే, ఆవిడేమో "మగాళ్లు తిన్నాక తిందాము లే ఒదిన" అన్నారు. రాఘవయ్యగారు గట్టిగ అనేసరికి ఆవిడ కూడా వీళ్ళతో పాటే కూర్చుంది. జానకమ్మ కంచాలు పెట్టి, వేడి వేడి అన్నం, కూరలు వడ్డించింది. ఆ కొవ్వొత్తుల వెలుగులో, రాఘవయ్య గారు నెమ్మదిగా కలుపుకుని తింటున్నారు. సుందరం వైపు చూసేసరికి, ఆయన గబా గబా రెండు ముద్దలు కలిపి పెట్టేసుకుని "అమ్మలు, చిక్కుడుగాయ కూర చాలా బావుందమ్మా" అంటూ వంచిన తల ఎత్తకుండా తింటుంటే, ఆయన తింటున్న పద్ధతి చూసి రాఘవయ్య గారు "ఒరేయ్ సుందరం, నిజం చెప్పు, మధ్యాహ్నం మీరు ఇద్దరు భోజనం చేశారా?" అని అడిగేశారు. సుందరం తినే తినే వాడు కాస్త అలా ఆగిపోయి, ఆయన తింటున్న అన్నం కంచం పక్కన కన్నీటి బొట్లు పడుతుండగా, తల వంచుకుని, పూడుకుపోయిన గొంతుతో "తింటున్న నోటితో అబద్ధం చెప్పడం ఎలాగరా? మధ్యాహ్నం ఎం ఖర్మ, కడుపునిండా తిని వారం రోజుల పైనే అయ్యింది రా" అన్నాడు. రాఘవయ్య గారు ఎదో అనేలోపే జానకమ్మ గారు అడ్డుపడి "మీరేంటండి బాబు, ముందు వాళ్ళని భోజనం చెయ్యనివ్వండి. మాటలేమన్న ఉంటే తరవాత" అని ఆర్డర్ వేస్తున్నట్టే చెప్పింది. రాఘవయ్య గారు "అవునవును, తినండి తినండి" అనేసి, ఆయన తింటున్నాడు గాని మనసు మనసులా లేదు. తొమ్మిదెకరాల రైతు వాడు, మొన్న మొన్నటి దాకా ఇంటి నిండా పాడి, పంట ఉండేది, వాడికి తిండి కరువయ్యింది" అని ఏవేవో ఆలోచిస్తూ, భోజనం అయ్యిందనిపించారు.

వాళ్ళ భోజనాలు అయ్యాక, మగాళ్ళిద్దరు వెళ్లి బైట కూర్చుంటే, జనకమ్మగారు కూడా భోజనం చేసేశారు. గిన్నెలన్నీ పొద్దట కడుక్కోవచ్చులే అని, అవన్నీ తీసుకెళ్లి, పాక బైట రెండు రాళ్లు పేర్చి, వాటి మధ్యలో పెట్టేశారు. రాఘవయ్య, సుందరం ఇద్దరు ఆ మట్టి అరుగుకి అటు, ఇటు కూర్చుంటే, ఆడాళ్ళిద్దరు లోపల చాపేసుకుని కూర్చున్నారు. ఆ కొవ్వొత్తుల వెలుగులో, ఎవరి మోహము స్పష్టం గ

కనబడట్లేదు. ఎవ్వరు మాట్లాడట్లేదు. రెండు నిమిషాల తరవాత సుందరం గారు "రాఘవ, నీ దగ్గర దాచడానికి ఏముంది రా? మావాడిని ఎలా చూసుకున్నామో నీకు తెలియంది కాదు. వాడు పెళ్లి చేసుకుని వెళ్ళాక, మమ్మల్ని కూడా వచ్చి వాడితోనే ఉండమన్నాడు. కొడుకు మాట తీసేయ్ లేక వెళ్ళాము. ఇక మేము అక్కడే ఉంటే, ఊళ్ళో పొలం, ఇల్లు ఎందుకు అని అవి అమ్మేశాం. అక్కడ హైదరాబాద్ లో మంచి ఇల్లు ఒకటి కట్టుకున్నాడు, కారు కొనుక్కున్నాడు, అంత బాగానే వుంది అనుకునేటప్పటికి, ఏంటో ఇంట్లో ఎదో ఒక గొడవ, చిన్న చిన్న విషయాలే లే, సర్దుకుంటే పోతుంది అనుకున్నాను. కానీ నా వల్ల కాలేదురా. ఆ గొడవలు ఏంటి అని మాత్రం అడగొద్దురా, నేను చెప్పలేను. చివరకి ఒక రోజు నాకు అక్కడ ఉండటం ఇష్టం లేదు, ఊరికి వెళ్ళిపోతానంటే, కనీసం ఆపకపోగా, వెళ్లి ఎలా బతుకుతారో అని కూడా ఆలోచించలేదురా. మాకేమో ఊళ్లోకి వెళ్లే ధైర్యం సరిపోలేదు, ఇదిగో ఇక్కడ ఒక పాకేసుకుని ఇలా బతుకుతున్నాం. మేము బావున్న రోజుల్లో, మాకు పెన్షన్ వస్తుంది దరకాస్తు పెట్టుకోండి అంటే, ఇంత పొలం పెట్టుకుని నాకెందుకయ్యా అది? ఎవరికన్నా అవసరమైన వాళ్ళకి అందుతుంది కదా అని వద్దన్నాను. ఇప్పుడు, ఈ రోజునాడు, తిరిగి అడగటానికి మొహం చెల్లట్లేదు. రోజు, ఈ పక్కూరిలో, కూలి పనికి పోతున్నాను. ఇదిగో, ఒక వారం నుండి వొంట్లో నలతగా ఉండడం వల్ల, పనికెళ్ళడం కుదర్లేదు రా" అని జరిగిందంతా చెప్పుకొచ్చాడు. రాఘవ "నలతగా ఉండటం అంటే, ఏమయ్యింది రా?" అంటే సుందరం "ఎం లేదు రా, మామూలు జ్వరమే, ఇప్పుడు తగ్గిపోయింది రా. కాకపోతే ఏంటో గుండెల్లో ఎదో అదురు, బహుశా పోయేముందు ఇలాగె ఉంటాదేమో?" అంటే రాఘవ "ఛ నోర్మొయ్యి, అవేం మాటలు?" అన్నాడు. సుందరం "రాఘవ, మాకేం పర్లేదు రా, కష్టపడి పని చెయ్యడం తెలుసు, ఎలాగోలా బతికేస్తాం. కానీ నా బాధంతా వరం గురించే రా, దానికి బొత్తిగా లోక జ్ఞానం లేదు. రేపు మాపో నాకేదన్న అయితే దిక్కులేనిది ఐపోద్దేమో అని ఎదో బెంగ రా?" అని కళ్లనీళ్లు పెట్టుకున్నాడు. వరలక్ష్మి గారు రాఘవతో "చూడండి అన్నయ్య, ఎప్పుడు చూసిన చావు గొడవే. ఎదో వున్నాం

కదా? ఎన్నాళ్ళుంటే అన్నాళ్ళు ఇలా బతికెయ్యడమే" అంది. రాఘవ "ఒరేయ్ సుందరం, లోక జ్ఞానం లేనిది మా చెల్లెమ్మ కి కాదు నీకే. చూడరా, నీ కొడుకు గురించి నేను మాట్లాడను. ఎందుకంటే, మన పిల్లలు తప్పు చేసినా కోపం లో మనమేదో అనొచ్చుగాని, బయటోళ్లు వాళ్ళనేమన్నా అంటే తట్టుకోలేం. వాడు ఎం చేసాడన్నది నాకు అనవసరం, కాకపోతే, నా స్నేహితుడి పరిస్థితి ఇలా ఉంటే నేను చూస్తూ ఊరుకోలేను. ఇక నుండి మీ భాద్యత నాది" అన్నారు. సుందరం ఏదో అనబోతుంటే, రాఘవ "ఆగు, నన్ను చెప్పనీయ్ రా. చూడు, నిన్ను పని చెయ్యడం మానేయమని చెప్పట్లేదు. నీకు ఓపిక ఉన్నంత వరకు వచ్చిన పనేదో చేసుకుంటూ వుండు. కానీ మీరు బతకడానికి అవసరమైంది మాత్రం నేనే పంపుతాను" అంటే సుందరం "వద్దురా రాఘవ, ఈ డబ్బులు దగ్గరే సమస్య అంత మొదలవుతుంది రా. నిన్ను కూడా దూరం చేసుకోవడం ఇష్టం లేదు" అంటే రాఘవ గారు "దూరమైపోడానికి మన మధ్యన వున్నది బంధుత్వం కాదు కదరా? ఇంకేమి మాట్లాడకు" అనేసి మళ్ళీ ఆయనే "సరే సరే, ఇప్పటికే ఆలస్యం అయ్యింది, పదండి కునుకేద్దాం" అని మగాళ్ళేమో బైట, ఆడవాళ్లు లోపల పడుకున్నారు. నడుము వాల్చారు గాని రాఘవ, సుందరం మళ్ళీ చిన్న నాటి జ్ఞాపకాల్లో కి వెళ్ళిపోయి, అవన్నీ తలుచుకుని కబుర్లు చెప్పుకుంటూ ఎప్పటికో నిద్రపోయారు.

మర్నాడు ఉదయాన్నే లేచి, టిఫిన్లు కానిచ్చేసి, రాఘవ గారు సుందరాన్ని తీసుకుని కాకినాడ వెళ్లారు. అక్కడ ఆయన్ని డాక్టర్ కి చూపించి, అవసరమైన పరీక్షలు చేయిస్తే, కొంచెం నీరసం తప్ప ఏమి లేదన్నారు. మధ్యాహ్నానికల్లా ఇల్లు చేరుకున్నారు. ఇంటికొచ్చాక, రాఘవయ్య గారు ఆ బజ్జి కొట్టు వెంకట్రమణని వెంటబెట్టుకుని వెళ్లి, శివల లోని ఒక ఇంటి ని అద్దెకి మాట్లాడి వచ్చారు. రాఘవయ్య గారు, ఆరోజు కూడా అక్కడే వుండి, ఆ మర్నాడు సుందరం వాళ్ళని ఆ అద్దె ఇంటికి చేర్చి, వాళ్ళని కనిపెట్టుకుని ఉండమని సేనయ్య బాబాయ్ వాళ్ళకి చెప్పారు. ఇక మూడో రోజు మధ్యాహ్నం, సుందరం వాళ్ళని జాగ్రత్తగా ఉండమని చెప్పి, రాఘవయ్య, జానకమ్మ వాళ్ళూరు బయల్దేరారు.

అప్పటికే మాంచి కోతలు సమయం కావడంతో, ఇక రాఘవయ్య గారికి క్షణం తీరిక లేకుండా ఐపోయింది. అప్పటినుండి, ప్రతీ నాలుగు రోజులకి ఒకసారి సుందరానికి ఫోన్ చేసి, కుశలం కనుక్కుంటున్నారు. నెలకి ఒకసారి ఒకటో తారీఖున సుందరం బ్యాంకు అకౌంట్ లో ఆ నెల వాళ్ల ఖర్చులకి అవసరమైన డబ్బులు వేస్తున్నారు. ఇలా గడుస్తుండగా ఒక రోజు, రాఘవయ్య గారు, షావుకారు దగ్గరకెళ్ళి ధాన్యం డబ్బులు తెస్తానని చెప్పి, ఆయన హీరో హోండా మోటార్ సైకిల్ వేసుకుని నిడదవోలు వెళ్లారు. భోజనం సమయానికి వచ్చెయ్యాలి, కానీ రెండైనా రాకపోవడంతో జానకమ్మ కంగారు పడి ఫోన్ చేస్తే కలవలేదు. ఆవిడ అన్నగారు అదే ఊరిలో వుంటారు, ఆయనకి ఫోన్ చేసి విషయం చెబితే, ఆయనేమో కంగారు పడొద్దు అని ధైర్యం చెప్పి, అప్పటికప్పుడు బయల్దేరి నిడదవోలు వెళ్ళిపోయాడు. ఇక ఆవిడ వదిన గారు ఏమో జానకమ్మ కి తోడుగా వుంది. సాయంత్రం ఐదు అయ్యే వరకు ఏ కబురు లేదు. అప్పటివరకు ఓపికపట్టింది, ఇక ఆమెవల్ల కాక, పిల్లలకి హైదరాబాద్ ఫోన్ చేసి విషయం చెప్పింది. ఆమె అలా ఫోన్ చేసి పెట్టిందో లేదో అన్నగారి దగ్గరనుండి ఫోన్ వచ్చింది. తీస్తే ఆయన "జానకి, బావకి ఏదో చిన్న ఏక్సిడెంట్ అయ్యిందే. ఎం కంగారు పడకు, చిన్న దెబ్బ అంతే. ఇదిగో, నేను హాస్పిటల్ లోనే వున్నాను. కాలుకి కట్టు కడుతున్నారు, ఇంకో గంటలో బయల్దేరి వచ్చేస్తాం" అని చెప్పాడు. జానకమ్మ ఒకసారి రాఘవయ్య గారికి ఫోన్ ఇమ్మంది, ఆయన తీసుకుని బానే వున్నానని చెప్పాక గాని ఆవిడ మనసు కుదుట పడలేదు.

రాఘవయ్య గారిని ఇంటికి తీసుకొచ్చేసరికి రాత్రి ఎనిమిదయ్యింది. నిడదవోలు నుండి తిరిగి ఇంటికి వస్తుంటే బైక్ అదుపు తప్పి పడిపోయారట, అది కాలు మీద పడడంతో దెబ్బ కొంచెం గట్టిగానే తగిలింది. విషయం తెలిసిన వెంటనే కొడుకులు, కూతురు కుటుంబాలతో సహా బయల్దేరి, ఆ మర్నాడు సాయంత్రానికల్లా వచ్చేశారు. రాఘవయ్య గారేమో "అసలు మిమ్మల్ని ఎవరు రమ్మన్నారు? ఏదో చిన్న దెబ్బకి ఇంత హడావిడి అవసరమా?" అని మందలించారు. ఇక ఎలాగూ వచ్చారు కాబట్టి, వీకెండ్ కూడా కలిసిరావడంతో

మూడు రోజులు ఉండిపోయారు. ఆదివారం రాత్రి తిరుగు ప్రయాణానికి ఏర్పాట్లు చేసుకున్నారు. శనివారం నాడు రాత్రి భోజనాలు అయ్యాక, అందరు తీరిగ్గా కూర్చుని వున్నారు. రాఘవయ్యగారేమో చుట్టూ మనవళ్ళి వేసుకుని ఎదో కథ చెబుతున్నారు. ఇంతలో పెద్దాడు, పిల్లల్ని వెళ్లి లోపల ఆడుకోమని చెప్పి, రాఘవయ్యగారితో "నాన్న, మీతో కొంచెం మాట్లాడాలి" అన్నాడు.

అక్కడ హాల్లో, జానకమ్మ, కొడుకులు, కోడళ్ళు అందరు వున్నారు. చంద్రం, రాఘవయ్య గారితో "నాన్న, అదీ, నేను తమ్ముడు కలిసి వ్యాపారం అనుకున్నాం కదా? మిమ్మల్ని అడుగుదాం అని చాలా రోజుల నుండి అనుకుంటున్నాం" అంటుంటే, రాఘవయ్య గారు "అవన్నీ కాదు విషయం ఏంటో చెప్పారా?" అన్నారు. చంద్రం, సూర్యం వైపు చూస్తే అతను "నాన్న, ఆ తూర్పు వైపు వున్న రెండెకరాలు అమ్మితే, పెట్టుబడి కోసం మేము అప్పులు చెయ్యాల్సిన అవసరం ఉండదు. మాకు బాగా హెల్ప్ అవుతుంది నాన్న. మీరు సరే అంటే......" అని ఆగిపోయాడు. ఇంతలో పిల్లలు ఎదో పిలుస్తున్నారని పెద్ద కోడలు వెళ్ళబోతే, రాఘవయ్య గారు "ఉండమ్మా, మీరు కూడా ఉంటేనా బావుంటుంది" అనేసరికి వెళ్ళే వెళ్ళే ఆవిడ కాస్త ఆగిపోయింది. రాఘవయ్య గారు, ఆయన కొడుకులు ఇద్దర్ని చూస్తూ "ఒరేయ్, మాకు చేతనైనంతలో మిమ్మల్ని బాగానే పెంచాం, పెళ్ళిళ్ళు చేశాం, ఇల్లు కట్టుకుంటాం అంటే మా వంతు సహాయం చేశాం. ఇక ముందు కూడా, మీ పిల్లల పెళ్లిళ్లు, పేరంటాల సమయానికి, ఒకవేళ అప్పుడు కూడా మేము బతికే ఉంటే, మేము చెయ్యాల్సింది చేసేస్తాం. అంతేకాని, మిగిలున్న పొలం గాని, ఇల్లు గాని వీటి జోలికి రాకండి. మా ఇద్దరి తరవాత ఏది మిగులుంటే అదీ సమానంగా పంచుకోండి. మేము వున్నప్పుడు మాత్రం వాటి గురించి మర్చిపోండి" అన్నారు. కొడుకులిద్దరూ కొంచెం షాక్ తిన్నట్టే అలా చూస్తున్నారు. ఇంతలో కూతురు "అదేంటి నాన్న, ఇప్పుడు వాళ్ళు ఏమన్నారని మీకంత కోపం? ఇష్టం లేకపోతే కుదరదు అని చెప్పండి, అంతేకాని అంత పెద్ద మాటలు ఎందుకు?" అంది. రాఘవయ్య గారు ఒక నవ్వు నవ్వి "నేను ఇంత శాంతంగా చెబితే, కోపం అంటావేంటమ్మా? అయినా నేను చెప్పింది వాళ్ళిద్దరికే

కాదు, నీకు కూడా కలిపే చెప్పాను" అని, కోడళ్ల వంక చూసి "ఎమ్మా, మీ ఇద్దరు పుట్టింటినుండి తెచ్చిన పొలాల తాలూకా కవులు డబ్బులు, ఎప్పటికప్పుడు మీ పేర బ్యాంకు లో వేసేస్తున్నాను. ఒకవేళ మీ పేరుమీదున్న పొలం అమ్ముకుని, ఆ డబ్బులు వ్యాపారం లో పెడతానంటే నాకేం అభ్యంతరం లేదు. కాకపోతే, మీ మావగారిగా మీకు మంచి చెప్పే హక్కు వుంది కాబట్టి చెబుతున్నాను. ఎట్టి పరిస్థితుల్లోనూ ఆ పొలం చేజార్చుకోకండి. ఆ పొలమే మీకు కొండంత బలం. అమ్మిన రెండు గంటల తరవాత, తిరిగి కొనలేం, అలా వుంది బైట పరిస్థితి" అనేసి ఆయన అలా మౌనం గా వుండిపోయాడు. ఇక ఎవ్వరు ఏమి మాట్లాడే ధైర్యం చేయలేకపోయారు. కొంతసేపటికి అందరు అక్కడినుండి జారుకున్నారు.

ఆదివారం నాడు వాళ్ళు హైదరాబాద్ వెళ్లేముందు పెద్దాడు వచ్చి "నాన్న, మా గురించి ఎవరన్నా ఏదన్న చెడుగా చెప్పారా?" అన్నాడు. రాఘవయ్య గారు "ఛ ఛ అదేం లేదురా, అయినా చెబితే మాత్రం నేనెలా నమ్ముతాను? నాకు తెలీదా మీ గురించి? ఒక్కటే రా అబ్బాయ్, ఉన్నంతలో మీరేం చేయగలరో అది చెయ్యండి. అప్పులు చేసి, ఆస్తులమ్మి, డబ్బులు తీసుకెళ్లి వ్యాపారంలో పెడితే, అక్కడనుండి లేనిపోని భయాలు. జాగ్రత్తగా చేసుకోండి, టైం అవుతుంది బయల్దేరండి" అనేసి, మనవల్ని పిలిచి, అందరికి తలో ఐదు వందలు చేతిలో పెట్టి కార్ ఎక్కించారు.

పిల్లలు అందరు వెళ్లేవరకూ ఊరుకున్న జానకమ్మ, వాళ్ళు వెళ్లిన వెంటనే రాఘవయ్య గారితో "ఏమయ్యింది మీకు? ఎవరి పిల్లలో ఏదో చేశారని, అందరింట్లోని అలాగే వుంటారు అనుకుంటే ఎలా? వాళ్ళేదో అడిగారు, నచ్చితే సరే అనాలి, లేకపోతే లేదు, అంతే. అది మానేసి, కోడళ్ళు, అల్లుడు ఉండగా ఈ లేని పోని మాటలు అవసరమా?" అని కొంచెం గట్టిగానే నిలదీసింది. రాఘవయ్యగారేమో ఆవిడ శాంతించేదాకా ఏమి మాట్లాడకుండా వుండి, అప్పుడు "జానకి, మన ఊళ్ళో మాధవాచారి అని కంసాలి, వాళ్ళ కుటుంబం ఉండేది, గుర్తున్నారా?" అంటే జానకి "ఇప్పుడు వాళ్ల గొడవ ఎందుకు?" అంది. ఈయన "నేను మొన్న నిడదవోలు వెళ్ళినప్పుడు అనుకోకుండా అతన్ని కలిశాను"

అన్నాడు. జానకమ్మ "అదేంటి, అతను దుబాయ్ వెళ్ళిపోయాడు అనేవారు కదా? ఇప్పుడు తిరిగి వచ్చేశాడా?" అంటే రాఘవయ్య గారు "నేనూ అదే అడిగాను. అతగాడు దాదాపు ఇరవై ఏడేళ్ల నుండి దుబాయ్ లో పని చేస్తున్నాడు. రెండు మూడేళ్ళకొకసారి ఇంటికి వస్తూ పోతున్నాడు. భార్య ఇక్కడ, అతనేమో అక్కడ. సంపాదించింది, తినీ, తినక జాగ్రత్తగా దాచిపెట్టి, ఇద్దరి కొడుకుల్ని చదివించి, పెళ్లిళ్లు చేశాడు. ఇదిగో మూడేళ్ళ తరవాత మొన్న నే సెలవు తీసుకుని వచ్చాడట. వయసైపోతుంది, ఇన్నేళ్ల నుండి ఎంత అలవాటైనా, ఈ వయసులో, ఆ వాతావరణం లో, రోజుకి 12 గంటల పని చెయ్యడం చాలా కష్టం గా వుంది, ఇక దుబాయ్ వెళ్ళను, ఇక్కడే ఏదో ఒకటి చూసుకుంటాను అన్నాడట. వాళ్ల ఇద్దరు బిడ్డలు ఏమో, ఇల్లు కట్టుకుంటున్నాం, నువ్వు దుబాయ్ లో ఉన్నావనే ఈ ఇల్లు మొదలుపెట్టాం. ఎలాగోలాగ ఇంకొక్క రెండేళ్లు ఓపిక పట్టు, ఆ తరవాత ఇంక వెళ్ళోద్దులే అన్నారట. అతనేమో, ముందొచ్చినప్పుడు కూడా అలాగే అన్నారు, ఏదో ఒక ఖర్చులు వస్తూనే ఉంటాయి, ఈసారి మాత్రం వెళ్ళను అని చెప్పేశాడట. ఇక అప్పటినుండి ఇల్లంతా గొడవలతో ఏడుస్తుంది అట. ఇక చివరకి తానే సర్దుకుని, ఎలాగోలా ఇంకో రెండేళ్లు ఓపిక పట్టేద్దాం అని నిర్ణయించుకున్నాడట. చిన్నప్పుడు కొంచెం స్నేహం గా ఉండేవాళ్ళం కదా, కనబడేసరికి తన బాధంతా చెప్పుకున్నాడు" అని జరిగిందంతా చెప్పారు.

అదంతా విన్న జానకమ్మ "మీరు ఊరికినే వుండరు కదా, ఎం సలహా ఇచ్చారు?" అంది. ఆయన "ఏమంటాను, మాధవాచారిని, ఆయన భార్య ని తీసుకుని ఏ విజయవాడో లేక హైదరాబాద్ వెళ్లిపొమ్మని చెప్పాను. మనకిక్కడ రోజు కి ఎనిమిదంటే ఎనిమిది గంటలు పనిచేస్తే, తక్కువలో తక్కువ 500 వస్తుంది. దానితో మొగుడు పెళ్ళాలు ఇద్దరు బంగారం లా బతకొచ్చు. ఇంటిని, ఇల్లాల్ని వదిలేసి పాతికేళ్ళు పైగా సంపాదించి ఇచ్చినా, ఇంకా వాళ్ళకి ఆశ చావలేదు చూడు. అక్కడ పని చేయలేకపోతున్నాను అంటున్నాడు, ఒక వేళ ఏదన్న జరగరానిది జరిగితే, అప్పుడు ఇంతకాలం వాడు పడిన కష్టానికి ఫలితం లేకుండా పోతుంది. అందుకే, వాళ్ళిద్దర్నీ ఎటన్న పోయి, హాయ్ గ

బతకమన్నాను. మాధవాచారి నిన్నే ఫోన్ చేశాడు, భార్యని తీసుకుని తిరుపతి వెళ్తున్నాం అని ఇంట్లో చెప్పి బయల్దేరారట. అక్కడ దర్శనం చేసుకుని, డైరెక్ట్ గ హైదరాబాద్ వెళ్ళిపోతున్నారట. అక్కడే ఎదో ఒకటి చేసుకుని బతుకుతామన్నారు. ఎప్పుడు ఏ అవసరమైన సరే నాకు ఫోన్ చెయ్యమని చెప్పాను" అన్నారు. జానకమ్మ గారు "సరిపోయింది, మీరేంటండి బాబు, వాళ్ళ కుటుంబం, వాళ్ళ పిల్లలు, మధ్యలో మీకెందుకు ఇలాంటి సలహాలు?" అంటే రాఘవయ్య గారు "వాళ్ళ పిల్లలేంటి, ఎవరి పిల్లలన్నా అంతే" అన్నారు. ఆవిడ "ఇది దారుణమండి, అందరు అలాగే వుంటారా? అంతెందుకు మన పాత మునసబు గారి అబ్బాయి, పెద్దాయన్ని నెత్తి మీద పెట్టుకుని చూసుకుంటున్నాడు. మరి దానికేమంటారు?" అంటే ఆయన "అబ్బో, చెప్పుకోక చెప్పుకోక ఆడి గురించే చెప్పుకోవాలి. పెద్దాయనకి ఎనకాల అరవై ఎకరాల పొలం వుంది, పైగా అది ఆయన స్వార్జితం. ఠపీ మని ఎవరో ఒకరికి రాసేశాడనుకో, ఆడి గుండెఆగిపోద్ది. అది, వాడి భయం. ఇంటి పేరు తప్ప, సెంటు భూమి కూడా ఇవ్వని తల్లి తండ్రుల్ని, బాగా చూసుకునే పిల్లలు ఎవరన్నా ఉంటే చూపించు" అంటే ఆవిడ వెంటనే కోపం గా "అంటే, మన పిల్లలు కూడా మన ఆస్తికి ఆశపడే మనల్ని గౌరవిస్తున్నారా?" అంది. రాఘవయ్య గారు "చూడు జానకి, నేను మన పిల్లల్నే కాదు, నన్ను నేను కూడా కలుపుకుని అంటున్న మాటిది. నీకు గుర్తుందా, మా నాన్న చనిపోయే ముందు రోజు కూడా, పొలం పనుల్లో ఎదో తేడా వచ్చిందని నన్ను మందలించాడు. ఒక్క మాట కూడా నేను ఎదురుచెప్పలేదు. దానికి కారణం ఆయన వయసు, నా తండ్రన్న గౌరవం మాత్రమే కాదు, ఆయన పాతికెకరాల ఆసామి", జానకి "పొలం గట్లమీద ఏ దిష్టి పీడతో తొక్కుంటారు. ఏంటా మాటలు? మీ నాన్న అంటే మీకు ఎంత ఇష్టమో నాకు తెలీదా?", రాఘవయ్య గారు "అది కాదే బాబు, ఆయనేనకాల వున్న ఆస్తి ఒక్కటే కారణం అనట్లేదు, అది కూడా ఒక కారణం అంటున్నాను. ఏమో, అది లేకపోతే ఆయన్ని ఎట్టా చూసుకునేవాళ్ళమో చెప్పగలమా? నా చిన్నప్పుడు ఈ వీధి చివర్లో ఒక పెద్ద మేడ ఉండేది, ఆ మేడగలాయన పేరు సూర్యనారాయణ, అందరు "సూర్యం

బాబుగారు" అనేవారు. ఎప్పుడైతే అన్ని పోగొట్టుకున్నాడో మెల్లిగా "ఒరేయ్ సూర్రావ్" ఐపోయాడు. నేను చెప్పేది ఒక్కటే, పిల్లల్ని పెంచి, పెళ్లిళ్లు చేసేవరకూ తల్లితండ్రుల భాద్యత. ఆ తరవాత ఎవరి దారి వాళ్ళది. మన జాగ్రత్తలో మనం ఉండాలి. పిల్లలు తిరిగి బాగా చూసుకుంటే మంచిదే. కాకపోతే ఎలా చూసుకుంటారు అన్నది లాటరీ కదా? దాని మీద ఆధారపడకూడదు. పిల్లల దగ్గర తల్లితండ్రులు ఎప్పుడు శరణార్థుల్లాగా బతక్కూడదు" అనేసి "ఇక చాల్లే గాని, పద ఆకలేస్తుంది, అన్నం పెట్టెయ్" అన్నారు. జానకమ్మగారు "ఏమిటో ఈ మనిషి" అనుకుంటేనే వంటగదిలోకి వెళ్ళింది. కానీ మనసు మూలల్లో మాత్రం, ఎందుకో ఆయన చెప్పిన వాదనే నిజం అనిపించింది.

ఇక అప్పటినుండి సుందరం భాద్యత పూర్తిగా రాఘవయ్యగారే తీసుకున్నారు. అప్పుడప్పుడు అవసరం ఐతే మాధవాచారికి కూడా సహాయం చేస్తున్నారు. మూడు పంటలు పండే, ముప్పై ఎకరాల మాగాణి వుంది, వెన్నపూస లాంటి మనసుంది, ఇంకేం కావాలి? పిల్లల నిర్లక్ష్యానికి గురైన తల్లితండ్రులు కనబడితే చాలు, నేనున్నాను అంటూ సహాయం చెయ్యడానికి రాఘవయ్య గారు ముందుండేవారు. ఆయన తరవాత, వాళ్లందరికీ సహాయం ఆగిపోతుందేమో అని, ఒక ట్రస్ట్ లా పెట్టి, ఆ పొలం మొత్తం దానికే రాసేశారు. ఆస్తి ఇవ్వకపోయినా, పిల్లల్లో ఆయనకి గౌరవం పెరిగిందే కానీ తగ్గలేదు. భాద్యతలు - హక్కులు రెండూ పరీక్ష - ఫలితాలు లాంటివి. మొదటిది సక్రమంగా చేస్తేనే రెండోది సరిగ్గా వస్తుంది.

మోకాళ్ళ పర్వతం

అది చెన్నై లోని యు.ఎస్ కాన్సులేట్ ఆఫీస్. ఎప్పటిలానే ఆరోజు కూడా ఉదయం పూట వీసా ఇంటర్వ్యూస్ వున్నవాళ్లు పొద్దున్నే అక్కడికి చేరుకున్నారు. ఇంకా ఆఫీస్ గేట్ తీసే టైం అవ్వకపోడంతో, అందరు అలానే బైట నిలబడి వెయిట్ చేస్తున్నారు. పక్కనే ఒక చిన్న టీ కొట్టు ఉంటే అక్కడ టీ తాగుతూ నిలబడ్డాడు అజయ్. తను ఎల్-1 వీసా కోసం హైదరాబాద్ నుండి వచ్చాడు. అలా టీ తాగుతూ, అటు పక్కన కొంచెం దూరం లో చూస్తే, ఒక అమ్మయి తన ఫైల్ ఓపెన్ చేసి, ఏవో డాక్యూమెంట్స్ చెక్ చేసుకుంటుంది. ఆ అమ్మాయిని ఎక్కడో చూసినట్టు అనిపించింది. వెళ్లి మాట్లాడదామా అనుకున్నాడు. ఆ అమ్మాయి ఎమన్నా అందనుకో, మూడ్ అంత అప్సెట్ అవుతుందని ఆగాడు. ఫింగర్ ప్రింట్స్ పని అయ్యాక, అక్కడనుండి కాన్సులేట్ బిల్డింగ్ కి వెళ్లాలంటే కొంచెం దూరం నడవాలి అని చెప్పారు. అక్కడికి వెళ్తుంటే వెనకనుండి "ఎక్స్క్యూస్ మి" అని వినబడి వెనక్కి చూసేసరికి ఆ అమ్మాయే. అజయ్ "ఎస్" అంటే, తను "నాకు ఒక జిరాక్స్ కావాలి. ఇక్కడ దగ్గర్లో ఎక్కడుందో ఐడియా ఉందాండి?" అంది. అజయ్ "ఇదే బిల్డింగ్ లో గ్రౌండ్ ఫ్లోర్ లో ఒక బోర్డు చూశానండి. నేను అటే వెళ్తున్న, రండి చూద్దాం" అని ఇద్దరు వెళ్లేసరికి అక్కడ షాప్ కనబడింది. ఆ అమ్మాయి జిరాక్స్ పనయ్యాక, ఎలాగూ ఇద్దరు కాన్సులేట్ కేగా వెళ్ళేది, అని నడుచుకుంటూ బయల్దేరారు. దారిలో అజయ్ "మీ పేరు...." అంటే తను "మైథిలి" అంది. అజయ్, తను హైదరాబాద్ ఇన్ఫోసిస్ లో జాబ్ చేస్తున్నాను అని, వీసా పని మీద చెన్నై వచ్చానని చెబితే, మైథిలి ఏమో కొంచెం ఆశ్చర్యంగా చూసి "నేను కూడా ఇన్ఫోసిస్ లోనే, గచ్చిబౌలి క్యాంపస్ లో చేస్తున్నాను. ఎన్ని ఇయర్స్ అయ్యింది మీరు జాయిన్ అయ్యి?", అజయ్ "నేను జాయిన్ అయ్యి

ఆరేళ్ళు అవుతుందండి. మిమ్మల్ని ఈరోజు పొద్దట చూసినప్పుడే, ఎక్కడో చూసినట్టు వుంది అనుకున్నాను. బహుశా ఆఫీస్ లో ఎప్పుడో చూసుంటాను" అన్నాడు. మైథిలి "అయ్యిండొచ్చు, నేను జాయిన్ అయ్యింది మైసూర్ లో, హైదరాబాద్ ట్రాన్స్ఫర్ వచ్చి 2 ఇయర్స్ అవుతుంది" అని చెప్పింది. ఇద్దరు ఒకే ఊరు, పైగా ఒకే ఆఫీస్ అని తెలిశాక, వాళ్ళ ప్రోజెక్ట్ వివరాలు అవి మాట్లాడుకునే సరికి కాన్సులేట్ దగ్గరకి వచ్చేశారు.

ఇద్దరు వెళ్ళి లైన్ లో నిలబడ్డారు. లోపలికి వెళ్ళేవరకూ ఒకరి వెనకాల ఒకరు వెళ్ళినా, ఇంటర్వ్యూ దగ్గర మాత్రం వేరే వేరే కౌంటర్స్ కి పిలిచారు. మైథిలి కి స్టాంపింగ్ అయ్యింది, వీసా వచ్చిందని, పాస్పోర్ట్ పోస్ట్ లో పంపిస్తాం అని చెప్పారు. తను నవ్వుకుంటూ బైటకివచ్చేసరికి, కాన్సులేట్ బైట, నిమ్మకాయ సోడా బండి ఉంటే, అజయ్ అక్కడ సోడా తాగుతూ కనిపించాడు. మైథిలి వెళ్ళి "అజయ్, నా వీసా ఓకే అయ్యింది. మీది?" అంటే, అజయ్ మొహం కొంచెం డల్ గ పెట్టి "కంగ్రాట్స్ అండి. నాది రిజెక్ట్ చేశారు" అన్నాడు. మైథిలి "ఒహ్వా సారీ అండి. అయినా మీది ఎల్ 1 కదండీ, మళ్ళీ ట్రై చెయ్యొచ్చులే. నాదేదో బిజినెస్ వీసా, జస్ట్ ఒక నెల కోసం అంతే" అనేసి మళ్ళీ తనే "నేను బయల్దేరుతున్నాను. మీరు రిటర్న్ ఎ టైం కి?" అంది. అజయ్ "అదీ, ఈవెనింగ్ 6:30 ఫ్లైట్ అండి", మైథిలి "6:30 కి ఎ ఫ్లైట్?", అజయ్ "స్పైస్ జెట్" అన్నాడు. మైథిలి "ఓ, అయితే మనం మళ్ళీ ఎయిర్పోర్ట్ లో కలుసుకోవచ్చు. నేను ఇప్పుడు వెళ్ళి, హోటల్ రూమ్ చెక్ అవుట్ చేసి, డైరెక్ట్ గ ఎయిర్పోర్ట్ కి వచ్చేస్తాను" అంది. అజయ్ "అదేంటండి? మనకి చాలా టైం వుంది కదా? నేనొక ప్లాన్ చెప్పనా?" అంటే తను ఏంటి? అన్నట్టు చూసింది. అజయ్ "ఎం లేదండి, మనం ఎలాగూ హోటల్ ఖాళీ చేసెయ్యాలి" అని ఆపేసరికి తను "అయితే?" అంది. అజయ్ "మీకు అభ్యంతరం లేకపోతే, ఇద్దరు ఎక్కడన్నా లంచ్ చేసి అటునుండి ఎయిర్పోర్ట్ కి వెళ్దామా?" అన్నాడు. మైథిలి నవ్వేసి "లంచ్ కి వెళ్దాం అని నేను అడుగుదాం అనుకున్నానండి. కాకపోతే మీ వీసా రిజెక్ట్ అయ్యింది కదా??? ఫీల్ అవుతారేమో అని ..." అంటే అజయ్ "పోతే పోయిందండి. వ్రతం చెడినా ఫలం దక్కాలి. చెన్నై

వచ్చినందుకు కనీసం ఇక్కడి భోజనం రుచి చూసి పోతే అదో తృప్తి, ఏమంటారు?" అన్నాడు. మైథిలి "అయితే, ఎయిర్పోర్ట్ కి వెళ్ళేదారిలో ఏదన్న మంచి రెస్టారెంట్ చూసి ఆగుదాము", అజయ్ "మనకి, అడయార్ దగ్గర అవుతుంది. అక్కడ కృష్ణవిలాసం అని రెస్టారెంట్ వుంది. ఫుడ్ అద్దిరిపోతుంది" అనడంతో ఇద్దరు బయల్దేరి, వాళ్ళు స్టే చేసిన హోటల్ కి చేరుకున్నారు. ఇద్దరు దిగిన హోటల్స్ ఒకే వీధిలో ఉండటం వలన, అదే వీధిలో వున్న కాఫీ డే షాప్ దగ్గర కలుసుకుందాం అని ముందే అనుకున్నారు. ఇక అక్కడినుండి బయల్దేరి, కృష్ణవిలాసం చేరుకొని, సుష్టుగా భోజనం చేసి, ఎయిర్పోర్ట్ కి వెళ్లారు. వాళ్ళు హైదరాబాద్ చేరుకునే సరికి రాత్రి తొనిమిది అయ్యింది. మైథిలి ఉండేది కొండాపూర్ దగ్గర, అజయ్ ఏమో కూకట్ పల్లి కావడంతో ఎవరి దారిన వాళ్ళు ఇల్లు చేరుకున్నారు.

అజయ్ ఇంటికి వెళ్ళాక తనకి "రీచ్ అయ్యావా?" అని మెసేజ్ చేద్దాం అనుకున్నాడు. తన ఫోన్ నెంబర్ తీసుకోవడం మర్చిపోయానని అప్పుడు గుర్తొచ్చింది. సర్లే ఎలాగూ ఒకటే ఆఫీస్ కదా, కలుద్దాం లే అనుకుని, ఆ మర్నాడు శుక్రవారం, ఆఫీస్ కి వెళ్తే వీసా రిజెక్ట్ అయ్యిందని వెధవ పరామర్శలు తట్టుకోవాలి, దాని బదులు ఒకరోజు సెలవు పెట్టేస్తే శని, ఆది కలిసి వస్తుంది, హాయ్ గ రెస్ట్ తీసుకోవచ్చు అని నిర్ణయించుకున్నాడు.

సోమవారం ఆఫీస్ కి వెళ్లి, పెండింగ్ పనిలో పడిపోయాడు. సాయంత్రం అయిదు అయ్యాక "అవును, కమ్యూనికేటర్ లో మైథిలి ఉందేమో చూద్దాం" అనుకుని చూస్తే, తను ఆఫ్ లైన్ లో కనబడింది. ఆ తరవాత వరుసగా రెండు రోజులు చూసినా అదే పరిస్థితి. మూడో రోజు సాయంత్రం, మైథిలి స్టేటస్ గ్రీన్ లో కనబడేసరికి అజయ్ "హాయ్ మేమ్, సరదాగా సమోసాలకి కలుద్దామా?" అన్నాడు. ఒక నిమిషం అయ్యాక తను "నేను న్యూజెర్సీ లో వున్నాను మాస్టారు. నిన్నే దిగా" అంది. అజయ్ "అబ్బో, పోనిలే ఎంజాయ్ చెయ్యండి" అంటే మైథిలి "అది సరే కానీ, ఎవరన్నా టీ కో, కాఫీ కో కలుద్దామా? అంటారు. మీరేంటండి

బాబు, సమోసాలకి కలుద్దామా అంటారు?" అని స్మైల్ సింబల్ పంపింది. అజయ్ "ఆ, ముందు సమోసా తిన్నకే కదా టీ తాగేది? ఏమైతేనేం, మీరు మాత్రం అమెరికా చెక్కేశారు. ఎంజాయ్ చేసి రండి" అని అక్కడితో వాళ్ళ చాటింగ్ ఆగింది.

తరవాత ఎవరి బిజీ లో వాళ్ళు ఉండిపోయారు. రెండు నెలలు గడిచాక మైథిలి హైదరాబాద్ వచ్చింది. అజయ్ ని కలుద్దాం అనుకుంది కానీ అతను సిక్ లీవ్ లో వున్నాడని తెలిసింది. మెయిల్ లో ఫోన్ నెంబర్ దొరికితే కాల్ చేసింది. అజయ్ తీసి "హలో ఎవరండీ?" అన్నాడు. మాట చాలా నీరసంగా వుంది. మైథిలి "నేను మైథిలి ని మాట్లాడుతున్నాను, వొంట్లో బాలేదా? హాస్పిటల్ కి వెళ్ళారా?", అజయ్ "లేదండి, తగ్గిపోతుంది అనుకున్నా, కానీ", మైథిలి "దగ్గర ఎవరన్నా వున్నారా?" అంటే లేరని చెప్పాడు. అజయ్ వద్దు అంటున్నా వినకుండా, మైథిలి తన ఫ్లాట్ కి వెళ్ళింది. మూడు రోజులనుండి జ్వరమేమో మనిషి బాగా నీరసంగా వున్నాడు. మైథిలి, అజయ్ ని దగ్గర్లో ఎదో హాస్పిటల్ కి తీసుకెళ్లింది. అక్కడ డాక్టర్, అజయ్ తో "నిన్న ఎం తిన్నారు?" అంటే, అజయ్ "డాక్టర్, నిన్న సాయంత్రం కొంచెం తగ్గినట్టు అనిపిస్తే మిర్చి బజ్జి తినబుద్దేసి తిన్నాను. రాత్రి మళ్ళీ ఫుల్ గ వచ్చేసింది" అన్నాడు. డాక్టర్ రెండు నిమిషాలు అలోచించి "మీరు ఉండేది ఇక్కడికి దగ్గరేగా?", అజయ్ "అవును డాక్టర్" అన్నాడు. డాక్టర్ "ఇక్కడినుండి మూడో వీధిలో "పెప్పర్ బిర్యానీ" అని కొత్తగా రెస్టారెంట్ ఓపెన్ చేశాడు తెలుసా?" అంటే అజయ్ లేని బలం తెచ్చుకుని "అవును డాక్టర్, నేను విన్నాను, బిర్యాని చాలా బావుంటుందటగా?" అన్నాడు. డాక్టర్ "నిన్న మిర్చి బజ్జి బదులు అక్కడో బిర్యానీ తినుంటే, ఇంక మీకు ఈ టెస్ట్ లు అవి చెయ్యాల్సిన అవసరం లేకుండా డైరెక్ట్ గా పోస్ట్ మార్థం రిపోర్ట్ రాసేసేవాళ్ళం" అన్నారు. పక్కనే వున్న మైథిలి నవ్వు ఆపుకోలేకపోయింది, మళ్ళీ వెంటనే చెయ్యి అడ్డం పెట్టుకుని "సారీ" అంది. ఆ విధంగా డాక్టర్ గారు అజయ్ ని పూర్తిగా తగ్గేవరకూ తిండి కంట్రోల్ లో పెట్టుకోమని వార్నింగ్ ఇచ్చి పంపించారు.

అజయ్ ఆఫీస్ కి రావడానికి ఒక వారం రోజులు పట్టింది. తరవాత నుండి వీళ్లిద్దరు రోజు లంచ్ కి, టీ టైం లో ఇలా ఎదో ఒక టైం లో కలిసేవారు. ఒకరోజు మైథిలి "ఈ అండి-అండి బిజినెస్ ఆపేద్దామా?" అంటే అజయ్ "ఓ చక్కగా" అన్నాడు. ఇక అక్కడినుండి మీరు కాస్త నువ్వు అయ్యింది. వీకెండ్స్ కలవడం, అప్పుడప్పుడు సినిమాలకి వెళ్లడం ఇలా జరుగుతుంది కథ. ఒకరోజు అజయ్ ఫోన్ చేసి ఎదో సర్ప్రైజ్ వుంది అన్నాడు. మైథిలి వెళ్ళాక తెలిసింది, అజయ్ కి కెనడా లో ఎదో ప్రాజెక్ట్ దొరికిందట, వీసా వచ్చాక చెబుదాం అని మైథిలి కి ముందు చెప్పలేదట. వారం రోజుల్లో బయల్దేరి వెళ్ళాలి అని చెప్పాడు. అది విన్న వెంటనే మైథిలి డల్ ఐపోయింది. అజయ్ "ఏంటి ఆలా వున్నావు?" అంటే తను "ఎం లేదు" అనేసి, చిన్న నవ్వు నవ్వేసి, కంగ్రాట్స్ చెప్పింది. అజయ్ మాత్రం తనింకా ఈ వారంలోపు ఏమేం చక్కబెట్టుకోవాలి, షాపింగ్, అది ఇది అని చెప్పుకుంటూ పోతున్నాడు. అవేమి పట్టించుకోకుండా మైథిలి "అజయ్, రేపు సాయంత్రం బయల్దేరి తిరుపతి వెళ్తున్నాను. నువ్వు కూడా వస్తావా?" అంది. అజయ్ "అదేంటి సడన్ గా? నీకు ముందే ప్లాన్ వుందా?" అన్నాడు. మైథిలి "అదేం లేదు, ఎందుకో వెళ్ళాలి అనిపించింది. నువ్వు కూడా వస్తావా?" అంది. రెండు నిమిషాలు అలోచించి "వస్తాననుకో, కానీ దర్శనం అదీ ఎలా అని ఆలోచిస్తున్నాను" అంటే మైథిలి "మనం నడక దారిన వెళదాం, దారిలో దర్శనానికి టోకెన్ ఇస్తారు, తత్కాల్ లో ట్రైన్ కి టికెట్స్ తీస్తాను" అంటే, అజయ్ ఇంక ఎక్కువ ఆలోచించకుండా సరే అనేశాడు.

ఆ మర్నాడు సాయంత్రం నారాయణాద్రి కి బయల్దేరి ఉదయం ఆరు అయ్యేసరికి తిరుపతి చేరుకున్నారు. తిరుపతి లో ఎక్కడ చూసినా, ఎవరో స్వామిజి వస్తున్నారు అని పెద్ద పెద్ద హోర్డింగ్స్ పెట్టారు. మైథిలి అవి చూసి "ఇవ్వాళ బుల్లి జ్ఞానానంద స్వామి వస్తున్నారట, బిజీ గా ఉంటుందేమో?" అంది. ఎప్పుడూ ప్రశాంతంగా వుండే అజయ్ చాలా సీరియస్ గా "మైథిలి, నువ్వు గాని ఇలాంటి స్వామీజీలని నమ్ముతావా ఏంటి?" అంటే తను "అంటే అందరు కాదనుకో, కొంతమందిని దైవాంశ సంభూతులు అంటారు కదా?" అంటే అజయ్

"బెల్లం పాకం ఎం కాదు?" అన్నాడు. మైథిలి ఒకసారి నవ్వుకుని, "అదికాదు, కొంపతీసి నువ్వు నాస్తికుడవు కాదు కదా?" అంది. అజయ్ "అయ్యో, దేవుడుని ఎందుకు నమ్మను. మనుషులనే నమ్మను. అసలు ఈ జన్మ రావాలంటే బ్రహ్మ రాత రాయాలి, ఎలా బతకాలో విష్ణుమూర్తి ని చూసి నేర్చుకోవాలి, ఎందుకు బతకాలో శివుడు చెబుతాడు. బతకాలంటే డబ్బులు కావాలి, అవి సంపాదించాలంటే ఎదో ఒక విద్య తెలిసి ఉండాలి, అసలు బతికి ఉండాలంటే కడుపుకి ఇంత తినాలి. అంటే లక్ష్మి, సరస్వతి, పార్వతి ఈ ముగ్గురి మాతల అనుగ్రహం ఉండాలి. మన పురాణాలు, సంప్రదాయాలు, దేవుళ్ళు, విగ్రహాలు వాటి రూపాలు, ప్రతీ దానికి ఒక కారణం ఉంటుంది. అది తెలుసుకుని పూజించాలి. అంతేకాని శ్రీ పుల్కానంద బోధించాడు, చిలిపి స్వామి చెప్పాడు అని ఏది బడితే అది చెయ్యకూడదు" అని గుక్క తిప్పుకోకుండా చెప్పేశాడు. మైథిలి ఆశ్చర్యంగా చూస్తూ "వామ్మో ఇదంతా వైరాగ్యమే?" అంది. అజయ్ "అది కాదు పిల్ల. ఆశలు చంపుకోలేక, పిల్లల్ని పెంచలేక, పెళ్ళాం పోరు పడలేక, చేసిన అప్పులు తీర్చలేక పారిపోయి వచ్చి సన్యాసం లో కలుస్తారు. మనమేమో వెళ్ళి, మా సమస్యలు తీర్చండి స్వామీ అని వాళ్ళ కాళ్ళు పట్టుకుంటాం. ఒక్క విషయం చెప్పు, అతని వయసు ఒక 50 ఏళ్ళు ఉంటుంది, అవునా? అవడానికి సన్యాసి, ఫ్లైట్ లో వస్తాడు, తలకి ఆ హెయిర్ డై ఎందుకు వాడినట్టో? గురుడు కి ఏ.సి రూమ్ లేకపోతే గడవదు....గరిగపాటి, చాగంటి అలాంటివాళ్ల మాటలు విన్నావనుకో పుణ్యం, పురుషార్థం. అంతేగాని ఇలాంటి స్వామీజీలని నమ్మితేమాత్రం. మొన్నటికి మొన్న, ఒక బుజ్జానంద దగ్గర వజ్రాలు, బంగారం కాకుండా ఏకంగా ఎనభై కోట్లు రూపాయలు రా కాష్ దొరికింది. మెడికల్ లాబ్స్ లో కొత్త మందుల ప్రయోగాలు, ఎలకలకి బదులు ఇలాంటోడి మీద చెయ్యాలి" అని కొంచెం కోపంగానే అన్నాడు. మైథిలి "పిల్లాడోయ్, నీ దగ్గర విప్లవాత్మక లక్షణాలు పుష్కలంగా వున్నాయి. పాపం అతన్ని వదిలేసేయ్. పద మనకి టైం అవుతుంది" అని అన్నాక గాని అజయ్ ఊరుకోలేదు.

అజయ్, మైథిలి ఇద్దరు కొంచెం ఫ్రెష్ ఐపోయి, అలిపిరి చేరుకొని, అక్కడినుండి తిరుమల కొండపైకి నడక మొదలుపెట్టారు. మధ్యలో ఎక్కడ ఆగకుండా గాలి గోపురం చేరుకొని, దివ్య దర్శనం టోకెన్లు తీసుకున్నారు. సాయంత్రం 5:30 కి దర్శనం టిక్కెట్ల దొరికాయి. దర్శనం టిక్కెట్లు దొరికేవరకు కుదురుగా నడిచిన అజయ్, ఇక అప్పటినుండి, గాలి గోపురం దగ్గర బ్రేక్ ఫాస్ట్ అని ఎదో తినిపించాడు. తరువాత, కీరా అంటాడు, మావిడికాయ అంటాడు, మొక్కజొన్న గింజలు అంటాడు, పిడత కింద పప్పు అంటాడు, తేగలు బలంగావున్నాయి అంటాడు, ఎక్కడ తిండి దొరికితే అక్కడ ఆగిపోతున్నాడు. చూసి చూసి మైథిలి "బాబు, ఏంటా తినడం? ఇలా తింటే నడవలేవు" అంటే "ఎంత తిన్నా పర్లేదు కానీ మంచినీళ్లు తక్కువ తాగాలి" అని సమర్థింపు ఒకటి. మొత్తానికి మోకాళ్ళ పర్వతం చేరుకున్నాక, ఆ మెట్లు ఎక్కేముందు, అజయ్ "మైథిలి, ఈ మెట్లు ఎక్కాక నీకో విషయం చెబుతా" అంటే తనేమో "దేని గురించి?" అంది. అజయ్ "చెబుతాకదా" అని మెల్లిగా ఎక్కేశారు. పైకి ఎక్కాక అక్కడ ఆయాసంతో ఒక పక్కన కూర్చున్నారు. రెండు నిమిషాలు గడిచాక మైథిలి "బాబు, ఎదో చెబుతాను అన్నావు? ఏంటది?" అంటే అజయ్ "చెబుతా చెబుతా, అంటే ఇది నీకంటే కూడా నాలాంటోళ్ళకే వర్తిస్తుంది అనుకో", మైథిలి "ఆ సోదాపి పాయింట్ కి రావయ్యా బాబు" అంది. అజయ్ "ఎవరన్నా అమ్మాయిని పెళ్లి చేసుకోవాలి అనుకున్నప్పుడు, మాంచి వేసవి కాలం లో, ఇద్దరూ కలిసి ఈ మోకాళ్ళ పర్వతం ఎక్కాలి. పైకి ఎక్కాక, అప్పుడు ఆ అమ్మాయి అవతారం చూసి, అప్పుడు కూడా నచ్చిందనుకో, ఇక ఆమె ఎలా వున్నా వాడికి నచ్చేస్తుంది అన్నమాట" అని మైథిలి వైపు చూస్తే, తను చాలా సీరియస్ గ చూస్తూ "ఇదేనా నువ్వు చెబుతాను అంది?" అంటే అజయ్ "అంటే ఇదొక్కటే కాదు అనుకో, ఇక్కడ ఎక్కడో ఒక ముసలావిడ బొబ్బట్లు కాలుస్తూ ఉండాలి. భలే ఉంటాయి తెలుసా" అనేసరికి మైథిలి "నాయనా, ఇక చాలు, టైం అవుతుంది పద" అని మొత్తానికి తిరుమల చేరుకున్నారు.

ఇద్దరు దర్శనానికి బయల్దేరారు. మైథిలి, ఆరంజ్ కి రెడ్ కి మధ్యలో కలర్, అక్కడక్కడా గ్రీన్ కలర్ డిజైన్ వున్న చీర కట్టుకుంది. అజయ్ చూపు తిప్పుకోకపోవడం చూసిన మైథిలి "ఓయ్ ఏంటా చూపు?" అంది. అజయ్ "ఏం లేదు నిన్ను చూస్తుంటే కారపు బూందీ గుర్తొస్తుంది" అన్నాడు. మైథిలి "ఆహ, నీ మొహం సంతకెళ్ళ, ఇంకేమి గుర్తురావట్లేదా? ఈ కలర్ లో బూందీ ఒక్కటే వుంటుందా?" అంటే, అజయ్ చాలా నిజాయితీగా "అది కాదు, ఆ కలర్, మధ్య మధ్యలో కరివేపాకులాగా ఆ గ్రీన్ కలర్ డిజైన్.... అప్పుడే దోరగా వేయించిన వేరుశెనగ గుళ్ళు లాగ మెరిసిపోతున్న నీ గాజులు..." అంటుంటే, మైథిలి "ఇక చాలు ఆపేయ్, కనీసం దర్శనం అయ్యేవరకు అయినా మనసు ప్రసాదం మీద కాకుండా, దేవుడి మీద పెట్టు" అని తిట్టినట్టే చెప్పింది. రెండు గంటల్లో దర్శనం ఐపోయింది. ఏడున్నర అయ్యేసరికల్లా ఇద్దరు గుడిలోనుండి బైటకొచ్చి, ప్రసాదాలు తీసుకుని, ఆ మాఢ వీధుల్లో మెట్లమీద కూర్చున్నారు. అసలే శీతాకాలం, పైగా ఏడుకొండల పైన, మంచు కురవడం మొదలయ్యింది. మైథిలి అజయ్ తో "ఇక్కడ ఎంతసేపు కూర్చున్న తనివి తీరదు. భలే ప్రశాంతంగా ఉంటుంది కదా?" అంటే, అజయ్ మాత్రం లడ్డు ఆరగించే పనిలో మునిగిపోయాడు. ఒక నిమిషం ఆగి "మైథిలి, ఈ సృష్టిలో అద్భుతమైనవి రెండే రెండు, ఏంటో చెప్పు చూద్దాం?" అన్నాడు. మైథిలి ఇంకెందుకు చెప్పు అన్నట్టు కనుబొమ్మలు ఎగరేసింది. అజయ్ "ఒకటి తిరుపతి లడ్డు, రెండు అన్నవరం ప్రసాదం" అనగానే, మైథిలి రెండు చేతులు ఎత్తి "మహానుభావా" అని అజయ్ కి దణ్ణం పెట్టింది.

అక్కడ కూర్చుని అప్పటికే గంటన్నర అయ్యింది. పదిహేను నిమిషాల నుండి ఇద్దరి మధ్య ఏ మాటలు లేవు, అలా దర్శనం చేసుకుని వెళుతున్న వాళ్లని గమనిస్తూ కూర్చున్నారు. మైథిలి "అజయ్, మోకాళ్ళ పర్వతం ఎక్కాక నన్ను చూశావు కదా? బాగానే వున్నానా?" అంది. అజయ్ తనకేమి అర్థం కానట్టు "నీకేంటి అమ్మాయ్, నువ్వు ఎలా వున్నా బానేవుంటావు" అని మళ్ళీ అటూ ఇటూ చూస్తూ కూర్చున్నాడు. రెండు నిముషాలు గడిచాక, మైథిలి కిందకి చూస్తూ "అదికాదు అజయ్, ఐతే నన్ను పెళ్లి చేసుకుంటావా?" అంది. ఆ మాట అన్నాక

అజయ్ నుండి ఏ సమాధానం రాలేదు. తలెత్తి అతని వైపుకు చూసేసరికి, అజయ్ ముభావంగా ఎదో ఆలోచిస్తూ కూర్చున్నాడు. మళ్ళీ తనే "అజయ్, ఏమయ్యింది?" అంటే, అజయ్ "మైథిలి, చిన్నప్పటినుండి ఒకరిద్దరు క్లోజ్ ఫ్రెండ్స్ తో తప్ప నేను ఎవ్వరితోని ఎక్కువగా కలిసేవాడ్ని కాదు. ఒంటరిగా ఉండటం అలవాటు ఐపోయింది. ఎందుకో తెలీదు, నీతో ఒక కంఫర్ట్ జోన్ క్రియేట్ అయ్యింది. అందుకే నువ్వు అడిగిన వెంటనే బయల్దేరి వచ్చాను. నాకు తెలీకుండా నీతో ఎమన్నా తప్పుగా ప్రవర్తించానా?" అన్నాడు. ఊహించని ఆ ప్రశ్నకి, మైథిలి "చ చ అదేం లేదు. నిన్ను కలిసిన రోజునుండి చూస్తున్నాను, ఏంటో చిన్న చిన్న వాటికి సంతోషపడిపోతావు. పెద్ద సమస్య అయినా సరదాగా తీసుకుంటావు, లోపల ఏది దాచుకోవు, బేసిగ్గా ఎవరి మెప్పు పొందటానికి ప్రయత్నించవు. అలా ఉండటం చాలా కష్టం తెలుసా. నీతో జీవితం బావుంటుంది అనిపించింది. మనం పెళ్లి చేసుకుందాం అజయ్" అని తన కళ్ళలోకి చూసింది. అజయ్ మాత్రం "నా గురించి ఎం తెలుసని అంత పెద్ద నిర్ణయం తీసేసుకున్నావు? అది అయ్యేది కాదు. ఇంకోసారి ఈ టాపిక్ తేవొద్దు ప్లీజ్. లేట్ అయ్యింది ఇక వెళ్దామా?" అనడంతో తను ఏమి మాట్లాడలేకపోయింది. మర్నాడు సాయంత్రం మళ్ళీ అదే ట్రైన్ కి బయల్దేరి హైదరాబాద్ చేరుకున్నారు. కానీ ఆ సంఘటన జరిగినప్పటి నుండి ఇద్దరి మధ్య సరిగ్గా మాటలు లేవు.

మూడు రోజుల తరవాత, అజయ్ ఫోన్ చేసి "మైథిలి, ఇవ్వాళ రాత్రి నేను కెనడా వెళ్తున్నాను. 2 గంటలకి నా ఫ్లైట్" అని తన సమాధానం కోసం ఎదురు చూస్తున్నాడు. మైథిలి "ఎయిర్ పోర్ట్ కి నేను కూడా వస్తాను" అంది. రాత్రి పదకొండు అయ్యేసరికి ఇద్దరు ఎయిర్ పోర్ట్ కి చేరుకున్నారు. అప్పటివరకు డాక్యుమెంట్స్ అన్ని సరిగ్గా చెక్ చూసుకున్నావా? లాంటి మాటలు తప్ప ఇద్దరి మధ్య వేరే ఏమి మాటల్లేవు. మైథిలి "అజయ్.." అని ఎదో చెప్పబోతుంటే సరిగ్గా అప్పుడే అజయ్ కి ఫోన్ వచ్చింది. తను తీసి "హలో నాన్న, చాలా సేపటినుండి ట్రై చేస్తుంటే ఎంగేజ్ వస్తుంది. ఎవరితో అంత సేపు బాతాకాణి? ఇప్పుడు అదేమీ వద్దు, నేను చెప్పేది వినండి. నేను ఇవ్వాళ బయల్దేరి కెనడా వెళ్తున్నాను. అవును

ఇవ్వాళే. ఇప్పుడే నాన్న. అక్కడికి వెళ్ళాక ఫోన్ చేస్తాలే, అమ్మకి చెప్పండి" అని ఫోన్ పెట్టేసి "మైథిలి, నువ్వేదో చెబుతున్నావు?" అన్నాడు. మైథిలి అలా ముభావంగానే "ఎం లేదు, జాగ్రత్తగా వెళ్లి రా. మళ్ళీ ఎప్పుడు రావటం?" అంది. అజయ్ "ప్రస్తుతానికి రెండేళ్ల వరకు వచ్చే ఐడియా లేదు" అన్నాడు. ఆ మాట పూర్తవ్వకుండానే మైథిలి కళ్ళలో గిర్రున నీళ్లు వచ్చేశాయి. ఆమె కళ్ళు అటూ ఇటూ తిప్పుతూ, అజయ్ వైపు మాత్రం చూడట్లేదు. అజయ్, మైథిలి కళ్ళలోకి చూస్తూ "ఓయ్ ఇప్పుడు ఏమయ్యిందని? నీకది జన్మతః వచ్చిన హక్కు కాబట్టి ఎంతమందున్నా ఏడ్చేస్తున్నావ్, నాకు కూడా లోపల అలానే వుంది. కానీ నేను ఏడ్చాననుకో, వీళ్లంతా నవ్వుతారని కంట్రోల్ చేసుకుంటున్నాను" అనగానే మైథిలి నవ్వేసింది. ఈసారి అజయ్ కొంచెం సీరియస్ గానే "చూడు మైథిలి, మూడు రోజులు నీతో మాట్లాడకపోతే తెలిసింది, నేను నిన్ను ఎంత ఇష్టపడ్డానో. ఇప్పుడు నిన్ను వదులుకుంటే నీలాంటి తోడు మళ్ళీ నాకు దొరక్కపోవచ్చు. కానీ?..." అంటుంటే, మైథిలి "ఇక మాట్లాడొద్దు, నీ గతం ఏంటి అన్నది నాకు అనవసరం, సూటిగా అడుగుతున్నాను, నన్ను పెళ్లి చేసుకోవడం ఇష్టమా కాదా?" అంది. అజయ్ "ఇష్టమే" అని నవ్వుతు తలూపాడు. మైథిలి, తన బ్యాగ్ లో నుండి ఒక చిన్ని కవర్ తీసి అజయ్ చేతికిచ్చింది. అజయ్ "ఒహ్హొ ఏంటి గిఫ్ట్ ఆ? ఇష్టం లేదు అని చెబితే ఇచ్చేదానివి కాదా?" అని ఓపెన్ చేసి చూస్తే తాళిబొట్టు. అజయ్, అది తీసుకుని, అక్కడే, ఆ జనం మధ్యలోనే, మైథిలి మెడలో మూడు ముళ్ళు వేసేశాడు. అక్కడ చుట్టూ ఉన్నవాళ్ళంతా కొంచెం ఆశ్చర్యానికి లోనైనా, మరునిమిషంలో చప్పట్లు కొట్టేశారు. కొంతమంది దగ్గరకొచ్చి విష్ కూడా చేశారు. అజయ్, ఒకతనికి తన ఫోన్ ఇచ్చి, వీళ్ళకి ఫొటోస్ తియ్యమన్నాడు. మైథిలి ఇంకా ఆ షాక్ లో ఉండగానే అజయ్ "అమ్మాయ్, ఇప్పుడు నువ్వు మిస్సెస్ అజయ్ కృష్ణ, మీ పెద్దవాళ్ళు, మా పెద్దవాళ్ళు ఎమన్నా అనుకోనీయ్, మనిద్దరం భార్యాభర్తలం. మన పెళ్లి రిజిస్టర్ చేయించేద్దాం, ఆ సర్టిఫికెట్ వచ్చిన వెంటనే నీ వీసా కి అప్లై చేస్తాను. నువ్వు కెనడా వచ్చేవరకు మీ ఇంట్లో కూడా ఈ విషయం చెప్పకు" అంటే, మైథిలి నవ్వుతు సరే అని తలాడించింది. ఒకరినొకరు వదల్లేక వదల్లేక చివరకి టైం

అవుతూ ఉండడంతో అజయ్ లోపలికి వెళ్ళిపోయాడు. మైథిలి మాత్రం, రెండు అయ్యేవరకు అక్కడే ఉండి, అజయ్ ఫ్లైట్ టేకాఫ్ అయ్యాక ఇంటికి బయల్దేరింది.

అజయ్ కెనడా వెళ్ళాక, అక్కడ ఇల్లు అదీ రెంట్ కి తీసుకుని, కొంచెం సెట్ అయ్యేసరికి రెండు నెలలు టైం పట్టింది. ఈలోపు ఇక్కడ మ్యారేజ్ రిజిస్ట్రేషన్ పనులు కూడా అయ్యాయి. మైథిలి, వాళ్ళ కజిన్ పెళ్లి ఉంటే అటెండ్ అవ్వడానికి ఊరు రమ్మన్నారు. తనేమో, ఆఫీస్ లో ఏదో అర్జెంటు పని ఉందని ఎగ్గొట్టింది. చాలాసార్లు తన పెళ్లి విషయం వాళ్ళ ఇంట్లో చెబుదాం అనుకుంది, కానీ ఎందుకో ధైర్యం సరిపోలేదు. మైథిలి కి కూడా వీసా వచ్చేసింది. మైథిలి వాళ్ళ అమ్మానాన్న "ఓ పక్కన నీకు సంబంధాలు చూస్తుంటే, ఇప్పుడు ఆన్ సైట్ అంటావేంటీ? పెళ్లి చేసుకుని వెళుదువుగానిలే" అన్నారు. "నేను పెళ్లి చేసుకునే కదా వెళుతుంట?" అని చెప్పాలనుకుంది, కానీ తంతారేమో అని భయపడి ఆగిపోయింది. "ఏముంది ఒక సంవత్సరం అంతేకదా" అని ఎలాగో ఒప్పించి బయల్దేరింది. పెళ్లి చేసుకుని, ఆ విషయం ఇంట్లో దాచేంత ధైర్యం ఎక్కడినుండి వచ్చిందో తనకే అర్థం కాలేదు.

మొత్తానికి కెనడా లో కొత్త కాపురం మొదలు పెట్టారు. కొత్త వాతావరణం, వ్యవహారం కావడంతో కొన్నాళ్ల పాటు జాలీ గా గడిపేశారు. ఈలోపు మైథిలి కి కూడా జాబ్ దొరికింది. ఒక ఆదివారం నాడు పొద్దన్నే టిఫెన్ తిని, ఇవ్వాళ ఎక్కడికెళదామా అని ఆలోచించుకుంటూ కూర్చున్నారు. అప్పుడు మైథిలి "అజయ్, ఒకటి అడుగుతాను కాదు అనవు కదా?" అంటే అజయ్ "ఉపవాసం ఉండమని తప్ప ఏదన్న అడుగు" అన్నాడు. మైథిలి "అదీ, నన్ను పెళ్లి చేసుకో అన్నప్పుడు, నువ్వు ఎదో అన్నావు గుర్తుందా?" అంటే, అజయ్ "చేసుకున్నాం కదా? ఇంకేంటి?" అంటే ఈసారి మైథిలి సూటిగా "అదికాదు బాబు, నా గురించి ఎం తెలుసు? అదీ ఇదీ అని బిల్డ్ అప్ ఇచ్చావు గా? అదేంటో ఇప్పుడు చెప్పొచ్చుగా?" అంది. అజయ్ మాత్రం ఫోన్ లో ఎదో చూసుకుంటూ కూర్చున్నాడు. మైథిలి రెండు నిమిషాలు చూసి "నిన్నే, వినబడిందా?" అంది.

అజయ్ "ఇవ్వాళ లంచ్ కి పిజ్జా తిందామోయ్, తిని చాలా రోజులయ్యింది ఏమంటావ్?" అంటే, మైథిలి కొంచెం కోపంగానే "నీ తిండి యావ మండిపోను, నేను అడిగిన దానికి సమాధానం చెప్పవే?" అంది. అజయ్ "అదికాదు, ఇవ్వాళ బైట చూడు, ఎండ బావుంది కదా? నువ్వు హై పార్క్ చూడలేదు కదా? భలే ఉంటది. ఒక పని చేద్దాం, బయటకెళ్ళి, అక్కడ మాంచి పిజ్జా దొరుకుతుంది అది తినేసి, అలా వాకింగ్ కి వెళ్దాం, ఏమంటావ్?" అంటే మైథిలి "అంటే, నేను అడిగిన దానికి మాత్రం ఏమి చెప్పవు అంతేగా?" అంది. అజయ్ "వాకింగ్ కి వెళ్దాం అన్నానుగా, అక్కడ చెబుతాలే పద" అన్నాడు.

ఇద్దరు రెడీ అయ్యి బైటకెళ్లి, చక్కగా తిన్నాక, అజయ్ చెప్పిన పార్క్ కి వెళ్లి నడవడం మొదలు పెట్టారు. అక్కడ నడుచుకుంటూ దాదాపు ఒక కిలోమీటర్ వెళ్లారు, అజయ్ అటూ ఇటూ చూస్తూ ఏదేదో చెబుతున్నాడు కానీ అసలు విషయం గురించి మాట్లాడట్లేదు. ఒక అరగంట భరించింది, ఇక తన వల్ల కాక "హలో మాస్టారు, మీరు ఎదో చెబుతాను అని తీసుకొచ్చారు" అనేసరికి, అజయ్ ఇక తప్పదు అన్నట్టు "సరే చెబుతాను. కానీ నువ్వు పూర్తిగా వినే వరకు ఏ నిర్ణయానికి రానని మాటివ్వు" అన్నాడు. మైథిలి "బాబోయ్, అదేదో సమరసింహా రెడ్డి ఫ్లాష్ బ్యాక్ లాగ అంత బిల్డ్ అప్ అవసరమా? చెప్పవయ్యా స్వామి" అంది. అజయ్ ఒకసారి గట్టిగ ఊపిరి పీల్చి వదిలి, అలా నడుస్తూనే "మైథిలి, నాకు ఇంతకుముందే పెళ్లి అయ్యింది. కానీ అదీ..." అని ఎదో చెబుతున్నాడు. తీరా చూస్తే మైథిలి పక్కన కనబడలేదు, వెనక్కి చూస్తే, అజయ్ మొదటి మాట పూర్తి చేసినప్పుడే నడక ఆపేసింది. అలాగే నిలబడి ఉండిపోయింది. అజయ్ వెనక్కెళ్ళి "మైథిలి, ఏమయ్యింది?" అంటే తను "దాదాపు ఏడుపు మొహం పెట్టేసి, ఇంటికెళదాం పద" అంది.

అజయ్ ఎదో సర్దిచెప్పడానికి ప్రయత్నించాడు, కానీ మైథిలి అస్సలు వినలేదు. ఇక తప్పదని ఇంటికి బయల్దేరారు. దారిలో మైథిలి అలా బైటకి చూస్తూ కూర్చుంది, ఒక్క మాట కూడా మాట్లాడలేదు. అజయ్ ఎదో చెప్పబోతే

"నువ్వు మాట్లాడకు. ఎదో వుంది అంటే ఇంట్లో ఎదో సమస్య అనుకుంటాం కానీ ఆల్రెడీ పెళ్లి అయ్యుండి, ఆ విషయం దాచిపెడతావా? ఎంత మోసం చేసావు" అంది. ఇక అజయ్ కూడా సైలెంట్ ఐపోయాడు. ఇంటికెళ్ళాక, ఇక ఆరోజు అంత భయంకరమైన నిశ్శబ్దం. రాత్రి వరకు చూశాడు, ఇంకా తను అలాగే ఉండేసరికి అజయ్ తన దగ్గరకెళ్ళి "మైథిలి, పూర్తిగా వినేవరకు ఏ అభిప్రాయానికి రావొద్దని నీకు ముందే చెప్పాను. నాకు ఇలాంటి విషయాలు చెప్పడం రాదు, నీకేమో వినడం తెలీదు" అంటే, కళ్ళు ఉరిమి చూసింది. మళ్ళీ అజయ్ నే తనని కూర్చోబెట్టి "నన్ను పూర్తిగా చెప్పనీయ్ తల్లి, అప్పుడు కూడా నేను మోసం చేశాను అనిపిస్తే నీ ఇష్టం" అని చెప్పడం మొదలుపెట్టాడు.

మాది కృష్ణ జిల్లాలోని యద్దనపూడి అని చిన్న గ్రామం. మా అమ్మమ్మ, నాయనమ్మ ఇద్దరిది అదే ఊరు కావడంతో, చిన్నప్పటి నుండి నన్ను గారం గ పెంచారు. నాకేది ఇష్టమైతే అదీ, ఎక్కడ ఇష్టమైతే అక్కడ, నాకు నచ్చినట్టు సాగేది. మా ఊరి కి దగ్గర్లో ఆత్మానంద ఆశ్రమం అని ఉండేది, దాంట్లో, సగం ఎదిగి ఆగిపోయిన బొప్పాసిచెట్టుకి, ఎండు కొబ్బరికాయ తగిలించినట్టు, పిచ్చి జుట్టేసుకుని ఒక స్వామిజి ఉండేవాడు. అతనంటే మా తాతకి బాగా నమ్మకం. అప్పుడు నేను ఐదో తరగతి చదువుతున్నాను. ఆ స్వామిజి, మా తాతకి యమగండం ఉందని, అది తప్పించాలంటే ఒకటే మార్గం అని, మనవళ్ళు, మనవరాళ్లు జాతకాలు అన్ని తీసుకుని రమ్మన్నాడట. చివరకి ఆ పీచు మొహం వాడు "మృత్యుంజయ హోమం చేసి, ఆ పందిట్లోనే, అప్పల నర్సయ్య కి అంటే నాకూ.." అనగానే అప్పటివరకు నోరు తెరుచుకుని మరీ వింటున్న మైథిలి కాస్త భళ్ళున నవ్వేసింది. అజయ్ "ఇదిగో నవ్వొద్దు, చెప్పేది విను" అంటే తను బలవంతంగా నవ్వు ఆపుకుంటూ "సారీ సారీ చెప్పు" అంది. అజయ్ "ఎక్కడాగాను? హా, ఆ బూచోడు, హోమం చేసి, నాకు, మా మావయ్య కూతురు కావ్య కి పెళ్ళిచేస్తే, ఆ గండం పోయి మా తాత వందేళ్లు బతికేస్తాడని చెప్పి చచ్చాడు. ఇక చూసుకో నేనేమో ఐదో తరగతి, అదేమో మూడో తరగతి. మా

తాత దగ్గరుండి మరీ మా ఇద్దరికీ పెళ్లి చేసేసి, తను సంపాదించిన ఆస్తి మొత్తం మా ఇద్దరి పేరు మీద రాసేశాడు.

నేను మావూళ్ళో సరిగ్గా చదవడం లేదని, వైజాగ్ మా మావయ్య వాళ్ళింటికి పంపించి, నన్ను కూడా కావ్య చదివే స్కూల్ లోనే చేర్పించారు. అక్కడినుండి మొదలయ్యాయి నా తిప్పలు. అప్పటిదాకా తెలుగు మీడియం, అక్కడేమో ఇంగ్లీష్ మీడియం, ఒక్క ముక్క అర్థమయ్యేది కాదు. మా మావయ్యకి మేనల్లుడు కం అల్లుడ్ని కదా? ఎంత మర్యాదగా చూడాలి. అది వదిలేసి, ఎప్పుడు చూసినా "ఒరేయ్ అప్పిగా" అని పిలిచేవాడు. మా అత్తయ్య ఏమో "ఒరేయ్ నర్సి, పరిగెత్తుకుని వెళ్లి ఒక దజను గుడ్లు తెచ్చిపెట్టు" అని అడ్డమైన పనులు చెప్పేది. దాన్ని మాత్రం "కావ్యమ్మా" గాడిద గుడ్డమ్మా అని ముద్దుగా పిలిచేవారు. పోనీ అదన్నా నాతో ఆడుతుందా అంటే అదీ లేదు. ఒక రోజు ఏమయ్యిందో తెలుసా, ఇంట్లో అత్తయ్య ఏవో జంతికలు వండుతుంటే, అలా వేడి వేడిగా వున్నవి తినడం అంటే మహా ఇష్టం నాకు. అవి ప్లేట్ లో వేసుకుని తింటుంటే, వాళ్ళ ఫ్రెండ్స్ తో వచ్చింది కావ్య. అందులో ఒక కుర్రాడు నన్ను చూసి "ఆడుకుందాం రా" అని పిలిచాడు, నేను లేచి వెళ్దాం అనుకునేలోపే, కావ్య "వాడు రాడు, పందిలా తినమంటే తింటాడు" అని అవమానించింది.

అలాంటి ఎన్నో అవమానాలు తట్టుకుని డిసెంబర్ వరకు గడిపేశాను. జనవరి లో పెద్దపండక్కి అందరం మా ఇంటికెళ్ళాం. ఆ రోజు జరిగింది నా జీవితం లో ఎప్పటికి మర్చిపోలేను. ఇంటి నిండా బంధువులు అందరు వున్నారు. నేనేమో, చాలా రోజుల తరవాత దొరికిన అవకాశం ఏమో, మా నాయనమ్మ సున్నుండలు పెడితే తింటూ కూర్చున్నాను. ఇంతలో అప్పుడే పొలం నుండి వస్తున్న మా నాన్న ని చూసి, కావ్య ఎదురెళ్లి "మావయ్య, మొన్న జరిగిన హాఫ్ ఇయర్లీ పరీక్షల్లో నాకు క్లాస్ ఫస్ట్ వచ్చింది" అంది. మా నాన్నేమో దాన్ని ఎత్తుకుని "మాయమ్మే, బంగారుతల్లివి, నీకు రాకపోతే ఎవరికొస్తాదే" అని ముద్దులాడుతుంటే, అదేమో నావైపు చూపించి "బావ మాత్రం లెక్కల్లో ఫెయిల్

ఐపోయాడు. చెప్పాడా నీకు?" అంది. అంతే మా నాన్న మొహం చూడాలి "ఏరా, కుదురుగా చదువుకుంటావని మావయ్య ఆళ్ళింటికి పంపితే, ఇదా నువ్వు వెలగబెట్టేది?" అన్నాడు. నేను నా పనిలో ఉంటూనే, కావ్య వంక కోపం గ చూస్తుంటే, మా నాన్న "ఎదవ కానా, ఓ పక్క నుండి నేను తిడతానే వున్నాను, నువ్వేమో ఆ తిండి మాత్రం ఆపవు" అని, చేతిలో కర్ర ఉంటే అదేసుకుని నా మీదకి రాబోతే, నేను గబుక్కున వీధిలోకి పారిపోయాను. వదులుతాడా? మా వీధంతా పరిగెత్తించి పరిగెత్తించి కొట్టాడు. అంత అవమానం జరిగాక ఇంక మా మావయ్య వాళ్ళింటికి వెళ్లనని తెగేసి చెప్పేశాను. ఇక మావాళ్ళు కూడా చేసేది లేక, నన్ను తీసుకెళ్లి హాస్టల్ లో పడేశారు. ఆ తరవాత సెలవలకి ఇంటికెళ్ళడం తప్ప దాదాపు జీవితం అంత బైటే గడిచిపోయింది. ఇక ఉద్యోగం వచ్చింది అని తెలిసినప్పటినుండి ఎప్పుడన్నా ఇంటికెళ్తే చాలు "ఇంకా ఎన్నాళ్ళు దూరంగా ఉంటార్రా? మీ ఇద్దరికీ ఈ సారి ఘనంగ పెళ్లి చేసేస్తాం" అనడం మొదలు పెట్టారు. ఆ దెబ్బకి నేను అప్పుడప్పుడు ఇంటికెళ్ళడం కూడా మానేశాను" అని జరిగింది చెప్పి, మైథిలి వైపు చూసి "ఇదిరా జరిగింది. ఇందులో నా తప్పేమన్న వుందా చెప్పు?" అన్నాడు. అప్పటివరకు కంట్రోల్ గ వున్న మైథిలి, సోఫా లోంచి కింద కూర్చుండిపోయి, దొర్లి దొర్లి నవ్వింది. చివరకి అజయ్ "ఇక ఆపుతావా ఆ నవ్వడం" అంటే బాగోదని నవ్వడం ఆపి "అజయ్, నాకో డౌట్, నీకు అంత నచ్చనప్పుడు అన్నాళ్ళు మాత్రం మీ మావయ్య వాళ్ళింటి దగ్గర ఎలా వున్నావు?" అంది. అజయ్ "అదా, ఏది ఏమైనా, మా అత్తయ్య వంటలు చెయ్యడం లో దిట్ట. కాయగూరలు ఏమి లేకపోయినా సరే, జస్ట్ ఉల్లిపాయలతో కూర వండినా అమృతంలా ఉండేది. అందుకే ఎన్ని అవమానాలు జరుగుతున్నా..." అంటే, మైథిలి "అందుకే మీ మరదలు నిన్ను అలా అనేది" అంది. అజయ్ కోపం గ "దాని గురించి మాత్రం మాట్లాడకు" అన్నాడు.

రెండు నిమిషాలు ఆగి, అజయ్ "అందుకే మన పెళ్లి సంగతి ఇంట్లో చెప్పలేదు. ఇప్పుడెలాగూ ఇంకో రెండేళ్లు ఇక్కడే ఉంటాం. వాళ్ళు మాత్రం ఎన్నాళ్ళు చూస్తారు? ఇంకో ఆరు నెలలు చూసి, ఆ రాక్షసికి పెళ్లి చేసి పడేస్తారు.

అప్పుడు మనం హ్యాపీ గ వెళ్లి, పెళ్లి చేసుకున్నాం అని చెప్పొచ్చు. అది నా ప్లాన్" అని మైథిలి వైపు చూస్తుంటే, తను "అది సరే, ఆ సాములోరిని అన్ని తిట్లు తిట్టావు కానీ, అతను చెప్పింది నిజం అయ్యింది చూశావా?" అంది. తను ఏమంటుందో అర్థం కాక అజయ్ "ఏంటి, ఎం నిజమయ్యింది?" అన్నాడు. మైథిలి "అదే, ఇన్నేళ్లు గడిచినా తాతయ్య కి ఎం కాలేదుకదా?" అంది. అజయ్ "హా, ఆ పెళ్లి చెయ్యకపోయినా ఏమయ్యేది కాదు" అనేసి, ఒక్కసారి ఉలిక్కిపడి "తాతయ్య బాగానేవున్నాడని నేను చెప్పలేదే. నీకెలా తెలుసు?" అన్నాడు. మైథిలి "నేను చెప్పేది ప్రశాంతం గ విను బావ" అంది. వెంటనే అజయ్ "బా...వా... నా??? నిజం చెప్పు ఎవరు నువ్వు? కొంపతీసి నువ్వు కావ్యవి కాదుకదా? మాట్లాడవేమే?" అంటుంటే, మైథిలి, అజయ్ దగ్గరగా వచ్చి "ముందు నువ్వు కూర్చో నేను చెబుతాను. ఇవ్వాళ నువ్వు చెప్పేవరకు, నాకు నిజంగ నువ్వు ఎవరో తెలీదు బావ" అంటే, అజయ్ కోపంగా "ముందు ఆ బావ అన్న పిలుపు మానెయ్" అన్నాడు. మైథిలి "నేను చెప్పేది పూర్తిగా విను. ఆరోజు పెద్దపండగ నాడు, మీ నాన్న నిన్ను వీధిలో కొడితే, మా అమ్మ నన్ను ఇంట్లోకి తీసుకెళ్లి వీపు పగల గొట్టింది" అంది. అజయ్ కి ఏమి అర్థం కాక, మీ అమ్మ నిన్ను ఎందుకు కొట్టిందే?" అన్నాడు. మైథిలి "ఇంకెందుకు, నాకు రెండు సబ్జెక్ట్స్ లో గుండు సున్నా వచ్చిందని మా అమ్మ అసలే కోపం గ వుంది. కరెక్ట్ గ అదే టైం లో, కావ్య ఏమో, దానికి క్లాస్ ఫస్ట్ వచ్చిందని అందరిముందు హొయలు పోయేసరికి, నన్ను ఇంటిలోపలికి తీసుకెళ్లి చితక బాదింది" అని అజయ్ వైపు చూసింది. తను, మైథిలీనే పైనుండి కింద వరకు చూస్తున్నాడు. మైథిలి "అదేంటి బావా అలా చూస్తున్నావు? నేను చిన్నమావయ్య కూతుర్ని, గుర్తులేనా?" అంది. అజయ్ "ఒహ్హో ఒసేయ్, నువ్వా? అదికాదు, నీ పేరు... హా, మంగాదేవి కదా? మైథిలి ఎలా అయ్యిందే?" అంటే, ఇంకా అజయ్ మాట పూర్తవ్వకుండానే మైథిలి "ఛ నిజామా? అప్పలనర్సయ్య, అజయ్ కృష్ణ కాగాలేంది, మంగ మైథిలి అయితే తప్పొచ్చిందా?" అంది. అజయ్ కి విషయం అర్థం అయ్యి "ఆ విషయం ఇంక

మర్చిపో, నా పేరు అజయ్, నీ పేరు మంగ, ఛి ఛి మైథిలి సరేనా?" అని ఇద్దరు నవ్వుకున్నారు.

మైథిలి "బావ, నీకోవిషయం తెలుసా? నేను ఇక్కడికి వచ్చేముందే, కావ్య కి పెళ్లి ఐపోయింది" అంటే, అజయ్ కళ్ళు పెద్దవి చేసి "నువ్వు చెప్పేది నిజమా? పీడా పోయింది" అన్నాడు. మైథిలి "నన్ను ఆ పెళ్ళికి రమ్మన్నారు. వెళ్ళాననుకో, మళ్ళీ నా పెళ్లి మీద పడతారని ఎగ్గొట్టాను. ఇంకో విషయం, అప్పలనర్సయ్యని పెళ్లి చేసుకుంటావా? అని కావ్య ని అడిగితే, ఆ తిండిపోతుని చచ్చినా చేసుకోను అందట" అని ముసిముసిగా నవ్వుతూ ఉంటే, అజయ్ "అమ్మో పోన్లే తల్లి, బతికించింది, అందుకే అనుకుంటా మా నాన్న, ఆ పెళ్లి విషయమే చెప్పడానికి ప్రయత్నిస్తుంటే నేను సరిగ్గా వినలేదు" అన్నాడు. ఇంతలో మైథిలి ఏదో పని ఉన్నట్టు వంటగదిలోకి వెళ్లొచ్చి "ఇవ్వాళ డిన్నర్ కి పప్పుచారు పెట్టాను, ఆమ్లెట్ వెయ్యనా?" అంది. అజయ్ నవ్వు మొహం పెట్టుకుని "ఆహా, ఈ చలికి, వేడి వేడి పప్పుచారు, ఆమ్లెట్ సూపర్ కానీ కానీ" అంటుంటే, మైథిలి వంటగదిలోకి వెళ్ళి, గొంతు పెంచి "ఒరేయ్ నర్సిగా, బయటకెళ్ళి ఒక డజన్ గుడ్లు పట్టుకురారా" అంది. అజయ్ "ఆ పేరుతో పిలవద్దు అన్నానా?" అని వంటగదిలోకి వచ్చేసరికి, మైథిలి కొంటెగా నవ్వుతూ అజయ్ వైపే చూస్తుంది.

వీళ్లిద్దరు ఇంట్లో చెప్పకుండా పెళ్లి చేసుకున్నా, అనుకోకుండా బావా మరదళ్లే కావడం వల్ల పెద్దవాళ్ళు కూడా సంతోషించారు. అదండీ సంగతి, అప్పల నర్సయ్య - మంగాదేవి అదే అదే అజయ్ కృష్ణ - మైథిలి కథ అలా సుఖాంతం అయ్యింది.

రాముడు చెప్పాడు

నా పేరు వసంత్, ఉండేది హైదరాబాద్ లో. ఇవ్వాళ బాహుబలి పార్ట్ 2 సినిమా రిలీజ్ అయ్యింది. ఎలా అయినా సరే మంచి హాల్లో నే చూడాలి అని పట్టుపట్టి కూర్చున్నాను. ఎంత ప్రయత్నించినా ఉదయం షో కి టిక్కెట్లు దొరకలేదు. చివరకి, ఎవరో స్నేహితుడు, రాత్రి తొనిమిది గంటల షో కి పి.వి.ఆర్ లో టికెట్లు పట్టుకొచ్చాడు. కాలేజీ కి వెళ్ళాను కానీ మనసు మాత్రం సాయంత్రం చూడబోయే సినిమా మీదే వుంది. ఎవరన్నా రివ్యూస్ గురించి మాట్లాడుతూ ఉంటే, అక్కడ నుండి లేచి వెళ్లిపోయేవాడ్ని. నాకు అలా తెలుసుకోవడం ఇష్టం లేదు, ఆ అద్భుతాన్ని నేనే చూడాలి, ఆ థ్రిల్ మిస్ అవ్వకూడదు అని, సాయంత్రం ఐదు గంటలకే ఇంటికెళ్ళిపోయి, రెడీ అయ్యి, ఏడయ్యేసరికి పి.వి.ఆర్ కి చేరుకున్నాం. హాల్లో సినిమా చూసి దాదాపు సంవత్సరం అవుతుంది, మళ్ళీ ఇవ్వాళే చూడ్డం. తొనిమిది గంటలకి షో మొదలయ్యింది, ఎంత బావుందో,. అలా మైమరచిపోయి సినిమా లో మునిగిపోయాను. కరెక్ట్ గ ఇంకో అయిదు నిమిషాల్లో ఇంటర్వెల్ అనగా, నా ఫోన్ రింగ్ అయినట్టు అనిపించి చూస్తే నాన్న కాల్ చేస్తున్నారు. అప్పటికే ఆరు మిస్డ్ కాల్స్ వున్నాయి. ఏదో అవసరం ఉంటే తప్ప ఇన్ని సార్లు చెయ్యరే? అని హాల్లోంచి బైటకొచ్చి అటెండ్ చేశాను. మా నాన్న “ఒరేయ్ ఎక్కడ వున్నావు? ముందు అర్జెంటు గ ఇంటికి రా” అని, అసలు విషయం ఏంటో చెప్పకుండా కట్ చేశారు. ఏమయ్యుంటుంది? అనుకుంటూనే సినిమా మధ్యలోనే వదిలేసి ఇంటికి బయల్దేరాను. బైక్ తీసేముందు, చెల్లెలు దీప్తి కి “ఏంటే ఏమయ్యింది?” అని మెసేజ్ పెట్టాను, కానీ దాని నుండి ఏ రెస్పాన్స్ లేదు.

నేను ఇల్లు చేరేసరికి, మావయ్య, అత్తయ్య కూడా ఇంటిదగ్గరే వున్నారు. కంగారుగా లోపలికెళ్తే, నన్ను చూసిన అమ్మ "ఒరేయ్, దీప్తి ఏమన్నా ఫోన్ చేసిందా? అదింకా ఇంటికి రాలేదురా?" అని చెప్పింది. టైం చూస్తే 11:30 అవుతుంది, ఇంకా ఇంటికి రాకపోవడం ఏంటి? అదెక్కడికన్నా వెళ్తే, కనీసం నాకన్నా మెసేజ్ పెడుతుందే? ఏమైనట్టు? అనుకుని దీప్తి క్లోజ్ ఫ్రెండ్స్ కి కాల్ చేశారా? అంటే, మావయ్య "అన్ని అయ్యాయి రా బాబు. అది కనబడక పోవడం కాదు రా. ఎవరో కావాలనే చేశారు" అన్నాడు. నేను "ఏంటి మావయ్య మీరనేది?" అంటే, ఆయన "కొత్తగూడ దగ్గర మీ ల్యాండ్ వుంది కదా? ఆ ఇష్యూ లో, ఇవ్వాళ మీ నాన్న, నేను పోలీస్ కంప్లైంట్ ఇద్దామని నిర్ణయించుకున్నాం. వెళ్లి కలిశాం కూడా. ఆ కబ్జా చేసినవాళ్ళే దీప్తి ని కిడ్నాప్ చేశార్రా" అనగానే, నేను "అదేంటి మావయ్య అంత కూల్ గ చెబుతారు. పదండి మనం ఇప్పుడే పోలీస్ స్టేషన్ కి వెళ్లి కంప్లైంట్ ఇద్దాం" అన్నాను. మా నాన్న, నా భుజం మీద చెయ్యేసి "వద్దు రా, వాళ్ళు ఫోన్ చేశారు. అమ్మాయిని వదిలేస్తామన్నారు" అంటే నేను ఏదో అనబోయే సరికి బైట కార్ చప్పుడు వినబడింది. మేము పరిగెత్తుకెళ్లి చూస్తే, బేల మొహం వేసుకుని దీప్తి లోపలకి వస్తూ కనబడింది. అమ్మని కౌగిలించుకుని బోరున ఏడ్చేసింది. ఇంతలో నాన్న ఫోన్ రింగ్ అయ్యింది. ఆయన తీస్తే "చూడవయ్యా మాస్టారు, పెళ్లీడుకొచ్చిన అమ్మాయి, చేతికి అందొచ్చిన కొడుకు, ప్రశాంతం గ బతక్క నీకెందుకయ్యా ఈ పోలీసులు, గొడవలు? ఆ స్థలం సంగతి మర్చిపో. ఇవ్వాళ నీ కూతుర్ని ఎలా తీసుకెళ్ళమో అలాగే తీసుకొచ్చి దింపేశాం. ఇంకొక్క సారి నువ్వు పోలీస్ స్టేషన్ చుట్టుపక్కల కనిపిస్తే, ఈ సారి కనబడకుండా పోయి ఇక తిరిగి రాదు. గుర్తుపెట్టుకో" అని కట్ చేశాడు. జరిగింది తలుచుకుంటేనే నాకు భయం వేసింది. ఇంకో అరగంటకి, అత్తయ్య మావయ్య వాళ్ళు వెళ్లారు, అమ్మ, నాన్న చెల్లికి కొంచెం ధైర్యం చెప్పి, అందరు ఇంత ఎంగిలిపడి పడుకున్నారు. నేను పడుకున్నాను కానీ ఎంతసేపటికి నిద్ర రావట్లేదు. జరిగింది అంత నా కళ్ళ ముందు కదలాడుతుంది.

నా చిన్నప్పుడే మేము హైదరాబాద్ వచ్చి సెటిల్ అయ్యాము. మా నాన్న ఒక ప్రైవేట్ కంపెనీ లో వుద్యోగం చేసేవారు. ఇక్కడకి వచ్చిన కొత్తలో, మా సొంతూరిలో స్థలం ఉంటే అమ్మేసి, ఆ డబ్బుల్తో హైదరాబాద్ సిటీ చివర్లో చిన్న స్థలం ఒకటి కొన్నారు. ఆ తరవాత అక్కడ ఇల్లు కట్టుకుందాం అనుకున్నారు. కానీ మమ్మల్ని పెంచి, చదువు చెప్పించేసరికి ఎప్పటికప్పుడు ఆ ఇల్లు కట్టడం వాయిదా వేసుకుంటూ వచ్చేశారు. మంచి రేటు పలుకుతుంది, అమ్మేయమని చాలా మంది సలహాలు ఇచ్చినా, అమ్మాయి పెళ్లి కి ఏమి కూడపెట్టలేకపోయాను, కనీసం దాని పెళ్లి టైం కి ఆ స్థలం అమ్మి కట్నం కింద ఇచ్చేస్తాను అనేవాడు. తీరా ఇప్పుడది చూస్తే హైటెక్ సిటీ అయ్యి కూర్చుంది. ఇంతకుముందు ఒకటి రెండు సార్లు ఎవరో కొనడానికి ప్రయత్నించారు కానీ, నాన్న ఇష్టపడలేదు. ఇప్పుడు స్వయంగా హోమ్ మినిస్టర్ గారి గారాల పుత్రుడు, మా స్థలం మీద మనసుపడ్డాడు. ఇక తిరుగేముంది? ఎవరో రౌడీ గారికి చెప్పి, మా స్థలం లో అది తనదే అని ఒక బోర్డు తగిలించాడు.

ఎవరో మా స్థలాన్ని ఆక్రమించారు, ఎం చెయ్యాలి? ఎక్కడికి వెళ్ళాలి? మా నాన్నకి తెలిసిన ఒక ట్రాఫిక్ కానిస్టేబుల్ ఉంటే సలహా అడిగారు. అది చేసింది హోమ్ మినిస్టర్ గారబ్బాయి అని, పోలీస్ స్టేషన్ లో కంప్లైంట్ ఇచ్చినా ఏ ఉపయోగం ఉండదు అని, ఆ కానిస్టేబుల్ గారే చెప్పాడు. అయితే, ఎలాగోలా డైరెక్ట్ గ వెళ్లి, హోమ్ మినిస్టర్ ని కలిస్తే, అతను వాళ్ళబ్బాయికి నచ్చచెబుతాడని చెప్పాడు. కానీ ఒక మధ్యతరగతి వాడు, హోమ్ మినిస్టర్ ని కలవడం అంటే, అది సాధారణ విషయమా? అయినా మా నాన్న పట్టు విడవలేదు. ఆయన అపాయింట్మెంట్ కోసం ప్రయత్నిస్తే, అది అంత సులువు కాదని, ఎవరన్నా తెలిసిన వాళ్ళ ద్వారా ఐతే గాని పని అవ్వదని తెలిసింది. ఒక రోజు మా నాన్న, పనుందని నన్ను ఎల్.బి.నగర్ పోలీసుస్టేషన్ కి తీసుకెళ్లాడు. ఇక్కడ పనేంటి నాన్న? అంటే చెప్పాడు. ఆ పోలీస్ స్టేషన్ లో పనిచేసే "సబ్ ఇన్స్పెక్టర్" గారు "మావగారి తమ్ముడు" "హోమ్ మినిస్టర్ పి.ఏ" దగ్గర "కార్ డ్రైవర్" అట. అంటే అటునుండి చెప్పాలంటే, మినిస్టర్ గారి, పి.ఏ గారి, డ్రైవర్ గారి, అన్నయ్య గారి, అల్లుడు గారు

ఈ సబ్ ఇన్స్పెక్టర్ అన్నమాట. ఇతని ద్వారా ప్రయత్నిద్దామని వచ్చాం. ఇక చూసుకోండి, ఒకరి నుండి ఒకరికి, అలా మాకు హోమ్ మినిస్టర్ గారి 5 నిమిషాల దర్శనం జరగడానికి మూడు నెలల టైం, ముప్పైవేలకు పైగా డబ్బులు ఖర్చయ్యాయి. మొత్తానికి ఒకరోజు సాయంత్రం మినిస్టర్ గారిని కలిశాం.

ఆయనతో నాన్న జరిగిందంతా చెప్పి, ఇలా మేము మధ్యతరగతి వాళ్ళం అని, అది తప్ప మాకు వేరే ఆస్తి కూడా లేదు అని, ఎలా అయినా మీరే న్యాయం చెయ్యాలి సర్ అంటే, అతను అంతా విని, వాళ్ళబ్బాయిని పిలిచాడు. వాడేమో, మా నాన్న ని చూసిన వెంటనే, అసలు ఏంటి సంగతి? అని కూడా అడక్కుండానే, వాళ్ళ నాన్నతో "ఆ స్థలం సంగతేనా? అది మర్చిపోమనండి. ఆల్రెడీ వేరే వాళ్ళకి ఇచ్చేశాను" అన్నాడు. అదేంటో, అదేదో వాడి స్థలమైనట్టు, మేమేదో దానం అడుగుతున్నట్టు వుంది వాడి వ్యవహారం. మినిస్టర్ గారేమో మా నాన్నతో "అదయ్యా సంగతి, అయినా అంత ఖరీదైన ఏరియా లో ల్యాండ్ ఉంటే, ఎప్పుడో అమ్మేసుకోవాలి కానీ దగ్గర ఉంచుకుంటే ఇలాగె జరుగుతుంది. సర్లే ఒక మూడు లక్షలు పరిహారం ఇప్పిస్తాను. మాట్లాడకుండా వెళ్ళిపొండి" అన్నాడు. మా నాన్న "సర్, కోటి రూపాయల విలువ చేసే స్థలానికి మూడు లక్షలు అంటే అన్యాయం అండి" అని, ఇంకా ఏవేవో చెప్పి చాలా సేపు బతిమాలాడు. చివరిగా "అలా ఐతే నేను కోర్ట్ కి వెళతాను" అన్నాడు. ఇంకా ఆయన నోట్లో మాట పూర్తవ్వనేలేదు, ఇంతలోనే ఆ మినిస్టర్ కొడుకు విసురుగా వచ్చి, మా నాన్న కాలర్ పట్టుకుని తోసేశాడు. నేను ఒక్క అడుగు ముందుకేసి పట్టుకోబట్టి సరిపోయింది కానీ లేకపోతే ఆయన కింద పడిపోయేవారు. మా నాన్న వయసుకి కూడా మర్యాద ఇవ్వకుండా, అతని కొడుకు అలా ప్రవర్తిస్తే, ఆ మినిస్టర్ కి కనీసం చీమకుట్టినట్టు కూడా లేదు. పైగా "ఆ మూడు లక్షలు కూడా ఇవ్వను, పోయి ఎం చేసుకుంటారో చేసుకోండి" అని సెక్యూరిటీ చేత మమ్మల్ని గెంటించేశాడు. మా నాన్న కాలర్ పట్టుకున్నందుకు, ఆ క్షణమే వాడి పీక పట్టుకోవాలి అనిపించింది. కానీ ఎం చెయ్యను? దానివల్ల మాకు జరిగే నష్టమే ఎక్కువ.

ఆ సంఘటన తరవాత, మా ఇంట్లో ఏది సరిగా లేదు. మా నాన్న ఎప్పుడు అదే విషయం ఆలోచిస్తూ ఉండేవాడు. నేను, చెల్లి కాలేజీ కి వెళ్తున్నాము, ఎవరి గొడవలో వాళ్ళు వున్నాము. నాన్న మాత్రం ఏవేవో ప్రయత్నాలు. చివరికి ఒక రోజు ఎవరో తెలిసినవాళ్ళ ద్వారా ఒక హై కోర్ట్ అడ్వకేట్ ని కలిశారు. జరిగింది అంతా విన్నాక ఆ లాయర్ గారు "స్థలం మీదే, కానీ నాది అని ఇంకెవడో వచ్చి దొంగ పత్రాలు సృష్టించాడు. ఇప్పుడు కోర్ట్ కి వెళ్లారు అనుకోండి, ఇది సివిల్ వ్యవహారం, ఇప్పుడప్పుడే తేలుతుందా? ఈలోపు పుణ్యకాలం కాస్త గడిచిపోతుంది. ఇవ్వాళ మా కోర్ట్ లో ఒక సివిల్ కేసు వచ్చింది. నేను మూడో తరగతి చదువుతున్నప్పుడు ఆ కేసు మొదలయ్యింది. ఈ రోజుకి వాళ్ళు కొట్లాడుతూనే వున్నారు. కేసు వేసిన వాది, ప్రతివాది ఇద్దరు పోయారు, ఇప్పుడు వాళ్ళ పిల్లలు కొట్లాడుతున్నారు. నా మాట వినండి, మీ కేసు తీసుకుంటే నాకు ఫీజు వస్తుంది, అయినా సరే మీ గురించి తెలుసు కాబట్టి చెబుతున్నాను. అబ్బాయి చదువు ఐపోవస్తుంది, ఏదో ఒక ఉద్యోగం వస్తే, అమ్మాయి పెళ్లేదో చేసేయొచ్చు. ఇప్పుడు మీరు అవన్నీ పక్కన పెట్టేసి, కోర్టు, కేసు, అంటే, పేదవాని కోపం పెదవికి చేటు అన్నట్టు అవుతుంది. ఒక వారం రోజులు బాగా అలోచించి అప్పుడు కూడా మీరు కేసు వేద్దాం అంటే వేద్దాం" అని చెప్పి పంపాడు.

ఆరోజు ఇంటికొచ్చిన నాన్న, ఇక అదే ఆలోచిస్తూ వుండిపోయాడు. ఆనాటి నుండి సరిగ్గా మూడో రోజునాడు, అర్థరాత్రి నాన్నకి గుండెనొప్పి వస్తే, హాస్పిటల్ లో జాయిన్ చేశాము. ఇంటికి దగ్గరగా ఉందని ఒక ప్రైవేట్ హాస్పిటల్ లో జాయిన్ చేశాము. వాళ్ళు టెస్టులన్నీ చేసి, ఆపరేషన్ చెయ్యాలని చెప్పారు. టెస్ట్ లు చేసేప్పటికే అక్కడ ఇరవై ఐదు వేలు ఖర్చయిపోయింది. ఇక ఆపరేషన్ కి ఆరు లక్షలు అవుతుంది అన్నారు. మావయ్య వాళ్ళ సలహాతో కొంచెం చిన్న హాస్పిటల్ కి షిఫ్ట్ చేశాము. మాకు హెల్త్ ఇన్సూరెన్స్ లేదు, ఏమి లేదు, అక్కడ ఆపరేషన్ కి మూడు లక్షలు అవ్వొచ్చు అన్నారు. ఏదో కొద్దిగా దాచుకున్న బ్యాంకు బాలన్స్, అమ్మ నగలు అమ్మి, మిగతావి మావయ్య దగ్గర తీసుకుని ఆ గండం నుండి బైట పడ్డాం. ఆ తరవాత, నాన్న ఉద్యోగానికి వెళ్లడం మానేశారు. ఆ స్థలం సంగతి

మర్చిపొమ్మని ఎన్నిసార్లు నచ్చచెప్పానో, వినలేదు. ఎప్పుడు ఏదో ఆలోచిస్తూ కూర్చుంటారు. కానీ ఇల్లు గడవాలి కదా? నేను కాలేజీ ఐపోయాక, సాయంత్రం అయిదు నుండి, రాత్రి 10 వరకు స్విగ్గి లో ఫుడ్ డెలివరీ బాయ్ గ చేస్తున్నాను. ఇది జరిగి నేటికి ఎనిమిది నెలలు అయ్యింది. మరి ఉన్నట్టుండి ఏమయ్యిందో? ఇవ్వాళ పొద్దట మావయ్యని తీసుకుని, పోలీస్ స్టేషన్ కి వెళ్లి, ఏకంగా హోమ్ మినిస్టర్ మీదే కంప్లైంట్ ఇవ్వబోయాడు నాన్న. వాళ్ళు ఊరుకుంటారా? అందుకే దీప్తి ని కిడ్నాప్ చేశారు. అదంతా ఆలోచించాక బుర్ర హీట్ ఎక్కిపోయింది. అప్పటికే టైం రెండు అయ్యింది, అస్సలు నిద్ర రావట్లేదు. మళ్ళీ రేపు ఉదయాన్నే కాలేజీ కి వెళ్ళాలి.

కాలేజీ అంటే గుర్తొచ్చింది నాది, చెల్లిది సెమిస్టరు ఫీజు కట్టాలి, నాన్నకి మందులు తేవాలి, తెల్లారితే ఒకటో తారీఖు, ఖర్చులు, ఇంటి చుట్టూ అప్పులు, వున్న బంగారం కాస్త తాకట్టులో వుంది. ఎం చెయ్యాలి? అసలు వీటన్నిటి నుండి బైట పడాలంటే ఎలా? నా ఆలోచనలు మళ్ళీ మొదటికి వచ్చాయి. మొబైల్ లో యూట్యూబ్ ఓపెన్ చేసి, ఏదో అలా చూస్తుంటే అందులో "దైవాన్ని చేరుకోవడం ఎలా?" అని గరికపాటి వారి ప్రవచనం అది. హెడ్ ఫోన్ పెట్టుకుని, ఆ వీడియో ఆన్ చేశాను. ఒక ఆరు నిమిషాలు చూశాక, ఆయనన్నమాట "నీ మనస్సు, బుద్ధి, శరీరం అన్నింటిని ఒక్కతాటిపైకి తీసుకొచ్చి, దైవ దర్శనం ఒక్కటే మోక్షం అని నమ్మి, దైవం కోసం తపస్సు చేస్తే, క్షణం లో ప్రత్యక్షమవుతాడు" అని చెబుతున్నారు. అది విన్నాక, ఆ వీడియో ఆఫ్ చేసి, నిజం గ పిలిస్తే దేవుడు వస్తాడా? అని అక్కడే, నా గదిలోనే, నేలపైన కూర్చుని, కళ్ళు మూసుకుని, మనస్సు లగ్నం చేసి, లక్ష్మీ దేవి ని స్మరించడం మొదలుపెట్టాను.

అక్కడ వైకుంఠంలో, ఏదో కోలాహలంగా వుంది. విషయం ఏంటంటే అవ్వాళ లక్ష్మీ దేవి పుట్టిన రోజు. దేవగణం మొత్తం ఆమె దర్శనం కోసం ఎదురుచూస్తున్నారు. దేవి, విష్ణుమూర్తి కి నమస్కరించి, ఆశీర్వదించమని అడిగితే, ఆయనేమో పుట్టినరోజు ముస్తాబులో లక్ష్మీ దేవి కళకళ్ళాడిపోతుంటే,

చూసి, మురిసిపోయి, ఆమె చేతికి పూలహారం అందించి "దేవి, ఈసారి నీ పుట్టిన రోజుకి, నీకు ఎదో ఒక అపురూపమైన కానుక ఇవ్వాలని అనుకున్నాను. కానీ ఎంత ఆలోచించినా, నీకన్నా అపురూపమైనది ఏది నాకు కానరాలేదు. ఎం కానుక కావాలో కోరుకో దేవి" అంటే, లక్ష్మి దేవి "స్వామి, మీరు కాదు అనను అంటే చిన్న కోరిక" అంది. విష్ణుమూర్తి "నువ్వు అడగడం, నేను లేదు అనడమే? అందునా, నీ పుట్టిన రోజున. ఏదైనా సరే కోరుకో" అన్నాడు. లక్ష్మీదేవి ఓరకంటితో చూస్తూ "స్వామి, మీరు స్వయంగా మానవులకు ప్రత్యక్షమై, వరాలు అనుగ్రహించి శతాబ్దాలు దాటింది. ఈరోజు ఎవరైనా ఒక భక్తునికి ప్రత్యక్షమై, ఒక్కటంటే ఒక్కటే వరం ప్రసాదించి, వేడుక చూడాలని ఆశగా వుంది స్వామి" అని ఆవిడ మనసులో మాట బైట పెట్టింది. విష్ణుమూర్తి బుగ్గ మీద, చూపుడు వేలు పెట్టుకుని "అన్నన్నా, కలికాలం లో మానవులకి వరాలు ఇవ్వడమే, భూలోకాన్ని సర్వ నాశనం చేసేస్తారు" అని, ఇంకా ఆయన మాట పూర్తవ్వకుండానే, దేవి "అందుకే, నేను ముందే అడిగాను స్వామి" అని అలక నటించింది. విష్ణుమూర్తి "అది కాదు దేవి, ఒకప్పుడు అంటే సరే, కానీ ఇది కలియుగం" అంటే, దేవి "అది కాదు స్వామి, వాడు చూడండి, నాకోసం ఎంత భక్తితో తపస్సు చేస్తున్నాడో. వాడికి ప్రత్యక్షమై, ఒక్కటంటే ఒక్కటే వరం ప్రసాదించి వచ్చేస్తాను" అంది. మూర్తి గారేమో ఇక ఇది తప్పేటట్టు లేదని గ్రహించి "దేవి, నువ్వసలు ముందు కైలాసం వెళ్లి, అక్కడ మీ అన్నా వదినల ఆశీర్వాదం తీసుకుని, అటునుండి బ్రహ్మలోకం వెళ్ళాలి. ఇవ్వాళ నీ దర్శనం కోసం మొత్తం దేవగణం అంతా కదిలొచ్చింది. నువ్వేమో, భూలోకం వెళ్ళొస్తాను అంటున్నావు. సరే నాకు తప్పదు కదా. ఒక పని చేద్దాం, అదేదో నేనే వెళ్లి, ఆ వరమేదో ఇచ్చేసి వస్తాను సరేనా?" అన్నాడు. లక్ష్మి దేవి మోము అనుమానం గ పెట్టి "స్వామి, వాడు నా భక్తుడు, మీరు వరం ఇచ్చినట్టే ఇచ్చి మళ్ళీ ఏ మెలిక పెట్టకూడదు, సరేనా?" అని ముందరికాళ్ళకి బంధం వేసేసింది. మూర్తి గారేమో సరే అని మాటిచ్చి, అమ్మ ని కైలాసం పంపి, అయ్య భూలోకానికి బయల్దేరాడు.

ఇక్కడేమో, నేను ఏకాగ్రతతో లక్ష్మీదేవి జపం చేస్తున్నాను. "నాయనా వసంత్" అన్న పిలుపు తో కళ్ళు తెరచి చూస్తే, ఇంకేముంది, ఏదో ఒక అస్పష్టమైన వెలుగు కనబడేసరికి, అలా చూస్తూ వుండిపోయాను. విష్ణుమూర్తి "ఏమయ్యా, ఎందుకు ఆ తపస్సు? ఎం కావాలి నీకు?" అన్నారు. నేను ఆశ్చర్యం నుండి తేరుకుని "ఎవరు స్వామి మీరు?" అన్నాను. విష్ణుమూర్తి "నేను ఎవరైతే నీకెందుకు గాని, నీకేం కావాలో చెప్పు" అంటే, నేను "లక్ష్మీ దేవి రాలేదే?" అన్నాను. విష్ణుమూర్తి "భలే వాడివయ్యా బాబు, ఆవిడకి ఏదో పని వుండి రాలేదులే కానీ, స్వయంగా విష్ణు మూర్తే వచ్చి నీ సమస్య ఏంటి? అని అడిగితే ముందు అది చెప్పవే?" అంటే, నేను "స్వామి, ఇదంతా మీరు శేష తల్పం పైన పడుకుని కంటున్న కల అని, మేమంతా మీ కలలో పాత్రలమని అంటారు నిజమేనా?" అన్నాను. విష్ణుమూర్తి "నాయనా, ధర్మ సందేహాలకు ఇది సమయం కాదు. నువ్వు తపస్సు చెయ్యడానికి గల కారణం ఏంటో చెప్పు", నేను "అది కాదు స్వామి, అసలు ఏమి లోకం స్వామి ఇది? పోలీస్ స్టేషన్ కి వెళ్తే రక్షణ దొరకదు, కోర్ట్ కి వెళ్తే న్యాయం దొరకదు, హాస్పిటల్ కి వెళ్తే సరైన వైద్యం దొరకదు, ఎమన్నా అంటే లక్ష్మీ దేవి ని అడ్డం పెట్టుకుని తప్పించుకుంటున్నారు. ఎంతో మంది మానవులు అకారణం గా శిక్షించబడుతున్నారు" అంటే, విష్ణుమూర్తి "అవన్నీ మీరు చేసిన ఖర్మ ఫలితాలే నాయనా. వసంత్, నీకు నానుండి ఎం సహాయం కావాలో ఇంకా చెప్పనేలేదు" అన్నారు. నేను "స్వామి, నాకు, నా కుటుంబానికి వచ్చిన కష్టాలన్నీ ఈ క్షణం లో తీరిపోవాలి" అని వరం అడిగాను. విష్ణుమూర్తి "కష్టం నాయన. స్వయంగా నేను మానవ జన్మ ఎత్తినా సరే, నేను పడాల్సింది అంతా పడ్డాకే అవతారం చాలించాను. అది ఎవ్వరికైనా తప్పదు. వాటిని తట్టుకోగల ధైర్యం ఇమ్మంటే ఇవ్వగలను. లేదా ఇంకొక వరమేమన్న కోరుకో" అన్నారు. నేను ఒక నిమిషం పాటు అలోచించి "స్వామి, రాముడి పాలన గురించి వినడమే కానీ, ఎప్పుడు చూసింది లేదు. ఇప్పుడు, ఈ క్షణమే, నా దేశం రామ రాజ్యం ఐపోవాలి" అంటే, విష్ణుమూర్తి "భలే వాడివే, అది అసాధ్యం" అన్నారు. నేను "అంతేస్వామి, నేను రామరాజ్యం చూసి తీరాలి.

మీ వల్ల అయితే వరం ఇవ్వండి. లేకపోతే అమ్మనే ప్రార్ధిస్తాను" అనేసి, కళ్ళు మూసుకుని, లక్ష్మీ దేవిని ధ్యానించడం మొదలుపెట్టాను. విష్ణుమూర్తి, ఆయన వైపే చూస్తున్న గరుడ పక్షి తో "చూశావా వీడి వేషాలు? కలియుగం, రామరాజ్యం ఐపోవాలట. తీరా చూస్తే ఆవిడకేమో మాటిచ్చాను, సరే" అని "నాయనా వసంత్" అని పిలిస్తే, కళ్ళు తెరచి "ఎం స్వామి ఇస్తున్నారా వరం?" అన్నాను. విష్ణువు "చూడు నాయన, అది కుదిరేపని కాదు. కావాలంటే నిన్ను ఒక్కడిని తీసుకెళ్లి రామరాజ్యం లో పడేస్తాను. దానికోసం జరిగిపోయిన కాలం మొత్తం త్రేతాయుగం వరకు వెనక్కి తిప్పాలి. ఈ వరం తో అయినా సంతృప్తి పడతావా?" అంటే, నేను "అయితే స్వామి, ఈ నాటి ఈ జ్ఞాపకాలతోనే నన్ను త్రేతాయుగం తీసుకెళ్లండి" అని వరం అడిగాను. విష్ణుమూర్తి "సరే, తప్పుతుందా? ఇప్పటికైనా సంతృప్తి చెందావా నాయనా?" అనగానే నేను, వెలుగు రూపం లో వున్న విష్ణుమూర్తి కి సాష్టాంగ పడ్డాను.

తరువాత నాకు మత్తుగా నిద్ర పట్టేసింది. బాగా చలిగా వుంది, ఆ మత్తులోంచి ఎవరో పిలుస్తునట్టు వినబడుతుంది. సరిగ్గా వింటే "ఒరేయ్ యాదయ్య, తెల్లారి పోనాది లేరా అయ్యా" అన్న పిలుపు. చెవులు రిక్కించి విన్నా మళ్ళీ, మళ్ళీ అదే అరుపు. నేను కళ్ళు తెరిచి చూసేసరికి, ఒక చెట్టు కింద పడుకుని వున్నాను. పైకి లేచి కూర్చుని, చుట్టూ చూస్తే, అదేదో పల్లె ప్రాంతం లా వుంది, అప్పుడప్పుడే తెల్లారుతూ వుంది. దగ్గర్లో కోళ్లు కొక్కొరొక్కో అంటుంటే, చెట్ల పైన పక్షలు కిల కిల మంటున్నాయి. నేను అలాగే మంచం మీద కూర్చుని, అటు ఇటు చూసుకుంటూ ఉంటే, నా పక్కనుండే ఎవరో ఒక బుడతడు పశువుల మందని తోలుకుంటూ పోతున్నాడు. ఇంతలో ఎదురుగా వున్న గుడిసె లోనుంచి ఎవరో ఒకాయన దగ్గరకొచ్చి "లేవరా అయ్యా, ఇయ్యాల కొయ్యవాని పాలెం లో సామాను ఇచ్చేసి రావాలి. బండి కట్టాలి. నువ్వు బేగెల్లి వచ్చెయ్యాలి, చేతినిండా పని పెట్టుకుని నువ్వు ఇట్టా పొద్దెక్కే దాకా పడుకుంటే ఎలా రా?" అని, ఆయన వెళ్లి, బండి చక్రం ఎదో సిద్ధం చేసుకుంటున్నాడు. చూస్తే తెల్లవారు ఝాములా

వుంది, అప్పుడే పొద్దెక్కింది అంటాడేంటి? అనుకున్నాను. నాకైతే గందర గోళం గా వుంది.

పది నిమిషాలు అయ్యాక, నిద్ర మత్తు దిగి, అప్పుడు గుర్తొచ్చింది. అవును కదూ, రాత్రి విష్ణుమూర్తి ఇచ్చిన వరం. అంటే నేను త్రేతాయుగం లో ఉన్నానా? ఇది రామ రాజ్యమా? ఇదంతా నిజమే? అని గిల్లి చూసుకున్నాను. కంబళి తీసి, నన్ను నేను చూసుకుంటే, భలే వుంది నా అవతారం. జెబ్బల దాకా చొక్కా, కింద పంచె, ఓహో, అనుకుంటూ ఇంకా అక్కడే ఉండేసరికి, ఒకావిడ వచ్చి "ఏమిరా, ఇంకా జాగు చేస్తే మీ అయ్య కోపం జేస్తాడు. ముందు ఆ కాలవకి పోయి నీళ్ళేసుకు రా, గంజి బువ్వ తినేసి వెళుదువుగాని" అంది. ఓ, ఆవిడ మా అమ్మ అన్నమాట. నాకు తెలీకుండా అడుగులు పడుతున్నాయి, వెళ్లి, అక్కడ వేప చెట్టు ఉంటే పుల్ల విరుచుకుని, నోట్లో పెట్టుకుని, భుజాన ఒక తువ్వాలు పాడేసుకుని, కాలువ గట్టుకి వెళ్ళిపోతున్నాను. ఇదేంటి అంత నాకు తెలిసినట్టు చేసుకుపోతున్నాను? అనిపించింది.

ఇంకా సూర్యం గారు రానేలేదు, తెల్లవారు ఝామున కొద్దిగా వెలుతురు వుంది అంతే. అప్పుడే ఊరు మొత్తం లేచి పనుల్లో పడిపోయారు. నేను వెళ్లి, ఆ కాలువలో స్నానం చేసి, ఇంటికొచ్చేసరికి అప్పుడే సూర్యుడు ఉదయిస్తున్నాడు. లేచినప్పుడు సరిగ్గా గమనించలేదు గాని ఇప్పుడు చూస్తే, చుట్టూ పచ్చికబయళ్ళు, వాటి మధ్యలో పూరి గుడిసెలు, దగ్గర్లో సెలయేరు, దూరంగా నల్లని కొండలు, వాటి మధ్యలోంచి ఉదయిస్తున్న సూర్యం గారు, ఆహ ఆ గాలి, ఆ వాతావరణం ఏమని చెప్పను? ఇంకెలా వర్ణించాలో అర్థం కావట్లేదు, మనసు పులకించిపోయింది. ఆ దృశ్యం, అచ్చం చిన్న పిల్లల పుస్తకాల్లో ప్రకృతిని వర్ణిస్తూ వేసిన బొమ్మలా వుంది. ఇంతలో "యాదయ్యా" అన్న మా అమ్మ పిలుపు, తిరిగి చూస్తే "బసవలకి మేత పడేశాను, నీళ్లు పెట్టేసి రా, బువ్వ తిందువు" అనేసి, ఆవిడ లోపలికి వెళ్ళింది. ఓ "బసవలు" అంటే ఎద్దులన్నమాట, అక్కడ ఎదురుగా వున్న దూళ్ల పాక లోకి వెళ్లి, వాటికి తాగడానికి నీళ్లు పెట్టేసి, నేను మా ఇంట్లోకి

వెళ్ళాను. మట్టి పాత్ర నిండా గంజి పోసి, రెండు పచ్చి మిర్చి నంజు పెట్టి "బేగి తిని బైదెల్లు నాయన" అనేసి ఆవిడ పనిలో పడిపోయింది. మట్టి కంచం లో గంజి తింటూ, మిర్చి నంజుకుంటే భలేగా ఉందిలే. ఓ పక్కనుండి అది తింటూ, ఇంటి ని గమనించాను. ఇల్లు, అదే గుడిసె, ఒక పక్కన రెండు రేకు పెట్టెలు, ఇంకోపక్కన ఏవో కొద్దిగా మట్టి పాత్రలు, గోడకి తిగిలించి వున్న బుట్టలు, తప్ప దాదాపు లోపల అంత ఖాళీగానే వుంది. ఎందుకు ఉండదు? కాలవలో స్నానం, ఆరుబైటే పడక, ఇంటెనకాల పొయ్యి, వంట అక్కడే. ఇంటితో పనేముంది?

బువ్వ తిని బైటకొచ్చి చూస్తే, మా అయ్య అప్పటికే బండి చక్రం తిప్పడం, వాటి మీద రకరకాల మట్టి పాత్రలు, ఎదో మేజిక్ చేసినట్టు, ఇట్టు ఇట్టు చేసి పక్కన పెట్టేస్తున్నాడు. నేను అలాగే చూస్తూ నిలబడేసరికి, నన్ను గమనించి "ఒరేయ్ అయ్య, పొద్దెక్కిపోయింది, బండి కట్టు, నేను సామాను సర్దేస్తాను. మల్ల ఎదురు సూత్తా వుంటారు" అన్నాడు. నేను ఎద్దుల బండి సిద్ధం చేశాను, తరవాత మేము ఇద్దరం కలిసి కుండలు, నీళ్ల జగ్గులు, వంట గిన్నెలు, గరిటెలు అన్ని మట్టితో చేసినవే. పైగా వేరే వేరే సైజు లు. అవన్నీ బండి లో జాగ్రత్తగా సర్దుతూవుంటే, మా అయ్య, ఎవరికి ఏమేమి పాత్రలు ఇవ్వాలో, లెక్క చెబుతూ పోతున్నాడు. మొదటి ముగ్గురి పేర్లు గుర్తున్నాయి, తరవాత ఇంకో పాతిక మంది పేర్లు చెప్పి, వారికి ఏమేమి ఇవ్వాలో కూడా చెప్పాడు. నేను "అయ్యా దేనిమీదన్న రాసి ఇవ్వు మర్చిపోతాను" అంటే, నా వంక విచిత్రంగా చూసి "ఎన్నడూ లేనిది ఏమయ్యింది రా ఇవ్వాళ నీకు? కొత్తగా అడుగుతావే? నీకు గుర్తులేకపోయినా, ఏమేం కావాలో వాళ్లే తీసుకుంటారులే. అయినా ప్రతీ పాత్రకి క్రింది వైపు వారి పేర్లు వ్రాసి ఉంటాయి అని నీకు తెలుసు కదా?" అన్నాడు. అప్పుడు చూస్తే, అవును ప్రతీ పాత్రకి క్రింది వైపు బొగ్గుతో రాసిన ముత్యాలాంటి అక్షరాలు.

మొత్తానికి బండి కట్టుకుని, కొయ్యవాని పాలెం బయల్దేరాను. అసలు జీవితం లో ఎప్పుడు ఎద్దుల బండి ఎక్కనేలేదు. అలాంటిది చాల సులువుగా దాన్ని తోలుకుంటూ వెళ్ళిపోతున్నాను. జరిగేది అంతా చూస్తుంటే, నాకు అర్థం

అయ్యింది ఏంటి అంటే, ఈ కాలం లో నేను కుమ్మరి వాళ్ళింట్లో పుట్టానన్నమాట. కాకపోతే కలియుగం జ్ఞాపకాలతో వెనక్కి వచ్చేసరికి, జ్ఞాపకాలు అప్పటివి వున్నా, ఇక్కడ అలవాటైన పనులు అలా చేసుకుంటూ వెళ్లిపోగలుగుతున్నాను. మా ఊరు దాటి వెళుతుంటే, చుట్టూ గుబురుగా చెట్లు, దారంటే పెద్ద దారిలా ఎం లేదు. మనుషులు నడవడం వల్ల ఏర్పడిన సన్నని గీతలా వుంది. కొన్ని చోట్ల, అటు పక్క, ఇటు పక్క, చెట్ల కొమ్మలు అడ్డొస్తూవుంటే, వాటిని కర్రతో తప్పిస్తూ ముందుకు వెళ్తున్నాను. మొత్తానికి కొయ్యవాని పాలెం చేరుకున్నాను. అక్కడ చిన్న సంతలా జరుగుతుంటే, అక్కడికి వెళ్లి, బండి అపానో లేదో అప్పుడే జనాలు చుట్టూ మూగేశారు. అందులో ఒక బుడతడు నా దగ్గరకి వచ్చి "హై గురువా, ఈరోజు కించిత్ ఆలస్యం అయ్యింది ఏమిటి?" అనేసి, నా సమాధానం కోసం చూడకుండా, ఒక పక్కన రుమాలు పరిచి, మరొక పక్కన రెండు బుట్టలు పెట్టాడు. నేను బండి లోని సామాను అంతా మెల్లిగా దించి గోడకి ఆనించి పెడుతుంటే, ఆ వచ్చినవారంతా ఆ పాత్ర ల వెనకాల వారి వారి పేర్ల ఆధారంగా అవి తీసుకుని, ఆ బుడతడు పరిచిన రుమాలు మీద, పెట్టిన బుట్టల్లోని, కొందరు బియ్యం వేస్తుంటే, మరి కొందరు పళ్ళు, కాయగూరలు వేస్తున్నారు. ఒకాయనేమో, రెండు పంచెలు వేశాడు, అవి ఆయన నేసినవేనట, ఎవరికి తోచినవి వాళ్ళు వేస్తూ, మొత్తం నేను తెచ్చిన పాత్రలన్నీ ఖాళీ చేసేశారు. అందరు వెళ్ళాక, అప్పటి వరకు సహాయం చేసిన ఆ బుడతడు నవ్వుతు నన్ను చూస్తుంటే, నేను "ఎం కావాలో తీసుకో" అన్నాను. వాడేమో, చిన్న చేతి సంచిలో కొద్దిగా బియ్యం, రెండు రకాల కూరగాయలు తీసుకుని, మిగతావి బండిలో సర్దేశాడు.

నేను మా ఊరుకి తిరుగు ప్రయాణం మొదలుపెట్టాను. కొంతదూరం వెళ్లేసరికి, ఏంటో అప్పటివరకు నీళ్లు తాగలేదేమో, తెగ దాహం వేస్తుంది. దగ్గర్లో ఎమన్నా ఇళ్ళున్నాయా అని చూస్తే, అక్కడెక్కడో ఒక చోట చిన్న పెంకుటిల్లు కనబడింది. కానీ, నా బండి అక్కడికి వెళ్ళదు. బండి దిగి, కొంచెం దూరం నడుచుకుంటూ వెళ్తే, ఇంటి పక్కన నుయ్యి ఒకటి కనబడింది. వెళ్లి, చేద తో నీళ్లు తోడి తాగితే, వుంది నా సామి రంగా, ఏమి రుచి అసలు, నీళ్ల కి రుచి ఉండదు

అంటారు గాని అవి మాత్రం భలేగా వున్నాయి. అసలే ఎండ మండిపోతుందేమో, చల్లగా నీళ్లు గొంతు దిగేసరికి ప్రాణం లేచొొచ్చింది. ఈలోపు, ఆ ఇంటిగలాయన అనుకుంటాను, నన్ను చూసి "కాళ్ళు కడుక్కో నాయనా, బిక్ష చేద్దువు గాని" అన్నాడు. నాకు అర్థం కాలేదు, వెర్రి మొహం వేసుకుని చూస్తుంటే, ఆయన దగ్గరగా వచ్చి "ఆ బండి నీదే కదూ? ఆ పక్కనే గడ్డివాము వుంది. వాటిని అక్కడ మేతకి వదిలేసి, నువ్వు కాళ్ళు కడుక్కుని రా నాయనా, క్షణం లో వడ్డించేస్తారు" అనేసి "ఏమేవ్, ఇవ్వాళ సరిగ్గా సమయానికి భగవంతుడు పంపినట్టు ఎవరో అతిథి వచ్చారు. తొందరగా విస్తళ్ళు వెయ్" అనుకుంటూ లోపలకి వెళ్లాడు. నేను ఎద్దులని తీసుకెళ్లి, పచ్చగడ్డి బాగా పెరిగిన చోట వదిలేసి వచ్చి, కాళ్ళు కడుక్కుంటుండగా గుర్తొచ్చింది "అవునూ అసలు చెప్పుల గొడవే మర్చిపోయాను. నిజమే, ఎక్కడో ఒకరిద్దరి దగ్గర తప్ప ఎవరూ చెప్పులు వాడటం చూడలేదు" అనుకుంటూ వెళ్లి, గుమ్మం దగ్గర నిలబడితే, ఆయన వచ్చి నన్ను సాదరంగా లోపలకి తీసుకెళ్లారు. అప్పటికే పీటలు, ఎదురుగ అరిటాకులు పరిచి ఉంచారు. నేను వెళ్లి కూర్చున్నాక, ఆయన కూడా నా పక్కనే కూర్చున్నాడు. ఆ ఇంటావిడ వచ్చి, వండినవన్నీ చక్కగా వడ్డిచ్చింది. పరమాన్నం తో మొదలుపెట్టి, శాకాంబరీ దేవి ప్రసాదం, అదేనండి గోంగూరని భక్తితో స్వీకరించి, పప్పు దప్పళం మీదుగా వెళ్లి, పెరుగన్నం తో ముగించాను. దంపుడు బియ్యం, గుమ్మపాల పాయసం, కట్టెల పొయ్యి వంట, ఏడేడు జన్మలకి సరిపోయేంత రుచిగా వుంది భోజనం. దాహం తీర్చుకుందామని వస్తే, ఆకలి కూడా తీర్చారు. అన్నదాత సుఖీభవ అని లేచి, చేతులు కడుక్కున్నాక, ఆ పెద్దాయన "ఏ ఊరి నుండి బాబు తమరి రాక?" అంటే, నేను ఇలా ఫలానా ఊరినుండి మట్టి పాత్రలు ఇవ్వడానికి వచ్చానని చెప్పాను. ఆయన "ఓ, తెలుసు నాయనా, మీ నాన్న మాకు సుపరిచితుడే" అని జాగ్రత్తగా వెళ్ళమని చెప్పి పంపించారు.

అవునూ, టైం ఎంత అయ్యుంటుంది? ఎవరి దగ్గర వాచ్ గాని, గడియారం గాని, లేవు. వీళ్ళు ఎండని బట్టే కాలాన్ని అంచనా వేస్తారు అనుకుంటూ, బండి నడుపుతుంటే, ఆ గాలికి తెలీకుండానే నిద్రాదేవి ముంచుకొచ్చేసింది. ఎప్పుడు

పడుకున్నానో తెలీదు, మళ్ళీ మా నాన్న అరుపుతోనే నిద్ర లేచాను. చూస్తే, అప్పుడే ఇంటికొచ్చేశాను. ఓహో, మనం తోలకపోయినా ఎద్దులకి అలవాటు ఐన పని కదూ? అనుకుని, దిగి లోపలికెళ్ళానో లేదో, మా అయ్య "ఒరేయ్, నువ్వు లేక కూడు తినే సమయం దాటిపోతున్నా పని ఆపలేకపోయాను. ఆ మట్టితో మూడు పాత్రలు అవుతాయి, అవి చేస్తూ వుండు, నేను ఎంగిలిపడి వస్తాను" అని లోపలికెళ్ళాడు. నేను, ఆ మూడు పాత్రలు పూర్తిచేసేసరికి, మా అయ్య బువ్వ తిని వచ్చి "అరేయ్ అబ్బాయ్, అవన్నీ ఎండ బాగా తగిలేటట్టు పెట్టు. నేను ఈలోపు వంట పాత్రలకి మట్టి సిద్ధం చేస్తాను అన్నాడు. నేను ఆ పాత్రలు అన్ని కొంచెం దూరం దూరం గా ఎండ బాగా తగిలేలా ఆరబెట్టి వచ్చి చూస్తే, ఆయన మళ్ళీ బండి చక్రం తిప్పుతూ, పనిలో పడిపోయాడు. నన్ను మాత్రం మట్టి తొక్కమని చెప్పాడు. అలా మట్టి తొక్కుతూ చుట్టూ గమనించాను, బుల్లి బుల్లి కోడి పిల్లలు చిటుకు చిటుకు మంటూ తిరుగుతున్నాయి. కొంతసేపటికి సాయంత్రం అవ్వడం తెలుస్తూనే వుంది. ఇంతలో మా అమ్మ మురుగులు, నువ్వుల అప్పాలు అని ఏవేవో అప్పచ్చిలు తెచ్చి నాకు, మా అయ్యకు పెట్టింది. అవి తినేసి, మళ్ళీ కొంతసేపు పని చేసేసరికి, కొంచెం కొంచెం గా సందలాడి పోవడం తెలుస్తుంది.

ఇక ఆ రోజుకి పని కట్టిపెట్టి, నేను, మా అయ్య, మా ఆవుని, రెండు ఎద్దుల్ని ఏటికి తోలుకెళ్ళాము. వాటిని శుభ్రం గా కడిగి, మేము కూడా స్నానం చేసేసి, తిరిగి ఇంటికొచ్చే సరికి సూరీడు అస్తమించడానికి సిద్ధంగా వున్నాడు. మా అయ్య, ఆవు పాలు పితికి, కొన్ని మాకుంచి, మిగతావి ఎవరికి ఇవ్వాలో చెబితే, నేనెళ్ళి ఇచ్చేసి వచ్చాను. అప్పటికే మా అమ్మ బువ్వ వండేసింది. దూరంగా కొండల మధ్య సూర్యం గారు అస్తమించడం, పక్షులన్నీ కిల కిల మంటూ వాటి గూటిలోకి చేరడం కనిపిస్తుంది. పాక లోపల వెలుతురు లేకపోవడంతో, బైటే మేము భోజనానికి కూర్చుంటే, మాకు దగ్గర్లో వున్న ఇరుగు పొరుగు పాకల్లో కూడా అందరికి బువ్వ తినడానికి అదే సమయం అనుకుంటాను. వాళ్ళు, మా అయ్యని, అమ్మని పలకరిస్తే, వీళ్ళు కూడా పలకరింపులు. పైగా ఒకరి కూర ఇంకొకరికి ఇచ్చిపుచ్చుకోడాలు కూడా అయ్యాయి. నేను, అమ్మ వండిన వేడి వేడి అన్నం లో,

వంకాయ కూర కలుపుకుని ఆవురావురు మంటూ ఆరగించేశాను. మా అయ్య మొదటి ముద్ద చుట్టి, పక్కన పెట్టాడు. "ఎందుకయ్యా అలా పెట్టావు?" అంటే, ఆ ముద్ద ఇంటి వెనకాల కుక్కలకి వేస్తారట. నేను కూడా ఒక ముద్ద చుట్టి పక్కన పెట్టాను. మేమిద్దరం తిన్నాక, మా అమ్మ కూడా బువ్వ తినేసింది. ఇక దాదాపు చీకటి పడిపోయింది అనుకుంటుండగా, ఎవరో ఒకతను కాగడాలతో నడుచుకుంటూ వస్తున్నాడు, నాలుగేసి ఇళ్ల తరవాత, పాతి వున్న రాళ్ళకి రెండు రెండు కాగడాలు తగిలించుకుంటూ వెళ్తున్నాడు. ఓహో, మనకి వీధి దీపాల్లా అన్నమాట. భోజనాలు అయ్యాయి, ఇక చూస్కోండి అందరి ఇళ్లలోంచి జనాలు బైటకొచ్చేసి, మగాళ్లంతా ఒకచోట, ఆడాళ్ళంతా ఒకచోట, పిల్లలు ఏమో ఆటలు మొదలు పెట్టేశారు. నేను, నా పట్టి మంచం వాల్చుకుని, అలా చిత్రంగా చూస్తూ కూర్చున్నాను. కొంత సమయం గడిచేసరికి, అదేదో పని ఉన్నట్టు అందరు లేచి వెళ్లడం చూసి, ఎక్కడికీ? అని అడిగితే చెప్పారు. ఆలయం లో పురాణ కాలక్షేపం అట, రోజు ఉండేదే. నన్ను కూడా రమ్మన్నారు. కానీ ఏంటో, ఇక్కడి వాతావరణం శరీరానికి అలవాటు ఐనా, నా మెదడుకి ఇంకా అలవాటు కాలేదు. ఒక్కరోజులో అన్ని పనులంటే బాగా అలిసిపోయిన భావం. పైగా వేడి వేడి అన్నం తిన్నాను, ఆ చల్లని గాలి, కనుచూపు మేరలో అక్కడక్కడా కాగడాల వెలుగు తప్ప మొత్తం చీకటే. అందరు ఆలయానికి వెళ్లిపోయారేమో, నిశ్శబ్దంగా ఉండి, కొంతసేపటికి దగ్గర్లో వున్న సెలయేరు శబ్దం కూడా ఒక లయబద్ధం గా వినబడుతుంది. మైమరచిపోయి అలా పడి నిద్రపోయాను.

మర్నాడు, యధావిధిగా తెల్లవారకముందే నిద్ర లేచి కూర్చున్నాను. మా అయ్య వచ్చి "ఏమిరా? నీకు రోజు చెప్పాలా? వెళ్లి స్నానమేదో ముగించి రాకూడదూ?" అంటే నేను "అయ్యా, నేను ఒకటి అడుగుతాను ఏమి అనవు కదా?" అంటే, ఆయనేమో పశువులకు మేత పెడుతూ "ఏమిటిరా, పెళ్లేనా? ఈ మాఘమాసం లో చేసి పారేస్తానులే. దాని గురించి బెంగ పెట్టుకోకుండా, జరగాల్సిన పని చూడు" అన్నాడు. నేను "అది కాదు అయ్యా, నాకు అయోధ్యకి పోయి రాముడ్ని చూసి రావాలని వుంది" అన్నాను. ఆయన ఒక నిమిషం పాటు

నా వంక చూసి "రామచంద్రుణ్ణి చూడాలని అందరికి ఉంటది. కానీ వీలుపడొద్దూ? అసలు అయోధ్య ఎక్కడో తెలుసా నీకు? వేషాలు కట్టిపెట్టి, ఆ బసవయ్యల దగ్గర శుభ్రం చేసి, పోయి నీళ్లు పోసుకుని ర. ఇవ్వాళ చాలా పనుంది" అన్నాడు. నేను అలా ముభావంగానే పనులు చక్కబెట్టి, వెళ్లి స్నానం అది కానిచ్చి, మళ్ళీ ఆ పాత్రలు తయారుచేసే పనిలో పడ్డాను. ఎండ నడినెత్తికి వచ్చింది, అమ్మ బువ్వకి పిలిచింది. నాకు కోపం వచ్చిందని తెలియాలని, నేను తినను అయ్యకి పెట్టమన్నాను. అయ్యేమో "ఏమిట్రా, కొత్తగా కోపాలు వెలగబెడుతున్నావు. అన్నం మానేస్తే మానెయ్, అంతేగాని ఆ వంకన పని కి ఎగనామం పెడతానంటే వీపు పగులుతుంది" అన్నాడు. ఇంతలో, ఎవరో ఒక పెద్దాయన మా ఇల్లు వెతుక్కుంటూ వచ్చాడు. ఆయన్ని చూసిన వెంటనే మా అయ్య పరుగున వచ్చి, ఆ వచ్చినాయనతో "అయ్యోరు, మా ఇంటికి రావడం అంటే మహాభాగ్యం. ఏదో పెద్ద కార్యమే తలపెట్టి వుంటారు" అని, ఎత్తు పీట వేసి కూర్చోమన్నారు. ఆయనేమో "అదేరా సుబ్బడు, వచ్చే పౌర్ణమి రోజున యాగం చేయ తలపెట్టాము. కొన్ని పాత్రలు అవసరం పడింది. ఆట్టే వ్యవధి లేదు, నువ్వు ఇప్పుడు మొదలు పెడితే గాని అవ్వవు. సరేనా?" అంటే, మా అయ్య "అదెంతపని సామి, చిటికెలో చేసేస్తాను" అన్నాడు.

ఆ పెద్దాయన నా వంక చూసి "ఏమిరా యాదయ్య, ఏమిటి, ఎప్పుడు చలాకీగా వుండేవాడివి, అలా ముభావంగా వున్నావు? మీ అయ్య ఎమన్నా అన్నాడా?" అంటే, నేను మా అయ్య వైపు చూశాను. ఆయన "అదికాదు అయ్యోరు, ఈడి వయసెంతని? ఇంకా పెళ్లి కూడా కాలేదు, అయోధ్యకి పోయి రాములోరిని చూసొత్తాను అని మంకు పట్టు పట్టి కూర్చున్నాడు. ఒక్కడు, అంత దూరం ఎలా ఎల్లాలో తెలీదు. ఎల్తే, ఎప్పుడు తిరిగొస్తాడో తెలీదు. ఎలా పంపమంటారు చెప్పండి? ఈడికి మీరన్న కాసింత బుద్ధి చెప్పండి సామి" అని ఫిర్యాదు చేసినట్టు చెప్పాడు. ఆ పెద్దాయన నా వైపు చూసి "ఏమిరా? రాములోరిని చూడాలని వుందా?"అంటే, నేను నవ్వు మొహం పెట్టి "అవునండి, రాములోరిని, సీతమ్మ తల్లిని, ఇట్టా చూసి అట్టా వచ్చేత్తానండి" అన్నాను.

దానికాయన "ఒరేయ్ అబ్బి, అయోధ్య కి వెళ్లాలంటే, ఇక్కడినుండి ఉత్తర దిశగా, సుమారు 150 యోజనాలు, అంటే దాదాపు 600 ల కోశలు ప్రయాణించాలి. మధ్యలో, దండకారణ్యం, ద్వైతారణ్యం, కమ్యకారణ్యం, నైమిషారణ్యం అని మొత్తం గ నాలుగు కీకారణ్యాలు దాటాలి. గోదావరి, కృష్ణ, కావేరి, తుంగభద్రా, గంగ, భగీరథీ, తంస, యమున, సాయందిక, గోమతి, మాల్యవతి అని మొత్తం పదకొండు నదులు దాటి, సరయూ నది తీరానికి చేరుకోవాలి. అవన్నీ దాటుకుని వెళ్లగలిగితే అయోధ్య చేరవచ్చు. అక్కడికి చేరడానికి నాలుగు నుండి అయిదు మాసాలు పట్టొచ్చు. ఏమిరా వెళ్లగలవా?" అంటే, నేను "వెళ్తా అండి. ఎలా అయినా సరే సీతారాముల్ని చూసి తీరాలి" అన్నాను. మా అయ్య ఏదో అనబోతే, ఆ అయ్యోరు "ఉండరా, వీడు చాలా పట్టుదలగా వున్నాడు. పంపించారా, మనకెలాగూ ఆ అదృష్టం పట్టలేదు, వీడినన్నా ఒక ప్రయత్నం చెయ్యనీయ్. హా ఒరేయ్ అబ్బి, వీరన్నమకుటం గ్రామం లో, ఒక శిల్పకారుడు, అయోధ్య లో జరిగే కళాకారుల పోటీలకు వెళ్తున్నాడని విన్నానురా. అతని పేరు చిత్రాంగుడు. అతగాడు, రేపో ఎల్లుండో అయోధ్యకి ప్రయాణం అవుతాడని గుర్తు. నువ్వు వెంటనే వెళ్లి అతన్ని కలవు. ఒకరికి ఒకరు తోడుంటారు" అనేసి, మా అయ్య ఎక్కడ ఆపేస్తాడో అని, ఆయనకి కూడా నచ్చచెప్పి ఒప్పించి మరీ, ఆ పెద్దాయన బయల్దేరాడు.

ఇక ఆ చిత్రాంగుడు బయల్దేరేది రేపే అన్నారు కదా, ఇవ్వాకే వాళ్ళ ఊరు వెళ్లి అతన్ని కలవాల్సిందే. అనుకుని రెండు జతల బట్టలు, మా అమ్మ ఇచ్చిన అటుకులు మూటలో కట్టుకుని ప్రయాణం అవ్వబోతుంటే, మా అమ్మ, అయ్య ఇద్దరు ఎన్ని జాగ్రత్తలు చెప్పారో. మొత్తానికి సందలాడేసరికి వీరన్నమకుటం గ్రామానికి చేరుకున్నాను. అక్కడ, చిత్రాంగుడి గురించి అడిగితే, ఇంటికి తీసుకెళ్లి మరీ వదిలిపెట్టారు. అతని తల్లితండ్రులకి, ఇలా నేను కూడా అతనితో కలిసి అయోధ్య వెళ్ళడానికి వచ్చానని చెబితే, వాళ్ళు సంబరపడిపోయి "పోనిలే ఒక్కడే ఎలా వేళ్తాడో అనుకుంటున్నాం" అని, నన్ను కూర్చోబెట్టి మర్యాదలు చేసేశారు. అతను స్నేహితులని కలిసి వస్తానని బైటకి వెళ్ళాడట. ఇక దాదాపు పొద్దు

గూకింది అనగా వచ్చాడు. అతన్ని పరిచయం చేసుకుని, వచ్చిన విషయం చెబితే, అతను కూడా చాలా సంతోషించాడు. కానీ అతని మాట, ఆ గొంతు ఎక్కడో విన్నట్టు అనిపించింది. కాకపోతే అప్పటికే చీకటి పడటం వల్ల అతని మొహం సరిగ్గా కనబడట్లేదు. వాళ్ళమ్మగారు, మా ఇద్దరికీ కొసరి కొసరి వడ్డించారు. అలా భోజనం చేసేసి, ఆ కబురు ఈ కబురు చెప్పుకుని, తొందరగానే కునుకు తీశాము.

ఆ మరుసటి రోజు తెల్లవారాక ముందే లేచి, స్నానాదికార్యక్రమాలు ముగించుకుని, కడుపు నిండా బువ్వ ఆరగించాం. సూర్యోదయం కోసం ఎదురుచూస్తూ కూర్చున్నాం. ఆ ఉదయపు కాంతిలో, అప్పుడు చూశాను చిత్రాంగుడి మొహాన్ని, అచ్చం రాజమౌళి లానే వున్నాడు. ఆ గొంతు కూడా అంతే. ఒక్కసారి ఆశ్చర్యపోయాను. ఆ ఆశ్చర్యం లోనే "నువ్వు అచ్చం రాజమౌళి లానే వున్నావు" అంటే, చిత్రాంగుడు "రాజమౌళి నా? అతనెవరు మిత్రమా?" అన్నాడు. నేను "హా, అదే, మా ఊరిలో నాటకాలు ఆడిస్తూవుంటాడులే. కొంచెం అతనిలా వున్నావు" అని ఏదో సర్దిచెప్పాను. సరిగ్గా సూర్యోదయం అవుతుంది అనగా, సూర్య భగవానుడికి దణ్ణం పెట్టుకుని, వాళ్ళ తల్లి తండ్రుల వద్ద సెలవు తీసుకుని, అయోధ్యకి బయలుదేరాము.

ప్రయాణంలో మొదటి రోజు, పొద్దుగూకే సరికి ఏదో చిన్న పల్లె వస్తే, ఇక ఆరోజు రాత్రి అక్కడే విశ్రాంతి తీసుకుందామని ఆగాము. అయితే మేమిలా ఒక చెట్టు కింద కుర్చున్నామో లేదో, ఆ పక్కనే వున్న ఇంట్లోనుండి ఎవరో ఒకాయన వచ్చి, మమ్మల్ని భోజనానికి రమ్మన్నారు. ఇదేదో భలే వుందే అనిపించింది. అయితే చిత్రాంగుడితో "ఇదేమిటి మిత్రమా, అసలు మనం ఎవరమూ ఏమిటి అని అడగనన్న అడగకుండా భోజనానికి పిలిచేస్తున్నారు?" అంటే, చిత్రాంగుడు "అదేమిటి మిత్రమా, కొత్తగా అడుగుతున్నావు. నీకు మన రాజ్య సంప్రదాయం తెలియదా?", నేను "అది కాదు మిత్రమా, నేను పుట్టి బుద్దెరిగాక ఎప్పుడైనా ఇల్లు వదిలి వస్తే కదా?" అంటే తను "ఓ అందుకా, అయితే చెబుతా విను. భోజన సమయానికి ఎవరైనా అతిథి వస్తే, ముందు వాళ్ళ ఆకలి తీరిస్తే, స్వయంగా

శ్రీరాముడిని ఇంటికి పిలిచి భోజనం పెట్టినట్టే అని నమ్ముతారు. అందుకే అతిధులకు అంత గౌరవం ఇస్తారు. పైగా భోజనం అయ్యేవరకు, మీరు ఎవరు అని అడగానే అడగరు. ప్రతీ పూట ఒక మనిషికి అదనంగ వంట చేస్తారు. భోజన సమయానికి ఎవరూ రాకపోతే, ఆ అన్నాన్ని కాకులు, కుక్కలు, పిల్లులకు పెట్టేస్తారు" అని విషయం చెప్పాడు. నేను ఆశ్చర్యంగా చూస్తూ "ఆహ, ఎంత బావుంది పద్దతి? అలా ఐతే, అసలు అన్నం దొరకని వాడుండడు కదా?" అంటే, చిత్రాంగుడు "భలే వాడివి మిత్రమా, ఒక్కటి చెబుతా గుర్తుపెట్టుకో, రాముడు సేవించే రాజ్యం లో ఏ రోజైన సరే, ఆరోగ్యంగా వుండి పని చెయ్యని వాడు, ఆకలితో వుండి అన్నం దొరకని వాడు ఎక్కడా కనబడడు" అని చెప్పాడు. ఇంతలో వాళ్ళు లోపలకి పిలవడంతో, వెళ్లి, చక్కగా బువ్వ తిని, బైటకొచ్చి వాళ్ళ వరండాలోనే నడుము వాల్చాము. ఆరోజు రాత్రి అక్కడే పడుకుని, ఉదయాన్నే లేచి మళ్ళీ ప్రయాణానికి సిద్ధం అయ్యాము. అయితే మాటల్లో మేము అయోధ్యకి వెళ్తున్నాం అని తెలిసి, మేము వద్దని చెబుతున్నా వినకుండా, ఆ ఇంటి అన్నపూర్ణమ్మ తల్లి, మాకు తినుబండారాలు చిన్న మూట కట్టి ఇచ్చింది. రెండో రోజు అలాగే ప్రయాణం సాగించాము.

అప్పటి నుండి నేను ప్రశ్నలు వెయ్యడం, చిత్రాంగుడు సమాధానాలు చెప్పడం. ఎన్ని విషయాలు చెప్పాడో, అసలు రాజ్యం లో ఎక్కడా డబ్బు అనేది చలామణిలో లేదు. ఎందుకంటే, ప్రజలంతా బ్రతికేది వస్తు మార్పిడి పద్ధతిలో అన్నమాట. ఎవరి కుల వృత్తులు వాళ్ళు చేస్తున్నారు. ఇక తిరిగి మీకు ఎం చెయ్యాలన్న సరే, అది వస్తు రూపం లోనే దక్కుతుంది. గోధుమలు, వరి, చింతపండు, మిరపకాయలు, పళ్ళు, కూరగాయలు, బట్టలు, చెప్పులు, తట్టలు, బుట్టలు, పనిముట్లు ఇలా తయారు చేస్తున్నారు, ఒకరికొకరు ఇచ్చి పుచ్చుకోవడం అన్నమాట. విశ్వామిత్రుడు రాముడికి బోధించిన "కర్తవ్యం దైవమాహ్నికం" అన్న దాన్ని ప్రజలంతా కూడా పాటిస్తున్నారు. ఏ పనైనా కానీ, శ్రద్ధగా, తపస్సు చేసినట్టు చేస్తున్నారు. అవన్నీ చిత్రాంగుడు చెప్పడం, నేను అవి వింటూ ఎంత దూరం నడుస్తున్నామో కూడా తెలీకుండా నడుచుకుంటూ వెళ్ళిపోతున్నాము.

కలియుగం లో పెర్ఫ్యూమ్ తప్పితే, అయితే కార్బన్-డై-ఆక్సైడ్ లేకపోతే కార్బన్-మోనాక్సయిడ్, ఆ రెండు తప్ప పెద్దగా వేరే వాసనలు ఏమి తెలీని ముక్కేమో, ఇక్కడేమో, దారంతా పూల నుండి, చెట్ల వేళ్ళ నుండి, అద్భుతమైన సువాసనలు. ఏంటో, ఎదో కొత్త లోకానికి వెళ్లినట్టు ఆ గాలిలో ఎదో ఆహ్లాదం వుంది.

అప్పటికే మా ప్రయాణం మొదలయ్యి ఇరవై రోజులు కావొస్తుంది. ఆ రోజు అసలే ఎండ తీవ్రత ఎక్కువగా ఉందేమో సాయంత్రం అయ్యేసరికి కొంచెం అలిసిపోయినట్టు ఐపోయాము. సరే ఒక రోజు నడకకి విశ్రాంతి ఇచ్చి, అదే గ్రామం లో ఉందామని నిశ్చయించుకున్నాం. రోజులాగానే ఆరోజు కూడా ఎవరో మహాతల్లి మాకు కడుపు నిండా బువ్వ పెట్టింది. ఆ రోజు పొద్దు పోయిన వెంటనే, ఆలయం లో పురాణ కాలక్షేపం అన్నారు. అవునూ, మా ఊళ్ళో కూడా ఇలాగె అన్నారు. నాకో సందేహం వచ్చి పడింది. ఇప్పుడంటే రామాయణం, మహాభారతం గురించి చెబుతున్నారు. అసలు అప్పట్లో ఎం చెప్పేవారో? అనిపించింది. చిత్రాంగుడికి చెబితే, ఇద్దరం కలిసి ఆలయానికి వెళ్ళాం. మేము వెళ్ళేసరికే, అక్కడ కాగడాల వెలుగులో చుట్టూ జనం గుంపుగా కూర్చుంటే, మధ్యలో ఒక వృద్ధుడు నిలబడి చెబుతున్నాడు. ఆయన వారితో ఇలా చెబుతున్నాడు:

“కష్టాలు రావాలని మనం కోరుకుంటామా?”

అంటే చుట్టూ వున్నవాళ్లు “లేదు సామి” అన్నారు

“అనారోగ్యం?”

అంటే “లేదు సామి” అన్నారు

“ముసలితనం?”

అంటే “లేదు సామి” అన్నారు

“పోనీ, మృత్యువు కావాలని కోరుకుంటామా?”

అంటే, అందరు గొంతు పెంచి మరీ “లేదు సామీ” అన్నారు.

ఆయన "హో, చూశారా మరి? ఇవేమో నువ్వు కోరుకోకపోయినా వచ్చి పడుతున్నాయి. అవునా? అలాగే, సుఖాలు కూడా నిన్ను వెతుక్కుంటూ వస్తాయి, పోతాయి. వాటినేందుకు కోరుకుంటున్నావు? కోరుకోకు, ఏదొచ్చినా సమానమే, ఆనందంగా స్వీకరిస్తాను అనుకోవాలి, తెలిసిందా?" అనేసి మాంచి రాగం అందుకున్నాడు

"ఇల్లు ఇల్లంటావు, ఉల్లాస పడతావు, ఇల్లెక్కడున్నదే చిలకా....?

అల్లంత దూరాన, వల్లకాటిలోన, నీ ఇల్లు వున్నదే చిలకా...

మూన్నాళ్ళ ముచ్చటకు, మురిసేవు భ్రమసేవు,

ముందు గతి కానవే చిలకో చిలకా......"

ఆ పద్యానికి అర్థం చెబితే, అందరు శ్రద్ధగా విని, అదయ్యాక ఎవరిదారిన వాళ్ళు ఇంటికి చేరుకున్నారు. మేము కూడా వచ్చి మాకు ఆతిథ్యం ఇచ్చిన వారింటి అరుగు మీద నిద్రకు ఉపక్రమించాం. నా మనసు మాత్రం, ఆ పెద్దాయన చేసిన ప్రసంగం మీదే ఉండిపోయింది. ఎంత బావుంది, అసలు ఇలాంటి వాతావరణం ఉండబట్టే ఇక్కడ ఎవ్వరికి ధనం అంటే ఆశ లేదు, దాచుకోవాల్సిన అవసరమే లేదు. సుఖాల మీద కోరికా లేదు, కష్టాలంటే భయమూ లేదు. ఒక తరం నుండి ఇంకొక తరానికి అందించేది వాళ్ళ వృత్తి నైపుణ్యాన్ని, జీవితం పరిపూర్ణం గా ఎలా బ్రతకాలో నేర్పిస్తున్నారు అంతే. రామ రాజ్యం అని ఊరికే అనలేదు అనిపించింది.

ఆ మర్నాడు నడకకి విశ్రాంతినిచ్చి, ఆ రోజు కూడా అదే ఊరిలో ఉండిపోయాం. అయితే, ఒక రోజుకి పైగా మాకు ఆతిథ్యం ఇచ్చిన వారికి ఏదో ఒకటి చెయ్యాలని, మరుసటి రోజు చిత్రాంగుడు, నేను దగ్గర్లో చిన్న అడవి ఉంటే వెళ్లి, కట్టె పుల్లలు కొట్టి నాలుగు మోపులు తెచ్చి, వారింట్లో కొట్టు గది ని నింపేశాం. ఆ మర్నాడు, యథావిధిగా మా నడకను ప్రారంభించాం. కొన్ని రోజుల ప్రయాణం తరువాత పంపా-సరోవర్ అనే నదిని ఆనుకుని వున్న వేదవరం అని చిన్న పట్టణం

చేరుకున్నాము. పట్టణం అంటే పట్టణమే, అది కొన్ని వేల గ్రామాలకి వ్యాపార కేంద్రం అట. వస్తు మార్పిడి ద్వారా మీకు కావాల్సినవి అన్ని దొరికాక కూడా, మీ దగ్గర మిగులుంటే ఇలా పట్టణాలకు తీసుకొచ్చి అమ్ముకుంటారట. దానివల్ల వ్యాపారం జరుగుతుంది, ప్రభుత్వానికి పన్ను రూపం లో కొంత ఆదాయం వస్తుంది. అయితే, ఒకవేళ ఏ ప్రాంతానికన్నా కరువు వస్తే మాత్రం, మిగిలిన ప్రాంతాల వాళ్ళు అందర్నీ ఏకం చేసి, కరువు సహాయం అందించడానికి అవసరమైన ఏర్పాట్లు చేసే భాధ్యత మాత్రం ప్రభుత్వానిదే అట. త్రేతా యుగానికి వచ్చాక మొదటిసారి చలామణిలో వున్న నాణాలు చూశాను. ఆ పట్టణంలో బాటసారులకు భోజనం పెట్టడానికి గాను, ఉచిత సత్రాలు నిర్వహిస్తున్నారు. నేను గమనించిన ఇంకో ముఖ్య విషయం ఏంటంటే, ఎక్కడికి వెళ్లినా సరే పేరు, ప్రాంతం తో సంబంధం లేకుండా రైతు కి, కళాకారుడి కి అగ్ర తాంబూలం ఇస్తున్నారు.

నాకొక చిన్న సందేహం వచ్చి చిత్రాంగుడుని “సోదరా, ఎప్పుడు చూసినా పని చేస్తూనే వున్నారు, ఇన్ని రోజులకి ఒకసారి విశ్రాంతి అనో, సెలవు దినమనో తీసుకోరా?” అంటే, తను “మిత్రమా, అసలు విషయం ఏంటంటే, మా రాజ్యం లో చేయగలిగుండి ఓ పూట పని చెయ్యకపోతే, అదేదో అవమానం గాను, తప్పు చేసినట్టు భావిస్తారు. ఇక విశ్రాంతి అంటావా? అందుకే కదా మనకి అన్ని పండగలు వున్నాయి. పండగలు, పబ్బాలు, శుభకార్యాలప్పుడు, అప్పుడు కూడా పనే అనుకో, కాకపోతే వృత్తి సంబంధం కాకుండా ఆ కార్యానికి అవసరమైన పనులు కోసం తలో చెయ్యి వేస్తారు” అని చెప్పుకొచ్చాడు. అయితే, ఇప్పటి విద్యా వ్యవస్థ ఎలా వుంది? అంటే చెప్పాడు. ఏ వృత్తి చేసుకునే వారైనా సరే, విద్యని అభ్యసించాలి అంటే ఇల్లు వదిలి గురుకులం బాట పట్టాల్సిందే. అక్కడ విద్యార్థి కి చదువుతో పాటు భోజనం, బట్టలు, వసతి అన్ని గురుకులం భాధ్యతే. వేదాల దగ్గరనుండి మొదలు పెట్టి బ్రతకడానికి అవసరమైన మొత్తం 64 కళలు నేర్పిస్తారట. అంటే, ఏమి లేకుండా ఒక మనిషిని తీసుకెళ్లి కారడవిలో వదిలేస్తే, వెతుక్కుని పళ్ళు, కూరగాయలు పోగేసుకుని రాగలడు, కట్టెలు తేగలడు, మంట

పుట్టించగలడు, కమ్మగా వంట చెయ్యగలడు, అది తిని నాలుగు రాగాలు తియ్యగలడు, కొమ్మలు విరిచి గూడు కట్టుకోగలడు, చెట్ల బెరడు నుండి బట్టలు తయారు చేసుగోగలడు, దెబ్బ తగిలితే అడవిలో దొరికే మూలికలతో వైద్యం చేసుకోగలడు, ఇలా ఒక మనిషికి బ్రతకడానికి అవసరం ఐన కళలన్ని నేర్పిస్తారట. అయితే నాలుగు వేదాలు పూర్తీ చెయ్యడం మాత్రం ఒక్క జ్ఞానం కలిగినవాళ్లకే సాధ్యమట. ఒక వేదం పూర్తి చెయ్యడానికి 12 సంవత్సరాల సమయం పడుతుందట. అంటే నాలుగు వేదాలకి 48 ఏళ్ళు అన్నమాట. ఇక ఇదంతా మగవాళ్ల పని. మరి ఆడవాళ్ల విద్య గురించి వింటే ఆశ్చర్యం వేసింది. వారికి ముఖ్యం గ ఇల్లు చక్కబెట్టడం, సంగీతం, నాట్యం నేర్పుతారట. అయితే విద్యని అభ్యసించే ఆడవాళ్లు రెండు రకాలట. ఒకటి సద్యోద్వహాస్, వీరు పెళ్లి అయ్యేవరకూ విద్యని అభ్యసిస్తారు. ఇక రెండో వారు బ్రహ్మవాదినీస్, వీరు పెళ్లి చేసుకోరు, జీవితమంతా చదువుతూనే ఉంటారట. రామరాజ్యం లో చదువుకున్న వాళ్ళు తక్కువే, కానీ అందరు విద్యావంతులేనట. అంటే ఎవరు చేసే పనుల్లో వారు నిష్ణాతులు అన్నమాట. చిత్రాంగుడు అదంతా చెప్పాక, అసలు నేను చదువుతున్న ఈ బి.టెక్ చదువేనా అనిపించింది.

ఇక రోజువారీ భోజనంలో కూరగాయలతో పాటు రాగి, జొన్న సంగటి, దంపుడు బియ్యం, గోధుమ రొట్టెలు, నువ్వుల నూనె, ఆవ నూనె, వేరుశెనగ నూనె, కొబ్బరి ఎక్కువ వాడతారు. ఒకవేళ ఏదన్న పండగలు, పబ్బాలు ఐతే, ప్రతీ ఇంట్లో ఉండే నెయ్యి తోనే అన్ని పదార్థాలు వండుతారట. ఎక్కడ చూడు, గుబురుగ చెట్లు, జలపాతాలు. పక్షుల కూతలని బట్టి శకునాలు చూస్తున్నారు, జంతువులకి పేర్లు పెట్టి వాటిని కూడా తమతో సమంగా చూసుకుంటున్నారు. సూర్యుడి గమనాన్ని బట్టి సమయం తెలుసుకుంటున్నారు. అనారోగ్యానికి ఆ పూట ఉపవాసమే మందు. గోవుని గోమాత అంటున్నారు, భూమిని భూమాత అంటున్నారు, చెట్టుని వన దేవత అంటున్నారు, నీటిని గంగమ్మ అంటున్నారు, వర్షాన్ని వరుణ దేవా అంటున్నారు, నిప్పుని సీతమ్మ తో పోలుస్తున్నారు, సూర్యుడే ప్రత్యక్ష నారాయణుడు, ఆయనకి నమస్కరించందే రోజు

మొదలవ్వట్లేదు, ప్రకృతి లో మమేకమైపోయి జీవిస్తున్నారు. రాముని రాజ్యం గురించి ఎంత విన్నా, కనులారా చూసినా తనివితీరట్లేదు.

కొండలు, కోనలు, నదులు, అరణ్యాలు దాటుకుంటూ మూడున్నర నెలల అలుపెరగని ప్రయాణం తరవాత అయోధ్య చేరినాము. ఆ కోట, ఆ రాజసం, ఎంత చెప్పినా తక్కువే. రాజకోట మొత్తం, ఒక దాని మీద ఒకటి ఐదు అంచుల కోటలాగా వుంది. చుట్టూ వున్న ప్రహరి గోడపైన అనేక చిత్రాలు చెక్కబడి వున్నాయి, కొందరు మునీశ్వరులు యజ్ఞం చేస్తున్నట్టు, కొందరు తపస్సు చేస్తున్నట్టు, మరికొందరు అన్నదానం చేస్తున్నట్టు చెక్కబడి వున్నాయి. ముఖద్వారానికి గుమ్మం పైన అటూ ఇటూ హంస బొమ్మలు అమర్చబడి వున్నాయి. ఆ హంసల పైన, త్రిభుజాకారం లో, సూర్యుని గుర్తు వున్న జెండా ఎగురుతూ వుంది. లోపలకి అడుగు పెట్టేసరికి అంతా కోలాహలం గ వుంది. ఐదేసి గుర్రాలు కట్టిన పెద్ద పెద్ద రథాలు, చక్కగా అలంకరించిన గుర్రాలు, ఏనుగులు, ఒంటెలు, బసవన్నలు వరుసలుగా నడుస్తూ ఉంటే, వాటిని ఒకే తాటిపైనా నడిపిస్తున్న రాజ భటులు, వారిని అనుసరిస్తున్న వాయిద్యకారులు, వెనకాల జనం. అదంతా చూసి, ఒకతన్ని అడిగితే చెప్పాడు. ఈరోజు నుంచే కళాకారుల పోటీలు ప్రారంభం కానున్నాయట, అందుకే ఆ ఆర్భాటం. అయితే చిత్రాంగుడు అక్కడ అధికారుల్ని సంప్రదించి పేరు, వివరాలు చెబితే, పోటీకి అనుమతించారు. మొత్తం ముప్పై ఆరు రోజుల పాటు ఆ పోటీలు జరుగుతాయట. పూర్తయ్యాక, ఒకరోజు విశ్రాంతినిచ్చి, పోటీలో గెలుపొందిన వారికి బహుమతి ప్రధానం వుంటుందట. మమ్మల్ని శిల్పకారుల పోటీలు జరుగుతున్న ప్రాంగణానికి తీసుకెళ్లి, చిత్రాంగుడు కి అవసరమైన బండ రాయి చూపించి, అక్కడ వదిలిపెట్టారు. చిత్రాంగుడు, పూజా కార్యక్రమం చేసుకుని, శిల్పం చెక్కడం మొదలుపెట్టాడు. నేను సహాయకునిగా, తను చెప్పిన పనల్లా చేస్తున్నాను. మొదటిగా, సున్నం తీసుకుని ఆ రాయి మీద ఏవో లెక్క ప్రకారం గీతాలు గీసుకుని, దానిని బట్టి చెక్కడం మొదలు పెట్టాడు. ఇక నెల రోజుల పాటు పగలే కాదు, రాత్రుళ్ళు కూడా ఆ దీపాల వెలుగులో పని చేస్తూనే వున్నాడు.

ఒక రైతు, కాడెద్దులుతో పొలం దున్నుతున్నట్టుగా చెక్కిన శిల్పం. అయితే, కాడికి ఒక పక్కన ఎద్దుని చెక్కి, మరొక పక్కన అడవి దున్నని చెక్కాడు. అలాగే, కొద్దిగా ముందుకు వంగి నాగలి పట్టుకున్న రైతుని, సగం మనిషిగా, మిగిలిన సగం పంజా విదల్చబోతున్న సింహం లా చెక్కాడు. అసలు ఎంత అద్భుతం గా ఉందంటే, మొహాన్ని సగం మనిషి, సగం సింహంలాగా మాత్రం భలే చెక్కాడులే. దాని అర్థం అడిగితే చెప్పాడు "నీతి గీత దాటనంత వరకు, ఎద్దులాగా కాడికి కట్టి, పొలం దున్ని, ప్రజల కడుపు నింపాలి. అధర్మం అడవి దున్న లాగ పెట్రేగిపోయిననాడు, సింహం లాగ పరాక్రమం చూపి, పంజాతో పొట్ట చీల్చి, పడెయ్యాలి. సత్య-ధర్మ-పరాక్రమంతుడైన రామ నీతిని శిల్పంగా చెక్కాడు" చిత్రాంగుడు. అదంతా వివరించి చెప్పాక, నేను "మిత్రమా, నీకు ఈ వాసనలు ఈ జన్మతో వదల్లేదు. మళ్ళీ కలియుగం లో కూడా ఇలాంటి ఆలోచనలతోనే పుట్టావు" అంటే చిత్రాంగుడు "ఏమిటో అంటున్నావు మిత్రమా. నాకు అప్పుడప్పుడు నీదసలు ఈ రాజ్యమేనా అనిపిస్తుంది?" అంటే నేను నవ్వేసి, మాట తప్పించేశాను. పోటీలు జరిగినన్ని రోజులు, కళాకారులుకు, వారి సహాయకులకు అంటే నాబోటి వారకు కూడా అన్నమాట, పూట పూట కి పంచభక్ష పరమాన్నాలతో విందు భోజనం ఏర్పాటు చేశారు. ముప్పై ఆరు రోజులు గడిచాయి, ఒకరోజు విశ్రాంతి తీసుకుని, ఆ మర్నాడు ఉదయాన్నే కళాకారులందరిని రాములవారి రాజ మందిరానికి రమ్మని ఆహ్వానించారు.

ఆ ముందు రోజు రాత్రి ఎంత ప్రయత్నించినా కునుకు రాదే, "నిజం గ నేను సీతారాముల్ని చూడబోతున్నానా?" అని ఒకరకమైన ఉద్వేగం. నా వరకు నాకు, సీతారాములు అనగానే శోభన్ బాబు, చంద్రకళే గుర్తొస్తారు. అదే సీతమ్మ తల్లి, రామయ్య తండ్రి అంటే అంజలీ దేవి, ఎన్టీఆర్ గుర్తొస్తారు. మరి రాముడు ఎలా ఉంటాడో? సీతమ్మ ఎలా ఉంటుందో? అసలు మమ్మల్ని చూడనిస్తారో లేదో? ఇవే ఆలోచనలు. నాకే కాదు అందరి పరిస్థితి అంతే. రోజూకంటే ముందే లేచి, వాళ్ళు ఏర్పాటు చేసిన ఫలహారాలు తీసుకుని, రాజ మందిరం దగ్గరికి వెళ్ళాము. మందిరం లోపలకి వెళ్ళేముందు, ఒక సూర్య దేవాలయం వుంది. అన్ని కాలాల్లోని

తొలి సూర్య కిరణాలు ఆ దేవుని విగ్రహాన్ని తాకుతాయట. సూర్యోదయం జరగబోతుంది అనగా, పదుల సంఖ్యలో వున్న వేద పండితులు ఏక కంఠం తో మంత్రాలు చదువుతూ, పూజ చేస్తుంటే, సరిగ్గా అదే సమయం లో సూర్యుని కిరణాలు సూర్య దేవుని విగ్రహాన్ని తాకాయి. ఆహ ఎంత బావుందో ఆ దృశ్యం. అక్కడ పూజా కార్యక్రమం అయ్యాక, పోటీలలో పాల్గొన్న వారిని మాత్రం ఒక పక్కకి రమ్మన్నారు. నేను అయోమయంగా చూస్తుంటే, చిత్రాంగుడు "తొందరపడకు మిత్రమా, మిమ్మల్ని కూడా పంపిస్తారు. కార్యక్రమం అయ్యాక మనం బస చేసిన చోటే కలుద్దాం" అనేసి, వాళ్లతో లోపలకి వెళ్ళిపోయాడు. వారు వెళ్లిన కొన్ని క్షణాల తరవాత, మమ్మల్ని, మాతో పాటు సభని చూడటానికి వచ్చిన అశేష జన సందోహాన్ని రాజమందిరం లోనికి పంపించారు.

లోపలికి వెళ్తుంటేనే అదొక చిత్రమైన అనుభూతి, అసలు ఎంత పెద్ద కోట అది. తలెత్తి పైకి చూస్తే కోట పైభాగం ఎక్కడో ఆకాశం లో ఉన్నట్టు కనబడింది. లోపలికి వెళ్లే మార్గం అంతా పెద్ద పెద్ద విగ్రహాలు చెక్కబడి వున్నాయి. వాటిలో జీవకళ ఉట్టిపడుతోంది. రాజ సింహాసనం వున్న సభ కి చేరుకోవాలి అంటే, మొత్తం ఏడు ద్వారాలు దాటుకుంటూ వెళ్ళాలట. ప్రతీ ద్వారం దగ్గర, సంస్కృతం లో ఒక్కొక్క పేరు రాసి వుంది. గాయత్రి, బృహతి, ఉష్ణిక్, జగతి, త్రిష్టుప్, అనుష్టుప్, చివరి ద్వారం పేరు భక్తి. అవన్నీ సూర్య దేవుని రథం యొక్క గుర్రాల పేర్లట. లోపలంతా దాదాపు దీపాలు, కాగడాల వెలుగులో నే వుంది. అయితే ఏడవ ద్వారం దాటాక మాత్రం, ఎక్కడినుండి వస్తుందో తెలీదు గాని బైట వెలుగు సభంతా వచ్చేటట్టు ఏదో ఏర్పాటు చేశారు. మొత్తానికి శ్రీరాముడు అధీష్టించిన సింహాసనం చూడగలిగాను. సింహాసనానికి ముందు, అటూ ఇటూ రెండు తెల్లని సింహం బొమ్మలు చెక్కబడి వున్నాయి. అలాగే సింహాసనానికి పైన సూర్యుని రూపం, దానికి రెండు పక్కలా నెమళ్ళు చెక్కబడి వున్నాయి. అవన్నీ పచ్చలు, కెంపులు పొదగబడి వున్నాయి.

అలా సింహాసనాన్ని చూస్తుండగా, సభలోనికి ఎవరో కొంతమంది ఆడవాళ్లు, మగవాళ్ళు, బహుశా దాసీవారు అనుకుంటాను, వారు వచ్చి, ఏడవ ద్వారం నుండి సింహాసనం వరకు దారికి అటూ ఇటూ నిలబడ్డారు. వారి చేతుల్లో ఏవో బుట్టలు ఉండటం గమనించాను. కొంత సమయం గడిచింది, ఈలోపు ఒక భటుడు వచ్చి, పెద్ద గొంతుకతో "రఘువంశీ – ఇక్ష్వాకు – సూర్యవంశీ..." అని చెబుతూ పోతున్నాడు కానీ నా చెవులకి ఎక్కట్లేదు, గుండె వేగం గ కొట్టుకుంటుంది. చివరకి ఆ భటుడు "సీతా సామెత శ్రీరామచంద్రమూర్తి, సభ కు వేంచేస్తున్నారహో, బహుపరాక్ బహుపరాక్" అన్నాడు. ఒక్కసారిగా సభంతా జై శ్రీరామ్ అని మారు మ్రోగిపోయింది. ఏడవ ద్వారం దగ్గర పూలు జల్లడం కనిపిస్తుంది, వెనకాల వాయిద్యాలు వినిపిస్తున్నాయి, "సీతా సామెత శ్రీరామ స్వామి కి జై" అని అందరు ఏక కంఠం తో జేజేలు కొడుతుంటే, అప్పుడు చూశాను, సీతమ్మ తల్లి, రామచంద్రుడు, నడుచుకుంటూ సింహాసనం దగ్గరకి వస్తున్నారు. వొళ్ళంతా పులకరించిపోయింది, ఆహ, ఏమా తేజస్సు? వాళ్ళిద్దర్నీ తనివి తీరా చూడాలి అనుకున్నాను. కానీ ఎందుకో తెలీదు, కళ్ళ నిండా నీళ్ళు, నాకు తెలీకుండానే ఏడుపు వచ్చేస్తుంది. కళ్ళు తుడుచుకుని చూస్తే, శ్రీరాముడు ని "అజానుబాహు, అరవింద దయల దాక్ష" అని ఎందుకంటారో ఇప్పుడు తెలిసింది. ఏమా రూపం? నీలిరంగు వచ్చస్సు, దాదాపు ఏడు అడుగుల ఎత్తు ఉంటాడేమో, కొండలను సైతం ఎత్తగలడేమో అన్నట్టుగా వున్నాయి ఆయన భుజాలు, చిన్ని చిన్ని చేపల లాంటి కళ్ళు, ఆ కళ్ళలో కలువ పువ్వులు అమర్చినట్టు వుంది ఆయన చూపు. ఆయన కురులు, రింగులు తిరిగి భుజాలని తాకుతున్నాయి, ఆయన శరీరం మొత్తం వజ్రకవచంలా వుంది. శ్రీరాముని చూపు, ఆయన నవ్వు "నే వున్నా కదా? అన్ని నేను చూసుకుంటాను. అని అభయమిస్తున్నట్టుగా వుంది".

ఇక పక్కన నడిచి వస్తున్న సీతమ్మ తల్లి ని చూస్తే, సీతమ్మ నేల ని చూస్తూనే నడుస్తోంది. "కమల శ్యామలా కోమల తరంగిణీ మాతే" అంటే, ఎందుకలా వర్ణించారో అనుకున్నాను. లేడి నడకలాగా, భూమాత కందిపోతుందేమో

అన్నంత కోమలంగా నడుస్తోంది. సీతమ్మతల్లి, బంగారు రంగు ఛాయలో, పున్నమి చంద్రుడికంటే కాంతివంతంగా వుంది. సూర్య భగవానుడికి నమస్కరించినప్పుడు, ఆమె మోము చూడగలిగాము, ఆమె చేతి వేళ్ళు పొడుగ్గా వున్నాయి, అమ్మ కళ్ళైతే ఏంటో ఒకరకమైన తీక్షణత. ఆహా, ఆ నమస్కారం చేసిన విధానం, ఆమె ప్రతీ చర్య కూడా ఏంటో "అప్పుడే పుట్టిన పసిబిడ్డని ఎత్తుకుని నడుస్తున్న తల్లి లాగ" ఎంత మృదువుగా ఉన్నాయో.

సీతారాములు వెనకాలే, ముగ్గురు తమ్ముళ్లు, సతీసమేతంగా నడిచి వస్తున్నారు. వాళ్ళ పేర్లు తెలుసు కానీ, ఎవరు ఎవరో తెలీలేదు. నా పక్కన ఒకతన్ని అడిగితే, అతను వారిని చూపిస్తూ, లక్ష్మణ స్వామి-ఊర్మిళా దేవి, భరతుడు-మాండవి, శత్రుఘ్నుడు-శ్రుతకీర్తి అని చెప్పాడు. వాళ్ళని చూస్తే, సీతమ్మ తల్లికి, మిగిలిన ముగ్గురి తోటికోడళ్ళకి ఏంటో చాలా పోలికలు దగ్గరగా వున్నాయి. ఇక ఊర్మిళా దేవి ఐతే సీతమ్మ కి ఏంటో సొంత చెల్లెలిలాగా వుంది. అదే విషయం నా పక్కన వున్నవాడ్ని అడిగితే, నన్ను ఎగాదిగా చూసి "లాగా వుండటమేమిటి? వాళ్ళు సొంత అక్కా చెల్లెళ్ళే, అదీ తెలీదా? ఇక మాండవి మాత, శ్రుతకీర్తి దేవి కూడా జనక మహారాజు తమ్ముడు, కుశధ్వజ మహారాజు బిడ్డలు. నీకు ఆ మాత్రం తెలీదా?" అని గడ్డి పెట్టినట్టే చెప్పాడు. నాకు నిజంగానే అదంతా తెలీదు. ఆ నలుగురూ అక్కా చెల్లెళ్ళే అన్నమాట. రకరకాల పూల రేకులని కలిపి సీతారాముల మీద జల్లుతున్నారు, అయితే ఉన్నంటుండి, పూల రేకులు కాకుండా, ఏకంగా రెండు బంతి పూలు ఎగిరొచ్చి, ఆ దారిలో పడ్డాయి. వెంటనే భరతుడు, ఒక అడుగు ముందుకేసి, ఆ పూలని ఆయన చేతితో తీసి పక్కన పడేశాడు. శత్రుఘ్నుడు ఏమో, ఆ పూలు వేసిన దాసీ చేతిలోని బుట్ట ని తీసుకుని, కేవలం పూల రేకులు మాత్రమే వచ్చేటట్టు, ఆయనే జల్లటం మొదలుపెట్టాడు.

సీతారాములు సూర్యదేవునికి నమస్కారం చేసిన తరవాత, అక్కడ పూజ జరిపి, తీర్థం ఇస్తే, శ్రీరాముడు అది తీసుకుని, చెయ్యి తుడుచుకోడానికి చూసేసరికి, అప్పటికే ఒక దాసీవాడు వస్త్రం పట్టుకుని అక్కడే నిలబడ్డాడు. అతను

ముందుకొచ్చేలోపే, సీతమ్మతల్లి, ఆవిడ చీర చెంగుని శ్రీరామునికి ఇవ్వబోతే, ఈలోపే లక్ష్మణ స్వామి ఆయన కండువాతో శ్రీరాముని అరచేతిని తుడిచేసాడు. సీతమ్మ తల్లి, ఊర్మిళా దేవి ఇద్దరు ఒకరినొకరు చూసుకుని ముసిముసిగా నవ్వుకున్నారు. ఆ సన్నివేశం చూస్తుంటే నాకు భలే అనిపించింది. ముగ్గురి తమ్ముళ్ళకి అన్నగారంటే అంత ప్రాణం అన్నమాట.

శ్రీరాముడు, సీతమ్మ తల్లి, ముందుగా గురువులకు, తరువాత సభలో వున్న వారందరికి నమస్కరించి సింహాసనం మీద ఆశీనులయ్యారు. ప్రధాన మంత్రి అనుకుంటాను, ఆయన లేచి, ముందుగా కళాకారులకి బహుమతి ప్రధానోత్సవం అని చెప్పి, గెలిచిన వాళ్ళ ని పిలుస్తున్నారు. వరుసగా నృత్యం, కవిత్వం, సంగీతం, గానం, వాయిద్యం, ఇంద్రజాలం, నాటకము, చిత్ర కళ, మల్ల విద్య ఇలా పిలుస్తూ ఉంటే, గెలుపొందిన వారు వచ్చి, సీతారాముల చేతుల మీదుగా బహుమతులు తీసుకుంటున్నారు. “పాషాణ కర్మ” అంటే “శిలా కళ” అట, అందులో గెలుపొందిన వారు అని “చిత్రాంగుడి” పేరు చెప్పారు. ఆహ, సీతారాముల చేతుల మీదుగా బహుమతి అందుకుంటున్నావు, ఏమి అదృష్టం మిత్రమా, పెట్టి పుట్టావయ్యా అనుకున్నాను.

ఇక బహుమతి ప్రధానోత్సవం అయ్యాక, కళాకారులకి, సభకు విచ్చేసిన ప్రజలందరికి కూడా విందు భోజనాలు ఏర్పాటు చేశామని, అవి ఆరగించి వెళ్లాలని చెప్పారు. అయితే, ఆక్షణం వరకు రాముడి నోటిలోనుండి ఒక్క మాట కూడా రాలేదు. ఆయన గొంతు వినలేనేమో అనుకుంటుండగా, ఎవరో ఒకాయన “మహాప్రభూ, ఈ రోజు తమ వద్ద న్యాయం కోరుతూ ఇద్దరు విన్నపం అందించారు. విచారణకు పిలవమంటారా?” అంటే, శ్రీరాముడు పిలవమని సంజ్ఞ చేశాడు. అతనేమో “ఆజ్ఞ” అని “ధర్మయ్య గారు, సుగంధ రైతులు” అని పిలిచాడు. ఇంతలో ఒక పెద్దాయన వచ్చి ఒక పక్కన, ఒక ఇరవై మంది వరకు వచ్చి మరొక పక్కన నిలబడ్డారు. శ్రీరాముడు, న్యాయాధికారులతో “ఏమిటి వీరి సమస్య?” అన్నారు. ఆయన మాట ఎంత మృదువుగా వుందో, అంతే గంభీరంగా

వుంది. అయితే ఆ న్యాయాధికారి "ప్రభు, వీరిది ప్రహేలికా నగరాన్ని అనుకుని వున్న సుగంధ పురం అనే గ్రామం" అని, ఆ గుంపుగా వున్నవారిని చూపించి "వీరు ఆ గ్రామం లోని రైతులు" అని, ఆ పక్కన వున్న పెద్దాయన్ని చూపించి "ఈయన అదే గ్రామానికి చెందిన జమీందారు ధర్మయ్య గారు. ఈయన, తన పొలం నుండి వచ్చే పంట లో తనకి సరిపడా తీసుకుని, మిగతాది వ్యాపారస్తులకో, వర్తకానికో ఉపయోగించకుండా, ఆ ధాన్యం మొత్తాన్ని దాచిపెట్టి, సంవత్సరం పొడుగునా అన్నదానం చేస్తున్నాడు. అంతే కాకుండా, ప్రతీ యేడు అడిగినవాడికి లేదనకుండా బట్టలు నేయిస్తున్నాడు. ప్రభూ, అసలు సమస్య ఏంటంటే, అవన్నీ ఉచితంగా దొరకడంతో, కొన్ని రోజులుగా ఆ గ్రామం లో కష్టపడి పనిచేసేవారు తగ్గుతూ వస్తున్నారు. పోయిన తొలకరికి, విత్తనాలు నాటడానికి, పైరు కొయ్యడానికి కూడా ఎవ్వరు ముందుకు రాలేదు ప్రభూ. అందుకే ధర్మయ్య గారి మీద ఈ రైతులు అందరూ ఫిర్యాదు చేస్తున్నారు" అని చెప్పాడు. అదంతా విన్న శ్రీరాముడు "దానం, నిత్య జీవితం లో భాగం కావాలి అని మేము మనఃస్ఫూర్తిగా నమ్ముతాం. అయితే, కష్టపడి పనిచెయ్యగలిగిన వాడికి దానం చెయ్యడమంటే అది మా దృష్టిలో నేరమే. ఉచితం అనేది సోమరితనానికి పుట్టినిల్లు, దానికి మా రాజ్యం లో స్థానం లేదు. ధర్మయ్య గారు, మీదగ్గరున్న భూమి, ఆస్తి, మీ బ్రతుకు తెరువుకు సరిపడా తీసుకుని, మిగిలింది రైతులందరికీ సమానంగా పంచేసెయ్యండి. ప్రతీరోజు రాజ్యం నలుమూలల నుండి మా సభకి విచ్చేసే వారికి, అన్నదానం నిర్వహిస్తున్నాం. అయోధ్య లో జరిగే నిత్యాన్నదానానికి పర్యవేక్షణా అధికారిగా మిమ్మల్ని నియమిస్తున్నాం" అనగానే, ఆ ధర్మయ్య గారు "అంతకంటే అదృష్టమా, మహాప్రసాదం ప్రభూ" అని చేతులు జోడించాడు. శ్రీరాముడు, ఆ రైతుల వంక చూసి "మీ సమస్య తీరినట్టే కదా?" అంటే వాళ్ళు"దండాలు ప్రభూ, జై శ్రీరామ్" అనుకుంటూ భటులు సూచించిన దారిలో బైటకి వెళ్లిపోయారు.

రెండవ వారిని పిలవండి అంటే, ఒక పక్కన వృద్ధ దంపతుల జంట, మరొక పక్క ఒక కుర్రాణ్ణి తీసుకొచ్చి సభలో నిలబెట్టారు. రాముడు, సమస్య ఏమిటో

చెప్పమంటే, న్యాయాధికారి "ప్రభూ, వీరిది వేదవరం నగరానికి దగ్గర్లోగల జీవకూన అనే గ్రామం. ఈతడి పేరు "విద్యాధరుడు". ఆ వృద్ధ దంపుతులకి ఒక్కగానొక్క సంతానం, పేరు నాగేంద్రుడు. అయితే, ఈ విద్యాధరుడు కి ఆ నాగేంద్రుడికి జరిగిన గొడవలో, ఈ విద్యాధరుడు, గడ్డి కోతకి ఉపయోగించే కొడవలితో నాగేంద్రుడిని హతమార్చాడు ప్రభూ" అని విషయం చెప్పారు. అప్పటివరకు కోలాహలం గ వున్న సభ కాస్తా ఒక్కసారిగా గంభీరాన్ని పులుముకుంది. శ్రీరాముడు ఆ కుర్రాడితో "అసలు ఏమి జరిగినదో చెప్పడానికి నీకు అవకాశం ఇస్తున్నాము" అంటే, అతను తల వంచుకుని, అలానే వుండిపోయాడు. ఒక అధికారి ఎదో అనబోయేలోపు, శ్రీరాముడు "నాయనా విద్యాధరా, నీకు విధించబోయే శిక్ష, నువ్వు చేసిన అపరాధం మీద మాత్రమే కాక దాని వెనకున్న కారణం మీద కూడా ఆధారపడి ఉంటుంది. నువ్వు చెప్పదలుచుకున్నది నిర్భయంగా చెప్పొచ్చు" అనేసరికి విద్యాధరుడు ఒక్కసారిగా ఏడుస్తూ, శ్రీరాముడికి సాష్టాంగ పడ్డాడు.

కొన్ని క్షణాల తరవాత అసలు జరిగిందేంటో చెబుతున్నాడు "మహారాజా, మా తల్లి తండ్రులకి నేను, నాకొక తమ్ముడు, మాతోపాటు ఇద్దరు ఆడపిల్లలు సంతానం. తమ్ముడు గురుకులం లో విద్య ని అభ్యసిస్తున్నాడు. నేను వ్యవసాయం చేసుకుంటూ జీవిస్తున్నాను. పోయిన తొలకరి కి, ఈ నాగేంద్రుడు వచ్చి, ఇద్దరం కలిసి గోధుమలు పండిద్దామని చెప్పడంతో, ఇద్దరం కలిసి గోధుమ పంట వేశాము. తీరా పంట వేశాక, అతను దురలవాట్లకు బానిస అయ్యాడని తెలిసింది. మేము విత్తనాలు వేసిననాటి నుండి, ఏనాడు పొలానికి వచ్చి చూసిన దాఖలాలు లేవు. చివరకి పంట చేతికొచ్చేరోజున వచ్చి, అది మొత్తం తనకే దక్కుతుందని చెప్పి, అతని తల్లి తండ్రుల మాట కూడా వినకుండా, అన్యాయంగా మా పంట ని, కష్టాన్ని తీసేసుకున్నాడు ప్రభూ. ఆ రోజు జరిగిన వాగ్వివాదం లో ఆ నాగేంద్రుడు, నా తండ్రి మీద చెయ్యి కూడా చేసుకున్నాడు. అయినా సరే నేను సహనంతో ఓర్చుకున్నాను. చివరకి ఒకరోజున నా చెల్లెల్ని చెరబట్టపోయాడు, ఆ కోపం లో, మా మధ్యన జరిగిన పెనుగులాటలో, ఆవేశం లో అతనిని హతమార్చాక తప్పలేదు

ప్రభూ. అది తెలీని ఆవేశం లో జరిగిందే కానీ, అతని ప్రాణం తియ్యాలని నేను ఏ కోశానా అనుకోలేదు ప్రభూ" అని చేతులు జోడించి జరిగిన విషయం చెప్పాడు. శ్రీరాముడు, ఆ నాగేంద్రుని తల్లి తండ్రులని ముందుకు పిలిచి "ఆ విద్యాధరుడు చెప్పినది నిజమేనా" అని అడిగితే, వారు "ప్రభూ, ఆ విద్యాధరుడు చెప్పింది నూరుశాతం నిజమే" అని ఒప్పుకున్నారు. నాకైతే ఆశ్చర్యం వేసింది, ఒక్కగానొక్క కొడుకు ప్రాణాలు పోగొట్టుకుంటే, మహారాజు ముందుకొచ్చి, తన కొడుకుదే తప్పని నిజం ఒప్పుకోవడం అంటే, అది బహుశా త్రేతాయుగం లో తప్ప ఎక్కడ జరిగి ఉండదు.

విచారణ పూర్తయ్యాక, శ్రీరాముడు సభని ఉద్దేశించి "ఏ పౌరుడికైనను ప్రధమ కర్తవ్యం ఏమిటో చెప్పగలరా?" అంటే, ఒక అధికారి "ప్రభూ, రాజ్యాన్ని కాపాడటం" అంటే, ఇంకొక అధికారి "ధర్మాన్ని రక్షించడం ప్రభూ" అన్నాడు. శ్రీరాముడు "శభాష్, వీరిద్దరు చెప్పిందీ నిజమే. అయితే ధర్మం, రాజ్యం వీటికంటే ముందు నీ కుటుంబాన్ని రక్షించాల్సిన భాద్యత నీదే. ఆడపిల్లని చెరపట్టిన వానికి నేను విధించే కనీస శిక్ష మరణ దండన. సోదరిని కాపాడి విద్యాధరుడు తన కర్తవ్యాన్ని నిర్వర్తించాడు. కానీ, ఏ తల్లి తండ్రులకైననూ, పుత్రశోఖం పుడకలతో కానీ పోదు. ధర్మం అనేది అత్యంత కఠినమైనది. కారణం ఏదైననూ తప్పు చేసినవాడు శిక్ష అనుభవించి తీరాలి. విద్యాధరుడు చేసిన తప్పుకు శిక్షగా, ఒక్కగానొక్క కొడుకుని పోగొట్టుకున్న ఆ వృద్ధ దంపతులకి ఇతను దత్తత వెళ్లి, ఇకమీదట వారి పుత్రుడిగానే తన భాద్యతలను నిర్వర్తించాలని తీర్పునిస్తున్నాము" అన్నాడు. ఆ నాగేంద్రుడి తల్లి "శ్రీరామ చంద్ర ప్రభూ కి" అని అనడంతో, విద్యాధరుడు నీళ్లు నిండిన కళ్ళతో "జయహో" అన్నాడు. అప్పటివరకు మొహాలు బేలగా పెట్టిన విద్యాధరుడి తల్లి తండ్రులు కూడా, శ్రీరామ తీర్పుతో నవ్వుతు, జేజేలు కొడుతూ ఉంటే, సభలోని వారంతా కూడా వారితో పాటే స్వరం కలిపి, మొత్తం సభంతా రామనామం మారుమ్రోగిపోయింది. నాకు మాత్రం విద్యాధరుడిలో నేనే కనిపించాను. నేను శ్రీరాముడి వైపు చూస్తుంటే, ఆయనేమో సభానంత వదిలి, నేనున్న వైపే చూస్తున్నట్టు అనిపించింది. ఇదేంటి

ఆయన నావైపే చూస్తున్నారు? అనుకునేలోపే, శ్రీరాముడు చేత్తో ఇలా రమ్మని సైగ చేశారు. ఇదేంటి నన్నేనా? అనిపించి సరిగ్గా చూస్తే, స్వయంగా శ్రీరాముడే "నాయనా వసంత్, ఇలా రా ....." అంటున్నారు. నేనలా ఆశ్చర్యంగా చూస్తుంటే, మళ్ళీ ఆయనే "వసంత్, నిన్నే నాయనా" అన్నారు. అవునూ, నా పేరు యాదయ్య కదా? మరి శ్రీరాముడికి కలియుగం లో నా పేరు ఎలా తెలిసింది? అనుకుంటూ ఉండగా, ఈసారి దద్దరిల్లిపోయేలా ఒక అరుపు లాంటి పిలుపు "వసంత్, కాలేజీ కి టైం ఐపోయిందిరా, ఇంకెంతసేపు ఈ నిద్ర?". అమ్మో, ఇది మా అమ్మ గొంతు కదా? అని కళ్ళు తెరిచి చూసేసరికి, నా గదిలో మంచం పైన పడుకుని వున్నాను.

ఒక్కసారిగా బుర్రంతా గిర్రున తిరిగింది. టైం చూస్తే 9:30 అయ్యింది. అప్పటికే కాలేజీ కి ఆలస్యం అయిపోడంతో గబగబా రెడీ అయ్యి, ఏదో ఇంత తిన్నాను అనిపించాను. కానీ నిద్ర లేచినప్పటినుండి, నాకేమన్నా కల వచ్చిందా? ఒకవేళ కలైతే, మనం ఎక్కడో చూసిన, చదివిన లేక కనీసం విన్న దృశ్యాలు, మనుషులు కదా రావాలి? మరి వాళ్ళందరిని నేనెప్పుడూ చూడలేదే? అసలు, అయోధ్య గురించి అప్పుడప్పుడు పేపర్లో చదవడం తప్ప ఎప్పుడు ఫోటోలు చూసిన గుర్తు కూడా లేదు. ఎక్కడో వేరే లోకంలోకి వెళ్ళివచ్చినట్టు, కళ్ళ ముందు అవే దృశ్యాలు కనిపిస్తున్నాయి. హాల్లో కూర్చుని షూ వేసుకుంటూ మా నాన్నని చూస్తే, ఆయనేమో ఎక్కడో గాల్లో చూస్తూ ఏదో ఆలోచిస్తూ వున్నాడు. ఇంతలో అమ్మ వచ్చి "ఒరేయ్, దీప్తి కి సెమిస్టరు ఫీజు కి ఇవ్వాళే ఆఖరి రోజటరా. వనజ గారిని అడిగాను, ఆవిడ సర్దుబాటు చేసింది. ఒక నెలలోపు తిరిగి ఇచ్చేస్తాను అని చెప్పాను. ఈయన చూస్తేనేమో ఇలా, ఏంటో రా, ఇంకెన్నాళ్లో ఈ కష్టాలు" అనుకుంటూ వంటగదిలోకి వెళ్లి, లంచ్ బాక్స్ తీసుకొచ్చి ఇచ్చింది.

ఇంటి నుండి కాలేజీ కి బయల్దేరాను. నా సమస్యలకి పరిష్కార మార్గం నేనే వెతుక్కోవాలి అనిపించి, బండి యూ-టర్న్ తీసుకుని, కొత్తగూడలో మా స్థలం వున్న చోటుకి వెళ్ళాను. ఆఫీసులకి వెళ్లే జనం తో ఆ రోడ్ కిటకిటలాడుతోంది. ఒక అట్ట మీద "నాకు న్యాయం కావాలి" అని రాసి, దాన్ని ఒక కర్రముక్కకి

తగిలించి, అది పట్టుకుని మా స్థలం ముందు, ఆ ఎండలోనే కూర్చుండిపోయాను. అలా రోడ్ మీద వెళ్లేవాళ్లు నన్ను చూసుకుంటూ పోతున్నారు. కొంతసేపటికి, ఒక ట్రాఫిక్ కానిస్టేబుల్ వచ్చాడు, ఇంకో పది నిమిషాలు గడిచేసరికి కొంతమంది మీడియా ఛానల్ వాళ్ళు వాలిపోయారు. ఏవేవో ప్రశ్నలు అడిగారు. నేను దేనికి సమాధానం చెప్పలేదు. పోలీసులు వచ్చారు, ఇక్కడ ధర్నాలు చేస్తే ట్రాఫిక్ కి అంతరాయం అనే వంకతో నన్ను లాక్కెళ్ళడానికి ప్రయత్నించారు. చివరకి ఎవరో ఒక విలేఖరి ముందుకొచ్చి "శాంతియుతంగా నిరసన తెలపడం ప్రాథమిక హక్కు, కాదనడానికి మీరెవరు?" అనేసరికి, పోలిసువాళ్ళు తగ్గారు. మొత్తం న్యూస్ చానెల్స్ వాళ్ళు అందరు వచ్చేశారు. అసలు మీ సమస్య ఏంటి? అని మళ్ళీ అడిగారు. నేను "ఇక్కడ కనిపిస్తున్న స్థలం మా నాన్న కష్టార్జితం, దాన్ని కాజెయ్యాలని చూస్తున్నారు" అని, జరిగింది మొత్తం వివరంగా చెప్పాను.

విలేఖరి: మీరసలు పోలీస్ స్టేషన్ లో కంప్లైంట్ ఇచ్చారా?

నేను: సార్, ఇది కబ్జా చేసింది స్వయానా హోమ్ మినిస్టర్ గారి అబ్బాయి. ఇప్పుడు చెప్పండి, పోలీస్ స్టేషన్ కి వెళ్తే ఎవరన్నా కంప్లైంట్ తీసుకుంటారా?

విలేఖరి: మీరసలు ప్రయత్నం చెయ్యకుండానే తీసుకోరు అంటే ఎలా?

నేను: నిన్న ఉదయం మా నాన్న, మావయ్య వెళ్లి కంప్లైంట్ ఇచ్చారు. సాయంత్రానికల్లా మా చెల్లెల్ని కిడ్నాప్ చేసి తీసుకెళ్లిపోయారు.

నేను ఆ మాట పూర్తిచేసి, అందరి మొహాలు చూశాను, అప్పటికి గాని వాళ్లకి విషయం ఎంత దూరం వెళ్లిందో తెలీలేదు

విలేఖరి: ఇప్పుడు మీ చెల్లెలు ఎక్కడున్నారు?

నేను: ఇంకొకసారి కంప్లైంట్ ఇవ్వడానికి ప్రయత్నిస్తే చంపేస్తాం, అని బెదిరించి, నిన్న అర్ధరాత్రి వదిలిపెట్టారు.

ఇంకొక విలేఖరి: సరే, పోలీస్ స్టేషన్ కి వెళ్తే తీసుకోరు. మరి కోర్ట్ లో కేసు పెట్టొచ్చు కదా?

నేను: కోర్ట్ కెళ్ళి, లాయర్ ని పెట్టుకుని, సంవత్సరాల తరబడి తిరిగే స్తోమతే ఉంటే, ఈ స్థలం పోతే పోయింది అని వదిలేసుకునేవాళ్ళం అండి.

విలేఖరి: అదేంటి సార్, అసలు కోర్ట్ కి వెళ్లకుండా న్యాయం జరగాలి అంటే ఎలా?

నేను: మాస్టారు, పోలీస్ దగ్గరకి వెళ్ళాం, ఒక హై కోర్ట్ లాయర్ దగ్గరకి వెళ్ళాం "అంత పెద్దవాళ్ళతో మీకు గొడవ ఎందుకండీ?" అని అందరు ఒకేమాట. ఎం సార్, న్యాయం అనేది డబ్బు ఉన్నవాళ్ళకి ఒకలాగా, లేని వాళ్ళకి ఒకలాగా వుంటుందా? మేమొక సాధారణ మధ్యతరగతి వాళ్ళం. కోర్ట్ కి వెళ్లి, అర్ధబలం, అంగబలం, ధన బలం ఉన్నవాళ్ళని ఢీకొనాలంటే మావల్ల అవుతుందా?

ఇంకొక విలేఖరి: అసలు ఏ ఆధారం లేకుండా ఇలాంటి ఆరోపణలు చెయ్యకూడదు కదా? ఇప్పుడు వాళ్ళు, పరువు పోయిందని తిరిగి మీమీద కేసు పెడితే, మీ పరిస్థితి ఏమవుతుందో తెలుసా?

నేను: (అతని వైపు చూసి) "ఆధారం లేదని నేను చెప్పలేదే?" అన్నాను

ఈ మాటతో అందరు సైలెంట్ ఐపోయారు.

అదే విలేఖరి: ఏ ఆధారం వుంది?

నేను: మా నాన్న గారు, హోమ్ మినిస్టర్ గారి అబ్బాయిని కలిసి, మా స్థలం వదిలెయ్యండి అని ప్రాధేయపడినప్పుడు, అతను మా నాన్న కాలర్ పట్టుకున్నాడు. అక్కడ జరిగింది అంతా నేను వీడియో తీశాను. "అవును మీ స్థలమే, నేనే కబ్జా చేయించాను. అయితే ఇప్పుడు ఎం చేస్తావ్?" అని అతను అన్న మాటలు ఆ వీడియో లో చాలా స్పష్టంగా పడ్డాయి.

విలేఖరి: ఇప్పుడు మీ దగ్గర ఆ వీడియో వుందా?

నేను: వుంది

విలేఖరి: మాకు ఇవ్వగలుగుతారా?

నేను: లేదండి, నేను కోరుకుంటుంది న్యాయం, అతనితో శత్రుత్వం కాదు. ఇక తప్పదు అనుకున్నప్పుడు ఆ వీడియో తీసుకెళ్లి ఎక్కడివ్వాలో అక్కడే ఇస్తాను.

చుట్టూ మూగిన వాళ్లలో ఎవరో ఒక పెద్దాయన నా దగ్గరకి వచ్చి "బాబు, ఇంత పెద్ద ఎవిడెన్స్ పెట్టుకుని, ఇన్నాళ్లు ఎందుకు ఆలోచించారు?" అంటే, నేను "కంప్లైంట్ ఇవ్వడానికి వెళ్ళినందుకే వాళ్ళేం చేశారో చెప్పాను కదా సర్. ఇక వాళ్ళతో గొడవ పడాలంటే భయమేసిందండి" అన్నాను. ఆ పెద్దాయన "మరి ఇప్పుడు ఇలా పబ్లిక్ లో దీక్ష చేస్తున్నావు, నీ దగ్గర సాక్షం ఉందని చెప్పేశావు. ఇవ్వాళ ఏమయ్యింది ఆ భయం?" అని నా సమాధానం కోసం చూస్తుంటే, నేను "ఇప్పుడు భయం పోయిందండి" అన్నాను. ఆయన "కారణం?" అంటే, నేను "రాముడు చెప్పాడు" అన్నాను. ఆయన ఆశ్చర్యంగా చూస్తూ "రాముడు చెప్పాడా? ఏమని?" అంటే, నేను "నీ కుటుంబాన్ని నువ్వు కాపాడుకుంటే దేశాన్ని, ధర్మాన్ని కాపాడినట్టే" అని చెప్పాడు.

నేను ఆ మాట అనేసరికి, అందరు ఒకరి మొహాలు ఒకరు చూసుకుంటున్నారు. మళ్ళీ ఆ పెద్దాయనే "రామాయణం చదివారా?" అంటే, నేను చిన్న నవ్వు నవ్వి "హా, అలాగే అనుకోండి" అన్నాను. ఇంకా ఏవో ప్రశ్నలు అడుగుతుంటే నేను ఆపి, "చూడండి, మా నాన్నగారు సక్రమంగా సంపాదించి పోగుచేసుకున్న ఆస్తిని, అతను దోచెయ్యాలి అనుకున్నాడు, నా తండ్రిని అవమానించాడు, మా ఇంటి ఆడపిల్ల జోలికి వచ్చాడు. ఇప్పుడు నాకు చావంటే భయం పోయింది. న్యాయం జరిగే వరకు ఈ పోరాటం ఆగదు" అనేసి, మీడియా వాళ్లకి కృతజ్ఞతలు చెప్పాను. అసలే వాళ్లకి మంచి మేత దొరికిందేమో, టీవీల్లో, సోషల్ మీడియా లో నానా రభస చేసేశారు. సరిగ్గా ఏడు గంటల తరవాత, స్వయం గా హోమ్ మినిస్టర్ మీడియా ముందుకి వచ్చి, తన కొడుక్కి, ఈ స్థలానికి ఎటువంటి సంబంధం లేదని, ఎవరో మినిస్టర్ కొడుకు పేరు అడ్డం

పెట్టుకుని మమ్మల్ని ఇబ్బంది పెట్టుంటారని, అవన్నీ తను దగ్గరుండి పరిష్కరిస్తానని, మాకు రక్షణ కూడా కల్పిస్తానని" చెప్పాడు. ఆ తరవాత, ఒక గవర్నమెంట్ అధికారి వచ్చి, నన్ను దీక్ష విరమింపజేశాడు. ఆ రోజు నేను ఇంటికెళ్ళాక, నాన్న మొహం లో అప్పుడెప్పుడో మాయమైపోయిన నవ్వు మళ్ళీ తిరిగి రావడం చూశాను. ఆ తరవాత హోమ్ మినిస్టర్, ఎవరో మధ్యవర్తి ద్వారా నాతో సంప్రదింపులు జరిపి, ఆ వీడియో డెలీట్ చేసెయ్యమని చెప్పించాడు. నేను కూడా, అది ఎట్టి పరిస్థితుల్లోనూ బైట పడనియ్యనని మాటిచ్చాను. అసలు అలాంటి వీడియో నా దగ్గర ఉంటేకదా బైటపడ్డానికి.

అదదండీ సంగతి, ఇది జరిగి నేటికి సరిగ్గా మూడేళ్లు అవుతుంది. ఆ తరవాత మా జోలికి ఎవ్వడు రాలేదు. ఒక ఆరునెలల తరవాత, ఆ స్థలం అమ్మితే కోటి ఏభై లక్షలు వచ్చింది. చెల్లికి బ్రహ్మాండంగా పెళ్లి జరిపించేశాం. నేను కూడా చదువు పూర్తి చేసుకుని, ఉద్యోగం లో చేరాను. కానీ నేను సీతారాముల్ని, రామరాజ్యాన్ని చూసింది కలలోనేనా? ఏమో తెలీదు. ఈనాటికీ కూడా రోజు పడుకునే ముందు, మళ్ళీ ఎప్పుడు చూస్తానో వాళ్ళని? అనుకుంటూ ఒకసారి సీతారాముల్ని తలుచుకుని పడుకుంటాను.

లోకాః సమస్తాః సుఖినో భవంతు